જેમણે 'સ્ટાઈલિંગ એટ ધ ટોપ'ની પ્રશંસા કરી...

હું શિવાને તેની આત્મકથા 'સ્ટાઈલિંગ એટ ધ ટોપ' માટે અભિનંદન આપું છું અને આશા રાખું છું કે તેના જીવનના પડકાર અને તેના કઠોર પરિશ્રમમાંથી યુવા પેઢી પ્રેરણા લઈ તેઓ પણ નવસાહસિક અને નવા હુન્નરકાર બને.

ચેન્નામનેની વિદ્યાસાગર રાવ, (મહારાષ્ટ્રના રાજ્યપાલ)

આ પુસ્તક શિવાની શરૂઆતી જીવનથી માંડી છેક પ્રખ્યાત હેરસ્ટાઈલિસ્ટ બનવાની હૃદયસ્પર્શી વાર્તા છે. યુવાન સ્ટાઈલિસ્ટોને શિખવાડવાનું પ્રકરણ બહુ અગત્યનું છે, જેમાં MANAS પ્રોગ્રામ (મૌલાના આઝાદ નેશનલ એકેડેમી ફોર સ્કિલ્સ) દ્વારા અપાતી તાલીમ છે. શિવાની પડકારરૂપ જીવનયાત્રાની વાત યુવાપેઢીના નવયુવાનોને હેરસ્ટાઈલિસ્ટ તરીકે પ્રેરે છે અને તેમની કારકિર્દીમાં આગળ વધવા માટે માર્ગદર્શક બની રહેશે.

દેવેન્દ્ર ફડનવીસ, (મહારાષ્ટ્રના મુખ્યમંત્રી)

'સ્ટાઈલિંગ એટ ધ ટોપ' એ વાંચવાલાયક પુસ્તક છે અને આજની યુવાપેઢીને પ્રભાવશાળી સંદેશો આપે છે. શિવાની જિંદગીની અસાધારણ જીવનયાત્રા બતાવે છે કે સખત કામ કરવું અને કામ માટે જાતને સમર્પિત કરી દેવાથી સફળતા અવશ્ય મળે છે. જીવનમાં આગળ આવવા માટે જેઓ પાસે કંઈ નથી અને કોઈનો પણ આધાર નથી તેમના માટે શિવા એક ઉત્કૃષ્ઠ ઉદાહરણ છે.

ઉદ્ધવ ઠાકરે (શિવસેનાના ચીફ)

હું તમારું પુસ્તક *'સ્ટાઈલિંગ એટ ધ ટોપ'* વાંચી ખૂબ ખુશ થઈ ગયો. યુવાવર્ગ પોતાની કારકિર્દીનો રસ્તો જાતે શોધી શકે અને જિંદગીમાં આગળ વધી શકે તે આ પુસ્તક એક પ્રકારે દિશાનિર્દેશક બની રહેશે. આ પુસ્તકમાં જીવન જીવવાની પ્રેરક જાણકારી છે અને પ્રોત્સાહિત થવાના રસ્તાઓ છે.

પદ્મવિભૂષણ ડી વીરેન્દ્ર હેગડે, ધર્માધિકારી, શ્રી ક્ષેત્ર, ધર્મસ્થળ, કર્ણાટક

આ પુસ્તકમાં શિવાની જિંદગીનું અનેરું ચિત્ર ચરિતાર્થ થયું છે. આમાં આપણને શિવાની ગૌરવશાળી, અડગ મનોબળવાળી જિંદગીનો ઉલ્લેખ જોવા મળે છે, જેમાં તેને ખૂબ મુશ્કેલીઓ આવી અને અનેકવાર કઠીન સમયમાંથી પસાર થવું પડ્યું. છેવટે શિવા પોતાની તાકાત અને આત્મબળથી કેવી રીતે સ્વયં અપ્રતિમ સફળતા મેળવે છે તેના ઉદાહરણો છે.

મધુર ભંડારકર,
નેશનલ એવૉર્ડ વિજેતા, ફિલ્મ નિર્માતા અને પદ્મશ્રી સન્માનિત

સાચા શબ્દોમાં કહીએ તો શિવા એક જબરદસ્ત સિદ્ધિ મેળવનાર પાત્ર છે. આજની યુવા પેઢી કોઈના જેવા બનવા માટે રોલમોડલની શોધ કરે છે તેના માટે શિવાએ મેળવેલી સફળતા ખૂબ નોંધનીય છે. તે આગળ ને આગળ વધતો રહે અને પ્રકાશતો રહે તેવી તેનામાં શક્તિ બની રહે.

રવિના ટંડન, નેશનલ એવૉર્ડ વિજેતા અભિનેત્રી

મારા અંતરંગ પરિચયમાં આવનારાઓ કેટલાક લોકોમાં શિવા એક સખત કામ કરનાર માણસ રહ્યો છે. સાવ નાના માણસમાંથી આટલો મોટો માણસ બની સફળતા મેળવવી તે વખાણવાલાયક છે. તેની જિંદગી કેટલાય લોકો માટે પ્રેરણારૂપ બની રહેશે અને આ પુસ્તકમાં તે કેવી રીતે શ્રેષ્ઠ હેરસ્ટાઈલિસ્ટ બન્યો તે દર્શાવ્યું છે.

સોનુ સુદ, અભિનેતા

સ્ટાઈલિંગ એટ ધ ટોપ

ધ જર્ની ઓફ શિવા (શિવાની જીવનયાત્રા)

બોલિવુડ સેલિબ્રેટેડ હેરસ્ટાઈલિસ્ટ (ફિલ્મ જગતના પ્રખ્યાત હેરસ્ટાઈલિસ્ટ)

જયશ્રી શેટ્ટી

ભાવાનુવાદ : ફાલ્ગુની નિશાત શાહ

Published by

MANJUL

Manjul Publishing House
Corporate and Editorial Office:
•2nd Floor, Usha Preet Complex,
42, Malviya Nagar, Bhopal 462 003 - India
Sales and Marketing Office:
•C-16, Sector 3, Noida,
Uttar Pradesh 201301, India
E-mail: manjul@manjulindia.com
Website: www.manjulindia.com

Distributed by

Navbharat Sahitya Mandir
•Opp Patasa Pole, Nr. Jain Derasar,
Gandhi Road, Ahmedabad - 380 001 - India
•202 Pelican House, Gujarat Chamber of Commerce Compound,
Opp. H. K. College, Ashram Road,
Ahmedabad - 380 009 - India
Tel.: 079 - 22139253, 22132921
E-mail: info@navbharatonline.com
Website: www.navbharatonline.com

First published in India by

MANJUL

Manjul Publishing House

Corporate and Editorial Office

• 2nd Floor, Usha Preet Complex, 42 Malviya Nagar, Bhopal 462 003 - India

Sales and Marketing Office • C-16, Sector 3, Noida, Uttar Pradesh 201301, India

E-mail: manjul@manjulindia.com Website: www.manjulindia.com

Distributed by

Navbharat Sahitya Mandir

• Opp Patasa Pole, Nr. Jain Derasar, Gandhi Road, Ahmedabad - 380 001 - India

• 202 Pelican House, Gujarat Chamber of Commerce Compound,
Opp. H. K. College, Ashram Road, Ahmedabad - 380 009 - India

Tel.: 079 - 22139253, 22132921 E-mail: info@navbharatonline.com

Website: www.navbharatonline.com

Gujarati translation of *Styling at the Top* by *Jayashree Shetty*

This edition first published in 2024

ISBN 978-93-5543-909-3

Translation by Falguni Nishat Shah

Cover design by Bhavi Mehta

Printed and bound in India by Parksons Graphics Pvt. Ltd.

અનુક્રમણિકા

શિવાની પ્રશંસા

પોતાના હૃદયના ઊંડાણથી તો શિવા હંમેશા નવી વસ્તુઓ શીખવા ઉત્સુક છે. તેને વાળની માવજત કરવાનો, વાળને નવી શૈલીમાં ઢાળવાનો અને તેની સુંદરતાનો શોખ છે. તેને પોતાના ક્ષેત્રમાં શ્રેષ્ઠતા પ્રાપ્ત કરવાની ઇચ્છા રહી અને તેથી જ તેને ખૂબ જ મહેનત કરવી પડી. આ જ ગુણો સફળ વ્યવસાયકાર તરીકેનો પાયો બનાવે છે.

શિવાને *'લોકોના માણસ'* તરીકે ઓળખી શકાય. તે તેનું જ્ઞાન અને આવડત પોતાના પૂરતું જ સીમિત ન રાખતા, તે તેના કર્મચારીઓ અને નવું કૌશલ શીખવા માગતા લોકોના માધ્યમથી શિવા પોતાની કળા આગળ વધારવા માટે તૈયાર છે, જેઓ તેનાથી અને શિવાના સલૂનથી શિખવાની ઇચ્છા રાખે છે. શિવાને ભણતર પ્રત્યે ખૂબ લગાવ છે અને તે લો'રીયલના બુનિયાદી મૂલ્યોનું સંવર્ધન કરે છે જેમાં અમે વિશ્વાસ ધરાવીએ છીએ.

હું શિવા અને તેની ટીમને શુભેચ્છાઓ પાઠવું છું. લો'રીયલ (L'oreal) હંમેશા શિવા અને તેના સલૂનોની સાથે છે.

– અસીમ કૌશિક, ડાયરેક્ટર

લો'રીયલ પ્રોફેશનલ પ્રોડક્ટ્સ

લેખકની નોંધ

"ઊંચું વિચારો, ઊંચાં સપના જુઓ, જેથી
તેના પરિણામો પણ ઊંચાં હશે."

—*અજ્ઞાત*

કોઈ કદાચ એમ વિચારશે કે દેશના 'ગ્લેમર હબ' – 'ઝળહળતી નગરી' મુંબઈ જેવા શહેરના હેરસ્ટાઇલિસ્ટની આ વાર્તા (ગોસિપ) ગપસપથી ભરેલી હશે કે જે ફિલ્મસ્ટારો-ફિલ્મો અને ફેશનની દુનિયા સાથે સંકળાયેલા છે, પણ હકીકતમાં એવું નથી.

'શિવરામ ભંડારી' અથવા જે શિવા તરીકે પ્રખ્યાત છે, તેની આ સંઘર્ષપૂર્ણ જીવનયાત્રા છે. આ એક હૃદયસ્પર્શી વાર્તા છે કે જે તેણે સુંદર અને ગૌરવશાળી રીતે જીવી. આ વાર્તામાં શિવાની સખત મહેનત દેખાઈ આવે છે. જો કોઈ વ્યક્તિ ધારે તો પરિશ્રમથી કારકિર્દીની ટોચ પર પહોંચી શકે છે. આ રીતે તે વાચકો માટે પ્રેરણાનું સારું ઉદાહરણ પૂરું પાડે છે.

આ કથા આપકર્મી કર્મશીલ શિવા માટે સત્ય પુરવાર થઈ છે. ઉત્તર મુંબઈના ઔદ્યોગિક વિસ્તારમાં એક નાનકડી દુકાનથી શરૂઆત કરનાર શિવાના આજે વીસ સલૂનો, મહિલાઓ માટે ખાસ પાર્લરો અને વાલકેશ્વર, જુહુ જેવા વિસ્તારોમાં સિગ્નેચર સલૂનો છે.

આ બધા સલૂનો માટેની બ્રાન્ડ એટલે 'શિવા' ! ખૂબ સંઘર્ષપૂર્ણ મહેનત કરીને શિવા સફળતાના શિખરે પહોંચ્યો છે અને તે આ જ ઊંચાઈએ ટકી રહેશે.

શિવા પાસે ઘણી મહત્ત્વાકાંક્ષી યોજનાઓ છે. જેમ કે પસંદગી મુજબ હેરસ્ટાઈલ બનાવવાના સલૂનો, સુંદરતા અને વાળ માટેના નવા પ્રોજેક્ટો, નવો હુન્નર વિકસાવવો અને સ્થિર ધંધાને આગળ વધારવો.

શિવાએ સુંદરતા ખીલવે અને વાળની કાળજી લેનાર વસ્તુઓને *'શિવા'સ ટ્રેન્ડ્સ'* નામથી બજારમાં મૂકી છે. આ બધી વસ્તુઓ દુર્લભ ગણાતી ઔષધિઓ અને કુદરતી વસ્તુઓમાંથી બનાવવામાં આવી છે. તેમાં શેમ્પુસ, કંડિશનર્સ, સ્કીન સેરમ્સ, સ્કર્બ જેલ્સ, મસાજ જેલ્સ, મસાજ ક્રીમ, ફેસિયલ પેક્સ અને સ્કિન ટોનર્સનો સમાવેશ થાય છે. આ બધાનો ઉપયોગ સલૂનોમાં બહોળા પ્રમાણમાં થઈ રહ્યો છે અને ગ્રાહકો તરફથી ઉત્સાહજનક આવકાર મળ્યો છે. આ પ્રોડક્ટો બધી જાતની ત્વચા માટે માફક આવે તે રીતે બનાવવામાં આવી છે અને તેને સહેલાઈથી ખરીદી શકાય છે.

શિવા પોતાની જિંદગીની ઘટનાઓને ક્રમવાર રજૂ કરે છે અને કેવી રીતે તેણે સમૃદ્ધિ મેળવી તેનું આલેખન કરે છે.

શિવાને આત્મકથાની યાદો બાળપણમાં ખેંચી જાય છે – જ્યારે તે ફક્ત પાંચ વર્ષનો હતો. તેના મગજમાં નાની-નાની ઘટનાઓ ચિત્રપટની જેમ ઉભરાય છે. આ ઘટનાઓ તે કથારૂપે વાચકો સમક્ષ રજૂ કરે છે. જુદા-જુદા પ્રકરણમાં જિંદગીના જુદા-જુદા તબક્કાઓને પ્રભાવશાળી રીતે રજૂ કરે છે.

શિવાનું બાળપણ બીજા સામાન્ય બાળકો જેવું ન હતું કે જેમાં બાળકો કુટુંબ અને મિત્રો સાથે સમય પસાર કરે, શાળામાં રમે, ભણે. શિવાને જાણે જલદી મોટા થઈ જવું પડ્યું. ભણવાનું છોડી કમાવાનું ચાલુ કરવું પડ્યું. પણ આજે તો તેના પરિવારમાં શાળામાં ભણતા બે બાળકો છે, જેમની સાથે તે જાણે ફરી બાળપણ વિતાવી રહ્યો છે અને જીવનની મજા માણી રહ્યો છે.

શિવાની જિંદગીના પ્રસંગો જોડે વાળ કાપવાનું અતૂટ જોડાણ છે પણ તેને વિસ્તારપૂર્વક સમજવાનું જરૂરી છે જેનાથી શિવા આટલો દૃઢનિશ્ચયી બન્યો.

શિવાની જિંદગીમાં બે વિરોધાભાસી તબક્કા આવ્યા એક તો ગ્રામીણ રહેવાસ અને બીજું - શહેરી જિંદગી.

આ એક ગ્રામીણ છોકરાની વાર્તા છે, જેની સામે પારાવાર સંકટો છે, કારણ કે એની વિધવા માતા બાળકોના ભરણપોષણ માટે ખૂબ મહેનત કરી રહી હતી. તેની દયનીય સ્થિતિને કારણે શિવાને ખેતરોમાં અને હજામની દુકાનમાં, પૈસા લીધા વગર, સવારથી સાંજ સુધી નોકર તરીકે કામ કરવું પડતું. તેને દરરોજ તેના દારૂડિયા અને ઝઘડાળુ કાકાની સોટીનો માર ખાવો પડતો.

આ બધી વિપરીત પરિસ્થિતિઓ વચ્ચે તેણે દુનિયાની સૌથી શ્રેષ્ઠ વિદ્યાલયમાંથી હેરસ્ટાઈલિંગની કેળવણી લીધી અને પરદેશમાં જઈ નોંધપાત્ર કામગીરી કરી, જેને કારણે તે પ્રથમ પંક્તિનો હેરસ્ટાઈલિસ્ટ બન્યો. શિવા બોલિવુડમાં બધાનો માનીતો બન્યો અને એક સફળ વ્યવસાયી બન્યો.

શિવાની સફળતા મેળવવાની ઈચ્છા અને તેની અસ્તવ્યવસ્ત-કઠીન જિંદગીને લીધે તેને જિંદગીમાં અવારનવાર બદલાવ માટેના નિર્ણયો લેવાની જરૂર પડી. આ વાત આજે પણ તેને પોતાના જીવનમાં અથવા વ્યવસાયીક નિર્ણયોમાં લાગુ પડે છે. તે પરિસ્થિતિઓને ચકાસીને નક્કર નિર્ણય લે છે. હકીકતમાં પડકારોનો સફળતાપૂર્વક સામનો કરવાથી તેની પ્રગતિ થઈ છે.

હેર સ્ટાઈલિસ્ટ ટીચર અને બિઝનેસમેન હોવાની સાથોસાથ શિવાએ સમાજસેવક તરીકે વૃદ્ધાશ્રમો, ધાર્મિક સંસ્થાઓ અને બાળકો માટેની સંસ્થાઓમાં પણ સેવા આપી છે.

શિવાએ ૨૦૦૧માં એક ગ્રાહકની વિચિત્ર હેરસ્ટાઈલ કરી હતી તે વખતે હું તેને પહેલીવાર ઈન્ટરવ્યૂ માટે મળી હતી. તે વખતે લશ્કરના સોદાના સ્ટિંગ ઑપરેશને આખા દેશને હચમચાવી મૂક્યું. આ સ્ટિંગ ઑપરેશન માટે જે મીડિયા હાઉસ જવાબદાર હતું તેનો લોગો શિવાએ તેના ગ્રાહકોમાં ડિઝાઈન તરીકે વાપર્યો. આ સિદ્ધિને ''સ્યુટર્સ ન્યૂઝ વાયર્સ'' દ્વારા વણી લેવામાં આવી અને તે આખી દુનિયામાં ફેલાઈ ગઈ. ઘણા મિત્રો અને મિડલ ઈસ્ટના ગ્રાહકો પણ તરત તેની સાથે સંકળાયા.

ત્યારથી આ ડિઝાઇન ક્રિકેટ, સોકર મેચ, સામાન્ય ચૂંટણીઓ, ફિલ્મસ્ટારના પોર્ટ્રેટ્સ, બ્યુટીના ભભકાદાર પાર્લર્સમાં પ્રખ્યાત થઈ ગઈ. તેના સલૂનોમાં વધતા જતા ગ્રાહકોનો ધસારો એ વાતનું પ્રમાણ હતું કે તેની આવડતના ખૂબ વખાણ થયા હતા. ઘણા લોકો તેના વિચિત્ર હેરકટથી જ ઓળખાવા લાગ્યા હતા. શિવા કામમાં એટલો ગૂંથાયેલો રહેતો હતો કે તેના લીધે તેની જિંદગીમાં ઘણા વળાંકો આવ્યા. તેના કુટુંબમાં અણબનાવ, દુઃખ પેદા થયા. તેની ઠેકડી ઉડાડવામાં આવી. બહુ કામ વધવાની સાથે તે પોતાની તબિયત માટે સભાન થયો. તે લેમન-ટી અને પૌષ્ટિક બિસ્કિટ્સ ખાતો.

આ બધા પ્રસંગોનું તે રસપ્રદ રીતે વર્ણન કરે છે – જાણે તે હમણાં જ બન્યા હોય તેમ તેને લાગતું. આ પ્રસંગો ચિત્રપટની જેમ તેના મગજમાં ઉભરાતા અને તે સંભાળતા-કહેતા તે લાગણીશીલ બની જતો.

રેકોર્ડિંગનો મોટા ભાગનો સમય તેમના રચનાત્મક વિચારો, જીવનના વિવિધ અનુભવોના સંસ્મરણોથી ભરેલો રહ્યો. કોઈ ઘટના યાદ કરવા માટે તેમને મહેનત કરવી પડી હોય એવું લાગ્યું નહિ. તે તમામ વિચારો તેમનાં મગજમાં હજુ તાજા જ હતા.

ઘણીવાર તે બાળપણની દુઃખદ યાદોમાં સરી જતો. તેને તેની પહેલી પત્ની હરિણાક્ષીની વેદનાભરી યાદ આવતી કે જે કેન્સરની અસહ્ય બીમારીથી પીડાતી હતી. હાલમાં શિવા પોતાની માતા, પત્ની અનુશ્રી અને બે બાળકો સાથે મુંબઈમાં રહે છે.

મારી સમક્ષ આ બધી ઘટનાઓ કહેવી તેના માટે બહુ કષ્ટદાયક થઈ પડે છે, કારણ કે તેને એ દુઃખદ ક્ષણો ફરીથી યાદ આવે છે. કેટલીક ઘટનાઓ તેને પોતાના નિકટના લોકોએ કહેલી હોય છે પણ હવે તે બધી એકદમ બહાર આવે છે.

ઘણીવાર આપણા હૃદયમાં દુઃખોનો અસહ્ય બોજ પડ્યો હોય છે. પણ જિંદગીના કોઈ તબક્કે આપણી ઈચ્છા વિરુદ્ધ તે બહાર નીકળવાનો રસ્તો શોધે છે, જેનાથી આપણે આપણી જાતને અને બીજાને ભૂલી જઈએ છીએ.

સમય જતાં શિવાને એવું લાગે છે કે તે ભાવનાઓની દૃષ્ટિએ મજબૂત થઈ રહ્યો છે. હવે તે એ બધા વિદ્યાર્થીઓ જે તેની એકેડેમીમાં સૌન્દર્ય પ્રશાધન

અને કેશ-કળાના કોર્સ કરવા આવે છે તેની સામે ખુલ્લા દિલે વાત કરી શકે છે. તેને એવું લાગે છે કે તેના અનુભવો કહેવાથી યુવા વિદ્યાર્થીઓને પ્રેરણા મળશે. તેમની જિંદગીમાં જે અવરોધો આવે તેનો તે સામનો કરી શકે.

શિવાની આંખમાં ઝળઝળિયાં આવે છે. વ્યથાથી તેનો અવાજ તરડાય છે. તે તેની ભીની હથેળીઓ ઘસે છે. પછી થોડું પાણી પીને અધૂરી વાત કરવાનું ચાલુ રાખે છે. તે દુઃખદાયી યાદોને જલદીથી ભૂલી જઈને, હસીને, દૃઢતાથી ફરીથી વાર્તાલાપ ચાલુ કરે છે.

એક સમયે બહુ ઓછા લોકો તેમને પસંદ કરતા હતા. તેમણે જીવનમાં ખૂબ કપરા સમયનો સામનો કર્યો, જેના કારણે તેઓ વધુ મજબૂત બનીને ઉભરી આવ્યા. જે ખરેખર જીવનમાં કંઈક હાંસલ કરનારની નિશાની છે.

આ કથામાં શિવા તેના જીવનમાં આપત્તિઓનો સામનો કેવી રીતે કરે છે તે બતાવ્યું છે. સારી વસ્તુઓને કેવી રીતે સ્વીકારવી અને આદર્શ સપનાઓ કેવી રીતે સાકાર કરવા તેના પર પ્રકાશ નાંખે છે. વિશ્વમાં તેના જેવા જૂજ લોકો છે કે જેઓ જિંદગીમાં બેહદ આફતો આવવા છતાં મજબૂત અને ધૈર્યવાન રહ્યા છે. આ સાચે જ શિવાની સિદ્ધિ છે.

આ વાર્તામાં તેની પોતાની કથની અને તેની સાથે સંપર્કમાં આવેલા ઘણા લોકોની વાત છે. આ ઉપરાંત તેની ગામડાંની મુલાકાતો, તેણે પોતાના સલૂનો શરૂ કર્યા ત્યાર પહેલાં બીજાના સલૂનોમાં કામ કરવાની વાતોથી લઈ ગામડામાં બાળપણ વિતાવેલી જગ્યાઓ અને મુંબઈ શહેરની ચાલીઓમાં તેના વિતેલા દિવસોની પણ વાત છે.

શિવાને વિશિષ્ટ રીતે કામ કરતો જોવાનું, વિવિધ ગ્રાહકો સાથે તેની વાતચીત, લોકો માટેની તેની છાપ અને શિવા માટે તેમનો પ્રતિભાવ - આ બધું ઘણું અગત્યનું છે. જોનાર માટે શિવાની જિંદગીના જુદા-જુદા દૃશ્યો જોવાનું અને તેનું વિશ્લેષણ કરવાનું અગત્યનું હતું.

શિવાના સલૂનના ૨૫ વર્ષ પૂરા થયાનો (જ્યુબિલી ફંક્શન)-રજત જયંતી મહોત્સવ જોવાલાયક હતો. અહીં તેનું પૂરું કામ અને આવડત દેખાઈ આવતી હતી. આ સમયગાળો બહુ મહત્ત્વનો હતો. તેને સમૃદ્ધિ સાથે યશ

પણ પ્રાપ્ત થયો હતો. શિવાની આત્મકથા આજના યુગના એક એવા હજામની વાત છે કે જે કેશકર્તનકલામાં આગળ ને આગળ વધવા માંગતો હતો.

બાજુની રૂમમાં મહેમાનો 'કોકટેલ' લઈ રહ્યા હતા અને જમવાનું પીરસાઈ રહ્યું હતું. પણ એનો સંયોજક સ્ટેજના પગથિયાં પર બેઠો હતો, જેણે હમણાં સુંદર અને વિચિત્ર વાળની ફેશનો શૉ-કેસમાં દર્શાવી હતી. તેને જાણે આસપાસના વાતાવરણ સાથે કંઈ નિસબત ન હોય તેમ લાગતું હતું. તેનો પુત્ર રાહિલ બાજુમાં રમી રહ્યો હતો પણ તે શિવાને કંઈ ખલેલ પાડતો ન હતો.

લાંબા સમય સુધી દુઃખ સહન કર્યા બાદ સફળતા અને સુખમાં ડુબકી મારવી સહેલી નથી. સુખ પણ કોઈવાર ભારરૂપ લાગે છે.

આ જ કારણથી તેના આ સંસ્મરણો લખવા એ એક પ્રકારનું સન્માન છે અને શીવાને અભિનંદન આપું છું કે તેણે મને આવો અવસર આપ્યો કે મેં શીવાની કહાની દુનિયાને બતાવવા મહત્વપૂર્ણ ભૂમિકા અદા કરી બદલ હું તેનો આભાર માનું છું.

મુંબઈના જાણીતા મનોચિકિત્સક ડૉ. ઘનશ્યામ ભીમાણી કે જે મારા પતિના જૂના મિત્ર છે, તેમની હું ખૂબ આભારી છું કે જેમણે આ પુસ્તકનું આટલું અદ્ભુત અને યોગ્ય શીર્ષક -'*સ્ટાઈલિંગ એટ ધ ટોપ*' સૂચવ્યું છે. 'ટોપ' શબ્દ શિખર અને ઉચ્ચતા દર્શાવે છે. તે શિવાના કામની ભવ્યતા સાથે બરાબર બંધબેસે છે. તે દર્શાવે છે કે શિવા લોકોના વાળ પર જાદુ કરે છે અને પોતાના ક્ષેત્રમાં સૌથી આગવું સ્થાન ધરાવે છે.

હું ગોપાલ શેટ્ટી (સ્થિર છબીકલા અને ઈલેક્ટ્રોનિક ન્યૂઝ મીડિયા ફોટોગ્રાફર)ના સાથ-સહકાર માટે આભારી છું. તમારા સહકાર વગર આ પુસ્તક તૈયાર થવાની શક્યતા નહોતી. ૧૯૯૭થી ગોપાલનો શિવા સાથે સંપર્ક છે. જ્યારે ગોપાલે ઈટીવી ન્યૂઝ (ETV News), એનટીવી (NTV) અને મિડ-ડે ટીવી / ઝી ટીવીમાં (Mid-day TV / Zee TV) શિવાની નવી હેરસ્ટાઈલોની સિદ્ધિને લગતી સ્ટોરીઝ પ્રસારિત કરી. ગોપાલ શેટ્ટીએ આ પુસ્તક લખવા બધી જગ્યાઓ પર મુલાકાતો લઈ શિવાના લાક્ષણિક ફોટા પાડ્યા.

હું અમારા સંપાદક *(એડિટર)* લક્ષ્મી ક્રિષ્નનની હૃદયથી આભારી છું જેણે અમને પુસ્તકના પ્રકાશન માટે મદદ કરી. ફક્ત નવા વિષય પર જ વાતચીત નહિ પણ પુસ્તક માટેની અમારી મુલાકાતો અને સંસ્મરણોને યાદ કરાવી તે અમારું સૌભાગ્ય રહ્યું. આવી ઉત્કૃષ્ટ ભાવનાસભર (હૃદયસ્પર્શી) પુસ્તક પર વાત કરવામાં તેઓ હળવી મજાક પણ કરી લેતા અને ચર્ચામાં મહત્વના મુદ્દા પર પણ પ્રકાશ પાડતા.

હું અમ્રિલિસની હૃદયપૂર્વક આભારી છું, જે મંજુલ પબ્લિશિંગ હાઉસ સાથે સંકળાયેલ છે. હું શ્રી વિકાસ રાખેજા, મંજુલના એમ.ડી. (મૅનેજિંગ ડિરેક્ટર), શ્રી મનોજ કુલકર્ણી, રશ્મિ મેનન અને આખી ટીમની આભારી છું, જેઓ જુદી-જુદી કાર્યક્ષમતાથી આ પુસ્તકની પ્રસિદ્ધિ સાથે સંકળાયેલા છે.

જયશ્રી શેટ્ટી

લેખક-પત્રકાર

પ્રસ્તાવના

''અત્યંત પ્રતિભાશાળી માણસ (જીનિયસ) એટલે
એક પ્રતિશત પ્રેરણા અને નવ્વાણું પ્રતિશત પરિશ્રમ.''

– થોમસ આલ્વા એડિસન, *(અમેરિકન શોધક, જેણે દુનિયાને વીજળીથી ઝળહળતા ગોળાની શોધ જગતને ભેટ આપી.)*

એ એક નાનું સપનું હતું...

તરુણ વયના છોકરા તરીકે મારી એક મહત્ત્વાકાંક્ષા હતી. મને દક્ષિણ કર્ણાટકમાં આવેલા મેંગલોર નજીક ગામડામાં હજામની એક નાનકડી દુકાન ખોલવાની ઈચ્છા હતી, જે નારિયેળની ડાળીઓમાંથી બનેલી હોય. મારી જરૂરિયાતો બહુ જ ઓછી હતી, જેમ કે ગ્રાહકોને બેસવા માટે એક નાનું ટેબલ, એક કાંસકો અને કાતરની જોડી. આ નાની જગ્યામાંથી મળતા પૈસા મારી માતાની સંભાળ લેવા અને ઘરખર્ચને પહોંચી વળવા માટે પૂરતા હતા.

ચાર દસકાથી પણ વધારે વર્ષો પછી ભગવાને મારા પર ઘણી મોટી મહેરબાની કરી હતી. હવે તો ભારતના ગ્લેમર શહેર મુંબઈમાં મારા પોતાના 'શિવા' નામના સલૂનોની હારમાળા છે. મારું કુટુંબ પ્રતિષ્ઠિત છે - મને સથવારો આપનાર મારી માતા, મને હિંમત આપનાર મારી પત્ની અને મને હંમેશા પ્રફુલ્લિત રાખનાર મારા વહાલા બે બાળકો, મને માર્ગ ચીંધનાર મારા ઘણા શુભેચ્છકો, પોતાનું સર્વસ્વ અર્પણ કરે તેવા કર્મચારીઓ અને બધાથી ઉપર મારા સલૂનોની મુલાકાત લેનાર મારા કાયમના કદરદાન અને શોખીન ઘરાકો.

મારી અત્યાર સુધીની ધંધાકીય આગેકૂચ જોતા મારું હૃદય એ લોકો માટે કૃતજ્ઞતાથી ભરાઈ જાય છે, જેમને મારામાં વિશ્વાસ છે અને જેઓ મારા

કપરા સમયમાં પણ મક્કમતાથી મારા પડખે ઊભા રહ્યા. મારી જિંદગીમાં તેમની હૂંફથી હું મારી જાતને ભાગ્યશાળી માનું છું.

આ બધા શુભેચ્છકો મને પૂછે છે – શિવા, તું તારી આત્મકથા કેમ નથી લખતો? પ્રસંગોપાત મેં તેમના સૂચનો પર અમલ કરવા વિચાર કર્યો. એ સત્ય છે કે મારી જિંદગીની સફર ઘણા મહત્ત્વના બનાવોથી ભરપૂર છે તેથી મને ઘણીવાર નુકસાન, દર્દ, દુઃખ થાય છે. મારી જિંદગી અસાધારણ રીતે કષ્ટોનો ભોગ બનેલી છે. અસંખ્ય પડકારો અને નડતરોથી હું ઘડાઈ ગયો અને ભાવનાઓમાં હું ભીંસાઈ ગયો. છતાં પણ આઘાતમાંથી બહાર નીકળવાની મારી આંતરિક શક્તિ અને અમર આશાએ મને જુસ્સામાં રાખ્યો.

ઘણા લોકો મને મારા આનંદી સ્વભાવ અને અત્યંત આશાવાદી ચહેરાનું રહસ્ય પૂછે છે. તેઓ એ જાણવા આતુર હોય છે કે હું અઘરા કામ માટે કાયમ કેવી રીતે તૈયાર રહું છું? મારા હેરસ્ટાઇલિસ્ટના વ્યવસાયમાં એવું શું છે કે જેનાથી મને નિત્ય નવા વિચારો સૂઝે છે?

જિંદગીની ઘટનાઓ કહેવી એ માનવના મનને સ્પર્શતી વાત છે. સંકટોથી બચીને કેવી રીતે જીવવું એ આપણા લોહીમાં વણેલું હોય છે. જિંદગીમાં આપણી સમક્ષ જેટલા વધારે પડકારો આવે છે તેટલા આપણે વધારે મજબૂત થઈએ છીએ. ઘણીવાર આપણી જિંદગીના અનુભવો બીજાને કહેવા આપણી ફરજ જેવું લાગે છે. મને પણ એવું લાગ્યું. તેથી મેં એક દિવસ મારી સુખ-દુઃખભરી આત્મકથા પુસ્તક રૂપે વ્યક્ત કરવાનું નક્કી કર્યું. આ વાર્તા કહેવામાં મારો એવો નમ્ર પ્રયાસ છે જેનાથી હું લોકોને તેમની જિંદગી સામે લડવા માટેની પ્રેરણા આપું અને તેમને વિજય અપાવવા તેમની માનસિક દશા મજબૂત કરું.

✂

મારી જિંદગીના આરંભિક વર્ષો કપરી ગરીબાઈમાં વિત્યા. મારા બાળપણના, કિશોરાવસ્થાના અને પુખ્ત ઉંમરના થોડા વર્ષ પણ સખત ગરીબાઈમાં પસાર થયા. મારે જિંદગીમાં પારાવાર મુશ્કેલીઓનો સામનો કરવો પડ્યો. હું ખરાબ પરિસ્થિતિઓમાંથી સફળતાપૂર્વક બહાર નીકળ્યો. મારી જિંદગીમાં અનાદર અને અપમાન, નિંદા અને નુકસાન - બધું હતું. પણ જો તમારા હાથ ગંદા ન થાય તો તમે તમારા હાથ ધોતા અને ચોખ્ખા કરવાનું શીખી ના શકો. મારા ધ્યેયમાં સફળ થવા અને આગળ વધવાના દૃઢ નિર્ણયને કારણે જિંદગીના ઉતાર-ચઢાવમાં હું ટકી શક્યો.

હું મારા અનુભવો પરથી દઢપણે માનું છું કે કેટલાય અવરોધો હોવા છતાં આશાનું એક ઝાંખું કિરણ પણ તમને સફળતા અપાવે છે.

શરૂઆતની મુશ્કેલ અને આઘાતજનક જિંદગીને કારણે માણસ વધારે ધૈર્યવાન થાય છે અને તેની સમજશક્તિ પણ વધી જાય છે. મારા સલૂનોમાં જ્યારે નવયુવાનો આવે છે ત્યારે મને કાંઈક ખૂટતું લાગે છે. ઘણા જુવાનો અને બ્યુટી અને હેરકેરના કોર્સમાં દાખલ થનારા નવા નિશાળિયાઓ ફક્કડ થઈ ફરે છે. તેમને કોઈની પરવા હોતી નથી. સમય અને પૈસા વેડફવા માટે તેઓ બેફિકરા હોય છે. પોતાના કુટુંબ પ્રત્યે તેમની વર્તણૂક બરાબર હોતી નથી. સામાજિક જવાબદારીઓ પૂરી કરવા માટે પણ તેમને વધારે ગંભીર થવાની જરૂર હોય છે.

મારી કારકિર્દીના ચાલીસ વર્ષ પછીના વર્ષોમાં મને ઘણી નામના મળી. હું ઘણા લોકોને મળ્યો અને તેમની પાસેથી સમજ્યો કે આ જુવાનો ક્યાં ભૂલ કરે છે ? મેં ખોટા લાડ લડાવેલા છોકરાઓને તેમની ખિસ્સાખર્ચી માટે આપેલા પૈસા બેફામ ઉડાવતા જોયા છે. મેં યુવાન સ્ત્રી-પુરુષોને એશઆરામની જિંદગી વિતાવવા માટે, સાચા ભાવથી મહેનત કર્યા વિના પૈસા મેળવતા અને વેડફતા જોયા છે. દુનિયાદારીના અને ભૌતિકસુખ મેળવવાના અભરખાને લીધે તેઓ ખોટા માર્ગે દોરાઈ જાય છે. આ પેઢીને મારો એક સંદેશ છે કે જે કૃત્ય કરે તે ધ્યાનથી કરે. સંબંધોની કિંમત વધારે આંકે અને તેમને જે કુદરતી ગુણોની ભેટ મળી છે તેને સારી રીતે ઉપયોગમાં લે અને લોકોના આશીર્વાદ મેળવે.

હું બહુ સામાન્ય વર્ગમાં જન્મેલો માણસ છું. મારા ગરીબ અને અભણ મા-બાપ મેંગલોરની નજીક સરહદે આવેલા અટર નામના મંદિરવાળા નગરમાં રહેતા હતા. જ્યારે હું ત્રણ વર્ષનો હતો ત્યારે મારા પિતા ક્રિષ્ના ભંડારીનું મૃત્યુ થયું અને કુદરતે અમને તેનો પહેલો પરચો બતાવ્યો. પિતાજી મારી માતા ગુલાબી ભંડારી, બહેન શોભના અને મને ગરીબાઈના સકંજામાં છોડી ચાલ્યા ગયા. મારી માતા બાળકોનું ગુજરાન ચલાવવા સખત મહેનત કરતી. માને મદદ કરવા માટે મારે શાળા છોડી દેવી પડી. અમે જ્યારે ચાર વર્ષની મારી બહેન શોભાને ભૂખમરા અને દવાની અછતને કારણે ગુમાવી ત્યારે અમને બીજો મોટો આઘાત લાગ્યો.

અમારું દુઃખ થોડુ ઓછું થાય એ આશામાં અમે એક કાકાના ઘેરથી બીજા કાકાને ઘેર એમ ફરતા રહ્યા. દર વખતે અમને ત્યાંથી ચાલ્યા જવા દરવાજા તરફ આંગળી ચીંધવામાં આવી. હું અને મારી માતા ઘરબાર અને પૈસા વગરના હતા. અમારો સમય બહુ ખરાબ રીતે વીતી રહ્યો હતો. જોકે

સૌથી સારી વાત એ હતી કે અમે મા-દીકરા સારા-નરસાં સમયમાં એકબીજાની પડખે હતા.

ભારતના ગામડાઓના કુટુંબોમાં હજી દાદા-દાદી, કાકા-કાકી, નજીક-દૂરના કાકાના છોકરાઓ હળીમળીને સાથે રહેતા હોય છે. રીતરિવાજ મુજબ કુટુંબના વડા જ નિર્ણય લે છે. ઘરના બધા લોકો તેમને અનુસરે છે અને કોઈ તેમના નિર્ણય સામે અવાજ ઉઠાવી શકતું નથી. મારા પિતાજી ગુજરી ગયા પછી મારા કાકા (મારા બાળપણના વાલી) મારા વિશે નિર્ણયો લેતા અને મારે તેમના હુકમો પાળવાના હતા. આ હુકમોને મારા વર્તમાન અને ભવિષ્ય સાથે કાંઈ જ લેવા-દેવા હતી નહિ. માત્ર તેમના સ્વાર્થ માટે જ મારી સેવા લેવાઈ રહી હતી. પિતાની છત્રછાયા ગુમાવ્યા પછી તમે કોઈના વહાલસોયા બાળક નથી રહેતા – બધા તમારો મફતના મજૂરની જેમ ઉપયોગ કરે છે.

મારા પપ્પાના નાના ભાઈ-કાકાના આગ્રહથી હું મેંગ્લોરની સરહદે આવેલા ચિકમંગલૂર જિલ્લાના યેલેમાડલુના ચાના બગીચાઓમાં આવેલ હજામની દુકાનમાં જોડાયો. તેઓ મને હેલ્પર તરીકે લઈ ગયા અને નોકરની જેમ રાખતા. તે મને મફત રહેવા-ખાવા આપે છે એવો ટોણો મારવાનો એક પણ મોકો ગુમાવતા નહિ. મારી મહેનત-મજૂરી માટે મને પૈસા આપવાનું તેઓ કદી વિચારતા નહોતા.

મારા કાકા ગ્રાહકોના વાળ કાપતા અને તે જોવામાં મારો આખો દિવસ પસાર થતો. હું મારા પગ અને હાથના વાળ કાઢી હજામના જુદા જુદા ઉપકરણોથી ટેવાતો હતો. હજામની કાતરથી મારા વાળ કાપતો હતો. હું દિવસે-દિવસે આ સાધનોથી ટેવાવા લાગ્યો પછી ગ્રાહકો પર કામ સહેલાઈથી કરી શકતો હતો.

મારા દારૂડિયા કાકા મને અને તેમની પત્નીને મારઝૂડ કરીને અને ગાળો આપીને તેમની હતાશા અમારા તરફ દર્શાવતા હતા. દારૂની લત તેમના પાપોનો બદલો લેનાર થઈ. ધીમે ધીમે દારૂડિયા કાકા ગ્રાહકોનું કામ પોતે કરવાની ના પાડતા ગયા અને તે કામ મને સોંપતા ગયા.

યેલેમાડલુમાં હજામ તરીકે કામ કરવું એટલે ગદ્ધાવૈતરું કરવું અને ઠંડી આબોહવાનો સામનો કરવો એ બંનેનું ઝેરીલું જોડાણ. આજે પણ હું ઠંડી આબોહવાનો વિરોધી છું. મુંબઈની ગરમ અને ભેજવાળી આબોહવામાં પણ એરકંડિશનમાંથી આવતી ઠંડી હવા મને મનગમતો આરામ આપી શકતી નથી. ઓરડામાં રહેલી દૂષિત હવાને બહાર કાઢવા હું ફરતો પંખો વધારે પસંદ કરું છું.

પણ એકંદરે હું એ નાનકડા ગામનો આભારી છું - જ્યાં મારે કડકડતી ઠંડી સહન કરવી પડી, જ્યાં માંડમાંડ મારો ગુજારો ચાલતો હતો અને દુકાનમાં મારે કાકાની ગુલામી પણ કરવી પડતી- કારણ કે આગળ જતાં મારી જિંદગીમાં જે ભગીરથ કામ થવાનું હતું તેનો પાયો જાણે અહીં નંખાયો.

આ ધંધાએ મને લોકોના હૃદય જીતતા શિખવાડ્યું. ગ્રાહકોને હું બહુ આદર આપતો હતો. મને ગ્રાહકોની સેવા કરવા માટે એક પ્રકારની જવાબદારીની લાગણી થતી. ગ્રાહકો તેમના હેરકટની વાત કરે તે પહેલાં જ તેમને શું પસંદ છે તેનો મને ખ્યાલ આવી જતો.

મને શાળાનું ભણતર તો મળ્યું નહિ પણ મારામાં એ સમજ આવી ગઈ કે જિંદગીની પ્રત્યેક ક્ષણ બહુ કિંમતી છે. જે સમય તમે વેડફી દો છો તે હંમેશા માટે ચાલ્યો જાય છે. એક સારા સાંભળનાર બનવું અને બીજા શું કહે છે તેના પર ધ્યાન આપવું તે મારા જીવનનો સિદ્ધાંત છે. હું જેને પણ મળું તે એકેએક જણ મારા માટે શિક્ષક સમાન છે.

જ્યારે મારા કર્મચારીઓ મહત્ત્વાકાંક્ષા છોડીને આગળ વધવા માટે નિરુત્સાહ થઈ જાય છે ત્યારે હું તેમનો ઉધડો લેતો રહું છું. હું તેમને મુશ્કેલીના સમય માટે પૈસાની બચત કરવાનું કહું છું અને બિનજરૂરી ખર્ચાઓ ન કરવાની સલાહ આપું છું. મારી વ્યવસાયિક વિચારસરણી ખૂબ જ સાદી છે – ''બચાવો અને આગળ વિકાસ કરો.'' આવી જ રીતે મેં એક નાના સલૂનમાંથી મોટી સલૂનોની હારમાળા તૈયાર કરવાનું ચાલુ રાખ્યું છે.

૧૯૮૮ના ગાળાને યાદ કરું તો મેં મુંબઈના ઔદ્યોગિક પરા-થાણાની પ્રખ્યાત 'વાગલે એસ્ટેટ'માં 'શિવા સ્ટાઈલો' નામક નાનકડી દુકાન શરૂ કરી હતી. આ સાદી જગ્યા મારી થોડીઘણી બચતમાં-મારા બજેટમાં બરાબર બંધબેસતી હતી. અડોશપડોશમાં પણ પોતાની માલિકીની હોય એવી એકમાત્ર મારી જ હજામની દુકાન હતી. થોડા વખતમાં ઔદ્યોગિક કારીગરો પણ એમની સગવડતા ખાતર ગ્રાહક તરીકે મારી દુકાનમાં આવવા માંડ્યા. નિશાળે જતાં બાળકો પણ વાળ કપાવવા મારી દુકાને આવવા માંડ્યા.

મારા કામમાં વિશ્વાસ હોવા છતાં ત્યાં મને નવો ધંધો વિકસાવવાની ચિંતા હતી. મેં મારી પોતાની દુકાન ખોલી જોખમ લીધું હતું. જો હું નિષ્ફળ જઉં તો હું મારી જાતને જ જવાબદાર ગણી શકું. આ વિચાર આ ધંધો શરૂ કરવા પૂરતો હતો. પહેલા જ દિવસે મેં રાત્રે ૧૧ વાગ્યા સુધી સતત કામ કર્યું અને આખા દિવસમાં ૧૬૫ રૂ. કમાયો. મારા માટે તે ઘણી સારી રકમ હતી. મને લાગ્યું કે સ્થાનિક લોકોએ મારી દુકાનની નોંધ લીધી છે.

તે પછીના પંચાવન દિવસ સુધી મેં અઠવાડિક રજા રાખ્યા વિના સતત કામ કર્યું. હું સલૂનમાં જ રહેતો અને રાત્રે એક નાનકડી બૅન્ચ પર સૂઈ જતો. મારા પગને લંબાવવા જેટલી લાંબી બૅન્ચ ન હતી પણ સખત કામવાળા દિવસને અંતે મારા થાકેલા દેહને આરામની જરૂર હતી. બારણાની બહાર સામે જ એક મોટી ગટર હતી જેમાંથી સતત દુર્ગંધ આવતી હતી તેમછતાં ભેજવાળી હવામાં પવન આવે તે માટે મારે બારણું ખુલ્લું રાખવું પડતું હતું.

રોજ સવારે હું ૫.૩૦ વાગે ઉઠી જતો અને દુકાનના એક ખૂણામાં મૂકેલ સ્ટવ પર ચા અને બાફેલા ઈંડાનો નાસ્તો બનાવતો. હું સલૂનના પાછળના ભાગમાં જઈ નગરપાલિકાના નળના પાણીથી નહાતો અને ગ્રાહકો માટે વપરાતા ટુવાલ ધોતો. હું લગભગ ૭ વાગે દુકાન ખોલતો. સવારે આવનાર મારા નિયમિત ગ્રાહકો હતા. પછી નિશાળના બાળકો આવતા અને ત્યારબાદ રાત્રે મોડા સુધી દરેકની અનુકૂળતા પ્રમાણે ઔદ્યોગિક કારીગરો આવતા. દક્ષિણ ભારતથી ઉભરાતા કારીગરો કન્નડ, તામિલ અને મલયાલમ ભાષાઓમાં બોલતા, (જેનાથી હું પરિચિત હતો) તેઓ મારા કાયમી ગ્રાહકો બન્યા. ગ્રાહકોનો ધસારો વધવા માંડ્યો તો બપોરે જમવા માટે સમય કાઢવો અઘરું બનવા લાગ્યું. હું ફેરિયા પાસેથી મુંબઈગરાઓનો પ્રિય ખોરાક વડા-પાઉં લઈ ગુજરાન ચલાવવા લાગ્યો. (વડા-પાઉંમાં બે બ્રેડની વચ્ચે મસાલાવાળા તીખા બટાકા હોય છે અને તેમાં મરચા અને લસણ નાખે છે.)

થોડા મહિનાઓમાં તો ઘણા ગ્રાહકો આવવા માંડ્યા તેથી મેં એક યુવાન એપ્રેન્ટાઈસને (નવો ધંધો શિખાઉ કારીગર) નોકરી પર રાખ્યો. પછી ગ્રાહકો વધવા લાગ્યા તો મેં ત્રણ બીજા છોકરાઓને નોકરી પર રાખ્યા, જેઓ મેંગ્લોર નજીકના ગામડાઓના હતા. મારા મોટા ભાગના કર્મચારીઓ પહેલા દક્ષિણ કેનેરા તરીકે ઓળખાતા પ્રદેશના છે. હવે તે પ્રદેશ દક્ષિણ કન્નડા અને ઉડિપી જિલ્લાઓ વચ્ચે વહેંચાઈ ગયો છે. મારું માનવું છે કે આ પ્રદેશમાંથી આવતા લોકો ઝડપથી શીખી જનાર હોય છે. તેમને નવું શીખવાનો ખૂબ ઉત્સાહ હોય છે. તેઓ તેમના ઘેરથી સગાઓ અને મિત્રોને કામ કરવા પ્રેરિત કરે છે અને જ્યાં સુધી તેઓ સ્થાયી થઈ જાય અને કુટુંબકબીલાવાળા બને ત્યાં સુધી તેમને મુંબઈમાં રહેવા-ખાવાની સગવડ આપે છે. ગામડાના આવા ઘણાં છોકરાઓ થાણાના મારા ઍપાર્ટમેન્ટમાં મારી સાથે રહેતા અને મારી માતા બધા માટે ખાવાનું બનાવતી. મારા ઘણા કર્મચારીઓ હજી પણ ત્યાં રહે છે.

થાણામાં આવેલ અમારી દુકાનનું નામ 'શિવા સ્ટાઈલો'માંથી 'શિવા' કરવામાં આવ્યું અને તે અમારું મુખ્ય સલૂન છે. સેકન્ડ-હેન્ડ ફર્નિચર કે જેમાં બે વપરાયેલી ખુરશીઓ, દીવાલમાં જડેલા મોટા અરીસા અને હેરસ્પ્રેની બાટલી હતી, તેમાંથી આજે તે અદ્યતન સાધનોથી સજ્જ સલૂન બની ગયું છે. તેમાં ફેસિયલ, મેનીક્યોર, પેડીક્યોર વગેરે આધુનિક સુવિધાઓ છે. પહેલાના વખતમાં અમને ઔદ્યોગિક ક્ષેત્રોમાંથી વધુ ગ્રાહકો મળતા અને રહેઠાણવાળા વિસ્તારમાંથી થોડા મળતા. આજે ઘણા જૂના ગ્રાહકો પણ આવે છે અને શહેરી વિસ્તારમાંથી આવતા ગ્રાહકો પણ વધી ગયા છે.

૧૯૯૩માં મુલુન્ડમાં સલૂન ખુલ્યું. આ જ સમયમાં હું મારી પત્ની હરિણાક્ષીને મળ્યો હતો, જે હવે ગુજરી ગઈ છે. તેણે બાજુમાં સ્ત્રીઓ માટે એક ખાસ પાર્લર ખોલ્યું. હવે તો આ પાર્લરમાં ફર્નિચરને નવો ઓપ આપવામાં આવ્યો છે અને હરિણાક્ષીના સમયથી જે ગ્રાહકો આવતા હતા તે નિયમિત ગ્રાહકો અત્યારે પણ મુલાકાત લે છે. શિવાએ હવે લોખંડવાલા, અંધેરીમાં સલૂનો ખોલ્યા અને પશ્ચિમના પરામાં દાખલ થયો, જ્યાં ફિલ્મ અને ટી.વી.ના કલાકારો ગ્રાહકો તરીકે આકૃષ્ટ થયા. અમે નવી-નવી હેરસ્ટાઈલો શરૂ કરી. સુંદરતા માટે ઊંચી- ઊંચી થેરેપીઓ અને નવી-નવી સ્પા ટ્રીટમેન્ટો ચાલુ કરી. જ્યારે પ્રખ્યાત અને ઉગતા ફિલ્મ મેકરો અને ઍક્ટરો વાળ કપાવવા માટે અને સુંદરતાની સંભાળ લેવા માટે મારા સલૂનોની મુલાકાત લેવા માંડ્યા તો મને લાગ્યું કે ફિલ્મજગત જોડે મારો સંબંધ સ્થાપિત થઈ ગયો છે. આ લાઈન આગળ વધારવા માટે અમે જુહુમાં એક સલૂન ખોલ્યું. તે જ વખતે અંધેરીના લીંક રોડ પર ''શિવાસ ટ્રેનિંગ એકેડેમી'' (Shiva's Training Academy) શરૂ કરવામાં આવી. આ ઍકેડેમી ધમધોકાર ચાલવા માંડી. જ્યારે તેમાં લઘુમતીના વિદ્યાર્થીઓ માટે વાળ અને સુંદરતાની કાળજી લેવાની કેળવણીના વર્ગો શરૂ કરવામાં આવ્યા કે જે 'સેન્ટ્રલ મિનિસ્ટ્રી ઑફ માઈનોરિટી અફેર્સ' 'માનસ' (મૌલાના આઝાદ નેશનલ ઍકેડેમી ફૉર સ્કિલ્સ) અને એમટી એજ્યુકેટ સાથે સંકળાયેલા હતા.

બીજી દુકાનો મલાડ, ગીરગામ, મરીન લાઈન્સની નજીક ચોપાટીમાં, માટુંગામાં, બાંદ્રા-કુર્લા કૉમ્પ્લેક્ષમાં ખોલી. વાલકેશ્વર અને ડોમ્બિવલીના ઉત્તરના પરામાં સ્ત્રીઓ માટેના ખાસ સલૂનો શરૂ કર્યા. મેંગલોરની નજીક મુડગીરીમાં એક ખાસ ઍજ્યુકેશનલ સેન્ટર ખોલ્યું.

હરિણાક્ષીના અવસાન પછી મેં અનુશ્રી સાથે લગ્ન કર્યા. તે મને લોખંડવાળા અને જુહુના સલૂનોના વહીવટમાં મદદ કરે છે. અમારા બંને

સલૂનો કે જેમાંથી એક યુનિસેક્સ (સ્ત્રી-પુરુષ બંને માટે) છે અને બીજું માત્ર સ્ત્રીઓ માટે છે, તે અસંખ્ય ગ્રાહકો અને સારી એવી સંખ્યામાં કર્મચારીઓને લીધે ખાસ ધ્યાન માંગી લે છે.

મલબાર હિલ પર આવેલા શિવાના સિગ્નેચર સલૂન (સૂચના મુજબ બનેલી દુકાન)માં હજામને લગતી વિવિધ આધુનિક સુવિધાઓ વિસ્તારપૂર્વક સ્થાપવામાં આવી છે. ભવિષ્યમાં આવા શાનદાર સલૂનો વધુ ખોલવાની અમારી યોજનાઓ છે અને જૂના પાર્લરોને પણ શિવાના સિગ્નેચર સલૂનો જેવા બનાવવાની યોજના છે.

શિવાને એ ગ્રાહકો જોડે અતૂટ સંબંધ છે, જેઓ ૧૯૮૮થી એટલે સલૂનના સ્થાપનાદિનથી-છેલ્લા ૩૦ વર્ષથી તેમની મુલાકાત લે છે. કેટલાક લોકો કે જેઓ વર્ષો પહેલાં નિશાળના વિદ્યાર્થી હતા ત્યારથી અમારી દુકાનની મુલાકાત લેતા હતા, તેઓ હવે પ્રૌઢ બની ગયા છે અને કેટલાક તો સફળ ધંધાદારી માણસો બની ગયા છે. કેટલાક ટાલિયા બની ગયા છે છતાં પણ તેઓ શિવાની મુલાકાત લેતા રહે છે. ગ્રાહકોએ તેમના ઘરબાર બદલ્યા છે તેમછતાં તેઓ અમારા સલૂનોમાં આવે છે. મારું સ્વપ્ન છે કે એક દિવસ ભારતના બધા શહેરો અને ગામડાઓમાં શિવાના સલૂનો હોય.

આ પુસ્તકમાં શિવાની અદ્ભુત જીવનયાત્રાની વાત છે. શિવાની બ્રાન્ડ શી રીતે વિકસિત થઈ અને ટક્કર લેવાય તેવી થઈ તેની વાર્તા છે. શિવાની જેમ બ્રાન્ડ થઈ તેમ અંગત અને ધંધાકીય રીતે જિંદગીના પ્રસંગો સંકળાતા ગયા. આ પુસ્તકમાં જિંદગીના વળાંકોની વાતો અને જૂની સ્મૃતિઓને આવરી લેવામાં આવી છે. આ પુસ્તકના કથાવસ્તુનું મેં કન્નડ ભાષામાં આલેખન કર્યું છે પણ તેમાં તુલુ, હિન્દી અને થોડું અંગ્રેજી ભાષાઓનો પણ ઉપયોગ થયો છે. મને આશા છે કે મારા અનુભવો પરથી વાચકોને પ્રેરણા મળશે. બીજું કાંઈ નહિ તો આપણે વિશિષ્ટ કેશરચનાની રસપ્રદ આત્મકથામાં સાથે રહીએ.

શિવરામ ભંડારી
હેરસ્ટાઈલિસ્ટ, મુંબઈ

હજારો માઈલની મુસાફરી પણ એક
નાના ડગલાથી જ આરંભ થાય છે.

—લાઓ ત્સે, ચીની ફિલસૂફ

પ્રકરણ ૧

વિધવાના માથાનું મુંડન

મારું પહેલું કામ : બાર વર્ષની મારી કિશોર વયે એક વિધવાનું મુંડન કરવું

કોઈ ભાવ વિનાની સવારની યાદો મને પરોઢિયાના તાજા ઝાકળની જેમ હજી યાદ છે. મારું પહેલું ધંધાકીય કામ એક વિધવાનું મુંડન કરવાનું હતું. મારા પિતાના ભાઈ એટલે મારા કાકા, જેમની સાથે હું પરંપરાગત રીતે તાલીમ લેતો હતો, તેમણે મને આ કામ સોંપ્યું હતું. કદાચ તેમને એવું લાગ્યું હશે કે વિધવાના વાળ કાપવામાં કોઈ કારીગરી કરવાની જરૂર નથી એટલે આ કામ હું સારી રીતે કરી શકીશ. પણ હકીકતમાં હું ત્યારે વાળ કાપવાનું શીખી રહ્યો હતો.

મેં સહેજ પણ આનાકાની વગર આ કામ સ્વીકાર્યું. પરંતુ આ કામ કરવાની આગલી રાત્રે ઊંઘતી વખતે મને એ વાતની અચરજ થયું કે હું આ કામ કેવી રીતે કરી શકું? હું એટલું સમજી ગયો કે મારે જેવી રીતે પુરુષ ગ્રાહકોની દાઢીના વાળ કાપવાના હોય કે તેને આકાર આપવાનો હોય છે તેવી જ રીતે મારે આ કાર્ય કરવાનું છે. એ જ ધારદાર રેઝર જેનાથી હું ગ્રાહકના જડબાના, દાઢીના અને ગરદનના વાળ કાપી તે ભાગોને લીસા બનાવું છું, તેવી જ રીતે મારે મારી વિધવા માના માથા પર મુંડન કરવાનું છે. મેં વિચાર કર્યો કે મને જલદી અસર થાય તેવી ચામડી સાથે કામ કરવાનો પૂરતો અનુભવ છે તેથી સખત ખોપરી પર કામ કરવાનો ઓછો પડકાર છે. ત્યાં સુધીમાં તો મને કુશળતાથી અને સરળતાથી બ્લેડ ચલાવવાની કળામાં નિપુણતા આવી ગઈ હતી જેથી મારા હાથે ચામડી પર ઉઝરડા ના પડે.

બીજે દિવસે વહેલી સવારમાં જ હું મારા ખભે પોટલીમાં વીંટાયેલા મારા સાધનો – રેઝર અને કાંસકો લઈ નીકળી પડ્યો. હું જે ગામ યેલેમાડલુમાં રહેતો હતો ત્યાંથી થોડેક દૂરના ગામ નેત્રાગુંદા કે જ્યાં એ બ્રાહ્મણ કુટુંબ રહેતું હતું ત્યાં સુધી હું ખુલ્લા પગે ચાલ્યો.

મારે લગભગ ચાર માઈલ જેટલો લાંબો રસ્તો પસાર કરવો પડતો. મારે ચા-કોફીના લાંબા એસ્ટેટોમાંથી જવું પડતું, વાડો પરથી કૂદવું પડતું અને વળેલા તારની દીવાલો નીચેથી સરકીને ચિક્મંગલૂરના પહાડી પ્રદેશમાં દાખલ થવું પડતું. તે વખતે હજી પણ અંધારું હતું અને સખત ઠંડી હોવાથી ત્યાં કોઈ ફરકતું ન હતું. કૉફીના ઝાડમાંથી હું કાચો રસ્તો ઘણી મુશ્કેલીથી જોઈ શકતો હતો જે ડાળખાઓથી ભરેલો હતો. ત્યાં બધે પથ્થરો પડેલા હતા. મને કશાની બીક લાગી નહિ. હું પગદંડી પર ઢીંચણથી નીચે સુધીની તંગ ચડ્ડી પહેરી દોડવા ટેવાયેલો હતો. હું જીવડાઓ સામે ઝઝુમતો, જેઓ મારા ખુલ્લા પાતળા પગ પર કરડતા. મારું અડધી બાંયનું સુતરાઉ ખમીસ મને પૂરતો ગરમાવો આપતું અને મારા ઉપરના શરીરને ઢાંકતું.

હવામાં ગુંજતો, પવનથી ઉડતા પાંદડાઓનો અવાજ મને કર્ણપ્રિય લાગતો હતો. બીજો અવાજ મારા પોતાના શ્વાસનો હતો, પ્રસંગોપાત સાંકડા રસ્તા પરથી પસાર થતા હાંફતી વખતે ઉદ્ભવતો હતો.

કૉફીના બગીચાઓના છેડે પહાડ ઉપરના સપાટ પ્રદેશ ઉપરથી ઉતરતા મેં વિસામો લીધો. ત્યાં ડાંગરના અનાજની લલણી કર્યા બાદના ખુલ્લા વિશાળ ખેતરોનો વિસ્તાર હતો. ઉગતા સૂરજના કિરણો ઊંચા શંકુ આકારના ઝાડના પાંદડાઓની ઝાડીમાંથી અને રબરના વૃક્ષોમાંથી ચળાઈને આવતા હતા અને શહેરથી દૂરના પ્રદેશોમાં વહેતી નાનકડી નદીઓ અને તળાવો પર તારાઓની જેમ ચમકતા હતા.

હું દૂરથી દેખાતા એક ઘર પાસે પહોંચ્યો. ત્યાં ઘાસવાળી જગ્યાની વચ્ચે નળિયાવાળો એક મોટો બંગલો જોયો. મેં ગૌશાળામાંથી પસાર થતો પાછળનો રસ્તો લીધો. કૂવા પાસે પહોંચીને, મારા સાધનો બાજુ પર મૂકીને હું ઊભા પગે બેઠો અને મારી જિંદગીના પહેલા ગ્રાહકની રાહ જોતો રહ્યો.

કાતિલ નીરવતા છવાયેલી હતી. ઝાડની ડાળખીઓનો ખડખડ અવાજ મને ડરાવી રહ્યો હતો. કુતૂહલતાથી મેં ઘરની અંદર ડોકિયું કરી જોવાનો પ્રયત્ન કર્યો કે કોઈ અંદર રહે છે કે નહિ? ઘર શોકમાં ડૂબેલું હતું તે તો સમજી શકાય એવી વાત હતી પણ કુટુંબીજનોની દેખીતી ગેરહાજરીને લીધે

ભૂતિયા ઘર જેવું લાગતું હતું. ઢોરો પણ જાણે અચેત થઈ પડ્યા હતા. દૂર દૂર ખેતરોમાંથી મને જંગલી શિયાળના આક્રંદનો અવાજ આવતો હતો.

થોડીવારમાં એક સ્ત્રી સફેદ સાડીમાં ત્યાં આવી અને જમીન પર મૂકેલા એક લાકડાના પાટલા પર બેસી ગઈ. તેણે મારી તરફ તેનું માથું નીચું નમાવ્યું. પણ તેના શ્વાસોશ્વાસમાં હું દબાયેલા ડૂસકાઓને સાંભળી શક્યો. બ્લેડ ચલાવતા પહેલાં મને જાણે ચેતવણી મળતી હોય તેવું ભાન થયું. આજુબાજુની જગ્યા પર નીરવ શાંતિ છવાઈ ગઈ. સંકોચપૂર્વક મેં તેને પૂછ્યું કે તેના વાળ ટૂંકા કરું ?

મને પોતાને નવાઈ લાગી કે મેં કેવો નકામો પ્રશ્ન પૂછ્યો ? આ પ્રશ્ન મને મૂર્ખાઈભર્યો લાગ્યો. મારા કાકાની સૂચના મુજબ હું તેના માથાના વાળ કાપવા માટે આવ્યો હતો. કોઈ સ્ત્રીને પોતાના માથાનું મુંડન કરાવવું કેવી રીતે ગમે ? મારો આ પ્રશ્ન ગૂંચવણભર્યો હતો. દેખીતી રીતે જ મને લાગતું હતું કે તેણીની ઈચ્છા વિરુદ્ધ તેને મુંડન કરાવવા માટે દબાણ કરવામાં આવ્યું હોય.

હું સમજી ગયો કે આ એક એવો રિવાજ છે જે અનુસરવા માટે તેના પર જબરદસ્તી કરવામાં આવી હતી. હું તેણીના પ્રત્યુત્તરની રાહ જોઈ રહ્યો હતો. તેણે કશુંક બોલવા માટે મોઢું ઊંચું કર્યું અને પછી... તેના ચહેરા પરના એ ભાવ હું કેવી રીતે ભૂલી શકું ? - દુઃખથી વિહ્વળ થઈ ગયેલો ચહેરો, ઊંડી ઉતરી ગયેલી-શૂન્યમનસ્ક (ખાલી) આંખો જોઈને મને લાગ્યું કે તે એક હિંમતવાન સ્ત્રી હતી.

હું પહેલીવાર હજામનું ધારદાર રેઝર એક સ્ત્રી પર વાપરી રહ્યો હતો. પહેલીવાર જ હું વીસ વર્ષની વયે વિધવા થયેલી સ્ત્રીના માથા પરથી વાળ કાપી રહ્યો હતો. પહેલીવાર જ હું સ્ત્રીના માથાનું મુંડન કરી રહ્યો હતો.

ઓછામાં ઓછા શબ્દોમાં તેણે તેના માથાના બધા વાળ કાપી નાખવા મને જણાવ્યું.

જાડા, લાંબા, વાંકડિયા, ચમકતા વાળનો જથ્થો તેના ખભા પર લટકતો હતો. તે ઘરના પથરીલા પાછળના ભાગમાં પડવા લાગ્યા. મને એવું લાગતું હતું કે વાળ જાણે અસહાય રીતે, લાચારીથી એક જર્જરિત બંગલાની જમીન પર પડતા હતા, જે પર્વતની હારમાળાઓની વચ્ચે જાણે વ્યથિત ઊભો હતો.

માત્ર બાર વર્ષની કાચી ઉંમરે હું સંજોગોવશાત એક કુશળ હજામ થઈ ગયો હતો. મેં મારા સાધનો ખૂબ જ ચોકસાઈથી વાપરવા માટે મારા હાથને

મજબૂત કર્યા. મેં પ્રાથમિક રીતે બ્લેડને તેના કપાળની આગળથી ગરદનની ઉપર સુધી ફેરવી તો તેના કમર સુધીના સુંદર લટકતા વાળની એક પછી એક લટ નીચે પડવા માંડી.

તે દુઃખની ક્ષણોમાં તેના શરીરનો નાજુક બાંધો જાણે એક કઠણ ખડક જેવો લાગતો હતો. તેણી આ વેદનાભરી ઘટના સહન કરવા માટે જાણે હિંમત ભેગી કરી રહી હતી. આ કાર્ય મારા માટે અગ્નિપરીક્ષા જેવું હતું. આ મહામહેનતના કામને મેં મારી ફરજ સમજી સ્વીકાર્યું હતું. હું થોડો અસ્વસ્થ લાગતો હતો પણ મેં આ કાર્ય સ્વીકારીને કાતરથી તેના વાળ કાપવાના-કાઢવાના ચાલુ રાખ્યા. થોડીવારમાં તો તેના માથા પરથી બધા વાળ કપાઈ ગયા અને તેનું મુંડન થઈ ગયું.

જ્યારે મેં ગ્રામીણ લોકોને વિધવાની જિંદગી વિશે કૂથલી કરતા સાંભળ્યા ત્યારે મને તે સ્ત્રીના ભવિષ્યનો વિચાર આવ્યો. ભારતમાં રૂઢિચુસ્ત ભક્ત બ્રાહ્મણોના કુટુંબો છે કે જે ભારતમાં સૌથી ઉચ્ચ ગણાતી નાત છે, જેમાં ચઢતા-ઉતરતા ક્રમમાં ક્રિયાકાંડ કરતા ધર્માધિકારીઓ છે. તે કુટુંબોમાં પતિનું મરણ થાય ત્યારે વિધવાને જૂના-કડક નિયમનું ચુસ્તપણે પાલન કરવું પડે છે. એક જુવાન સ્ત્રીને એકલતામાં રહેવું અને આખી જિંદગી જીવવા માટે દુનિયામાં જે સાજ-શણગાર હોય તેનાથી દૂર રહેવું. વિધવાનો સામાજિક રીતે બહિષ્કાર કરવામાં આવે છે.

વિધવાઓ માટેની અંધશ્રદ્ધાભરી માન્યતાઓ સર્વત્ર પ્રસરેલી છે. કેટલાક એવું માને છે કે વિધવાપણું પાછલા જન્મમાં આચરેલા પાપોનું પ્રાયશ્ચિત છે. તેણે ગયા જન્મમાં કરેલા ખરાબ કર્મો વર્તમાન જિંદગીમાં વિધવારૂપે સુધારવાના હોય છે. એટલા માટે જાહેર પ્રસંગમાં તેની હાજરી અપશુકન તરીકે ગણાય છે. વિધવા કોઈ પણ ધાર્મિક વિધિમાં ભાગ લે તે સ્વીકારવામાં આવતું નથી.

એક રીતે વિચારીએ તો આપણો સમાજ આ અસંસ્કારી પ્રથાનું આંધળું અનુકરણ કરે છે અને અવિચારી પ્રણાલીને વળગી રહેલો છે. મારું હૃદય તેનાથી દ્રવી ઉઠે છે. ઓછાવત્તા અંશે આજે પણ આવા રીતરિવાજોનું પાલન થઈ રહ્યું છે. હું જે પ્રદેશમાંથી આવ્યો છું તે પ્રદેશમાં હવે બદલાતા સમય સાથે જુવાન વિધવા માટેના આ રિવાજોનું અનુસરણ રહ્યું નથી, પરંતુ સમાજની મુખ્યધારામાં વિધવાઓ ભળી શકે એ હજી પણ દૂરની વાત છે.

જુવાન વિધવાએ (તેનું નામ મને નથી ખબર) તેના પગ પાસે પડેલા કાળા-ચમકતા વાળના ઢગલા સામે જોયું અને તે સતત ડૂસકાં ભરતી રહી. આ નિશાની તેના સજા પામેલા ભવિષ્યની હતી, જે તેની સામે હવે આવવાનું હતું. લાગણીવશ મને દુઃખ થતું હતું પણ નિયમોની રીતે હું જાણે લાચાર થઈ ગયો. જ્યારે મેં જમીન પર વાળના ગુંચળા પડેલા જોયા ત્યારે મને ખબર ના પડી કે મારે શું બોલવું? મેં લાગણીવશ એને સાંત્વનાના બે શબ્દો કહ્યા, ‘‘ભગવાન દયાળુ છે અને તે તમારું રક્ષણ કરશે.’’

પણ વિધવાની દયાજનક હાલત જોઈ હું દુઃખી થઈ ગયો. તેણે પોતાના સુંદર લાંબા વાળ ગુમાવ્યા હતા. સ્ત્રીની સુંદરતાના અગત્યના ભાગ ‘વાળ’થી મેં એને વંચિત કરી દીધી હતી અને આડકતરી રીતે હું જવાબદાર બન્યો હતો. હું કેમ તેનું નિમિત્ત બન્યો? મેં એના માથાના વાળ કેમ ઉતાર્યા?

ગ્રાહક માટે હજામની એક જવાબદારી હોય છે. હજામ તરીકે અમારે ગ્રાહકના વાળને વ્યવસ્થિત અને સોહામણા રાખવાના હોય છે. ઉડીને આંખે વળગે તેવી હેરસ્ટાઈલ કરવાની હોય છે. વાળના જથ્થાને સરસ ઓપ આપવાનો હોય છે અને ગ્રાહકના વ્યક્તિત્વને દીપાવવાનું હોય છે. કોઈ પણ ગ્રાહક અમારા સલૂનોમાંથી બહાર નીકળે ત્યારે તે સંતુષ્ટ અને ખુશ થઈ જાય તેવું જોવા અમે ઇચ્છીએ છીએ. કોઈ આકર્ષિત ન લાગે તેવું કરવાનું અમને ગમતું નથી.

પણ મારું સૌપ્રથમ કામ આનાથી વિપરીત હતું. મારે મુંડન કરીને એક સ્ત્રીને સુંદરમાંથી કદરૂપી બનાવવાની હતી. તે સાચી વાત છે કે સ્ત્રીના વાળની સુંદરતા તેના રૂપમાં ચાર ચાંદ લગાડે છે... પણ હું તો એક સ્ત્રીનું કુદરતી સૌંદર્ય નષ્ટ કરી રહ્યો હતો. તેના લહેરાતા વાળ કાપી રહ્યો હતો. મારું હૃદય ભાંગી પડ્યું.

ધાર્મિક વિધિથી વાળ કઢાવ્યા બાદ પરંપરાગત રીતે સફાઈની પ્રક્રિયા ચાલુ થઈ. તેણે ઈમારતના પાછળના ભાગમાં આવેલા કૂવામાંથી જાતે પાણી કાઢી નહાવાનું હતું અને પછી જ ઘરમાં દાખલ થવાનું હતું. માનવીની જિંદગી કાયમ એકસરખી નથી હોતી. તે સ્ત્રી હવે એકલવાયી જિંદગી જીવશે. કદાચ કોઈ આધ્યાત્મિક અભ્યાસમાં જોડાઈ જશે અને બાળકોનું ધ્યાન રાખશે.

હું તેના વિલાપથી અને અવળવાણીથી કાંઈક શીખ્યો. આપણી જિંદગી સાથે તેની સરખામણી કરતાં મારામાં ઘણી હિંમત આવી ગઈ. તે સ્ત્રી

પરંપરાગત રિવાજોના જાળામાં ફસાઈ ગઈ હતી. જો સારી રીતે જીવવાની કોઈ તક હોય તોપણ તે બહુ ઓછી હતી. તે એકલી અને લાચાર હતી, કારણ કે તેના ચહેરા સામે ક્રૂર ભવિષ્ય તાકી રહ્યું હતું.

કહેવાય છે કે જિંદગીમાં જે બનાવો બને છે તેની પાછળ કોઈક નક્કર કારણ હોય છે. હું મારી જાતને સૌથી કમનસીબ માણસ માનતો હતો પણ હવે મને આશા બંધાઈ. મને લાગ્યું કે હું એક અડીખમ માણસ છું, જેની સામે ઘણા વર્ષો પડ્યા છે. મેં બહારની દુનિયામાં પ્રવેશ કરી લીધો હતો. મને એવું લાગ્યું જાણે હું મારા કાકાની નિષ્ઠુર જોહુકમી સત્તાના પડછાયા નીચેથી નીકળીને મને ગમતું કાર્ય કરવા માટે મુક્ત થવા ઇચ્છતો હતો. આશાનું એક કિરણ મારા હૃદયમાં ઝળક્યું.

જો મને તક મળે તો હું ધારું તેટલી ઊંચાઈએ ઉડી શકું. હું મારી જાતને કમનસીબ માનવા લાગ્યો. હવે મારામાં અનાયાસ બહાદુરી આવી ગઈ – એવી બહાદુરી કે ભવિષ્યમાં કોઈ પણ સંકટનો સામનો કરવાનો આવે તો હું પહોંચી વળું.

હું મારા પ્રથમ ગ્રાહક પાસેથી કંઈક શીખ્યો. હું સાચે જ તેનો ઘણો આભારી છું. મારી શાંત ક્ષણોમાં હું તેના માટે શાંતિની પ્રાર્થના કરું છું.

મેં મારું કામ ૨૦ મિનિટમાં પતાવ્યું. તે પછી કુટુંબના એક સભ્યે મને ગરમ ફિલ્ટર કૉફીનો કપ આપ્યો. કૉફી ગટગટાવીને મેં મારા સાધનો વ્યવસ્થિત મૂકી લીધા અને તે જ ખરબચડા રસ્તા પરથી ઘેર પાછા ફરવા નીકળ્યો કે જે હવે સૂર્યપ્રકાશવાળો હતો. પાણીથી ઘસાઈ ગયેલા નાના-નાના પથ્થરો પરથી કૂદતો-કૂદતો, એકબીજાને કાપીને જતા રસ્તાઓ પર દોડતો, કાંટાળી ઝાડીમાંથી સાચવીને અને લાંબી લાંબી ફલાંગો ભરતો હું ઘેર પહોંચી ગયો. ત્યાં મારા માટે બીજું કામ તૈયાર જ હતું.

મેં એવું ધાર્યું ન હતું કે હું વાળ કાપવાનો ધંધો કરીશ. મેં એવું વિચાર્યું ન હતું કે કોઈવાર થોડી લટોને કાપીને સરખી કરી હું ગ્રાહકનું વ્યક્તિત્વ બદલી કાઢું એવો સિદ્ધહસ્ત બનીશ અને કાબેલ હજામ બની લોકોના વાળને આકર્ષિત સ્ટાઇલમાં ફેરવીશ.

હજી પણ કેટલાક ગામડાઓમાં અપરાધીને સજારૂપે મુંડન કરાવવું પડે છે. મુંડન કરવાનો ખોટો અર્થ લેવાય છે. કોઈ એવી શરત લગાડે છે કે હારનારે મુંડન કરાવવું. અથવા કોઈ પોતાના વિરોધીને ગાળ આપવા આ પ્રયોગ વાપરે છે. 'તારું માથું મુંડી નાખીશ.' આંધ્રપ્રદેશમાં આવેલા તિરુપતિના

મંદિરમાં એવું ધાર્મિક મહત્ત્વ છે કે ધાર્મિક સ્ત્રી-પુરુષો ભગવાનના આશીર્વાદ માંગે છે અને તેમના વાળ ભગવાનને ધરે છે. પાછું વળીને જોતાં મને એવું લાગે છે કે મેં એક ફરજ સમજીને આ કાર્ય હાથ ધર્યું હશે. હું પૂરા વિશ્વાસ સાથે રેઝરને પકડવાનું યાદ કરું છું. વિધવા જુવાન સ્ત્રીને માથું નહીં ધોવાના કારણે માથા પર કેટલાક ગૂમડા થયા હતા. તેને ફોલ્લા અને છોલાયેલી ચામડી પર ઈજા ન પહોંચે તે માટે મેં સંભાળપૂર્વક કાતર ચલાવેલી.

હજામના શબ્દોમાં જેને 'વીડોઝ પીક' કહેવાય તેવો V (વી) આકાર વિધવાના કપાળ પર હતો તે મને યાદ આવ્યો. એ આકાર તેના ખુલ્લા માથે તરત જ દેખાતો હતો. દંતકથામાં ડૂબેલું અને સંસ્કૃતિનો જે રિવાજ હતો તેવું ''ધી વીડોઝ પીક'' કથન હવે સમગ્ર માનવજાતિ માટે સ્ટાઇલની ઓળખ થઈ ગઈ. હું હેરસ્ટાઇલિસ્ટની મારી કારકિર્દીમાં આ કથન ઘણા વર્ષ પછી શીખ્યો. કેટલાક દેશોમાં વી-આકાર (V-Shape) હજી પણ અપવિત્ર ચિહ્ન તરીકે માનવામાં આવે છે. જ્યારે કેટલાક સ્ટાઇલ આઈકોન્સ (સ્ટાઇલની પ્રતિમારૂપ) ''ધી વીડોઝ પીક''નો ભપકો દેખાડવા કંઈ પણ કરવા તૈયાર છે.

મારા કાકાના હાથ નીચે ધંધો શીખીને મેં થોડો વધારે વખત પહેલા જેવા જ કામ કર્યા - શોકમય વાતાવરણવાળા ઘરમાં મુંડનના કામ માટે મુલાકાતો લેવી અને ઉજવણીના પ્રસંગોમાં જઈ મોજ કરવી. પિતાના અવસાન પછી તેમના પુત્રોના માથાનું મુંડન કરવા મારે જવું પડતું. બ્રાહ્મણ કુટુંબોમાં ઉંમર બદલાતાની સાથે જવાનો માટે જે ધાર્મિક વિધિઓ થતી તેમાં પણ જવું પડતું. મારા કાકા સૂર્યોદય પહેલાં કોઈ દિવસ ઉઠતા નહિ તેથી સવારના કામો પતાવી વિધવાના વાળ કાપવા તેઓ જઈ શકતા નહિ.

હેર સ્ટાઇલિંગની વિશાળ દુનિયામાં ઉજળી તકો શોધવાની મારી જે તૃષ્ણા હતી, તે શોધવામાં ભગવાનની દયાથી મારે ઘર છોડ્યા પછી આવી કોઈ મુશ્કેલ પરિસ્થિતિઓનો સામનો કરવો પડ્યો નહિ.

આપણી જિંદગીમાં જેટલા લોકો આવે છે, તે દરેક પાસેથી આપણે કંઈક ને કંઈક શીખીએ છીએ. કેટલાક પાઠ દુઃખદાયક હોય છે, કેટલાંક દુઃખ વગરના હોય છે પરંતુ તે બધા પાઠ આપણા જીવનમાં પ્રેરણારૂપ હોય છે.

–અજ્ઞાત

પ્રકરણ ૨

દુષ્ટતા પર કર્તવ્યનિષ્ઠ પુત્રનો વિજય

દાયણનું ભવિષ્ય

બાળકના જન્મ પછી નિર્ધારિત વયે ધાર્મિક-સંસ્કાર પ્રમાણે વિધિપૂર્વક હિંદુ બાળકને જે પવિત્ર દોરો (જનોઈ) પહેરાવવામાં આવે છે, તેવી રીતે મારા જન્મ વખતે નાંભીદોર મારા ખભા પર રેશમી પટ્ટાની જેમ છેક કમર સુધી વીંટળાયેલો હતો.

આ જોઈને દાયણે મારું ભવિષ્ય ભાખ્યું કે આ સારા શુકન છે. મારા બાપદાદાના સમયથી અમારા ઘરમાં બાળકના જન્મ સમયે મદદ કરતી એક વૃદ્ધ સ્ત્રીએ મારા વિશે ભવિષ્યવાણી કરતા કહ્યું તે પ્રમાણે 'મારે જિંદગીમાં જે કરવું હોય તેમાં સફળતા મેળવવા માટે હું બધી વિષમતાઓ સામે લડીશ. મારે જિંદગીમાં જે કરવું હતું તે જ મેં પસંદ કર્યું.' દાયણે મારી માતા, કાકી અને કુટુંબના વડીલો સમક્ષ મારું ભવિષ્ય ભાખતા કહ્યું હતું કે 'આ છોકરો બહુ ભાગ્યવાન થશે.'

મારા પિતાના નાના ભાઈ ગોવિંદ ભંડારીના કહેવા પ્રમાણે મારો જન્મ ૨૩ એપ્રિલ, ૧૯૬૨ના રોજ થયો હતો, જેની નોંધણી તેમણે તેમની ડાયરીમાં કરી હતી તે મને બતાવ્યું. હું એ જ દિવસને મારો જન્મદિવસ ગણું છું, કારણ કે મારા કાકા તેમની ડાયરીમાં ચોકસાઈપૂર્વક નાણાકીય તેમજ અન્ય ઘણી બાબતોની અને સલૂનમાં તેમજ ઘરમાં થતા અગત્યના વહેવારોની નોંધ કરતા. (જે સલૂન જેમાં હું કામ શીખતો હતો.) આ વાતને સ્પષ્ટરૂપે કહું તો હું તેમની સાથે રહ્યો તેની દરેક ઝીણવટભરી નોંધ પણ છે.

સામાજિક રિવાજ મુજબ મારી માતાએ તેનું પહેલું બાળક મા-બાપના ઘરમાં જન્મે તેમ કરવાનું હતું, પરંતુ તેના મા-બાપ ગુજરી ગયા હોવાથી તેણે પ્રથમ પ્રસૂતિ તેની ઓરમાન બેન કમલા ભંડારીના ઘરે કરી. તેથી મારું જન્મસ્થળ કારકલામાં અટ્ટુર નજીક આવેલ નાનકડું ગામ નાગોલી છે, જ્યાં મેં મારું બાળપણ વિતાવ્યું.

મારા કાકાનો છોકરો સુંદર ભંડારી આજે એ નવી ઈમારતમાં રહે છે. હું જ્યાં જન્મ્યો હતો તે પતરાંના છાપરાવાળું ઘર આજે સિમેન્ટની ઈમારત થઈ ગઈ છે અને ભાડે આપવામાં આવી છે. મારી માતા કહે છે, મકાનની બહાર કમ્પાઉન્ડમાં આવેલ કૂવામાં પડી જવાના ભયથી તે મને વારંવાર સાચવતી હતી, કારણ કે હું બતકની જેમ ઉછળતો-ઉછળતો કૂવા તરફ અંદર ડોકિયું કરવા પહોંચી જતો હતો. મારી માને કૂવાની અંદર મારા પડી જવાની સતત બીક લાગતી કે જે કૂવો અમારા કુટુંબ માટે એકમાત્ર પાણી મેળવવાનું સ્થળ હતું. મારી માતાને કૂવામાંથી પાણી કાઢતી જોઈ હું બાળવયે તે તરફ આનંદિત થઈ જતો હતો.

આ જ ગામમાં વેણુગોપાલનું એક પ્રાચીન મંદિર છે. રિવાજ પ્રમાણે મારી માતા પૂજારી પાસે મારા જન્માક્ષર કઢાવવા ગઈ તેથી તે કક્કાવારીમાંથી પવિત્ર અક્ષરો કાઢે જેમાંથી તે મારું યોગ્ય નામ શોધે કે જે મારા જન્મના ગ્રહોને અનુરૂપ હોય. પૂજારીજીએ મારી માતાને 'શ' અથવા 'ર' પરથી નામ રાખવાની સલાહ આપી. તેમણે બે બળવાન હિંદુ ભગવાનોના નામ આપ્યા - શિવ અને રામ. હિંદુઓની પવિત્ર ત્રિમૂર્તિ (બ્રહ્મા, વિષ્ણુ, મહેશ)માં શિવ દુષ્ટતાના નાશક છે અને રામ રામાયણની મહાકથામાં એક ત્યાગી અને કર્તવ્યપરાયણ રાજા છે.

જ્યારે હું તરુણ હતો ત્યારે મારી મા પ્રેમથી મને અન્ના કહેતી હતી. અન્ના એટલે મોટો ભાઈ. અન્ના સામાન્ય રીતે કર્ણાટકમાં પૂજ્યભાવથી પુરુષો અને લાડથી છોકરાઓને સંબોધન કરવા માટે વપરાય છે. બાળકો પ્રેમથી અન્ના કહે છે.

બીજા બધા માટે તો હું ફક્ત 'શિવા' છું પરંતુ મારી માતા મને 'શિવરામ' તરીકે સંબોધે છે. મારા ધંધામાં અને સલૂનોની હારમાળામાં 'શિવા' નામ ચાલે છે.

માતાને મદદરૂપ થવા માટે મેં શાળા છોડી

મારી માતાને સગા અને ઓરમાન ભાઈઓ-બહેનો બધા મળીને કુલ છ ભાઈ-બહેન હતા. મારા પિતાજીના મૃત્યુ પછી કેટલાક સગા-સંબંધીઓએ અનિચ્છાએ અમને રહેવા માટે આશરો આપ્યો પણ હું મારી માતા સાથે એકથી બીજી જગ્યાએ અથડાતો રહ્યો. માતાના ઓરમાન ભાઈ આનંદ ભંડારી અમને તેના બાપદાદાના ઘરમાં લઈ ગયા કે જે કરકલા નજીકના કબેટ્ટુ નામક ગામડામાં ઘણા ખેતરોની વચ્ચે આવેલું હતું. ત્યાં ત્રીસ સભ્યોનું એક વિશાળ કુટુંબ હતું, જે બધા એક જ છાપરા નીચે રહેતા હતા. એ ઘરમાં મારા કાકા તેમના પુત્રો, પુત્રીઓ અને તેમના કુટુંબો, દાદીમા અને થોડા બાળકો - એ બધાના મોભી હતા. આશ્ચર્યની વાત એ હતી કે કોઈ પણ પુરુષસભ્ય ઘરની બહાર કામ કરવા માટે જતો નહોતો. બધાને ખેતીવાડીના કામકાજ પર જ ગુજારો કરવો હતો.

આખો દિવસ એ ઘર લોકોથી ભરાયેલું જ રહેતું પરંતુ કોઈને મારી અને મારી માતાની કશી પરવા ન હતી. દુઃખથી પીડાતા કુટુંબના સગાંવહાલા જોડે કોઈ દયાભાવ રાખતું ન હતું. જાણે અમે એમના કુટુંબમાં અણગમતો બોજ બનીને રહેતા હતા. હું એ ઘરના વડીલોને રસોડામાં આવતા-જતા જોતો હતો તેઓ તેમના બાળકોને પ્રેમથી ખવડાવતા. અમને તેમની પાસે જવામાં ખચકાટ થતો હતો અને કોઈ અમને ખાવા માટે પ્રેમથી બોલાવતા પણ ન હતા. જમવાના સમયે જાતજાતના વાસણો જેવા કે વાટકા, ગ્લાસ, થાળ, થાળીઓ વગેરેના ખણખણ અવાજથી મારી ભૂખ એકદમ ઉઘડી જતી. બધાનું જમવાનું પતી જાય પછી હું, મારી માતા અને બહેન સંકોચ અને ફફડાટ સાથે માટીની સગડી પર રહેલા મોટા વાસણોમાં વધેલું કશુંક ખાવાનું શોધતા. અમે માંડમાંડ, વીણી-વીણીને વધેલો ભાત, કઢી અને વાસણના તળિયે ચોંટેલા શાક વગેરેને ભેગું કરી ખાઈ લેતા. અમને કોઈ દિવસ ભરપેટ ખાવાનું મળતું ન હતું.

મારી માતાએ જોઈ લીધું કે મારા કાકાના કુટુંબીજનો તેમની સાથે અમને રાખવા ઈચ્છતા જ નહોતા. દિવસો જતાં અમારી સાથે ઝઘડા અને અણબનાવ થવા લાગ્યા અને દરરોજ તે વધતા ગયા. એક દિવસ કડવાશભર્યા શબ્દોમાં તકરાર થતા કાકાએ અમને તાત્કાલિક ઘરની બહાર નીકળવાનું કહ્યું.

મારી માતાના ભાઈ (મારા મામા) સંજીવ ભંડારી અટ્ટુરની બાજુમાં રહેતા હતા તેથી અમે તેમના ઘેર રહેવા ગયા. અહીં મારી માતાએ ઘરના ખર્ચામાં મદદરૂપ થવા માટે દરજણની નોકરી સ્વીકારી લીધી. અહીં મને કન્નડ-મિડિયમની શાળામાં દાખલ કરાયો. મને આ સ્કૂલમાં સૌથી વધારે મજા ત્યારે આવી જ્યારે મારે શાળાના એક કાર્યક્રમમાં માતૃભાષા તુલુમાં બે લીટીની ત્રણ કંડિકા બોલવાની તક મળી. નકલી મૂછો લગાવીને અને મોટી પાઘડી પહેરીને હું નીચેની ત્રણ લીટીઓ બોલ્યો :

(*યાન ઓરી બમ્બઈયા પુડુ વર્ષા પાથન્ડે.*) મેં મુંબઈ શહેરમાં દસ વર્ષ વિતાવ્યા છે.

(*યેનકા એટ્ટે ઓરુગુ પુડુ મેડમ આપોડુ.*) હવે મારે મારા ગામે લગ્ન કરવા જવું છે.

(*યન્ના કેઈટા નોટા ઑન્ડુ સવીરા કટાન્ડે.*) મારા હાથમાં અત્યારે ૧૦ હજાર રૂપિયા છે.

ઉપરની કંડિકા મેંગલોર નજીકના ગામડાઓમાં ગવાતી બહુ જાણીતી કવિતા છે. જે લોકો ગામ છોડીને મુંબઈ રહેવા ગયા છે તેમને લગતી આ એક સત્ય હકીકત છે. મેં પણ મુંબઈમાં કામ કરવા માટે મારું ગામ છોડ્યું, મુંબઈમાં સ્થાયી થયો અને પછી અમારા નાતની જ છોકરી સાથે લગ્ન કરવા ગામડે ગયો.

કંડિકા બોલતા-બોલતા મારી નજર સભાગૃહમાં બેઠેલા અસંખ્ય લોકો પર પડી. મને સ્ટેજ પરથી બોલવાનો ભય લાગ્યો અને હું સ્ટેજ પરથી નીચે દોડી ગયો. આજે પણ જ્યારે કોઈ સમારંભમાં મારી સફળતાનાં સંસ્મરણો કહેવાના હોય છે ત્યારે સ્ટેજ ઉપર ઊભા રહી લોકો સમક્ષ બોલતા હું અસ્વસ્થ થઈ જાઉં છું. જો કે હવે હું પ્રયત્ન કરીને આ સંકોચને દૂર કરી રહ્યો છું.

૨૦૧૨માં સૅંટ લૉરેન્સ શાળાએ મારું સન્માન કરવા એક ખાસ સમારંભ યોજ્યો. નિશાળના સંચાલકોએ કહ્યું કે જૂના વિદ્યાર્થીઓમાંના એક એવા વિદ્યાર્થી સલૂનના ધંધામાં સફળ થયેલા મારા જેવા વ્યવસાયી માટે તેમને ખૂબ ગર્વ છે. શાળાના હેડમાસ્તર, ફાધર આર્થર પેરીરાએ બધા વિદ્યાર્થીઓને મારો પરિચય આપતા કહ્યું કે શાળા માટે 'શિવરામ' એક પ્રેરક ઉદાહરણ છે અને બધાએ તેના જેવા થવા માટે ધ્યેય રાખવો જોઈએ. લોકપ્રિય થવા માટે મેં અથાગ મહેનત કરી હતી તેનું પણ તેમણે વર્ણન કર્યું. નિશાળના સંચાલકોની સદ્‌ભાવના કહેવાય કે તેમણે મારા કામને વખાણ્યું. હું ત્યાં માત્ર પાંચ ધોરણ

સુધી ભણ્યો હતો છતાં મને જૂના વિદ્યાર્થીઓમાંનો એક ગણ્યો. ગરીબીને કારણે મારે તે શાળા છોડવી પડી હતી. જ્યારે પણ હું મારી શાળાની મુલાકાત લઉં છું ત્યારે હું બાજુની શાળાના મેદાનમાં આવેલ સન્માનનીય સૅંટ લૉરેન્સના દેવળમાં પણ મુલાકાતે જઉં છું. મેં મારી મુશ્કેલીઓના સમયમાં પ્રાર્થના કરી ત્યાં ઘણા કલાક પસાર કર્યા છે.

દરેક વ્યક્તિની જિંદગીમાં ભણતર એ પ્રગતિનો મજબૂત થાંભલો છે. કેળવણીનો કોઈ બીજો વિકલ્પ જ નથી. હું મારા જીવનના શરૂઆતના વર્ષોમાં શીખ્યો છું કે ભણતરની ઉણપના લીધે સહેલાઈથી થવી જોઈતી પ્રગતિમાં અડચણો આવે છે. મારી જિંદગીમાં મને શિક્ષકોના માર્ગદર્શનની ખોટ વર્તાતી રહી. જોકે સમય જતાં મને એ સમજાઈ ગયું કે કાંઈ પણ શીખવું એ સતત ચાલતી રહેતી ક્રિયા છે. તેથી જ, મારા માટે ભણતર એટલે લોકોને અરસપરસ મળવાથી જે જ્ઞાન મળે તે છે. એક સજાગ નિરીક્ષક તરીકે હું મારી આજુબાજુની દુનિયાના લોકોને ધ્યાનથી જોઉં છું, સાંભળું છું, મનમાં ઉતારું છું અને પછી મુશ્કેલ પરિસ્થિતિનો સામનો કરવા હું તેને મારા જીવનમાં કેવી રીતે લાગુ કરી શકું તે વિચારું છું. આ પ્રક્રિયાને હું શાળાના ભણતરની જેમ ગણું છું. મારી આખી જિંદગીમાં હું આ પ્રમાણે જ શીખતો રહ્યો છું.

અમે બે વર્ષ સંજીવમામાને ત્યાં રહ્યા. એ દિવસોમાં લાંબી માંદગીને લીધે મારી બહેન ગુજરી ગઈ. તે કરુણ રાત્રે હું મારા કાકાના છોકરા ‘ક્રિષ્ના’ના ઘેર ગયો હતો અને મને આ દુઃખદાયક ઘટના વિશે કહેવામાં પણ આવ્યું ન હતું. કદાચ કુટુંબીજનોને મારી બહેનના મૃત્યુની વાત કહેવા માટે હું ખૂબ નાનો લાગ્યો હોઈશ. પાછળથી મારી માતાએ મને કહ્યું હતું કે તારી બહેન તેની છેલ્લી ક્ષણોમાં તારું નામ લેતી હતી. જ્યારે તે રાત્રે હું ઊંઘવાની તૈયારી કરતો હતો ત્યારે મેં ક્રિષ્નાના પિતાને તેમના કુટુંબીજનોને મારી બહેનના અવસાનના સમાચાર આપતા સાંભળ્યા. મારી માતા પોતાની વહાલસોયી બાળકીને મૃત્યુ પામતી જોઈ હચમચી ગઈ હતી. મારા માટે તો મારી બહેન મારી નજર સામે ન હોવી તે સૌથી દુઃખદાયક ઘટના હતી. મારા હૃદયમાં જાણે શૂન્યાવકાશ વ્યાપી ગયો, જે કોઈનાથી ભરાય તેમ ન હતો. સામાન્ય રીતે તે મને ‘‘અન્ના, અન્ના’’ કહીને બોલાવતી અને જ્યારે તે દુનિયા છોડીને જતી હતી ત્યારે પણ તેણે છેલ્લા શબ્દો એ જ ઉચ્ચાર્યા. મારી વહાલી વ્યક્તિને ગુમાવવાનો આ પહેલો પ્રસંગ ન હતો. જ્યારે મારા પિતાજી ગુજરી ગયા હતા ત્યારે પણ પરિસ્થિતિની ગંભીરતા સમજવા માટે હું ખૂબ નાનો હતો.

સંજીવમામાને ત્યાં રહેવું અમારા માટે આસાન નહોતું. મામાના પરિવારના લોકોને અમારી હાજરી ખૂંચવા માંડી અને તેઓ અમારા ચાલ્યા જવાની રાહ જોઈ રહ્યા હતા. શરૂઆતથી જ એ કુટુંબના સભ્યોમાં અમારા વિશે અંદરોઅંદર મનભેદ હતા અને અમારી સાથેના વર્તનમાં એ અણગમો દેખાતો હતો. હું મારા કાકાના સલૂનમાં વાળ કપાવવા જતો ત્યારે મારા વાળ ઈરાદાપૂર્વક ક્રૂર રીતે ખેંચતા અને મારા માથા ઉપર જોર-જોરથી ટકોરા મારવામાં આવતા. મને ઠપકો આપવામાં આવતો અને ફૂટપાથ પર બેસતા વાળંદની પાસે ચાલ્યા જવાનું કહેતા. હું એક ભવ્ય સલૂનમાં આર્ટિફિશિયલ ચામડાની ખુરશી અને ફેન્સી અરીસાઓ સામે બેસીને વાળ કપાવવા લાયક ન હતો. તેથી મને ભાન થયું કે મારે તો મારા ઘેર પડેલી કાતરથી જાતે જ વાળ કાપવા જોઈએ.

એક વિધવા સ્ત્રીને પોતાના નવયુવાન છોકરા સાથે દયાજનક પરિસ્થિતિમાં રહેવું બહુ કપરું હતું. મારી માતા ઘરના બધા પરચૂરણ કામોમાં મદદ કરતી છતાં પણ એની સાથે રોજ બોલાચાલી અને કજિયા થતા. મારી મામી જાનકી દરરોજ મારી માતા સાથે તકરાર કરતી. એક દિવસ બંને એકબીજાને ગાળો આપતા નિંદા કરવા લાગ્યા. છેવટે જાનકીએ અમારી વસ્તુઓ અને અમારા થોડા વાસણ ઘરની બહાર ફેંકીને એ જ ઘડીએ અમને ઘરની બહાર ચાલ્યા જવાનો હુકમ કર્યો.

હું અને મારી માતા ઘરના કમ્પાઉન્ડમાં, નારિયેળના ઝાડ નીચે નિરાધાર અવસ્થામાં ત્રણ દિવસો વિતાવ્યા. આવા ભારે સંકટના સમયમાં ઘરબાર અને પૈસા વગર અમે મા-દીકરો એકબીજાને હૂંફ આપતા હતા.

અમે થોડા પથ્થર ભેગા કરી કામચલાઉ સગડી બનાવી. કમ્પાઉન્ડમાંથી સૂકા ડાળખાં ભેગાં કરી ચૂલો સળગાવ્યો. અમે તેના પર વાસણ મૂકી અમારું ખાવાનું બનાવ્યું. ત્રીજા દિવસે ભાત અને કઢી સાબુના પાણી જેવા લાગ્યા. કુટુંબના લોકોએ અમારી સાથે અપશબ્દો બોલી-ખરાબ વ્યવહાર કરી કમ્પાઉન્ડમાંથી ચાલ્યા જવા માટે કહ્યું. તે બહુ ખરાબ સમય હતો. એકમાંથી બીજી મુશ્કેલી ઊભી થતી. મારી માતાને સાંત્વના મળે તેવું ન હતું. મેં આખી જિંદગીમાં મારી માતાને આટલી બધી લાચાર ક્યારેય જોઈ નથી. એક ગરીબ વિધવા માતા પોતાના એકમાત્ર બાળક માટે શું કરી શકે?

કહેવાય છે કે જ્યારે બધા બારણા બંધ થઈ જાય છે ત્યારે પ્રભુકૃપાથી અનાયાસ આશાનું કિરણ નજરે પડે છે. અમારા માટે આશાનું કિરણ પડોશમાં

રહેતી કરીમીનાબાઈ રૂપે અમારી જિંદગીમાં પ્રવેશ્યું. તેમણે અમને તેમના ઘરની બાજુની ખુલ્લી જગ્યા નજીવા ભાડે રહેવા માટે આપી અમને સંકટ સમયે આશરો આપ્યો. ભાડે રાખેલી જગ્યા મારા માટે મકાન-માલિકના પરચૂરણ કામ કરવાની જવાબદારી પણ સાથે લાવી - જેમ કે બગીચામાં પાણી છાંટવું, કૂવામાંથી પાણી સીંચવું, નારિયેળ લાવવા અને રોજિંદા બીજા પરચૂરણ કામો. ઘર ચલાવવા અને ભાડું ભરવા માટે કામધંધો કરવા મેં પાંચમા ધોરણ પછી શાળા છોડવાનું નક્કી કર્યું. માતાએ દરજીના યુનિટમાં કામ કરવાનું ચાલુ રાખ્યું. વધારાની આવક માટે તેણે વ્યક્તિગત ઑર્ડરો લઈ ઘેર કપડાં સીવવાનું ચાલુ કર્યું. મને બરાબર યાદ છે કે તે વાંકી કમરે બેસીને ખખડધજ મશીન પર ગામડાના લોકો માટે સ્કર્ટસ અને બ્લાઉઝ સીવતી.

કરીમીનાબાઈને ઘેર સ્થિર થતા અમને થોડો સમય લાગ્યો. મને અનુભવ થયો કે જ્યારે કોઈ માણસ લાચાર અને નિર્ધન હોય છે ત્યારે તેની કોઈ સામાન્ય ચેષ્ટાથી પણ લોકો તેના તરફ આંગળી ચીંધે છે. કરીમીનાબાઈને બે પુત્રીઓ હતી. મોટી દીકરી જેસી ૧૧મા ધોરણમાં ભણતી હતી અને નાની દીકરી બેની ૧૦મા ધોરણમાં ભણતી હતી. એક દિવસ બેનીની પેન ખોવાઈ ગઈ. તેની મોંઘી પેન તફડાવી લેવા માટે મારા તરફ આંગળી ચીંધી મારા પર ચોરીનો આરોપ મૂક્યો.

બેનીએ મારા પર જે આરોપ મૂક્યો તે બાબત અંગે કરીમીનાબાઈ મારી માતા પર તાડૂક્યા. આ બધું સાંભળીને મારી માતા બેચેન થઈ ગઈ હતી. મેં મારી નિર્દોષતા પુરવાર કરવા વિનંતી કરી તો બધાએ મારી વાત સાંભળવાની ના પાડી દીધી. મારી માએ સૂચવ્યું હતું કે મેં પેન ન લીધી હોવા છતાં મેં પેન લીધી છે તેવું હું કબૂલ કરી લઉં અને તે તેના સાચા માલિકને પાછી મળવી જ જોઈએ. મારી પીઠ પર લાકડીના લાંબા સોળ પડી ગયા હતા અને હું ખૂબ જ દર્દથી પીડાતો હતો. અલબત્ત, હું મારી નિર્દોષતા પર અડગ હતો. મેં પેન લીધી જ નહોતી તો હું ગુનેગારની જેમ કેમ યાચના કરું ?

છેવટે મારી મા સમજી ગઈ કે હું સાચું બોલું છું. એને એટલું બધું દુઃખ થયું કે તે રડી અને મારી પીઠ પર પીડા ઓછી થાય તે માટે તેલ ઘસ્યું. તે મને આટલું ખરાબ રીતે મારવા માટે દિલગીર હતી. તેને ખોટા આક્ષેપો પર વિશ્વાસ કરવા માટે ઘણો પસ્તાવો થયો. સમાજમાં ટીકાપાત્ર સ્થિતિને કારણે મારી માને હંમેશા સહન કરવું પડ્યું. તેની મુશ્કેલીઓ પાર વિનાની હતી.

એકંદરે કરીમીનાબાઈનું ઘર અમારા રહેવા માટે અનુકૂળ પુરવાર થયું. ત્યાં અમે ચાર વર્ષ રહ્યા. હું જરા પણ આનાકાની વગર તેમના હુકમો નમ્રતાથી માનતો. મારા કામોમાં આ બધું આવી જતું – કૂવામાંથી પાણી સીંચવું, છોડોને પાણી પીવડાવવું, જૂઈ અને જાસુદના ફૂલો ચૂંટવા, દૂધી-લાલ અમરનાથ (કદી ન સૂકાતું જાંબુડી રંગનું ફૂલ) અને તેમની પ્રિય વેલ-બસાલે સોપુ (basale sopu યાને મલબારી પાલક) જેવા શાક ઉગાડવા. મારે મેદાનમાં લાંબા વાંસના થાંભલા લગાડવા પડતા અને તેમને લાંબા દોરડાથી બાંધીને આડા કરવા પડતા જેથી જાડી લીલી ડાળીઓ વળીને એકબીજા પર ત્રાંસા જડેલા સાંકડા પાટિયાની જાળી પર પૂરતો ટેકો લઈ શકે. એમની વાડીમાં ચીકુ, જામફળ, કેરી અને અન્ય ફળોથી સભર વૃક્ષોનું હું ધ્યાન રાખતો, પાકેલા ફળોનું પણ ધ્યાન રાખતો અને આખો દિવસ જીવ-જંતુઓને ભગાડતો.

કરીમીનાબાઈ નિષ્ઠુર બની સખતાઈથી મારી પાસેથી કામ કરાવતી હતી અને પોતે તેની બે પુત્રીઓની સંભાળ લેતી હતી. તે નિર્દયતાથી ઘાસ અને દોરડા વડે ઠાંસીને ભરેલા ૩૮ કિલો ચોખાનું પોટલું મારા માથા પર ઉંચકાવતી. મારે તે પોટલું અટ્ટર બસ સ્ટેન્ડથી ઘર સુધી લઈ જવું પડતું. તે નજીકના ખેતરમાં બસમાં જતી અને આખા વર્ષના ચોખાનો માલ ખરીદી લાવતી. આ ચોખાનું ભારે પોટલું જેમતેમ કરી ઘસડીને લાવવું તેના માટે અશક્ય હતું તેથી તે મને બસ સ્ટેન્ડ ઉપર ઊભો રાખતી જેથી હું પોટલું ઉંચકી શકું. તેને મજૂરીના પૈસા આપવા પડે તે માટે મજૂરને રાખવાની ના પાડતી. અડધો કિલોમીટર દૂર ઘર સુધી ચાલતા હું મજબૂત પકડ સાથે પોટલું માથા ઉપર મૂકતો અને બતકની જેમ આગળ પાછળ થતો ચાલતો રહેતો. મને હાંફ ચડતો હતો અને ઉઘાડા પગે કાળઝાળ ગરમીમાં હું પરસેવાથી રેબઝેબ થઈ જતો હતો. હું તેમના દરેક આદેશનું આજ્ઞાકારી બની પાલન કરતો.

એક દિવસ હું બજારમાં છાપું ખરીદવા ગયો, કારણ કે તેમાં ૧૦મા ધોરણની બોર્ડની પરીક્ષાનું પરિણામ આવવાનું હતું. બેની તેના પરિણામની આતુરતાથી રાહ જોઈ રહી હતી. મેં મારા ઢીંચણ સુધીની બે ચડ્ડીઓ ધોઈ અને જ્યાં બપોરના ભોજન માટે બ્રાઉન ચોખા અને સાંભાર (મસાલાવાળો લેન્ટીન સૂપ) ઉકાળતા હતા ત્યાં આગની જગ્યા પાસે સૂકવવા મૂકી. આમ તો જ્યાં સુધી મારી ચડ્ડીઓ ન સુકાય ત્યાં સુધી હું મારી કમર ફરતે ટુવાલ વીંટાળી કામ કરવાનું ચાલુ રાખતો.

તે દિવસે મને તીવ્ર ધુમાડાની વાસ આવી. મેં આજુબાજુ જોયું. મારી ચડ્ડીઓને બળી જતી જોઈ મને આંચકો લાગ્યો. હું આગ ઓલવવા દોડ્યો અને કાળા ધુમાડાને દૂર કરવા માંડ્યો. પણ મેં મારી ખાખી ચડ્ડીઓમાં કાણા જોયા. મેં એ કાણાઓ પર નજર ફેરવી. ચડ્ડીઓ પહેરવા જેવી રહી ન હતી. હું મૂંઝવણમાં મુકાઈ ગયો. હું આવા ફાટેલા કપડાં કેવી રીતે પહેરી શકું? મેં એને સાંધવાનો પ્રયત્ન કર્યો. મને મદદ કરવા માટે મા પણ ઘેર ન હતી.

મેં ઘણીવાર એને કપડાં સાંધતા જોઈ હતી. મેં એક જૂની છત્રીમાંથી એક કાપડનો ટુકડો ફાડ્યો અને થીંગડું મારવાનો પ્રયત્ન કર્યો. મેં અંદરના બદલે બહારની તરફ થીંગડું માર્યું. ઉતાવળે થીંગડું મારેલું કપડું તે વખતે ખરાબ લાગતું પણ આજે તે એક ફેશન ગણાય છે. મને ખૂબ મોડું થતું હતું અને મારી પાસે ટાંકા ખોલી ફરીથી સીવવાનો સમય ન હતો.

હવે તો ખૂબ જ અજુગતું લાગે તેવો ઘાટ થયો. છાપા વેચનારને ત્યાં પહોંચતાં પહેલાં મારે મારા ઘણા સંબંધીઓના ઘર પાસેથી પસાર થવું પડેલું. જેમાં મારા કાકાનું ઘર પણ આવતું. તેમણે અમને ઘરની બહાર કાઢી મૂકેલા. મને ફાટેલાં કપડાંમાં જોઈ મારા કુટુંબના સભ્યો મને ચીડવશે અથવા અપમાનિત કરશે એમ માની હું મૂંઝવણમાં પડી ગયો. જ્યારે સંજીવમામાના ઘરની સામેની બાજુથી હું ચાલતો જતો હતો ત્યારે મેં મારા હાથની બે હથેળીઓથી થીંગડું ઢાંકી દીધું. મારી કઢંગી હાલત માટે જે જવાબદાર હતી તે મૂળ જગ્યાને મેં છાપાથી ઢાંકી દીધી, જેથી કોઈ થીંગડાવાળી જગ્યાને જોઈ ન શકે. તે દિવસે કરકાલાના મુખ્ય બજારના રસ્તેથી છાપાના વિક્રેતા સુધીનો રસ્તો જાણે ઘણો લાંબો થઈ ગયો હતો. વર્ષો પછી આ વાતો વાગોળતા હું ખૂબ મોડેથી સમજ્યો કે કોઈએ મારી થીંગડાવાળી ચડ્ડી તરફ નજર કરી ન હતી. મારા તરફ જોવાની કોઈને દરકાર ન હતી. કોઈ મારી મશ્કરી કરે તેની બીકથી હું આંખ ઊંચી કરી શકતો ન હતો. ગરીબાઈ અને શરમથી માણસ વિચિત્ર લાગણીઓથી ભરાઈ જાય છે. મારા મગજમાં અપમાન થયાની બીક ઘર કરી ગઈ હતી.

અમે જે પૈસા કમાતા તેમાંથી માંડમાંડ અમારો રોજનો ખર્ચ પૂરો થતો. કપડાં ખરીદવા એ તો અમારા માટે સ્વપ્નવત્ વસ્તુ ગણાતી. અમારી નાણાકીય નબળાઈ જોતા અમે નવું કપડું ખરીદી શકીએ તેમ ન હતા. હું ફક્ત ઉગડીમાં (દિવાળી જેવો તહેવાર) ટૂંકી ચડ્ડીઓની જોડી ખરીદતો. આવી ગરીબ પરિસ્થિતિઓમાં મારી માની બીમારીથી મારી કેવી હાલત થઈ હશે તેની માત્ર

કલ્પના જ થઈ શકે. તે એક ખરાબ સ્વપ્ન હતું. સારવાર કરવા માટે મારી માતાને સરકારી હૉસ્પિટલમાં દાખલ કરવામાં આવી કે જ્યાં દર્દીઓને વિવિધ પ્રકારે મફત સારવાર મળતી હતી. છતાં પણ જ્યારે તેને હૉસ્પિટલમાંથી ઘેર જવાની રજા આપી ત્યારે મારે થોડા પૈસા ભરવાના હતા. મારી પાસે એટલા પૈસા ન હોવાથી મારે શું કરવું તેની મને સમજ પડતી ન હતી.

જે દિવસે મારે તેને ઘેર લાવવાની હતી ત્યારે હું હૉસ્પિટલ તરફ જઈ રહ્યો હતો. મારા સદ્ભાગ્યે, મેં રસ્તા પર ૫૦ રૂ.ની નોટ પડેલી જોઈ. તે ધૂળવાળી હતી અને તે કોણ જાણે ક્યારથી ત્યાં પડેલી હોય એવી લાગતી હતી. હું જાણતો હતો કે આ નોટ મને તે વખતની મારી મુશ્કેલીઓને દૂર કરવામાં મદદ કરશે. મેં તે નોટ ઉપાડી લીધી અને થોડીવાર રાહ જોઈ. મને થયું કે જેના પૈસા ખોવાયા હશે તે શોધતા-શોધતા અહીં આવી પહોંચશે. એક રસપ્રદ વાત એ હતી કે એ નોટ તૈયાર કપડાં વેચનાર સ્ટોર-'સ્ટાઇલો'ની સામે સડક પર પડી હતી.

બાળપણના કેટલાક આકર્ષણો યાદ રહી જાય તેવા હોય છે. સ્ટાઇલોના નામથી પ્રભાવિત થયા બાદ, મેં જ્યારે થાણામાં મારું પહેલું સલૂન ખોલ્યું તો તેનું નામ 'શિવાસ સ્ટાઇલો' આપ્યું. મારી મોટરસાઇકલ માટે આવી જ વાત બની. મેં એક 'રોયલ એન્ફીલ્ડ બુલેટ' ખરીદી, કારણ કે કૉફીના બગીચાના દેખરેખ રાખનારાઓ આ જ મોટરસાઇકલ વાપરતા હતા. ત્યાં હું ઊભો રહેતો અને એકીટસે મોટરસાઇકલને જોયા કરતો હતો. પાછળથી જ્યારે મેં મારું પોતાનું વાહન ખરીદ્યું ત્યારે તે જ બનાવટની મોટરસાઇકલ ખરીદી મારું સ્વપ્ન પૂરું કર્યું.

તે દિવસે જ્યારે મને સ્ટાઇલોની દુકાન સામે ૫૦ રૂ.ની નોટ મળી હતી ત્યારથી અમારી જિંદગી જાણે બદલાઈ ગઈ. એ પૈસાથી મેં હૉસ્પિટલમાં પૈસા ભર્યા અને માને ઘેર લઈ ગયો. બાકીના પૈસામાંથી અમે કૂવામાંથી પાણી ખેંચવા માટે શણનું દોરડું અને ઍલ્યુમિનિયમનો પાણીનો ઘડો ખરીદ્યો. અમે જે દોરડું વાપરતા હતા તેના છોતરા ઉડી ગયેલા અને ઘડામાં કેટલાક કાણા પડી ગયેલા. એ બહુ રમૂજી દૃશ્ય હતું કે જ્યારે અમે પાણી ખેંચતા ત્યારે અડધું પાણી તો નાના નાના કાણા દ્વારા ફુવારાઓની જેમ બહાર નીકળતું અને પાછું કૂવામાં જ ઠલવાઇ જતું.

અમારી કરુણ પરિસ્થિતિઓની આવી હાલત હતી. પાણીના બે ઘડાની અમારી જરૂરિયાત પૂરી કરવા માટે અમારે ચાર-પાંચ ઘડા પાણી ખેંચવું પડતું

ત્યારે જ અમારા આખા દિવસની જરૂરિયાત પૂરી થતી. એક પછી એક પાણીના ઘડા ખેંચવાથી મારી માની હથેળીઓમાં ચીરા અને કાપાઓને લીધે ચાઠાં પડી જતાં.

મૃત્યુનો ઘંટનાદ

કરીમીનાબાઈ જાણતી હતી કે ગમે તેવી મજૂરી કરવામાં મને કોઈ ક્ષોભ થતો નહોતો. તેથી એક દિવસ તેમણે મને કૂવાનું તળિયું સાફ કરવા માટે નીચે મોકલ્યો. હું નીચે જતાં ખચકાતો હતો, કારણ કે મને ખૂબ બીક લાગતી હતી. પણ હું કોને ફરિયાદ કરું ? હું શી રીતે ના પાડી શકું ? કરીમીનાબાઈના ઉપકારના બદલામાં તે કહે તે દરેક કામ અમારે કરવું તેવો વણલખ્યો કરાર હતો. અમારી સૌથી વધારે જરૂર તો અમને રહેવા માટે ઘર મળ્યું તેની હતી. કૂવામાં નીચે જવા ગોળ ફરતા લપસણા પગથિયા હતા અને સાથે દોરડાથી બાંધેલી ડોલ હતી. મારી જિંદગી બચાવવા માટે મેં આ દોરડું બરાબર પકડી લીધું હતું. કૂવાના તળિયેનો ગંદવાડ ભેગો કરવા માટે અને કુદરતી પાણી આવવાના પૂરાયેલા કાણા સાફ કરવા માટે મને ડોલ આપેલી હતી તેથી સાફ કરવાની પ્રક્રિયા પૂરી થઈ જાય ત્યારે ધીરે ધીરે ચોખ્ખું પાણી કૂવામાં ભરાતું જાય. મારે ડોલમાં કાદવ ભરવાનો હતો. કરીમીનાબાઈના કુટુંબના લોકોએ તે ડોલ વારંવાર ઉપર ખેંચી ગંદવાડ બહાર ફેંકી ડોલને ઉપરથી નીચે સરકાવતી હતી. મારાથી પહેલાં બે માણસોએ છેક નીચે ઉતરવાનો પ્રયત્ન કર્યો પણ અડધે રસ્તેથી પાછા ફરીને કામ છોડીને ભાગી ગયા. મારે તો કોઈ વિકલ્પ હતો જ નહિ. જેવો હું કૂવામાં નીચે ઉતરતો ગયો તેમ શ્વાસ લેવાનું અઘરું થતું ગયું. પથ્થરના પગથિયા પર એકએક પગલું સંભાળીને મૂકતો હતો. દીવાલો ભેજવાળી અને ભીની હતી અને તે ‘હમ્સાપડી’ના છોડના નાના-કુમળા પાંદડાથી છવાયેલી હતી. એ કુમળા અને કલાત્મક આકારના પાંદડા ઔષધ તરીકે વપરાય છે. જ્યારે તે સુકાઈ જાય ત્યારે શુભેચ્છા દર્શાવતા કાર્ડ પર હવે તો ગામડાઓમાં નહિ પણ શહેરોમાં વપરાય છે તેની નવાઈ છે. મને કુદરતના કમાલ પર નવાઈ લાગે છે કે કેવી રીતે આ સુંદર પાંદડાઓ અંધારી કોટડી જેવા છિદ્રમાં ઉગ્યા કે જ્યાં સૂર્યપ્રકાશ માંડમાંડ પ્રવેશી શકે. પરંતુ કુદરતી સુંદરતા તો આવી અવાવરુ જગ્યાઓમાં જ જોવા મળે છે.

હું વધારે નીચે ઉતર્યો તો મારે કરોળિયાના જાળાનો સામનો કરવો પડ્યો, જેનાથી મારી આંખે અંધારા છવાઈ ગયેલા. હવા વધારે ને વધારે ઉકળાટભરી થતી ગઈ. ત્યાં પ્રકાશ પણ તદ્દન ઓછો હતો. દીવાલ પરના જંગલી છોડોના પડછાયા મારા ભયને ખૂબ જ વધારી દેતા હતા. કૂવાની અંદર ઊંડા ઉતરતા મને દિવસ જાણે અંધારી રાતમાં બદલાતો હોય તેમ લાગતું હતું. જોકે અંધારાએ મને ઘેરી લીધો હતો. મારી હથેળીઓમાં પરસેવો થવા માંડ્યો હતો. મારું શરીર પરસેવાથી ભીંજાઈ ગયું હતું અને મારા હૃદયના ધબકારા વધી ગયા હતા. મેં પથ્થરના બીજા પગથિયા પરની ધારી પર મારા પગના અંગૂઠાઓને વાળીને મજબૂત પકડ કરી પગ મૂકવાની જગ્યા કરી હતી. પણ હવે કૂવાની તિરાડોમાંથી નીકળતી ભીની-જાડી ચીકણી શેવાળ (લીલ)ને કારણે હું લપસવા લાગ્યો હતો.

એકએક ડગ નીચે ઉતરતા એવું લાગતું હતું જાણે હું મોતના મુખમાં જતો હોઉં. એક ખોટું પગલું આગળ મૂકી દેતા જાણે મરવાનું હોય તેવી બીક લાગતી હતી. કૂવાના તળિયા સુધીના એકસો જેટલા ભયજનક પગથિયાં ઉતરતા હું જાણે હજાર વાર મરતા બચી ગયો હોઉં તેવી બીક લાગી હતી. હું મરું કે મારું તેવી સ્થિતિમાં હતો. તેમ છતાં મજબૂરીથી મારે આ કઠોર કામગીરી પતાવવાની હતી.

મક્કમ નિર્ધાર સાથે મેં મારી જાતને જે કામની જવાબદારી સોંપી હતી તે કામ મેં પૂરું કર્યું. આ મક્કમ નિર્ણય જ મારી જિંદગીનું લક્ષ્ય છે અને જ્યારે મારે પડકારોનો સામનો કરવાનો આવે ત્યારે મુખ્ય ડહાપણ પણ આ જ છે. હવે કોઈ પણ મુશ્કેલી મને અશક્ય લાગતી નથી. હું તો આ કહેવતમાં માનનારો છું : ‘*મન હોય તો માળવે જવાય.*’ મન મક્કમ હોય તો રસ્તો આપોઆપ જડે.

મને કૂવામાં ઉતાર્યો તેથી મારી માતા ખૂબ બેચેન થઈ ગઈ, કારણ કે મારી અંદર જે ભય હતો તેની અનુભૂતિ ફક્ત તેને જ હતી. તે રાત્રે અમે જ્યારે વાળુ કરવા બેઠા ત્યારે તે લાગણીસભર બની દુઃખભર્યા ગંભીર અવાજે બોલી, ‘તેઓ તને છોડશે નહિ. બરાબર? જ્યારે હું કામ પર ગઈ ત્યારે જ તને કૂવાના તળિયે ગંદકી કાઢવા ઉતાર્યો.’ તેણે ડૂસકાં ભરતાં મને પૂછ્યું, ‘જો મેં તને ગુમાવ્યો હોત તો મારું શું થાત?’ મારી પાસે તેનો કોઈ જવાબ ન હતો, કારણ કે મારા મનમાં હજી આવનારા દિવસનો ભયંકર ભય વ્યાપ્ત હતો. મારી માતાએ મને ભારપૂર્વક કહ્યું કે તે જો ઘેર હોત તો તેણે મને

કૂવામાં અંદર જવાની રજા હરગિજ ના આપી હોત. વર્ષો પસાર થઈ ગયા પછી આજે પણ તે ભયંકર દિવસ મને યાદ આવે છે તો હું થથરી જઉં છું.

પરચૂરણ કામોની જવાબદારી : ખેડૂત, દૂધવાળો, છાણા બનાવનાર

હું સલૂનના કામોમાં ગળાડૂબ થઈ ગયો એ પહેલાં જુવાનીમાં કામદાર તરીકે હું જુદા-જુદા પરચૂરણ કામ કરતો હતો. ગામડામાં આ બધા કામ આમ તો સામાન્ય હતા પણ તે ખૂબ જ મહેનત માગી લે તેવા હતા. સવારે ગાયનું છાણ ભેગું કરવાથી મારા કાર્યની શરૂઆત થતી તે પછી તો ઢોરોની સંભાળ લેવાની, તેમને ખવડાવવાનું, ઢોરોને ચરાવવાનું, બજારમાં દૂધ વેચવા જવાનું, ખેતી કરવાની, શાક અને ફળ વાવવા અને જે ફળફળાદિ ઉગે તેનું વેચાણ કરવું - આ બધા ખૂબ મહેનતના કામ હતા. જ્યારે હું નાનો હતો ત્યારે હું અમારા બાપદાદાના ઘર નીટ્ટેમાં દાદાજી જોડે ખેતર ખેડવા જતો. એ જગ્યા પહેલાં મેંગલોરના છેવાડે હતી પણ સમય જતાં વિકસતા જતા શહેરીકરણથી તે હવે શહેરની અંદર છે અને તે એક જાણીતું કેળવણી કેન્દ્ર બની ગયું છે.

ગાયના છાણ પર ફરી પ્રક્રિયા કરવી એ એક એવું કામ હતું કે કુટુંબનો કોઈ પણ સભ્ય તે કરવા તૈયાર ન થાય, કારણ કે કોઈને પોતાના હાથ ગંદા કરવા ન ગમે. નાની ઉંમરમાં હું બળતણમાં વપરાતા સૂકા છાણા બનાવતા શીખ્યો અને જે ભીનું છાણું હતું તે ઘરના ઓરડા સાફ કરવા માટે પોતામાં વાપરતા શીખ્યો. આ બધું મારે કરવું પડતું, કારણ કે અમને રહેવા માટે છત આપી, એમણે અમારા કુટુંબ પર જાણે ઉપકાર કર્યો હતો ! હું એક ખાડામાં છાણ સાથે સૂકું ઘાસ અને પાણી નાખી ખેતરની પ્રક્રિયા પાસે સાદું ખાતર બનાવતો.

ખેતરમાં ખાતર બનાવવાની બીજી પ્રક્રિયામાં હું છાણ અને ગ્લિરીસીડીઆ સેપિયમ (Gliricidia Sepium) નામના છોડના પાંદડાં ભેગા કરતો. સ્થાનિક રીતે તો તેનું નામ ગોબારા સોપ્પુ (Gobbara Soppu) હતું. ગોબારા એટલે ખાતર અને સોપ્પુ એટલે પાંદડાં. આ લાંબા અને પાનવાળા વૃક્ષોને ખેતરના છેડે વાવવામાં આવતા અને મુખ્યત્વે ખાતર બનાવવા માટે વાપરવામાં આવતા. તેના પાંદડાં નાઈટ્રોજનને બરાબર રાખતા કે જે ઉગતા

પાક માટે ખાતરનો વિકલ્પ હતો. મને આ ખાતર ત્રણ સ્તરે બનાવતા શીખવાડવામાં આવ્યું - સૌથી નીચેના પાયામાં માટી, એની ઉપર થોડા કાંકરા અને રેતીનો થર પાથરવો જેથી તેમાં છિદ્રો રહે અને સૌથી ઉપરના સ્તરે સોપુના પાંદડાં, બીજા છોડોનો નકામો કચરો અને ગાયનું છાણનું થર પાથરવું. આવી જ ક્રિયામાં પડ ઉપર પડ કરી અઠવાડિયાના અઠવાડિયા સુધી રાખવામાં આવતા જેથી ઑર્ગેનિક (વનસ્પતિ કચરામાંથી બનેલું) ખાતર બનતું. આ પ્રક્રિયા પર મારે બરાબર ધ્યાન રાખવું પડતું. હું છાણના છાણાં બનાવવા મદદ કરતો કે જે રાંધવા માટે અને નહાવાના ગરમ પાણી માટે બળતણ તરીકે વપરાતા.

શિવા અને ક્રિષ્નાનાં મધુર સંભારણાં

કોઈ વાર કામ કરતાં-કરતાં હું એવા અડપલાં પણ કરતો જેનાથી કોઈને પણ નુકસાન થતું નહિ. હું બાળપણમાં બાળસહજ હરકતો કરતો હતો સાથે થોડી મસ્તી-મજાક પણ કરતો. હું બાળપણથી મારા કાકાના છોકરા ક્રિષ્ના સાથે લાગણીઓથી જોડાયેલો હતો. હું હાથલારી ચલાવનારા, પરચૂરણ વસ્તુ વેચનારા વિક્રેતા પાસે પહોંચી જતો કે જેમને માલથી ભરેલા વજનદાર ગાડાઓને પાછળથી ધકેલવા માટે મદદ કરનારની જરૂર પડતી. જો કોઈ માણસ વજનદાર ગાડાને પાછળથી ધક્કો મારે તો ગાડાને આગળના ભાગથી બંને હાથે ખેંચવાનું સહેલું થઈ પડતું.

શેરડી લઈ જતા ગાડા ખેંચવાવાળા પાસે જવાનું મારું એક કારણ હતું. અમને અમારી મજૂરી માટે પૈસા મળતા એટલું જ નહિ પણ કામ પૂરું થયા પછી થોડીક મીઠી શેરડી પણ મળતી. પરંતુ ગાડાને ધક્કો મારતા-મારતા અમે શેરડીને ચૂસતા. અમારા બેમાં હું ક્રિષ્ના કરતાં વધારે તોફાની હતો. ક્રિષ્ના હંમેશા બહુ નરમ રહેતો અને હંમેશા હું કહું તેમ કરતો. અમારી રઝળપાટ પૂરી થયા બાદ અમે ક્યારેક મીઠાઈ ખાતા હતા. અમે જે ભેગું કર્યું હોય તેનાથી ખુશ થઈ ખેતરોમાં દોડી જતા. એક વિશાળ વૃક્ષ નીચે આરામ કરતા અને ધરાઈ જતા ત્યાં સુધી ખાતા.

અમને બંનેને લગ્નસમારંભમાં ઘૂસી ભવ્ય રીતે પીરસાતી મીઠાઈ ખાવાની ખૂબ મજા આવતી. અમને વર્ષના લગ્નગાળાના સમયમાં થતા લગ્નોની જગ્યા અને મંદિરોની જાણ હતી. પેટભરીને સરસ ખાવાનું ખાધા

પછી જે સ્વાદિષ્ટ મીઠાઈઓ અને પાયસમ (ચોખા-દાળમાંથી બનેલું મીઠું ડેઝર્ટ) ખાવા મળતા તે અમારી પ્રિય વસ્તુ હતી. અમે ત્યાં વધુ સમય રોકાતા નહિ જેથી વરરાજા અને નવવધૂના કુટુંબના સભ્યો અમને ભોજન-સમારંભમાં પકડી ન લે. કોઈ અમને ધ્યાનથી જુએ તે પહેલાં અમે તે જગાએથી ભાગી છૂટતા.

મંદિરમાં આખો દિવસ ચાલતી વિવિધ ધાર્મિકવિધિઓમાં અમે આંટા મારતા જેથી કોઈને એમ લાગે કે અમે પણ વિધિઓમાં ભાગ લઈ રહ્યા છીએ. હકીકતમાં તો અમે ત્યાં પીરસાતા સ્વાદિષ્ટ ભોજન જમવાની ઈચ્છા રાખતા. હતા. જ્યાં અમે પેટભરીને ખાતા અને આનંદ લેતા. અમે અસંખ્ય લોકોની વચ્ચે ઘૂસી જતા વણનોતર્યા મહેમાન હતા. યજમાનો અમારા પર શંકા કરે અને અમારી પોલ ઉઘડી જાય તે પહેલાં અમે સરકી જતા.

બીજા કોઈ પ્રસંગે અમે અડધેથી સંગીતના કાર્યક્રમમાં પહોંચી જતા, જે મોડી રાત સુધી ચાલતો. '*યક્ષાંગના*' એ ભારતીય મહાકાવ્ય અને પૌરાણિક કથાઓ પર આધારિત સંગીત નાટક હતું કે જે ગામડાઓના ખુલ્લા મેદાનમાં કામચલાઉ તંબુઓ બાંધીને ભજવવામાં આવતુ હતું.

કોઈ ટિકિટ જોવા માંગે એવા ભયથી અમે આગળના બારણામાંથી જવાનું ટાળતા અને મોડેથી તંબુઓની વચ્ચેની જગ્યાઓમાંથી નીચેથી ઘૂસીને અંદર જતા. અંદર અમે ઊભા પગે બેસતા, થોડી વાર નાટક જોતા-જોતા અમારી આંખો ઘેરાવા લાગતી. સંગીતકારો ખૂબ જોરથી વાજિંત્રો વગાડતા, કલાકારો નાચતા અને ગીતો ગાતા આવા માહોલમાં પણ અમે ક્યારેક ઘસઘસાટ સૂઈ જતા. બીજે દિવસે સવારે કાર્યકર્તાઓ અમને ઉઠાડતા ત્યારે જ ઉઠતા.

આ બધા નાના નાના આનંદદાયક પ્રસંગો હતા પણ તેનાથી અમને જિંદગીની ઘણી ખુશી મળતી.

મારી કેટલીક ખાસ યાદગાર ક્ષણો મેં ક્રિષ્ના સાથે વિતાવી છે. કાકાના છોકરા તરીકે એની સાથે મારે નિકટનો સંબંધ છે. અમે કરકલામાં આવેલા ક્રિષ્નાના સલૂનમાં હજી પણ મળીએ છીએ અને અમારી બાળપણની યાદોને વાગોળીએ છીએ એ વખતે અમે ફરીથી બે રમતિયાળ બાળકો બની જઈએ છીએ. તે મારી મમ્મીની બેનનો છોકરો છે. તે માસી સાથે મમ્મીને સૌથી વધારે આત્મીયતા છે. ક્રિષ્ના મુંબઈમાં મારી સાથે સલૂનના ધંધામાં જોડાયો. અમે ઘાટકોપરના થોડા સલૂનોમાં સાથે કામ કર્યું અને રામાબાઈ કોલોનીના ખૂબ

ગીચ અને ગંદકીવાળા (સ્લમ) વિસ્તારમાં રહ્યા. થોડો વખત અમે ઘાટકોપરના સલૂનમાં કામ કર્યા બાદ મોડી રાત સુધી નાસ્તાની લારી પર ઢોસા અને લીંબુનું શરબત વેચતા. આ ધંધો અમારા કાકાના છોકરા શિવાનાને મદદ કરવા ચાલુ કર્યો હતો જેથી તે પોતાના પગ પર ઊભો રહી શકે. શિવાનાનો ધંધો સારો ચાલતો હતો, કારણ કે તેના નિયમિત ઘરાકો ઘણા હતા. દરરોજ મોડી રાત્રે સિનેમાગૃહોમાંથી પાછા ફરતા લોકો, હોટલના અને ઔદ્યોગિક કર્મચારીઓ ઘેર જવા માટે લાંબી-સ્થાનિક રેલવેમાં મુસાફરી કરતા અને ટ્રેનમાં ચઢતા પહેલાં તેઓ કંઈક ખાવાનું પસંદ કરતા.

એક રાત્રે અમે શિવાનાને ઢાળવાળા રસ્તા પર લારીને ધક્કો મારવાનું કહ્યું. અમે એની પાછળ ચાલતા હતા. એકાએક ગાફેલ શિવાનાએ લારી પર પોતાની પકડ ગુમાવી અને નાના પુલ પરથી ગબડીને સડસડાટ કરતી વાહનો ઊભા રાખવાની જગ્યામાં એક વાન સાથે અથડાઈ જેથી પેલા વાનની કાચની બારીઓ તૂટી ગઈ. ગાડીના માલિકને ગાડીને થયેલ નુકસાનનો ખર્ચ આપ્યા પછી આર્થિક મુશ્કેલીને કારણે અમારે આ ધંધો બંધ કરવો પડ્યો.

મારું પ્રિય ફળ જામફળ

જ્યાં સુધી કોઈ પણ કામમાં પ્રામાણિકતા અને સચ્ચાઈ હોય ત્યાં સુધી એ કામ મારે માટે ખૂબ નાનું અથવા ગણતરીમાં ન લેવા જેવું નજીવું પણ ન હતું. હું સંપૂર્ણપણે ધંધાદારી હોઉં એ રીતે કામ મેં હાથમાં લીધું હતું. મારા પ્રાથમિક ભણતરના અભાવે મારામાં ઘણી મર્યાદાઓ હતી. બીજા પર હુકમ ચલાવવાનો અધિકાર મળે તેવી લાયકાત મારામાં ન હોવાથી ઑફિસર બનવા જેટલો હું નસીબદાર ન હતો. એટલે હું મારા આસપાસના વાતાવરણમાં જે શીખ્યો તેનો મેં અમલ કર્યો.

મારે પાંચમા ધોરણથી નિશાળ છોડવી પડી તેથી મારે વાંચવાનું અને લખવાનું પણ ઘણું ઓછું હતું. મારા માટે આપબળે પૈસા કમાવવા તે બહુ મોટી સિદ્ધિ હતી. આ સંજ્ઞા તો આજે વપરાશમાં ન હોય પણ કદાચ આજની પેઢીએ તો એ સાંભળ્યું પણ ન હોય. પણ જ્યારે હું નવયુવાન હતો ત્યારે મને તેની બહુ કિંમત હતી. જ્યારે હું નોકરી કરવા માટે બે ગામ કાબેટ્ટુ અને અટ્ટુર વચ્ચે મુસાફરી કરી રહ્યો હતો ત્યારે એક વાર મારાથી ૨૫ પૈસા ખોવાઈ ગયા, જે ચાર આના કહેવાતા. ત્યારે મારી કેવી દયાજનક દશા થઈ તેની

કલ્પના તમે કરી શકો છો. મારે માટે તે મોટી રકમ હતી તેના એક કરતાં વધારે કારણો હતા.

તે સમયમાં મારે ૨.૫ કિ.મી.નું અંતર સાઈકલ પર કાપવું પડતું પરંતુ રસ્તામાં હું ખાટુંમીઠું અને સ્વાદિષ્ટ ફળ જામફળ ખાઈને આનંદ લેતો. રસ્તાની બાજુમાં રેતીના મેદાનમાં એક મોટું વૃક્ષ હતું. આગળનો રસ્તો વૃક્ષો અને ટેકરીઓથી છવાયેલો રહેતો. હું વૃક્ષના થડની બાજુમાં મારી સાઈકલ મૂકીને ત્યાં રમતો. થડની આજુબાજુ આવેલા રેતીના ઢગલામાં કૂદતો હું પથ્થર ઊંચકતો – મારા ધ્યેયને પહોંચવા તેમને અધ્ધર ઉછાળતો અને તે જમીનને અડકે તે પહેલાં એક પછી એક જામફળ પડવાની રાહ જોતો. પછી તે જ ઝાડ નીચે બેસીને હું મનપસંદ ફળની મજા લેતો. તે ખટ્ટમીઠો સ્વાદ હજુ હું ભૂલ્યો નથી. તેની યાદ આવતા જ મારા મોંમાં પાણી આવી જાય છે.

જ્યારે હું વૃક્ષ પરથી આ સ્વાદિષ્ટ ફળ તોડવા માટે મહેનત કરતો અને તેની પાછળ જે સમય આપતો તે યાદ કરું છું તો એમ લાગે છે કે કોઈ ઈનામ લેવા માટે હું આટલી બધી મહેનત કરતો હોઉં. જોકે મારા બાળપણના દિવસોને યાદ કરતા અત્યારે એકંદરે ઓછા જામફળના વૃક્ષો દેખાય છે. ત્યારે ગામડામાં ઠેરઠેર તે વૃક્ષ હતા. આજકાલ મારા ગામડાના ઘેર જતા હું વિવિધ ફળ ખેડૂતો પાસેથી ખરીદવાના પ્રયત્ન કરું છું કે જેઓ પોતાના ખેતરમાં તે ઉગાડે છે.

એક દિવસ રોજની જેમ મેં ઝાડ પર ઊંચે લટકતા ફળ પર પથરો ફેંક્યો. એ જ ક્ષણે મેં નીચે જમીન પર ધાતુનો અવાજ સાંભળ્યો. હું બહુ ગભરાઈ ગયો અને મેં મારું ખિસ્સુ તપાસ્યું. હું સમસમી ગયો. મને એવું ભાન થયું કે મારા હાથના ટેરવા ઘસાઈ જવાથી ખિસ્સામાં નાનું કાણું પડ્યું અને તેમાંથી સિક્કો બહાર નીકળી ગયો. ચિંતિત થઈને મેં સિક્કા માટે શોધ ચાલુ કરી પણ મારા પ્રયત્નો નકામા ગયા. પછીના ત્રણ દિવસ સુધી મેં તે જગ્યાની વારંવાર મુલાકાત લીધી. હું તે વિસ્તારમાં બધે સિક્કાને શોધવા લાગ્યો. રેતીને હાથથી ખોદવા લાગ્યો, નકામા રોપા કાઢવા લાગ્યો. નાના પથ્થરોને જોરથી ખસેડવા માંડ્યો અને પથ્થરોને ઊંચાનીચા કરવા માંડ્યો જેથી મને મારો ખોવાયેલો સિક્કો મળે. અફસોસ ! મારો તે સિક્કો કાયમ માટે ખોવાઈ ગયો.

કાગડો – જેણે મારી બહેનની ખુશી આંચકી લીધી

નિશાળમાં સપ્તાહમાં બે દિવસ અમને નાસ્તો મળતો અને બધા બાળકો તેની આતુરતાથી રાહ જોતા. તે બહુ સ્વાદિષ્ટ ખાવાનું હતું. તે થોડું મસાલાવાળું હતું. તે નાસ્તો 'સેમોલીના' (ઘઉંની થૂલી)માંથી બનેલો હતો, જેને સ્થાનિક લોકો શાજીગી કહેતા અને સાર્વજનિક રીતે તેને ઉપમા કહે છે. મને એ એટલું બધું ભાવતું કે હું મારી નાની બેન માટે પણ ટિફિનમાં ઘેર લઈ આવતો. નિશાળના છોકરા આ જાણીને મને ચીડવતા. પણ જ્યારે હું ઘેર પહોંચતો ત્યારે મારી નાની બહેન ખુશ થઈ જતી અને હું એને ઉપમા ખવડાવતો. તેના આ નિર્દોષ આનંદને હું નિહાળતો. તેને ઉપમા ખાતી જોતા જ મને જાણે બધું મળી જતું.

એક દિવસ હું ટિફિન લઈ જવાનું ભૂલી ગયો તેથી હું નાસ્તો ભરીને લાવી શક્યો નહિ. એ દિવસે હું એક સ્થાનિક નાસ્તાની દુકાનમાં ગયો એ જ નાસ્તો ખરીદ્યો, એક પેકેટમાં બાંધ્યો અને ઝડપથી ચાલતો-ચાલતો ઘેર પહોંચવા માંડ્યો. આખા રસ્તે મેં મારા જમણા હાથમાં પેકેટ પકડી રાખ્યું હતું અને એ પેકેટને મારા ખભા ઉપર લટકાવી રાખ્યું હતું. પણ એ પેકેટ મારા ખભા પર રહ્યું નહિ. એક કાળી પાંખોવાળા પક્ષી (કાગડાએ)એ મારા હાથમાંથી પેકેટ આંચકી લીધું અને મારી બહેનનો સ્વાદિષ્ટ નાસ્તો લઈ ગયો.

એક કાગડો મારા માથા ઉપરથી પસાર થયો, નાસ્તા પર તરાપ મારી અને હું કાંઈ પણ સમજી શકું ત્યાર પહેલાં તે પેકેટ લઈ ઝડપથી જતો રહ્યો. હું કાગડાનો પીછો કરવા લાંબાં ડગલાં ભરતો તેની પાછળ દોડ્યો પરંતુ શાણો કાગડો મારા હાથમાં આવે ખરો ?!

આઘાત અને વ્યાકુળતાથી હું ત્યાં જ થોભી ગયો. જ્યાં સુધી તે ઊંચે ને ઊંચે ઉડીને માત્ર વાદળી આકારમાં એક નાનું કાળું ટપકું બની ગયો ત્યાં સુધી હું એને જોતો રહ્યો. કાગડાની અણિયાળી ચાંચમાંનું પેકેટ નાનું ને નાનું થતું ગયું અને છેવટે મારી નજરથી અદશ્ય થઈ ગયું. હું એવી આશામાં આકાશ તરફ મીટ માંડીને જોયા કરતો હતો કે કાગડાની ચાંચમાંથી પેકેટ લસરી પડશે અને હું ઊંચકીને ઘેર દોડી જઈશ. મારી બહેનની ખુશી આંચકીને કાગડો જતો હતો તેને એક કાળા ટપકાં સુધી ઊંચી ડોક કરીને જોતા મને ચક્કર આવવા માંડ્યા.

આ પ્રસંગ મારા મગજમાં કદી ન ભૂંસાય તેવી શાહીથી લખાયેલા ચિહ્નની જેમ અંકિત થઈ ગયો. જ્યારે હું કાગડાને જોઉં છું ત્યારે મને મારી વહાલી બેનની યાદ આવે છે. અમે રમતો રમતા, મોજ-મજા કરતા, સુખ-દુઃખમાં સાથે રહેતા. તે અમારા કુટુંબમાં અમારી આજુબાજુ ચાલતા કાવાદાવા અને કપટથી અજ્ઞાત હતી છતાં તે મારી ખાસ મિત્ર હતી. અમારી મુશ્કેલીઓ એકસરખી હતી. અમે ખાવાનું વહેંચીને ખાતા અને જૂનાં કપડાં પહેરતા. મેં એને નાની બાળકી તરીકે મોટે ભાગે ટૂંકા કપડાં પહેરીને ફરતી જોઈ હતી. ઘરની બીજી છોકરીઓ ફરાક, પાયજામા અને માથેથી પહેરવાના પોલકા (જમ્પર્સ) પહેરતી.

મારી બહેન ચાર વર્ષની ઉંમરે ગુજરી ગઈ ત્યારે હું સાવ એકલો પડી ગયો. અમારા ત્રણ જણમાં - હું, મારી માતા અને મારી બહેન. મારી બહેને સૌથી વધારે ગરીબાઈ અનુભવી. હું તે માટે સ્વયંને દોષી ગણું છું. તેના શરીરમાં પાણી ભરાઈ જવાથી તેને ખૂબ સહન કરવું પડતું. તેની ચામડી પરથી પોપડાં ઉખડતાં હતાં અને અધૂરામાં પૂરું તેને અમારા અભાવગ્રસ્ત સંજોગોમાં પોષણયુક્ત આહાર મળતું ન હતું. અમે તેની માંદગીની યોગ્ય સારવાર કરી શકીએ તે અમને પરવડે તેમ ન હતું. તે ગરીબી અને સારવારના અભાવને લીધે બાળપણમાં ગુજરી ગઈ.

પહેલાં તમારી અવગણના કરશે, તમારી હાંસી ઉડાવશે, પછી તમારી સાથે લડશે, પરંતુ જીત અંતે તો તમારી જ છે.

– મહાત્મા ગાંધી, રાષ્ટ્રપિતા

પ્રકરણ ૩

એક સામાન્ય વાળંદ બની ગયો સુપ્રસિદ્ધ કેશ-પ્રસાધક કલાકાર

મારું કામ, મારી ધગશ

મારા માટે કામ એ જ પૂજા છે. તે અધ્યાત્મિક ઊર્જા છે, તે મારા માટે વિશ્વાસ છે અને મારો નૈતિક ધર્મ છે.

હું માનું છું કે જ્યારે દિલ અને આત્માનો સુમેળ જામે ત્યારે બધી વસ્તુઓ આપમેળે ગોઠવાઈ જાય છે. જિંદગી જીવવી આમ તો સહેલી નથી. જિંદગીનો રસ્તો ઘણી મુશ્કેલીઓથી છવાયેલો હશે. તમારાથી જેટલું કામ થઈ શકે તેટલું ઉત્સાહથી કરો. તેમાં ૧૦૦ ટકા પ્રયત્ન કરો અને તેમાં તમને બમણો અથવા ત્રણ ગણો લાભ મળશે.

મને ઘરનું કોઈ પણ કામ અથવા મહેનત-મજૂરીનું કામ કરવામાં કદી શરમ આવતી નથી. મને કોઈ પણ કામ કરવામાં આળસ થતી નથી – ભલે તે ગમે તેટલું અઘરું કામ કેમ ન હોય?

હજામ તરીકે મેં ખૂબ ઝીણવટથી પ્રેક્ટિસ કરીને મારી આવડતને ઑપ આપ્યો. મેં દુનિયાના સૌથી સારા હેર સ્ટાઇલની સ્કુલમાં જઈને વિશિષ્ટ કોર્સ કર્યા અને મારા આ હુન્નરને વિકસાવ્યો. આના લીધે હું એક સર્જનાત્મક હેર-ડિઝાઇનર તરીકે ઊભરી આવ્યો.

ઘણા સગાંવહાલાં મારા નિતનવા પ્રયત્નો માટે ઈર્ષ્યા કરવા લાગ્યા. તેઓ વારંવાર ટીકાઓ કરવા માંડ્યા. 'અરેરે... તું શું શીખવા ઇચ્છે છે?

તું ભવિષ્યમાં શું કરીશ?' ઘણા લોકો મને ઉતારી પાડતા હોય તેવી રીતે ટીકા કરીને મોં મચકોડતા, 'છી... છી... !'

હું જવાબ આપ્યા વિના ચુપ રહેતો. પણ મારા વિચારો મને અકળાવી મૂકતા, 'શું હું ડાઘાવાળા કપડાંને પકડું છું? આમાં શું લાંછન લાગે? આ ધંધામાં શું ખોટું છે?'

લોકોની ટીકાથી હું પીછેહઠ કરું તેવો ન હતો. મેં મારા ધંધાને વિકસાવવા નિરંતર પુરુષાર્થ કર્યો. મને એ વાતની નવાઈ લાગતી હતી કે અમારી નાતના જુવાન છોકરાઓને પોતાને હજામ તરીકે ઓળખાવવામાં શરમ કેમ આવે છે? તેમણે સમાજમાં પ્રતિષ્ઠા મળે એવી આશા સાથે બીજા કાર્યક્ષેત્ર અપનાવ્યા છે.

આ એક વિશિષ્ટ હુન્નર છે. તેમાં સૂઝબૂઝ, કળા અને ખાસ આવડતની જરૂર છે. તેમાં કર્તવ્યનિષ્ઠા અને આવશ્યક હેતુ છે. મેં સમજાવવા માટે પ્રયત્ન કર્યો. હકીકતમાં તો આ એક સામાન્યજ્ઞાન છે કે વંશ-પરંપરાથી અમારી ભંડારી નાત વાળ કાપવાના અને દાઢી બનાવવાના કામમાં જોતરાયેલી છે. કુટુંબની વર્ષો જૂની દુકાનો મોખરાના રસ્તા પરની સામાન્ય જગ્યાઓમાં છે, જ્યાં સામાન્ય લાકડાની ખુરશીઓ છે. થોડી સારી જગ્યામાં ધાતુથી મઢેલા ટેબલો અને ભભકાવાળા પ્લાસ્ટિક કવરોથી જડેલા મોટા ચાટલાઓ છે. તે વખતે તો ફક્ત પુરુષો જ પોતાની અનુકૂળતા અનુસાર અમારી દુકાનની અંદર આવતા. કુટુંબના વડીલો પોતાના નાના છોકરાઓને આ સલૂનોમાં લાવતા.

પરંપરાગત રીતે, હજામો સમાજમાં બહુ મહત્ત્વપૂર્ણ ભૂમિકા ભજવે છે. તેઓ રાજાના ગુપ્તચર હતા. તેઓ સારા સંદેશવાહક હતા તેથી પારસ્પરિક અથડામણો દૂર કરતા. તેઓ લગ્ન ગોઠવવામાં હોશિયાર હતા અને સૌથી અગત્યની વાત એ કે તેઓ બૅન્ડ (વાજામંડળી)માં સંગીતના વાજિંત્રો વગાડવામાં પાવરધા હતા. એક જમાનામાં લોકો માત્ર સવારના ૧૧ વાગ્યા પહેલાં વાળ કપાવતા અથવા દાઢી કરાવતા. તેથી બપોર પહેલાં જ બધા ગ્રાહકો સલૂનની મુલાકાત લઈ લેતા. આખો દિવસ હજામ એક્સ્ટ્રા કમાણી કરવા માટે લગ્નમાં બૅન્ડ વગાડવાનું કામ કરતા. ઢોલ-નગારા વગાડવામાં અને શરણાઈ તથા નાદસ્વર જેવા સાધનો વગાડવામાં તેમને ખાસ ફાવટ હતી. પાલીમારુ નામના ગામડામાં અમારા ખાસ સગાંએ દુકાનની બહાર પાટિયું માર્યું હતું : 'હેરસ્ટાઈલિસ્ટ અને સેક્સોફોનિસ્ટ'. કેટલીક ઐતિહાસિક

ચોપડીઓમાં એવું વર્ણન કરવામાં આવ્યું છે કે હજામો નાની-નાની શસ્ત્રક્રિયાઓ કરતા અને દંતવિદ્યાનો ધંધો પણ કરતા. સમાજમાં હજામની મહત્ત્વપૂર્ણ ભૂમિકા વિવિધ પ્રકારની ફરજો બજાવવાની અને કર્તવ્યો નિભાવવાની છે.

ગ્રાહકો પર ધારદાર બ્લેડ ચલાવતા પહેલાં હું મારી ચામડી પર તે બ્લેડ ચલાવીને તેની ચકાસણી કરતો જેનાથી મને મારા કાર્યથી સંતોષ થાય. જ્યાં સુધી હું સહેલાઈથી મારા શરીર પર બ્લેડ ફેરવી શકું ત્યાં સુધી મેં મારા હાથ-પગ પર બ્લેડ ફેરવવાનો મહાવરો ચાલુ રાખ્યો. જ્યારે મને મારા કામ માટે પૂરેપૂરી ખાતરી થઈ ત્યારે મેં સૌથી પહેલાં ઍસ્ટેટના ચોવીસ વર્ષના એક મજૂરની દાઢી કરી, તે પદ્ધતિસરનું પહેલું કામ હતું. તેને તો ચહેરા પર થોડા જ વાળ હતા. પરંતુ દરરોજ પદ્ધતિસરની દાઢી કરાવીને તેને જાડી દાઢી ઉગાડવાનો ઈરાદો હતો. મને તેની મુલાયમ અને નાજુક ચામડી પર રેઝર ફેરવતા બીક લાગતી હતી પણ તે બીકણ ન હતો. મેં કામ ચાલુ રાખ્યું. ભગવાનની કૃપાથી બધું સારી રીતે પતી ગયું.

તમે મને 'કોઈફ્યિર' (વાળની સજાવટ કરનાર) કહો, હેર ડિઝાઈનર, હેરડ્રેસર અથવા ધંધાદારી હજામ કહો એ તો ફક્ત એક ઓળખ છે. જો તમે પૂરા દિલથી-લગનથી કામ કરો તો તમે ભગવાનને નિરખી શકો છો નહિતર કદાચ તમને શેતાન દેખાય. મને મારા કામ માટે ઊંડો પ્રેમ અને લગાવ હતો. મેં મારી આ આવડતને સર્વાંગ સુંદર બનાવવાનો પ્રયત્ન કર્યો. તે જ કારણથી મને વાળ સાથે ઘનિષ્ઠતા છે. તમને આ વાત અસામાન્ય લાગે, પણ જ્યારે હું ગ્રાહકના માથા પર અસ્ત્રો-કાતર ચલાવવા લાગું છું ત્યારે મને એવું લાગે છે કે તેની માથાની લટ જાણે મારા હુન્નર પર અસર કરે છે અને મને અમુક રીતે વાળ કાપવા માટે પ્રેરિત કરે છે. છેવટે પરિણામ એવું આવે છે તે હેરકટ ગ્રાહક માટે ખૂબ જ પ્રિય હોય છે.

પોતાના હેરકટ કરાવ્યા પછી ગ્રાહકો ખુશ થાય છે ત્યારે મને દિલથી સંતોષની અનુભૂતિ થાય છે કે હું તેમને સંતુષ્ટ કરવા સફળ બન્યો. વિશિષ્ટ હેરડ્રેસર તરીકે મને ઘણી જાણીતી અને પ્રતિષ્ઠિત વ્યક્તિઓને મળવાનો મોકો મળ્યો. એક સિદ્ધહસ્ત હજામની જગ્યા ફક્ત સલૂનમાં જ નથી હોતી પરંતુ લોકોના મગજમાં અને હૃદયમાં પણ હોય છે. ઉદાહરણ તરીકે, આપણે જ્યારે માંદા પડીએ છીએ ત્યારે જ ડૉક્ટર પાસે જઈએ છીએ, પરંતુ જેટલી વાર

અરીસામાં આપણા ચહેરાનું પ્રતિબિંબ જોઈએ છીએ ત્યારે હેરસ્ટાઇલિસ્ટને યાદ કરીએ છીએ. હકીકત એ છે કે હેરસ્ટાઇલિસ્ટ એક મહત્ત્વપૂર્ણ નાતો બાંધે છે. કાતરથી વાળ કાપવામાં અને વાળ સરખા કરવામાં તેઓ મિત્રો બની જાય છે.

મને બહુ નાની ઉંમરથી આ કામ કરવું ગમતું હતું. આપણા દેશમાં બે વર્ષ જેટલી લાંબી ઇમરજન્સી (કટોકટી) નાખ્યા બાદ ઇંદિરા ગાંધી - રાયબરેલી ક્ષેત્રથી ચૂંટણી હારી ગયા હતા. પછી તેઓ ચિક્મંગલૂરની પેટાચૂંટણીની સીટ જીતવા માટે પ્રચાર કરવા માટે આવ્યા હતા. તે વખતે હું ૧૩ વર્ષનો હતો. તે વખતે જે સ્ટેજ પર તેઓ ભાષણ આપવાના હતા તે સ્ટેજ રંગબેરંગી વાવટા, ભીંતપત્રો અને ફૂલોના તોરણથી શણગારવામાં આવ્યું હતું. સર્વત્ર ઉત્સવનું વાતાવરણ હતું. તેમના આગમનને કારણે આખું ગામ ઉત્સાહિત હતું. તેમને સાંભળવા મોટી સંખ્યામાં ખેડૂતો અને કામદારોની મેદની એકત્રિત થઇ હતી.

દેશની આઝાદી પછી ૧૯૭૫થી ૧૯૭૭નો ગાળો સૌથી બદનામ હતો. યેલેમાડલુના નાના ગામમાં, જમીનદારો ગરીબ ખેડૂતો પર રાજ કરતા અને તેમનું શોષણ કરતા. લોકો તેમના પર લદાયેલા અવરોધો અને શોષણથી ટેવાઈ ગયા હતા. શ્રીમતી ગાંધી તેમના પર અંકુશ મૂકે કે ના મૂકે તેનાથી તેમને કંઈ ફરક પડતો ન હતો. ગ્રામજનો ઇંદિરા ગાંધીથી અંજાઈ ગયા હતા. શ્રીમંતો પાસેથી તેઓ જમીન લેતા અને ગરીબોને વહેંચતા. તેમના આ પગલાંથી ગ્રામજનો ખુશ હતા. આખો દેશ શ્રીમતી ગાંધીના એકહથ્થુ શાસનનો વિરોધી હતો. ફક્ત ગામડાના લોકો જ તેમને ગરીબોની માતા માનતા હતા. ગામડાના લોકો રેડિયો દ્વારા સમાચારો જાણતા જે સરકાર દ્વારા પ્રસારિત થતા.

જ્યારે શ્રીમતી ગાંધી પ્રચાર માટે અમારી સલૂનની નજીકની જગ્યામાં રોકાયા ત્યારે મને એમને નજીકથી જોવાનો મોકો મળ્યો. તેમના માથા પર રૂપેરી અને સિલેટિયા રંગના વાળનો બુફો હતો, તેમાં એક રાણીને છાજે તેવી ભવ્યતા દેખાતી હતી. તેમની છટાદાર હેરસ્ટાઇલ જોઈ હું એટલો મુગ્ધ થઈ ગયો કે નાના છોકરા તરીકેના ભોળપણમાં હું કલ્પના કરવા લાગ્યો કે હું તેમના વાળની કેવી સ્ટાઇલ કરું જેનાથી તેમની પ્રતિભાની આગવી ઓળખ થાય? તે ખૂબ પ્રભાવશાળી લાગતા હતા. સ્વયં શિસ્તના આગ્રહી લાગતા હતા. લોકો તેમને એક દેવીની જેમ પૂજતા હતા. આપણા દેશના સૌથી

અગત્યની વ્યક્તિના પદને છાજે તેવી ઘણી હેર-સ્ટાઇલો માટેના સર્જનાત્મક વિચારો મારા મગજમાં ઉભરાવા લાગ્યા.

જંગલી ઘેટાનો શિકાર

યેલેમાડલુમાં મારા કાકાના ઘરની સામે ખળખળ વહેતી નદી... એ મારા દુઃખના સમયમાં રહેલું એકમાત્ર સાંત્વન આપતું સ્થળ હતું. આ એ જ જગ્યા હતી જ્યાં હું નહાતો હતો, કપડાં ધોતો હતો અને ઠંડા વહેતા પાણીના ઝરણામાં ભીંજાતો હતો. એ સમગ્ર વિસ્તાર તન-મનને તાજગી આપે એવો રમ્ય હતો.

ઊંચા વાંસના ઝાડના પ્રતિબિંબોને હું મુગ્ધ નજરે પાણીમાં જોતો. શેરડીના સાંઠા વાસ્તવમાં હોય તેના કરતાં ઘણા ઊંચા લાગતા હતા. જ્યારે ધીમી-ધીમી હવા ચાલતી ત્યારે પાણી પર પાંદડાથી નાના-મોટા સ્પંદનો થતા અને હું તે દૃશ્યને નિહાળતો. ઝાડની નાજુક ડાળીઓ નદીના નીર પર ઝૂકી જતી હતી. તેમના સૂકા પત્તા ઝરણા પર આમથી તેમ ફરતા તરતા હતા.

જંગલના શાંત ચોકીદાર જેવા વાંસના થોડા લાકડાં પાણીમાં જામી ગયા હતા અને થોડા કિનારા પાસે હતા. મને એવું લાગતું હતું કે તેઓ આજુબાજુ-ગીચ જંગલમાં, પાણીમાં અને જમીનમાં શું થાય છે તે બધું જ જાણે છે.

કુદરતના સુરમ્ય નજારાથી મારું મન અહોભાવથી છલોછલ ભરાઈ જાય છે. હું નાના ખડકો પરથી કૂદતો, પરપોટાવાળા ઝરણાઓમાં માછલીઓ સાથે ગેલ-ગમ્મત કરતો, વિભિન્ન વનસ્પતિ જોતો અને એક પછી એક લાકડા પર એવી રીતે બેસતો જાણે કે એ મારું વહાણ હોય તથા એ વહાણ મને સુરક્ષિત કિનારા પર હંકારીને લઈ જાય છે. હું મારા ખુલ્લા હાથે માછલી પકડવા ડૂબકી મારતો અને એકાદ માછલી પકડી લેતો. મને તેમાં બહુ ખુશી થતી. મને કોઈ આંકડો, દોરી અથવા માછલી પકડવા દોરીથી બાંધેલા વજનને બરફના ઠંડા પાણીમાં નાખવાની જરૂર લાગી ન હતી. એક માછીમાર કુપ્પાન્ના તેના શિકારને લલચાવવા માટે માછલીના આંકડાનો ઉપયોગ કરતા. જ્યારે તેમણે મને અણઘડ રીતે પાણીમાં ડૂબકી મારતો જોયો અને જીવતી માછલી પકડવાની મારી ચતુરાઈને જોઈ ત્યારે ઘોઘરા અવાજે હસી પડ્યા. મારામાં બાળસહજ ઉમંગ હતો. જ્યારે મને એમ લાગતું કે કોઈ મારા માટે લાગણીશીલ

છે ત્યારે હું તે માણસને ખુશ કરવા કંઈ પણ કરતો. કુપ્પાન્ના આમાંના જ એક માણસ હતા. હું તેમનો પ્રિય માણસ હતો. હું તેમની સાથે નજીકના જંગલમાં શિકારના પ્રવાસે જતો અને તેમની બેગ, ટોર્ચ, ગેસથી ચાલતું ફાનસ, સર્ચલાઇટ અને નાના મોઢાવાળી બાટલી - આ બધું ઉચકીને લઈ જવામાં તેમની મદદ કરતો.

કુપ્પાન્ના શિકારીના બૂટ, બૉલરની ટોપી, કપાળ પર સર્ચલાઇટ અને ખભા પર રાઈફલ લઈ અંધારામાં કૂચ કરતા અને હું તેમની પાછળ નાનકડી ચડ્ડી પહેરી ખુલ્લાપગે ચાલતો. હું તેમની સાથે ખૂબ ઉત્સાહથી જતો, કારણ કે મારા માટે તેમની આત્મીયતા મને ખુશીઓથી ભરી દેતી હતી. એક રાત્રે તેમણે એક કદરૂપા-મજબૂત સ્નાયુવાળા ઘેટાને ગોળી મારી કે જે જંગલના ગીચ વિસ્તારમાં દોડતું હતું. રાત્રે બધું સમેટતા પહેલાં તેમણે મને કહી દીધું હતું કે તેમનો શિકાર કયો રસ્તો લેશે અને લગભગ તે ક્યાં મરીને પડશે તે જગ્યા પણ બતાવી દીધી હતી.

શિકારીના સાધન-સરંજામ તેમના ઘેર મૂકીને હું જંગલમાં તે પ્રાણીને જોવા ગયો. મેં લોહી નીકળતું ઘેટું ઝાડીમાં જોયું. આટલા મહાકાય પ્રાણીને મારા નાનકડા દેહ સાથે સરખાવું તો તેને ખેંચવું તે મારા માટે ઘણું કઠીન કામ હતું. હું ગામના સીમાડા સુધી તેને ઝાડીમાં ખેંચી ગયો અને પાંદડાઓથી ઢાંક્યું, જેથી કોઈ તેને જોઈ ન શકે. બીજા દિવસે હું શિકારીને તેની કિંમત નક્કી કરાવવા લઈ ગયો. તે ડઘાઈ ગયો. મારા પુરુષાર્થથી તે અંજાઈને મારી પીઠ થાબડવા લાગ્યો. ઘેર પાછા ફરતા મેં જાણે આખી દુનિયા જીતી હોય તેવું મને લાગતું હતું. મારા આવા વખાણ ક્યારેક જ થતા. પાછળથી ગામડાના લોકોએ એ પ્રાણીના માંસને વહેંચી લીધું.

હું આ ઉદાહરણ એટલા માટે આપી રહ્યો છું કે જ્યારે હું કોઈ કાર્ય કરવાનું નક્કી કરું એટલે ગમે તેટલી મુશ્કેલીઓ આવે તેમ છતાં હું તેને પૂરું કરીને જ રહું. મારા કાકાના છોકરાઓ કરકલાના મુખ્ય બજારમાં આવેલ એક દુકાનમાં વેચાતા ફ્રૂટ સલાડના ખૂબ વખાણ કરતા હતા. હું સમજી ગયો હતો કે જો તેઓ માત્ર દેખાડો કરતા હોય તો પણ તે એક અજોડ આઇટમ હોવી જોઈએ, જેના માટે થોડા વધારે પૈસા આપવા પડતા હતા. મારી પાસે ભાવતી વાનગી પાછળ ખરચવા માટે પૂરતા પૈસા ન હતા. મારું બધું ખાવાનું ઘેર બનતું અને હું કોઈ દિવસ રેસ્ટોરન્ટ અથવા હૉટલમાં કોઈ વસ્તુનો ટેસ્ટ કરવા ગયો નહતો. માત્ર પૈસાદાર લોકો આવી વૈભવશાળી જગ્યાએ જતા.

મેં એવું સાંભળ્યું હતું કે ફ્રૂટ સલાડ એટલે બધા ફળોને ભેગાં કરી તેની ઉપર ભરપૂર કાજુ નાખવા. તેથી મેં મારા મનમાં મેં એક યોજના બનાવી.

અમારા ગામડાના છેવાડે કાજુની વાડી હતી. મેં જમીન પર પડેલા કાજુ ભેગા કર્યા અને તેમને બજારમાં જઈ સસ્તા ભાવે કરિયાણાવાળાને વેચ્યા. તે પૈસા લઈને હું ફળના પાર્લરમાં ગયો અને બહુ પ્રખ્યાત થયેલા ફ્રૂટ સલાડને ચાખ્યું અને છેવટે મેં મારા પેટની ભૂખ તે સ્વાદથી સંતોષી.

એ જુદી વાત છે કે જ્યારે મારા કાકાઓ અને તેમના છોકરાઓએ મારા આ સાહસની વાત સાંભળી ત્યારે તેમણે મને ઘણી ગાળો આપી. (નાના ગામડામાં આવા પ્રસંગો જલદીથી ચર્ચાય છે અને તેની નોંધ પણ લેવાય છે) તેઓએ મને કટાક્ષમાં કહ્યું કે મારા જેવો ગરીબ છોકરો કેવી રીતે આવા ખર્ચાળ ચટાકા કરી પૈસાદારની નકલ કરી શકે? મને એ વાતની નવાઈ લાગતી હતી કે મારા કાજુ ભેગા કરવા પાછળ અને તેમને સસ્તા ભાવે વેચવામાં શું ખોટું હતું? મને જમીન પરથી કાજુ ભેગા કરવામાં ઘણા કલાક લાગ્યા હતા. મને એવું લાગતું હતું કે જાણે મેં કોઈ મિજબાની કરી હોય.

કાજુ, ફણસ અને કેરીનું રસપાન કરવું એ માત્ર પૈસાદાર લોકોનો વિશેષાધિકાર હતો. પૈસાદાર લોકો તેમના કરંડિયામાંથી થોડું ખાવાનું આપે તો ગરીબ લોકો પોતાને નસીબદાર સમજતા. મારા દાદાજીના ગામ-નીટ્ટેમાં મેં ફણસની મિજબાની કરી હતી તેની મને આછી યાદો છે પરંતુ આજ સુધી હું જાણે એ ફળનો સ્વાદ માણી રહ્યો છું. ફળની પરખ કરવા અને તે ખાવા માટે તૈયાર થઈ ગયા છે કે નહિ તે જાણવા માટે અમને ફળ પર ટકોરા મારવાનું શિખવાડવામાં આવતું.

જો કોઈ ફળ પર ટકોરા મારવાથી 'ડબ... ડબ...' અવાજ આવે તો તે ફળ નરમ છે અને ખાવા માટે તૈયાર છે, પરંતુ જો અવાજ 'ટક... ટક...' આવે તો ફળ અંદરથી કડક છે તેમ સમજવાનું. ફણસના (જેકફ્રૂટના) વૃક્ષને જોવાથી અને તેની કાંટાવાળી છાલના ફળ ડાળી પર લટકતા જોતાં જ મારી ભૂતકાળની યાદો તાજી થતી અને તેની અનુભૂતિ જ કાંઇ ઑર જ હતી. આજે પણ તે યાદ તાજી થતાં મારા ચહેરા પર આનંદની લાગણી છવાઈ જાય છે.

હું એવું શીખ્યો છું કે હિંમત હોવી એટલે માત્ર ડરની ગેરહાજરી હોવી એવું નથી. તે તો માત્ર ડર પરનો વિજય છે. બહાદુર માણસ એને કહેવાય કે જેને કશાથી બીક લાગતી નથી છતાં પણ તે ડર પર વિજય મેળવે છે.

—નેલ્સન મંડેલા (દક્ષિણ આફ્રિકાના સૌપ્રથમ અશ્વેત રાષ્ટ્રપતિ, જે રંગભેદની ચળવળ માટે અહિંસાના રસ્તે ચાલ્યા)

પ્રકરણ ૪

જુલમી અને આપખુદ મિજાજના કાકા

ચાડિયાનું કામ

તે દિવસે ઉનાળાનો સૌથી વધુ ગરમ દિવસ હતો. જો કે કારકલાથી લગભગ ૧૬ કિ.મિ. દૂર દરિયા કિનારાના ગામ પાલીમારૂમાં આખો ઉનાળો સૌથી ગરમ જ રહે છે. હું મારી મમ્મીની બહેનના જમાઈ સેસુ ભંડારી અને તેની પત્ની યમુના સાથે રહેતો હતો. હું તેમની સાઈકલ રિપેર કરવાની દુકાનમાં હેલ્પર તરીકે કામ કરતો હતો અને સાથોસાથ તેમની વાડીના શાકભાજી વેચવા ફેરી કરતો.

બે પૈડાવાળા વાહન મને આનંદવિભોર બનાવી દેતું અને આમાં સૌથી સરળ વાહન સાઈકલ હતું. દુકાનમાં એક નાની સાઈકલ હતી તે જાણે મારી ૪.૫ ફૂટની ઊંચાઈ માટે જ બનાવી હોય (દરજી માપ લઈ કપડાં સીવે તેમ) તેવી લાગતી હતી. મને આ ઘણી વપરાયેલી પણ વિશ્વાસુ ઘોડા જેવી સાઈકલ લઈ ગામડાની સાંકડી ગલીઓમાં ફરવાની મજા આવતી. કોઈ વાર હું આ સાઈકલ લઈ મોડી રાત્રે ખાડાટેકરાવાળા અંધારા રસ્તે પણ જતો. હું ગબડી પડતો ત્યારે મને ઈજા થતી. કાપા, ઉઝરડા અને ઈજાઓ તો જાણે મારી જિંદગીનો એક ભાગ બની ગયા હતા. હું કાદવના નાના લોંદા કપડાં પરથી ખંખેરી નાખતો અને પાછો સાઈકલ ચલાવવા જલદીથી ઊભો થઈ જતો. સાઈકલ ચલાવવાનો આનંદ મારા મનને પ્રફુલ્લિત કરી દેતો. જ્યાં સુધી મને ઈચ્છા થતી ત્યાં સુધી હું સાઈકલના પેડલ મારતો. સરકસમાં સાહસભર્યા દાવપેચ જોઈ, ઈનામ મેળવવા માટે કલાકારોના અસાધારણ પડકારોનું અનુકરણ કરતો. વાસ્તવમાં હું એ માણસથી પ્રભાવિત થઈ ગયો હતો કે જે

સળંગ ૧૦ દિવસ સુધી સાઈકલ પરથી ઉતર્યા વગર પેડલ મારતો સાઈકલ ચલાવતો હતો. ચાલુ સાઈકલ પર જ તે તેના દાંત સાફ કરતો, જમવાનું ખાતો અને સાઈકલ પર આરામ પણ કરતો. તે થોડીવાર કુદરતી હાજત માટે જતો તેના માટે માફી માગતો. મંદિરમાં સવારની ધાર્મિક વિધિઓ પત્યા પછી મને તેની જગ્યામાં કસરતના દાવ જેવા કરતબો સાઈકલ પર કરવાની તક મળતી.

આ મંદિરમાં મોટું મેદાન હતું કે જે લાંબા વૃક્ષોના ઝૂંડોથી ઘેરાયેલું હતું. તેમાં મોરીન્ગા ઑલીફેરા કે જે સરગવાના (ડ્રમસ્ટ્રીક) વૃક્ષ તરીકે અને કન્નડમાં નુગીકાયી તરીકે ઓળખાય છે, તે વૃક્ષો ઘણી મોટી સંખ્યામાં ઉગતા. તેની લાંબી ડાળખીઓ મારો પ્રિય ખોરાક છે કે જેમાં રસવાળો માવો અને બિયાં હોય છે. સાંભાર બનાવવામાં તે અચૂકપણે વપરાય છે. ઢોંસા-ઈડલી સાથે સરગવાવાળો સાંભાર ખાવો એ બહુ સ્વાદિષ્ટ વાનગી છે જેનો હું આનંદ નિયમિતપણે લેતો.

મને મંદિરમાં લાઉડસ્પીકરમાં ગૂંજતો ભજન-કીર્તનનો મોટો અવાજ યાદ છે કે જે આત્માને ઢંઢોળી દે તેવો હતો. ભજનોમાં હિંદુ દેવોનું સ્મરણ કરીને નમ્રતાપૂર્વક પ્રાર્થના કરવામાં આવતી. હું જ્યારે એક કલાક સુધી સાઈકલ ચલાવતો ત્યારે પાછળના ભાગમાં ભગવાન શ્રીગણેશના (મને એમની મૂર્તિ બરાબર યાદ છે) ભજનો વાગતા. સંગીતના લીધે પક્ષીઓનો અવાજ દબાઈ જતો, પરંતુ એકવાર જ્યારે સંગીત બંધ થઈ જતું ત્યારે પક્ષીઓનો કલરવ ધીમે-ધીમે વધી એક નવી ઊંચાઈએ પહોંચતો. જ્યારે હું સાઈકલ ચલાવતો ત્યારે ભજનો અને પક્ષીઓના કલરવના સંગમનો રસાસ્વાદ લેતો અને છેવટે મંદિરની આજુબાજુ પૈડાં પરની તરકીબોમાં બળ વાપરી હું થાકી જતો અને પછી ઘર તરફ ચાલ્યો જતો.

ગામડામાં ત્રણ મહિના તો બહુ શાંતિથી પસાર થઈ ગયા, પરંતુ મારા ભાગ્યમાં વિધાતાએ કંઈ બીજી જ યોજનાઓ ઘડી હતી. મારી આ શાંતિપૂર્ણ મજા થોડો વખત જ રહી.

એક દિવસ, મારા કાકાની સાઈકલની દુકાને એક જૂના પૈડા સાથે ચેડાં કરતાં, મારી આંખો પર ભ્રમરો પર જામેલો પરસેવો લૂછતાં હું બેઠો હતો ત્યારે એક જાણીતો કર્કશ અવાજ મને સાંભળવા મળ્યો. મેં એક મહાકાય માણસને મારી દિશામાં આવતો જોયો. તેઓ દૂરના છેડેથી નળિયાવાળા

છાપરા પાસેથી આવતા હતા, જ્યાં અડધો ડઝન જૂની સાઈકલો પડી હતી. તે કલાક પ્રમાણે ગ્રાહકોને ભાડે આપવામાં આવતી હતી. જ્યારે તેઓ નજીક આવ્યા ત્યારે સૂરજના પ્રકાશમાં તેમનો ચહેરો મને એકદમ સ્પષ્ટ દેખાયો. તે મારા પપ્પાના ભાઈ-કાકા-ગોવિંદ ભંડારી હતા. તેઓ યેલેમાડલુના ટેકરીવાળા રસ્તા પરથી પાલીમારૂ સુધી લાંબી મુસાફરી કરીને આવ્યા હતા. મને ખાતરી હતી કે તે આટલું બધું અંતર કાપીને ફક્ત મને મળવા માટે ન આવે. અગાઉ હું મારા આ કાકાને ત્યાં ઉનાળાની રજાઓમાં ગયો હતો અને તેમને સલૂનમાં મદદ કરી હતી. એમના આગમનથી મને વહેમ પડ્યો હતો કે તે કોઈ ચોક્કસ હેતુ માટે આવ્યા હશે.

લાકડાનું ટેબલ ખેંચી તેઓ આરામથી બેઠા. તેમણે સૌથી પહેલાં રિપેરિંગની દુકાનમાં મારા કામની જાણકારી લીધી. પછી અત્યંત ધીમા અવાજે મને તેમની સાથે તેમના ગામડે આવવાનું કહ્યું. તેઓ કહેતા હતા કે તે મને વાળ કાપવાનું કામ શિખવાડશે. તેમનો અવાજ ધીમો હતો પણ બહુ મક્કમ હતો જેથી મારે તેમની વાત જાણે સ્વીકારવી જ પડે. તેમાં દેખીતી રીતે એવું લાગતું હતું કે તે મારી સંમતિ માંગતા ન હતા, મને આદેશ કરી રહ્યા હતા. મારા પપ્પાના નાના ભાઈ એટલે મારા કાકા બહુ જિદ્દી હતા કે જે પોતાના નિર્ણયને અફર માનતા અને ઘરના બધાએ આનાકાની કર્યા વિના ડરીને તેમનો આદેશ માનવો પડતો.

મારા માટે તેમનું કહ્યું માનવું જોખમભર્યું હતું. તેમણે મને એવું વચન (ચોખવટભર્યું નહિ) આપ્યું કે તે કૌટુંબિક મિલકતમાંથી મારા પિતાના ભાગનો હિસ્સો મારી માતાને આપી દેશે. એ મારા માટે એક પ્રલોભન હતું.

મારા ચહેરા પર થોડી ચમક આવી ગઈ. મને લાગ્યું કે અહીં સાઈકલ રિપેરિંગની દુકાનમાં ફાલતુ કામો કરવા કરતા આ નવી આવડત શીખવી મારા માટે ફાયદાકારક છે. થોડી વારમાં જ નક્કી થઈ ગયું કે હું તેમના કુટુંબ સાથે તેમના ઘરમાં રહીશ અને મારી મા કરીમીનાબાઈને ત્યાં ભાડુઆત તરીકે એકલી રહેશે અને કપડાં સીવીને તેનો જીવનનિર્વાહ ચલાવશે.

હું યેલેમાડલુની ઠંડી હવામાં મારા કાકા સાથે તેમના ગામ તરફ ચાલી નીકળ્યો જેથી મારી જિંદગીને કોઈ રચનાત્મક દિશા મળે. મને ખબર ન હતી કે આગામી ચાર વર્ષમાં મારી જિંદગીનો નકશો બદલાઈ જશે. તે મારી જિંદગીના સૌથી ખરાબ વર્ષ હતા. પણ આજે તે ભયંકર દિવસો તરફ નજર કરતાં મને એવું લાગે છે કે, ભવિષ્યમાં આવનાર અનિશ્ચિતતાને પહોંચી

વળવા માટે ભગવાન મને આ રસ્તો બતાવી નવું બળ આપી રહ્યો હતો. તે કડવા અનુભવોએ ભાવનાની દૃષ્ટિએ મને મજબૂત માણસ બનાવ્યો, માણસોના ચરિત્રોને ઓળખતા શિખવાડ્યું અને હજામતની કારકિર્દીનો ભવ્ય રસ્તો બતાવ્યો.

મારી કિશોરાવસ્થામાં મને એ ભાન ન હતું કે કુટુંબના વડા કેવા કપટ અને દાવપેચથી તેમના દુઃસાહસો મારા જેવા ભોળા છોકરા પર લાદતા હતા. હું બહુ આશાઓ લઈને તેમની જોડે ગયો હતો. એના બદલે મને મોટો આઘાત સહન કરવાનો હતો. મને માનવામાં આવતું ન હતું કે મારું પહેલું કામ ખેતરમાં ચાડિયા બનવાનું હતું.

મારા કાકાનું ઘર એક ટેકરી પર હતું. ત્યાંથી ભરપૂર કુદરતી સૌંદર્યનું રસપાન થતું હતું. તે ઘર ટેકરી ઉપર ત્રણ સ્તરે (લેવલમાં) વહેંચાયેલું હતું. ટેકરી ઉપર જવાના પગથિયા, પછી બગીચો અને સૌથી ઉપર ઘર. ઘરની ફરતે આડીઅવળી વાડ હતી કે જે વાંસ અને જંગલી છોડથી બનેલી હતી. ત્યાં આખું વર્ષ ઠંડી હોવાના કારણે ફૂલોની સૂકી પત્તીઓ અને પાંદડા ખેતરના ઘરમાં (ફાર્મહાઉસ) આવતા. હું આકાશમાં છવાઈ જતા રૂ જેવા વાદળા પકડવા કૂદતો. ટેકરી પરથી લસરીને જાણે તેઓ પાછળના બારણેથી અંદર આવતા અને આગળના બારણેથી ચુપકીદીથી નીકળી જતા.

બે એકર જમીનમાં મારા કાકા ફૂલો, ફળો, શાક અને અનાજ ઉગાડતા અને એમના સલૂનના બારણા પાસે ઢગલો કરીને વેચતા. તેમણે પાછળના ભાગમાં ગૌશાળા અને પૉલ્ટ્રી ફાર્મ (ખોરાક માટે પાળેલા મરઘા) બનાવેલ, જેનાથી આવકમાં વૃદ્ધિ થાય. તેઓએ ૬ ગાયોનું દૂધ વેચીને ઘણો નફો કર્યો હતો.

જે દિવસે અમે પહોંચ્યા એ દિવસે મેં તેમને બાજુની એક જગ્યામાં ટામેટાં વાવવામાં મદદ કરી. આગલા દિવસોમાં, મારું કામ એ નવા અંકુરો પર ધ્યાન રાખવાનું હતું.

જ્યારે નાની કળીઓમાંથી નાના-નાના લાલ ટામેટાં ઊગી નીકળ્યા હતા, તો કાકાને વિચાર આવ્યો કે આ ટામેટાને પક્ષીઓ અને જીવ-જંતુઓના આક્રમણથી બચાવવા પડશે. તેથી તે વ્યગ્ર થઈ ગયા અને મને ચાડિયો બનાવી દીધો.

મારે કાચા અને ઉગતા લાલ નાના ટામેટાઓની વચ્ચે શણનો કોથળો પહેરીને બેસવું પડતું અને કાગડા જેવા પક્ષીઓને હાંકવા પડતા કે જે રસદાર

ફળને ચાંચ મારી છિદ્રો પાડવા અને છૂંદી નાખવા આખો દિવસ આસપાસ ભમ્યા કરતા હતા.

દરરોજ દસ કલાક સુધી ખરબચડા શણના કોથળામાં લપાઈ હું પાંખોવાળા પ્રાણીઓને હાંકી કાઢતો. 'શું... હશ... હશ... હશ... વુશ... શું... હશ... હશ... વુશ... !' હું પરોઢિયાથી સંધ્યાકાળ સુધી રાડો પાડ્યા કરતો અને મારી સ્વરપેટીને અતિશય ખેંચવાથી ઈજા પહોંચાડતો.

ટામેટા પાસેથી પક્ષીઓ હાંકી કાઢ્યા બાદ મારું બીજું કામ જે જમીનમાં શક્કરિયા ઉગતા હતા તે જમીનની વચ્ચે બેસવાનું હતું. માખીઓ અને જીવડાઓ શક્કરિયા પર આક્રમણ કરતા અને હું તેમને હાંકી કાઢવા લાકડી ઉગામતો. તેમાં મારી શક્તિ વેડફાતી. કઠોળ, રીંગણ, દૂધી, મરી, મકાઈ, ભીંડા અને ટેટી એ બધું ત્યાં ઉગતું અને એ બધા પરથી જીવડા ભગાડવા મારે જુદી-જુદી યુક્તિઓ કરવી પડતી. લાકડાના વહેરવાળી દવા છોડ પર છાંટવા માટે મારી પીઠને વિચિત્ર રીતે વાળવી પડતી, કારણ કે છોડ બહુ નાના-મોટા નહિ પણ વળેલા વૃક્ષોની જેમ મધ્યમ ઊંચાઈનાં હતા. જામફળ અને ચીકુના વૃક્ષો પર રાત્રે ઘુવડો ઊંધા ન લટકે તે માટે લાંબી અને જાડી કાંટાવાળી લાકડીઓ તેની ડાળીઓ પર બાંધવામાં આવતી.

ઉંદરોનો અતિશય ત્રાસ હતો અને ગ્રાહકોના વાળનો તેના માટે સારો ઉપયોગ થતો. નકામા વાળનો કચરો દરરોજ ઉંદરો પકડવા જમીનના છિદ્રોમાં નાખી દેવામાં આવતો.

હું દરરોજ ખરબચડા-આડાઅવળા પથ્થરના પગથિયાં પરથી ઘેર જતો. ટેકરી પર ચઢ-ઉતર કરતો અને કાપણી કર્યા પછીના ગુલાબ, ક્રિસન્થીમમ (જાપાની છોડો) અને જાસુદના ફૂલો વચ્ચેના વિસ્તારમાં ફરતો રહેતો તથા જામફળ, ફણસ, સરગવા અને નારિયેળીના વૃક્ષોની સાથે ટકરાતો. ટૂંકમાં, હું આખો દિવસ અહીં-તહીં દોડતો અને આખા હોર્ટિકલ્ચરના ક્ષેત્રમાં (ઉદ્યાનમાં) વારંવાર દોડીને હાંફી જતો. મારે કુદરતના અબોલ પ્રાણીઓ અને પાંખોવાળા પંખીઓના ટોળા સામે મરણિયા થઈને લડવું પડતું જેથી હું તેમની ભૂખી નજર જે પાક સામે ત્રાટકવા તૈયાર હોય તેમને રોકી શકું.

સાઈકલની દુકાનમાંથી મને અહીં ખેંચીને લાવવા પાછળ કાકાની શું યોજના હતી તે હવે મને સમજાઈ ગયું.

ગામડામાં અને બાજુના વિસ્તારોમાં કાકાનું ફક્ત એક જ સલૂન હતું અને તેમાં કાયમી ગ્રાહકોનો ધસારો રહેતો. બધા કામ કરવામાં મારા કાકા

થાકી જતા. તેમની બે પુત્રીઓ તેમના દાદા-દાદીને ઘેર રહેતી અને બીજી એક પુત્રી માત્ર એક વર્ષની ખૂબ નાની હતી. એટલે એમના કુટુંબીજનોમાં કોઈ મારા જેવી મજૂરી કરે એવું કોઇ ન હતું. કાકા બહુ કંજૂસ હતા એટલે પગાર આપીને કામ કરાવવા ઈચ્છતા નહોતા. રોજના પરચૂરણ કામો માટે તેમને કોઈની સખત જરૂર હતી. હું તરુણ અને મજબૂત હતો તથા કોઈ પણ કામ કરવા તૈયાર રહેતો. હું આખો દિવસ કામ કર્યા કરતો અને તે પણ કેવા કામ? માટીમાં મહેનત કરવી, હાથ-પગ ગંદા કરવા, ખેતરમાં જીવડા સળવળાટ કરતા અને ઘણીવાર તેઓ મને કોરી ખાતા તથા કરડતા.

સવારે ૫.૩૦ વાગે કૂકડાના અવાજથી બેબી સહિત બધા જાગી જતા. કાકાએ સવારે ૬ વાગ્યાથી મારું સમય-પત્રક નક્કી કર્યું હતું. મારે ગૌશાળા સાફ કરવી પડતી, મોટા ખાડામાં ખાતર બનાવવા માટે છાણ નાખવું પડતું, ઢોર માટે ખાવાનું લાવવું પડતું અને પાણી પીવડાવવું પડતું. પછી તેમને ગામડાની બહાર ખુલ્લા ખેતરોમાં ચરવા મૂકી દેવાના. જ્યારે ઢોર ખુલ્લા ખેતરોમાં ધીમે ધીમે હરીફરીને ચરતા ત્યારે એ બે કલાક મારે આજુબાજુના ગામડાઓમાં લોકોના ઘેર દૂધ વેચવા સાઇકલ પર જવું પડતું. સાઇકલના હેંડલ પર (સળિયાની આજુબાજુ) હું દૂધના મોટા કેન લટકાવતો અને પાછળ કેરિયર પર પણ (લોખંડની સીટ) કેન લટકાવતો.

મોટા માણસની સાઇકલ ચલાવવી એ મારા માટે પડકારરૂપ હતું, કારણ કે જો હું સીટ પર બેસીને સાઇકલ ચલાવું તો મારા પગ પેડલ સુધી પહોંચે તેવું ન હતું. મોટા પુરુષ માટે બનાવેલી સાઇકલમાં એક સળિયો હોય છે, જે હેન્ડલથી સીટ સુધી હોય, જેથી કોઈ બાળકને ચલાવવી હોય તો ત્યાં બેસીને ચલાવી શકે. સાઇકલની દુકાનમાં હું આ રીતે સાઇકલ ચલાવતા શીખ્યો જેમાં ડાબો પગ હું ડાબા પેડલ પર મૂકતો અને જમણો પગ સળિયામાંથી કાઢી જમણા પેડલ પર મૂકતો. હું દૂધના ડબ્બાઓ લઈને લાંબા અંતર સુધી સાઇકલ ચલાવતો.

મારું બીજું કામ કાકા દુકાને આવે તે પહેલાં સલૂનમાં જઈ ધૂળ સાફ કરવાનું, ઝાપટવાનું, કચરો કાઢવાનું અને પોતું મારવાનું હતું. દરરોજ રાત્રે સલૂન બંધ થતા પહેલાં મારે આ રીતે જ આખી દુકાન સાફ કરવી પડતી, પરંતુ સવારે એકવાર પાણીથી ધોવાનું જરૂરી હતું. દિવસના ભાગમાં હું ગ્રાહકોને માલ પહોંચાડવામાં અને ફળો તથા શાકભાજી વેચવામાં મદદ કરતો. બપોર પછી મારે બગીચામાં ફળો અને શાકભાજી પર પાણી છાંટવા

જવું પડતું. સૂરજ ડૂબતા પહેલાં, હું ખેતરમાં ઉઘાડા પગે આમતેમ નાસભાગ કરતો અને ઢોરોને પાછા લાવવા તેમના નામથી બૂમો મારતો.

કમલાક્ષી... સુંદરી... અમ્માની... અમ્મી... ત્યાં ઉતાવળમાં આમતેમ દોડતા અને બીજા ખેડૂતોના ઢોરો સાથે ભળી જતા અમારા પ્રાણીઓને હું નામથી બોલાવતો.

મારો સાદ સાંભળીને ઢોર એકદમ મારી તરફ દોડી આવતા અને હું તેમને વહાલથી અંકુશમાં લેતો. ટેકરી પરથી ઉતારી બીજી દિશામાં વાળતો. ખેતરોની બીજી બાજુ નાના ડામરના રસ્તા પરથી ઘેર લઈ જતો. છૂટાછવાયા ટ્રેક્ટર કે ટેમ્પો પસાર થાય તો અમે બાજુમાં ખસી જતા. ગમાણમાં લાવીને હું તેમને ખાવાનું અને પાણી આપતો. સાંજે હું કાકીને દૂધ દોહવામાં અચૂક મદદ કરતો.

થોડા ઢોળાવવાળા પ્લોટના પાછળના ભાગમાં એક ગૌશાળા હતી, જ્યાં એક લાંબા લાકડા પર દોરડાથી ગાયો બાંધેલી હતી અને લાકડાના શેડમાં ઢોરોને ફરવા માટે એક જુદો વાડો હતો. બાજુના ખાડામાં સૂકાલીલા પાંદડા અને છાણને ભેગું કરીને છોડમાંથી ખાતર બનાવવા માટે ઢગલો કરવામાં આવ્યો હતો. આ બધામાં ગોબારા સોપ્પુના પત્તામાંથી બનતું ખાતર તે બહુ ઉપયોગી ખાતર છે. છાણાનો સૌથી વધારે ઉપયોગ બળતણ તરીકે થાય છે. છાણાને તડકામાં તપાવવામાં આવે છે. રસોઈ અને પાણી ગરમ કરવામાં જે ભઠ્ઠીઓ સળગાવવામાં આવે છે તેમાં આ છાણા વપરાય છે. ઢોરોને તંદુરસ્ત રાખવા ચોખાના સૂપમાં પણ આ છાણા અપાય છે.

પક્ષીઓની પોતાની નાની દુનિયા છે. મરઘીના બચ્ચા પાછળના ભાગમાં ફરતા જ્યારે મરઘીઓ અને લીલા-પીળા-વાદળી પાળેલા કૂકડા છાપરા પર અથવા ઝાડની ડાળીઓ પર આરામ કરતા. જ્યારે સૂરજ ક્ષિતિજમાં પહોંચતો ત્યારે તેઓ તેમની જગ્યાએથી નીચે ઉતરતા પણ કેટલીક વાર તેમને વધારે રમવું ગમતું ત્યારે મારે તેમને હવામાં ભીનો ટુવાલ ફંગોળી ફંદામાં ફસાવવા પડતા જેથી તેમના પગ નરમ પડી જતા. મારે હાથમાં બતકનો અવાજ કરનારા પક્ષીઓને પકડીને બીજા પક્ષીઓને તેમના ઘરમાં જેને કોલી ગુડુ (ચિકન કુપ્સ-મરઘાના બચ્ચાના પાંજરા) કહે છે તેમાં ભેગા કરવા પડતા. કોલી ગુડુ માટીમાંથી બનાવેલા હોય છે.

આ મારું બારે માસ ચાલતું કંટાળાજનક કામ હતું. આ બધી મજૂરી માટે મને એક પૈસો પણ આપવામાં આવતો ન હતો. કાકાએ મને હેરકટ

શીખવાડવાનું જે વચન આપ્યું હતું તેમાં તો તે કોઈ રુચિ બતાવતા ન હતા. તેમના કહ્યા પ્રમાણે હું જે કામ કરતો હતો તેનાથી તે સંતુષ્ટ પણ ન હતા.

તે મારી પાસેથી સખત કામ કરાવવા માટે જુલમી મિજાજના હતા. તે બહુ તોછડી ભાષા બોલતા. મારા માટે બેહદ ત્રાસદાયક હતા. તેમની કેટલીક આદતો હતી, પણ એક પણ વખાણવાલાયક ન હતી, કેમ કે તે છળકપટથી ભરેલા હતા. આખો દિવસ બૂમો મારતા, ચીસો પાડતા રહેતા અને કારણ વગર ગુસ્સો કરતા હતા.

મારો ઉત્સાહ ઓસરવા લાગ્યો

દેખીતી રીતે તો મને હેરકટિંગની તાલીમ માટે લાવવામાં આવેલ, પણ હું ત્યાં જઈને એક મજૂર બની ગયો હતો. હું ગૌશાળામાં મહેનત કરતો, ખેતી કરતો અને ફળો અને શાકભાજી વેચતો, સલૂન સાફ કરતો. બપોર પછી થોડો સમય નવરો રહેતો ત્યારે ઘરના કામમાં મદદ કરતો. આ બધા કાકાની આવકના સાધનો હતા. જેનાથી મારા કાકા સમૃદ્ધ માણસ બન્યા. તેમ છતાં, તેમણે મને કદી પગાર આપ્યો નહીં. કોઈ વાર મને નાની ભેટ આપી ખુશ કરવાનું પણ ઉચિત ના લાગ્યું. મારી પાસે ફક્ત એક જોડી ખાખી ચડ્ડી અને શર્ટ હતા. તેઓ મને દિવાળી જેવા તહેવારમાં એક જોડી કપડાં વર્ષમાં એકવાર અપાવતા. તેઓ જ્યારે દેશી દારૂની લતે ચડ્યા ત્યારે વાત વધારે બગડી. દારૂ પીવાની તેમની આદત કુટેવ બની ગઈ.

તેઓ કોઈવાર દારૂની બાટલી ઘેર લઈ જવાનું વિચારતા હતા કે જે સલૂનમાં સંતાડેલી રાખતા. જ્યારે સૂરજ ડૂબતો ત્યારે તેઓ દિવસનું કામ પતાવીને થોડું ઢીંચી લેતા. થોડો વખત તો છુપાઈને આ રીતે ચાલ્યું, કારણ કે તે મારી કાકીની હાજરીમાં પીવાની હિંમત ન હતી. સમય જતાં તેઓ વધારે ને વધારે સમય સલૂનમાં રહેવા લાગ્યા અને ઘેર દારૂડિયાની જેમ ઘેનમાં જવા લાગ્યા. પછી તો કોઈની પણ બીક રાખ્યા વગર દારૂની બાટલી ઘેર લાવવા લાગ્યા. દુકાનમાં પણ દારૂનો જથ્થો પડ્યો રહેતો.

આખરે, દારૂ પીવાની એમની રોજની આદત બની ગઈ. હવે તેમનું વર્તન પણ હુમલાખોર-હિંસક બની ગયું. કન્નડ અને તુલુમાં વપરાતા સુલેમણા અથવા બોબીમાગા (વેશ્યાનો પુત્ર / કૂતરીનો પુત્ર) જેવા અપશબ્દો (ગાળો) તેઓ બેફામ રીતે આજુબાજુવાળાને સંભળાવતા. કાકાએ મને વાંસની

લાકડીથી મારવાનું ચાલુ કર્યું. કાકાએ તેમની હતાશા અને આક્રોશને હૃદયમાં સાચવી રાખી મને આશ્રય આપેલો તે બધો આક્રોશ મારા પર ઉતારતા, કારણ કે હું કદી પણ તેમનો સામનો ન કરું એવો લાચાર હતો. તેમના સ્વભાવમાં માત્ર તુમાખી હતી. તેઓ કોઈ દિવસ દયાળુ માણસ હતા નહિ. દારૂ પીધા પછી તો તેઓ સ્વયં પર કાબૂ રાખી શકતા નહિ અને વધારે ખરાબ માણસ બની જતા.

મારા માટે સૌથી શરમજનક વાત એ હતી કે કાકા જે દારૂ પીતા તે હું લાવી આપતો. આ કેવી વિચિત્રતા! મારે દેશી દારૂ લાવવા માટે દૂર સુધી જવું પડતું. મંદિરના પૂજારી વાસુના ઘેરથી દારૂ લાવવા માટે જંગલના ટૂંકા રસ્તે રોજ ૪ કિલોમીટર આવ-જા કરવી પડતી. એકવાર દારૂ ઢીંચી લે પછી તેમનો કશા પર કાબૂ રહેતો નહિ. તેઓ ગાળો બોલવા લાગતા. કાકા તેમની પત્નીને મારતા અને થાકી જાય ત્યાં સુધી મને પણ સોટીથી ફટકારતા.

જ્યારે દિવસ પૂરો થતો ત્યારે મારી ફરજના ભાગરૂપે મારે સલૂન સાફ કરવું પડતું. કાકા તો રોજ સાંજે વહેલા દુકાનેથી નીકળી જતા. સલૂનમાં કચરા-પોતા કરતી વખતે કાકાએ સંતાડેલી દારૂની બાટલીમાંથી હું પણ થોડા ઘૂંટડા પી લેતો. થોડા ઘૂંટડા પીધા પછી થોડી ખાલી થયેલી બાટલીને હું પાછી પાણીથી ભરી દેતો જેથી દારૂની બાટલી ખાલી ન લાગે. કાકાને દારૂમાં કંઈ ફરક પડ્યો છે એમ લાગ્યું પણ તેમાં પાણી ભેળવ્યું છે તેવી ખબર તેમને ન પડી. થોડા દિવસ આવી રીતે ચાલ્યા કર્યું. હું રોજ સાંજે થોડું-થોડું પીધા કરતો અને દારૂ ઓછો થવાને કારણે પ્રવાહી પાતળું થતું ગયું.

દારૂ પાતળો થવાથી કાકા ગુસ્સે થઈ બરાડા પાડતા, 'વાસુનો દારૂ દિવસે-દિવસે ખરાબ થતો જાય છે. તે હવે સારી જાતનો દારૂ બનાવતો નથી.' તેમને ખબર ન પડી કે નશો ચઢે એવા દારૂમાં મેં પાણી ઉમેરી દીધો છે. અને સ્પિરિટ હવામાં ઉડી જતો નહોતો. હું દીવાલ તરફ મોં રાખીને ઊભો રહેતો જેથી મારા મોઢાના હાવભાવ હું સંતાડી શકું. હું તેમને છેતરવા માટે ધીમું-ધીમું હસતો. આવા અટકચાળાથી મને ખૂબ આનંદ થતો. હું જ્યારે પણ એ ભૂતકાળને વાગોળું છું ત્યારે ધીમું-ધીમું હસી લઉં છું.

હવે મને ધીમે ધીમે ભાન થવા માંડ્યું કે આ ત્રાસદાયક-ગંધવાળા પ્રવાહીના થોડા ઘૂંટડા દરરોજ પીવાથી મને તેની આદત પડી ગઈ હતી. મારા કાકાને દારૂ પીવું બહુ ગમતું તેથી તેમની સામે પડવા હું આવું કરી રહ્યો હતો. કાકા દારૂ પીવાની મજા લઈ રહ્યા હતા. મારે તેમને જે જોઈતું હતું તે

આપવું ન હતું. તેમનો સામનો કરવા મેં આ હાનિકારક રીત અપનાવી હતી. પણ તે મારી લત બની જાય તે પહેલાં મેં દારૂના ઘૂંટડાં લેવાનું બંધ કર્યું.

થોડા વખતમાં તો કાકાની આદત એક મોટી મુશ્કેલી થઈ પડી. તેઓ દારૂની બાટલી ઘેર લાવવા માંડ્યા અને રાતના જમી લીધા પછી દારૂ પીવા માંડ્યા. જેમ-જેમ એ વધારે પીવા લાગ્યા તેમ-તેમ વધારે જંગલી રીતે વર્તવા માંડ્યા. આવી પીધેલી હાલતમાં તેઓ તેમની પત્નીને શારીરિક રીતે હેરાન કરતા. એકવાર કાકીએ કૂવામાં પડીને મરી જવાની ધમકી આપી અને તેમની જુવાન દીકરીને માર માર્યો. પછી કાકા મને છોડે? હું તેમનો ગુસ્સો સહન કરવા જાણે સામે જ ઊભો હતો. તે સોટી લઈ ઘરમાં મારી પાછળ દોડતા અને કમ્પાઉન્ડમાં પણ દોડાદોડી કરતા. જ્યારે હું પકડાતો ત્યારે તે મને ખૂબ માર મારતા જેથી મારું શરીર કાળું અને ભૂરું પડી જતું. તેમણે મને જે ઘા આપ્યા છે તેના નિશાન હજી મારા શરીર પર દેખાય છે - મારી દાઢી પરનો ઘા અને મારા હોઠ પરનો કાપો સ્પષ્ટ દેખાય છે.

તેઓ ચીસો પાડતા, બૂમો પાડતા અને ગાળો આપતા મને સોટીથી મારતા. તેઓ એટલું બધું મારતા કે જ્યાં સુધી તે થાકીને ઠુસ ન થઈ જાય. ઉપરાઉપરી માર ખાધા બાદ મને ખૂબ ઘા પડતા અને હું કંઈપણ દવા લગાડ્યા વગર ચુપચાપ ઊંઘી જતો. કોઈવાર કાકી મને હળદરની પેસ્ટ બનાવી આપતી કે જે એન્ટિસેપ્ટિકનું કામ કરતી. તે શારીરિક ઈજાઓને રૂઝવવામાં મને મદદ કરતી.

મેં જોઈ લીધું કે મારા કાકા પૈસેટકે સારું કમાય છે. મારા આવ્યા પછી તે પહેલાં કરતાં વધારે કમાવા લાગ્યા, કારણ કે તેમને હવે મજૂરી કરનાર મારા જેવો મફતિયો મજૂર મળી ગયો હતો. જુદી-જુદી રીતે પૈસા કમાયા બાદ તેમનો તોર બહુ વધી ગયો હતો અને તે દરેકની સાથે તોછડું વર્તન કરતા હતા.

પેટમાં ગરબડ કરાવે તેવું ભૂત !!!

યેલેમાડલુમાં સલૂનની બાજુમાં આવેલ નિશાળના એક શિક્ષકે દોરડાથી ફાંસો ખાઈને આપઘાત કરી લીધો હતો તે દિવસ મારા બાળપણનો સૌથી ભયાનક દિવસ હતો. શિક્ષક જે ઘરમાં રહેતા હતા તેમાં ફક્ત એક ઓરડો હતો. તેમનું કુટુંબ બીજા ગામમાં રહેતું હતું અને તેમની પત્ની અને બાળકો

વેકેશનમાં મુલાકાત લેતા. તે વિસ્તારમાં તેમના આપઘાતે હાહાકાર મચાવી દીધો હોવાથી ગામડાના લોકો ૪૨ વર્ષના પ્રૌઢ માણસના ઘરની બહાર ભેગા થઈ ગયા હતા જે પોલીસતપાસ હેઠળ હતું. લોકો ચર્ચા કરવા લાગ્યા કે શિક્ષકના કુટુંબમાં ઘણી મુશ્કેલીઓ હતી જે રસ્તાની સામેની બાજુ પ્રાથમિક શાળામાં ભણાવતા હતા. આ મુશ્કેલ પ્રશ્નો શું હતા તેની કોઈને ખબર ન હતી. તેમણે જુદા-જુદા કારણોની ચર્ચા કરી જેનાથી તેમના મગજ પર બહુ બોજો વધી જવાથી તેમને છેવટે જિંદગી ટૂંકાવવાની જરૂર પડી હોય.

આ બીનાથી હું હચમચી ઉઠ્યો. મારા કાકાના મિત્રો મને ડરાવવા લાગ્યા કે જ્યારે હું ઊંઘતો હોઈશ ત્યારે તે ભૂત મારું ગળું દબાવી દેશે. કેટલીય રાતો હું નિરાંતે સૂઈ ન શક્યો. હું મારી પથારીમાં બેસી રહેતો. ભૂતના કંપારીભર્યા વિચારોથી હું ગભરાઈ જતો. મને એવું જ લાગતું જાણે ભૂત મારું ગળું પકડી મને ફાંસો આપે છે. તે ગભરાટ અને ભયનું વિચિત્ર આભાસ હતો.

લોકોના અડવાથી, કોણીના ધક્કા મારવાથી અને સામાન્ય વાતચીતમાં લોકો જે ચેનચાળા કરે અને ગમેતેમ વર્તે તે મને બિલકુલ ગમતું નહિ. કદાચ આ તેમની પ્રેમ દર્શાવવાની રીત હોય કે કોઈ વસ્તુ પર ભાર મૂકવાની રીત હોય. ગમે તે કારણસર ત્યાં રહેવા મારા મનમાં અણગમો પેદા થઈ ગયો. મને એવું લાગતું કે મને ભૂત પકડે છે અથવા મારી ગરદનને દબાવે છે. ક્યારેક ભયને કારણે મને પેટમાં ચૂંક જેવું થતું.

ભૂતનું અસ્તિત્વ છે એમ કહી કાકાના મિત્રો મારી મજાક ઉડાવતા રહ્યા. હું એકલો જ તેમને એવો મળ્યો હતો જેની તેઓ ઠેકડી ઉડાવી શકતા હતા અને હું બાઘાની જેમ હસતો હતો. શિક્ષકના આપઘાત કરવાના મહિનાઓ વિત્યા પછી પણ એ ઘટના મારા માટે ત્રાસરૂપ બની મનમાં ઘર કરી ગઈ હતી. ભૂતના બિહામણા સપના મને વારંવાર ડરાવતા અને હું આખી રાત બેસી રહેતો. મને માંદા પડી જવાની ચિંતા રહેતી. મારા મનમાં જે અજાણ્યો ડર હતો તે મને સતત હચમચાવતો રહેતો અને બિનસલામતીનો અનુભવ કરાવતો. મારી માનસિક હાલત એટલી ખરાબ થઈ ગઈ હતી કે ઘણીવાર હું સૂઈ જતો ત્યારે પથારી ભીની કરતો અને તેનાથી મને ક્ષોભ થતો.

પથારી ભીની થવી એ મારા માટે બહુ શરમજનક હતું. પણ તે મારા અંકુશની બહાર હતું. હું ૧૪ વર્ષનો થયો ત્યાં સુધી યેલેમાડલુમાં રહ્યો અને ત્યાં સુધી મારી આવી ખરાબ હાલત રહી. પરોઢિયે હું વહેલો જાગી જતો

અને મારી અવદશા શરૂ થઈ જતી. હું જોતો કે મારી ઘાસની પથારી અને સુતરાઉ ચાદર જે હું રાત્રે પાથરતો તે ભીની થઈ જતી. મને બોલાવવા માટે કાકી રાડ પાડવા માંડે તે પહેલાં હું લપાતો-છુપાતો રસ્તાની બીજી બાજુ આવેલી નદી પાસે જતો. ત્યાં જઈ હું મારી ભીની થયેલી પથારી, ચાદર અને ચડ્ડી ધોઈ લેતો અને ઠંડા પાણીમાં સ્નાન કરી લેતો.

કાકાએ મારી ગભરામણ દૂર કરવા પ્રયત્ન કર્યો. પરંતુ મારો ભય દૂર કરવાની એમની વિચિત્ર રીતથી પરિસ્થિતિ વધારે વણસતી ગઈ. તેઓ રસોડામાંથી ગરમ લોખંડનો સળિયો લાવી મારા સાથળ પર ચાંપતા. હકીકતમાં મારો ઈલાજ દવાથી કરવાનો હતો, કારણ કે તે માનસિક ત્રાસના પરિણામથી ઉદભવી હતી. પરંતુ કાકાને આ બાબત અંગે બહુ ઓછું ભાન હતું. તે કઠોર શિક્ષા કરવામાં માનતા અને મારો ઈલાજ કરવા કોઈ પણ જંગલી રીત અપનાવવા ઈચ્છતા હતા. કોઈ પણ રીતે મારી મુશ્કેલી દૂર થઈ નહિ. રોજ રાત્રે મારું પેન્ટ ડરથી ભીનું થઈ જતું હતું.

સલૂનમાં આવતા ગ્રાહકોને મારી ઈજાઓથી ચિંતા થવા માંડી. કેટલાક કહેતા તારા કાકા માણસ નથી પણ કોઈ રાક્ષસ છે. કેટલાક એમના આ અમાનવીય કૃત્યોનું જુદી રીતે વર્ણન કરતા - 'તેમની નસોમાં મનુષ્યનું લોહી વહેતું નથી.'

દેખીતી રીતે જ બધા લોકો કાકાને સારા સામાન્ય માણસની જેમ જોતા ન હતા. ગ્રાહકોના સહાનુભૂતિભર્યા શબ્દો કંઈક અંશે મને આશ્વાસન આપતા હતા. હું સમજી ગયો હતો કે લોકોને હવે મારા પ્રત્યે કાકાના દુષ્ટતાભર્યા વર્તનની ખબર પડી ગઈ હતી. કેટલાક લોકોએ કાકાને મારા પ્રત્યે દયા રાખવા કહ્યું. કાકા તેમના પર ગુસ્સો કરતા અથવા તેમને સુધારવા માટે જે સલાહ આપતા તેના માટે ઠપકો આપતા.

દીવાલના ગોખલામાં મૂકેલી ધબ્બાવાળી નોટો

હું કાકાને ત્યાં એટલો બધો ગભરાઈ ગયો હતો કે મારી કપરી હાલત વિશે કોઈ કલ્પી શકે નહીં. તે મારી પોતાની સમજની બહાર હતું.

મારા પર કાકાનો ત્રાસ ખૂબ વધી ગયો ત્યારે મને મારી જાતમાં અધૂરાપણું લાગવા માંડ્યું. મને એવું લાગવા માંડ્યું કે મારી પાસે વિકલ્પો

સીમિત છે. મારા પિતાજીના અવસાન પછી મારે કમાવા માટે શાળા છોડી દેવી પડી. મને ભણતર છોડી દેવા માટે અફસોસ થવા લાગ્યો. મને પસ્તાવો થવા માંડ્યો. મને ઘણીવાર લાગતું કે જો મેં શાળાનું ભણતર પૂરું કર્યું હોત અને વધારે ભણ્યો હોત તો હું કદાચ ઘણા લોકો પાસેથી માન મેળવી શક્યો હોત. હું કાકાના ત્રાસમાંથી આઝાદ થવા માટે પ્રભુને પ્રાર્થના કરતો હતો.

કાકા-કાકી હવે એમ માનતા હતા આ છોકરો કંઈ જ કામનો નથી. મારી પાસેથી ધોબીના ગધેડા કરતાં પણ વધારે કામ કરાવતા. જોકે આ સરખામણી મને યોગ્ય લાગતી નથી પણ મને લાગતું કે મૂંગા પ્રાણીના માલિક પણ મારા કાકા કરતા વધારે દયાળુ હતા. તે પોતાના ગધેડાને નિયમિત ચીવટથી ખાવાનું તો આપતા જ હતા.

મારું દુઃખ અસહ્ય હતું. તે જ્યારે બહાર આવતું ત્યારે મારા પર તેની ખરાબ અસર થતી. હું વધારે પડતો શાંત માણસ હતો અને કોઈની જોડે બહુ ઓછું બોલતો, કે બહુ હસતો પણ નહીં. હું મારી જાતે કોઈ સાથે વાતચીત કરતો નહિ અને જ્યારે કોઈ કંઈ પૂછે તો જ હું એનો જવાબ આપતો. કોઈવાર હું વધારે છંછેડાઈ જતો ત્યારે સામા માણસને અવળો જવાબ આપતો. આમ જોવા જતાં હું ઘણો જિદ્દી બની ગયો હતો. કશાની પણ પરવા કર્યા વિના હું મારી માન્યતાઓને સજ્જડ વળગી રહેતો.

મારા મનોરંજન માટે હું વ્યક્તિગત રીતે કોઈ પ્રયાસ કરતો હોઉં એવું મને યાદ નથી. આખા ગામમાં મારે કોઈ મિત્રો હતા નહિ અને ગામડાના છોકરાઓ જે રમતો રમે તે હું કોઈ દિવસ રમતો ન હતો. ક્યારેક હું સલૂનના કમ્પાઉન્ડમાં કેટલાક છોકરાઓ સાથે ક્રિકેટ રમવા જોડાતો. અમે રબરનો બૉલ વાપરતા અને નારિયેળીના ઝાડની ડાળીઓ બેટ અને સ્ટેમ્પ તરીકે વાપરતા.

કાકાને ત્યાં હું મારા ભવિષ્યની કલ્પના કરતો ત્યારે મારી ચિંતા વધી જતી.

સલૂનની દીવાલ અને છાપરાની વચ્ચે એક ગોખલો હતો. તેમાં મેં કાકાની નજરથી બચાવીને થોડા પૈસા સંતાડી રાખ્યા હતા, જે મેં મારા પહેલાંના કામોમાંથી બચત કર્યા હતા. મેં સલૂનની બાજુના રૂમમાં, કે જે રસોડું અને બેઠકના રૂમ તરીકે વપરાતો હતો, ત્યાં બિનવપરાશવાળી માટીની ભઠ્ઠીમાં ખોદીને એક ખાડો કર્યો અને ત્યાં થોડા પૈસા છુપાવી દીધા. કાકાએ જ્યારે ઘર બદલ્યું અને મોટા ઘરમાં રહેવા ગયા એ પહેલાં મેં આ પૈસા

સંતાડ્યા હતા. જ્યારે હું કાકાની ચુંગાલમાંથી છૂટીને હું મારા ગામડે પાછો ગયો ત્યારે મુસાફરીમાં થોડા વપરાયા. બીજા પૈસા હું મુંબઈ ગયો ત્યારે મારી સાથે લઈ ગયો. જોકે હજી પણ કેટલાક પૈસા છાપરાના એક ખૂણે પડ્યા હતા. મેં મુશ્કેલીના સમય માટે તે સંતાડેલા હતા. હું જે પૈસા કમાવું તેમાંથી બચત કરવા માટે આ રસ્તો અપનાવું છું. હું કેટલાક પૈસા વાપરું છું, થોડા ખરચું છું અને એવું વિચારીને ઠીકઠીક બચત કરું છું જેથી સંકટ સમયે જરૂર પડે ત્યારે કામ આવે.

વર્ષો બાદ મુંબઈમાં મારો ધંધો સ્થાપિત થઈ ગયા બાદ જ્યારે મેં કાકાના સલૂનની મુલાકાત લીધી ત્યારે મેં બચત કરેલા પૈસા તે જ ગોખલામાંથી મને મળ્યા જ્યાં મેં સંતાડેલા હતા. નોટો ધૂળવાળી થઈ ગઈ હતી અને રદ્દી જેવી થઈ ગઈ હતી. મારા કાકાને નવાઈ લાગી હતી કે આટલા વર્ષમાં કોઈએ પૈસા કેમ લીધા નહિ? તેમને એ વાતની નવાઈ લાગતી હતી કે હજી સુધી તેમને મેં સંતાડેલા પૈસાની ભાળ કેમ મળી નહિ? એમને કોઈ મૂર્ખ બનાવી જાય તે તેમને ગમતું ન હતું પણ તે આશ્ચર્યચકિત થઈ ગયા એ જોઈને મને ખૂબ ખુશી થઈ.

મરણ પછીની સામાજિક વિધિઓ

માથાનું મુંડન, બરફના પાણીમાં સ્નાન. શિયાળાના એક દિવસે મારા કાકા હજી સલૂનમાં આવ્યા નહોતા, તેથી હું ગ્રાહકોને સંભાળી રહ્યો હતો. મેં કહ્યું તે પ્રમાણે મને પૂરું ખાવાનું મળતું ન હતું. અને તે દિવસે સવારે હું નાસ્તો કર્યા વિના આવ્યો હતો. સખત ભૂખ લાગવાને કારણે હું આકુળવ્યાકુળ થઈ ગયો હતો. થોડેક દૂર આવેલ એક દુકાન સુધી હું ચાલતો ચાલતો ઇડલી-ઢોંસા ખાવા ગયો. મેં નાસ્તાની દુકાનના માલિકને નાસ્તાનો ઑર્ડર આપ્યો. મને યાદ નથી પણ તે દિવસે મારી પાસે થોડા પૈસા હતા. સલૂનમાં કાકાની ગેરહાજરી હોવાને કારણે મેં તેને મારા નાસ્તાની વાત કાકાને ના કરવા માટે આજીજી કરી. પણ તે માણસે તરત જ મોં મચકોડ્યું. તેને ખબર હતી કે કાકા મને કોઈ દિવસ પગાર આપતા ન હતા અને તેથી તેણે ધાર્યું કે આ પૈસા મેં સલૂનના ગલ્લામાંથી તફડાવી લીધા હશે.

જ્યારે હું રાત્રે ઘેર પાછો ફર્યો ત્યારે કાકાના ક્રોધનો સામનો થયો. મેં પૈસા ગલ્લામાંથી લીધા હોવાની ના પાડી. મારી વાત માનવાને બદલે

કાકાએ મને ખૂબ માર માર્યો. તેમને મારી પાસે કબૂલ કરાવવું હતું કે ગ્રાહકોના પૈસા ગલ્લામાં નાખવાની જે પદ્ધતિ છે તેના બદલે તે પૈસા મેં ખિસ્સામાં સેરવી દીધા હતા.

મને પેલા દુકાનદાર પર ગુસ્સો આવ્યો. તે મારા કાકાનું અમાનવીય વર્તન જાણતો હતો તેમ છતાં તેણે મારી વિરુદ્ધ ચાડી કરી.

મારા ખ્યાલથી મેં હોટલના માલિકને ત્યાં જે ખાધું હતું તેના પૈસા ચૂકવી દીધા હતા. તેથી હું તેના તરફથી માનવતાની આશા રાખતો હતો. પગાર લીધા વગર, ઘડિયાળના કાંટાની જેમ કામ કરવા છતાં પણ હું ક્યારેક હોટલમાં ખાવાની ઈચ્છા રાખતો હતો - ખાસ કરીને જ્યારે મને કકળીને ભૂખ લાગે ત્યારે પેટમાં અસહ્ય બળતરા થતી હતી. ઘેર મને એટલું ઓછું ખાવાનું આપતા હતા કે તેનાથી મારું પેટ ભરાતું ન હતું.

આ બધું થવાથી મારા પર કાકા ગુસ્સાથી લાલ-પીળા થઈ ગયા. હું તેમનો માર ખાતો, બૂમો પાડ્યા વગર, ડગ્યા વગર દૃઢ નિશ્ચયથી ત્યાં ઊભો રહ્યો. તેઓ મને મારી-મારીને થાકી ગયા ત્યાં સુધી હું પૂતળાની જેમ ત્યાં ઊભો રહ્યો.

કાકા સોટીથી મને મારી-મારીને થાકી ગયા અને કાકીને કહ્યું તે મેં સાંભળી લીધું. ''જોઈ લે. તે કેટલો જિદ્દી છે ! મને નવાઈ લાગે છે કે તે આટલો માર શી રીતે સહન કરી શકે છે ?''

છેવટે મારા કાકા દુઃખથી નાસીપાસ થઈ જતા અને બીજું કંઈ બોલી શકતા ન હતા ત્યારે મને કટાક્ષથી કહેતા, ''તારા બાપના મૃત્યુ પછી તે માથું મુંડાવ્યું હતું ?''

તેમણે જાણીજોઈને મારી દુઃખતી નસ પર હાથ મૂક્યો હતો.

તેમને ખબર હતી કે મારા સદ્‌ગત પિતાજીની વાત સાંભળીને હું વ્યથિત થઈ જાઉં છું. તે દિવસે પણ તેમની આ વાતથી હું ઉશ્કેરાઈ ગયો. તે મારા મોઢાના હાવભાવથી ચોખ્ખું દેખાઈ આવતું હતું.

મારા કપાળ પર માથાના વાળ પડતા તેનાથી મારા કાકા ગુસ્સે થઈ મને મારતા. મારા કપાળ પર વાળની લટોનો મોટો જથ્થો પડતો અને મને પણ મારી આંખો પર પડતો વાળનો જથ્થો મારું માથું પકડી મુંડન કરી નાખવાની ધમકી આપતા.

હિંદુધર્મમાં પિતાના મૃત્યુ પછી પુત્રના માથાના વાળ ઉતારવાની ધાર્મિક વિધિ હોય છે. તેનાથી એમ માનવામાં આવે છે કે પિતાના આત્માને શાંતિ

મળે છે અને તેમને સ્વર્ગમાં જગ્યા મળે છે. આ બધું કહેવાનો કાકાનો એક જ હેતુ હતો કે તે મારા પિતાની મને યાદ કરાવે. કાકા એમ કહેવા ઈચ્છતા હતા કે પિતાના અવસાન પછી તેઓ મને તેમની સાથે રાખીને મારા ઉપર મોટો ઉપકાર કરે છે.

જ્યારે તેમણે આ વેધક ટીકા કરી તો મને ઘણો આઘાત લાગ્યો. ગુસ્સામાં ને ગુસ્સામાં કંઈ પણ વિચાર્યા વગર હું રસ્તાની બીજી બાજુ આવેલા ઝરણા તરફ દોડવા લાગ્યો. મેં ઠંડા-ખળખળ વહેતા પાણીમાં મારું માથું બોળ્યું અને દોડતો-દોડતો ભીના વાળ સાથે આવી કાકાની સામે ઊભો રહ્યો.

તેમની સામે માથું નમાવીને મેં કહ્યું, ''મને યાદ નથી કે મેં મારા પિતાના મૃત્યુ પછી મુંડન કરાવ્યું હોય. તમે મારા માથાનું મુંડન કરી શકો છો. તમારી ઈચ્છા પૂરી કરો.''

મારી આ વાતથી તે વધારે ગુસ્સે થયા. તેઓ બરાડા પાડી મોટેથી ગુસ્સામાં બોલ્યા, ''આ છોકરો હજી જીદ છોડતો નથી ! હું તેને સીધોદોર કરી નાખીશ. સોટી ક્યાં છે ?'' પછી તે થોડા ઠંડા થઈ ગયા અને નારાજ થઈ ગંદા શબ્દો બોલવા લાગ્યા.

જ્યારે જ્યારે તેઓ મારા વાળ માટે આવેશમાં આવતા ત્યારે મને બહુ ગુસ્સો આવતો અને દુઃખ થતું. મારે રડવું હતું. ચીસો પાડવી હતી અને મોટેથી બોલવું હતું. જ્યારે હું આ પ્રસંગ યાદ કરું છું ત્યારે મારા આખા શરીરમાં ઝણઝણાટી પ્રસરી જાય છે અને હું થથરી જઉ છું.

મારા બીજા સગાઓ પણ એવા જ દુષ્ટ હતા. કેટલાય પ્રસંગોમાં તેઓએ અમારા કુટુંબમાં અસર કરે તેવા નકારાત્મક તત્ત્વોને નિવારવા મને ધક્કો મારીને દૂર હડસેલ્યો છે.

જ્યારે અમારા નિકટના પરિવારમાં કોઈનું મૃત્યુ થતું ત્યારે વડીલો મને અમાસના દિવસે દરિયાના પાણીમાં ડુબકી ખવડાવતા જેથી તેમને મારે લીધે જે અશુભ અસરો થાય તે ધોવાઈ જાય. તેઓ એમ માનતા કે મારા બાળપણમાં પિતાજી ગુજરી ગયા હોવાથી હું અશુભ વ્યક્તિ છું.

અમારા નજીકના કુટુંબમાં કોઈપણ માણસ ગુજરી જાય તો મને બોલાવવામાં આવતો અને મૂર્ખતાભરી રૂઢિચુસ્ત વિધિઓ કરાવવામાં આવતી. એ વખતે હું એટલો અણસમજ હતો કે તેમની દુષ્ટતા સમજી શકતો ન હતો અને તેમની વિચારવિહીન વિધિઓમાં તેમની સાથે નિર્દોષતાથી જોડાતો. જોકે મારી અંદર મને તીવ્ર દુઃખ કોરી ખાતું હતું.

મને એવું માનવું ગમે છે કે દરિયામાં ડૂબકીઓ મારવાથી મારા પાપ અને દોષપૂર્ણ કર્મો ધોવાઈ ગયા હશે. આજે પણ જ્યારે હું દરિયાકિનારા પાસેથી પસાર થાઉં છું ત્યારે હું દરિયાને સાદર વંદન કરું છું. હું ઘણીવાર જુહુ, બાંદ્રા અને મરીન ડ્રાઈવના દરિયાકિનારા પાસેથી પસાર થાઉં છું ત્યારે અચૂક હું મારા માથાને સ્પર્શ કરું છું અને મારા હૃદય પર હાથ મૂકીને વંદન વ્યક્ત કરું છું.

કાકા લાકડાં કાપતી વખતે ઘુંટણ ભાંગી નાખે છે...

એક દિવસ કાકા કમ્પાઉન્ડમાં લાકડી લઈ મને મારવા મારી પાછળ દોડે છે. તે અતિશય ગુસ્સો કરે છે કારણ કે તેમના ઘરના કામ કરવાને બદલે મેં આરામ કરવા માટે સમય કાઢ્યો હતો. જોકે હકીકત એ હતી કે ત્યારે બપોરના લગભગ ૩ વાગ્યા હતા અને મને ખાવાના સાંસા પડ્યા હતા. તે વખતે મને વિશ્રામ કરવાની કોઈ ઇચ્છા ન હતી તેથી હું રસોડા તરફ ચાલતો-ચાલતો ગયો. ત્યાં મેં એક ડિશમાં ખાવાનું કાઢ્યું અને જમીન પર ઉભડક બેસીને ખાવાની શરૂઆત કરતો હતો... ત્યાં કાકા લાકડી લઈ મારવા આવી ગયા.

હું સવારના છ વાગ્યાથી તેમને લાકડાં કાપવામાં સતત મદદ કરતો હતો અને નાસ્તા માટે એક નાનો વિરામ લેતો. અમે બપોરે સગડી પેટાવવા માટે લાકડાં કાપતા. કાકા ચા પીવા માટે વિરામ લેતા ત્યારે પણ હું સતત કામ કર્યા કરતો. મને આરામનો સમય મળતો નહિ.

મને યાદ છે કે કાકા મને ખાવાનું આપવા માટે બહુ ભેદભાવ રાખતા હતા. બપોરના ભોજનમાં અમે ભાત ખાતા અને શાકના મિશ્રણનો ટામેટાનો સૂપ પીતા. હું બીજી વાર ખાવાનું માંગતો ત્યારે તે લાલ આંખ કરી ઠપકો આપતા. ખાસ કરીને તહેવારોમાં જ્યારે ભોજનમાં ‘સ્વીટ-ડિશ’ (ગળી વસ્તુઓ) હોય ત્યારે બીજી વાર માંગતા કાકા આંખો કાઢતા. કાકા ખાવાનો મોટો ભાગ ખાઈ ધરાઈ જતા. જમ્યા પછી દહીં અને છાશ પણ લેતા. માછલી જેવી મોંઘી વસ્તુ કાકા સિવાય કુટુંબના બીજા કોઈ માણસની ડિશમાં જોવા મળતી નહિ.

સોટીના બહુ મારથી મારી ભૂખ મરી જતી. મારા પર ગુસ્સો ઠાલવ્યા પછી કાકા પાછળના ભાગમાં લાકડાં કાપવા ગયા પણ મને બીક હતી કે તેમનો હુકમ નહીં માનવાથી તેમનું મગજ મારા પર રોષે ભરાયેલું હતું.

જ્યારે હું ઘરના ખૂણામાં બેસીને મારા દુઃખ પર વિષાદ કરતો હતો ત્યારે મેં તેમની દિશામાંથી જોરથી કંઈક મચડાવાનો-ચીસનો-અવાજ સાંભળ્યો. લાકડાં કાપવાની બ્લેડ તેમના ઢીંચણમાં ઘૂસી ગઈ હતી. પીંડલીમાં ઊંડો ઘા વાગી જવાથી લોહી વહેવા માંડ્યું. તેમને બહુ ગંભીર ઇજા થઈ હતી. એક પગ પર ઊભા નહીં રહી શકવાથી તે ભોંય પર ફસડાઈ પડ્યા.

તે પછી ઘણા દિવસો સુધી કાકા હરીફરી શકતા ન હતા તેથી મને અને કાકીને તેમના અસહ્ય હુકમોમાંથી છુટકારો મળ્યો. કાકી તેમની દુઃખી હાલત અને લાચારી જોઈને મનમાં ખુશ થતા હતા-ખાસ કરીને જ્યારે કાકા સંડાસમાં જતી વખતે તીવ્ર વેદનાને લીધે કણસતા હતા ત્યારે. ભારતીય શૈલીના સંડાસમાં ઊભા પગે બેસવું પડતું તેના લીધે તેમના સ્નાયુ ખેંચાતા અને ઘુંટણ વળવાને લીધે હાડકાઓમાં તીવ્ર વેદના થતી. કાકાના ઠંડા પડી ગયેલા ગુસ્સાથી અને વિચિત્ર રીતે ચાલવાથી કાકીને અજબ આનંદ મળતો.

જ્યારે ઘા તાજો હતો ત્યારે કાકાનો રડવાનો-કણસવાનો અવાજ સંભળાતો, ‘‘અઈયો... મારા પગ હવે છે જ નહિ. હું કેવા અશુભ સમયે બ્લેડને અડ્યો... અઈયો...’’ તે પીડાથી કણસતા જ રહેતા અને ચીસો પાડતા. જ્યારે હું અને કાકી કોઈ પણ કામ કરતા હતા ત્યારે કાકા ચૂપચાપ જોયા કરતા. જોકે હજી પણ તેઓ મારી તરફ જોઈને દાંત કચકચાવતા રહેતા. તેઓ મારી તરફ આંગળી ચીંધતા અને ઘા બતાવીને મારા પર આરોપ મૂકીને કહેતા, ‘મારી આ ઈજા માટે તું જવાબદાર છે.’ હજી તો વધારે ચાબખા આપવાના બાકી હતા. કાકા દુઃખમાં હોય ત્યારે મારી તરફ જોઈને બળાપો કાઢવો તે તો કાયમની વાત હતી. તેઓ હવામાં આંગળીઓ વીંઝતા, ગંદી ગાળો બોલતા અને મારી તરફ જોઈને કહેતા, ‘આ છોકરો મને પૂરો કરી નાખશે.’

હું વિચારતો હતો કે ભાંગેલો પગ તેમને માણસાઈના પાઠ શીખવશે. પણ દુઃખની વાત એ હતી કે હું ખોટો પડ્યો હતો. લગભગ છ મહિના પછી તેમનો ઘા રૂઝાવા લાગ્યો ત્યારે તેઓ રાક્ષસ જેવું નિર્દયી વર્તન કરવા લાગ્યા.

સામાન્યપણે ધાર્મિક લોકો વાહનોને દુષ્ટ લોકોની નજરથી બચાવવા માટે લીંબુ-મરચાવાળો દોરો બાંધે છે. કાકાએ ઘરના દરેક ખૂણામાં લોખંડનો સળિયો અથવા લાકડી રાખ્યા હતા તે મને ડરાવવા બંદૂક જેવા હતા. આ રીતે હું મારી જાતને સમજાવતો હતો કે તેમણે પોતાનું આપખુદી વર્તન મારા પર છુટ્ટું મૂકી દીધી હતું અને મારી ફરજો પૂર્ણ કરાવવામાં ચોક્કસતા લાવવા માંગતા હતા.

દુઃખતા શરીરના બોજાથી, કાપાઓથી, અનેક ઘાથી અને કોઈવાર તૂટતા હાડકાઓથી હું ઘાસની પથારી પર સખત પીડા સાથે સૂઈ જતો. હું ફક્ત એક ચાદર ઓઢતો. આ બધા કાપાઓની કોઈ દિવસ સારવાર કરવામાં આવતી નહિ. સમય જતા તેમાં આપમેળે રૂઝ આવતો. વર્ષો પછી આજે પણ આ બધી ભયભીત યાદો મારા મગજમાં સળવળાટ કરી રહી છે.

હું એ વાત કદી ભૂલી શકું તેમ નથી કે કાકા મહેમાનોની સામે જ ઈરાદાપૂર્વક મારા પર અપમાનની ઝડીઓ વરસાવતા. તે એવું કહી ખુલ્લેઆમ આત્મ-પ્રશંસા કરીને ફુલાતા રહેતા કે નફાકીય ધંધા જેવા કે સલૂન, ઘેર ઘેર દૂધ પહોંચાડવું અને ખેતરોની ઉપજ - એ બધા પાછળ એમની ચતુરાઈ કામ કરે છે.

કાકીને પણ મારું દરેક કામ વખોડીને અસભ્ય ભાષા વાપરવાની આદત હતી. મને એ વાતની નવાઈ લાગતી હતી કે નિર્દયી વ્યવહાર કરવો એ આ લોકોની જિંદગીમાં વણાઈ ગયું હતું. તેઓ નિરંકુશ જમીનદારો જેવા કૃત્યો કરતા હતા. આ વાતથી તેમના મનમાં ખોટી મોટાઈ પેદા થતી.

જ્યારે હું સાત વર્ષનો હતો ત્યારે શાળાની રજાઓમાં મારા કાકાને ઘેર ગયો હતો. ત્યારે મને કાકીની દુષ્ટતાનો પહેલી વાર પરચો જોવા મળ્યો હતો. તે વખતે તેઓ સલૂનની પાછળના નાના રૂમમાં રહેતા હતા કે જે દિવસે બેઠકરૂમ અને રસોડા તરીકે વપરાતો અને રાત્રે સૂવાના ઓરડા તરીકે વપરાતો.

એક દિવસ કાકીએ ગુસ્સામાં ભાન ભૂલીને મારી આંખો, નાક, કાન અને ગુપ્ત ભાગોમાં લાલ મરચું છાંટવાનો પ્રયત્ન કર્યો. કાકી એટલા ગુસ્સામાં હતા કે મેં તેમના બોલવાનો કોઈ પ્રતિભાવ આપ્યો નહીં. બન્યું એવું કે હું અમારા પાડોશીની જગ્યામાં પાણી છાંટવાની પ્રક્રિયાને નિહાળી રહ્યો હતો. પાણીના ઍન્જિનના અત્યંત તીવ્ર અવાજે કાકીનો અવાજ દબાવી દીધો હતો. પણ કાકીને એવું લાગ્યું કે હું જાણી-જોઈને તેમની વાત સાંભળતો નથી.

કાકીએ મને ગરદનથી પકડ્યો અને પોતાની મુઠ્ઠીમાં તીખી શીંગનો ભુકો ભર્યો અને મને સજા કરવાનું નક્કી કર્યું. હું ફફડી ઉઠ્યો અને મારો ચહેરો ડાબે-જમણે ફેરવ્યો. મેં ગભરાઈને મારા બંને પગથી લાતો મારવા માંડી. કોઈ પણ રીતે મેં કાકીની ચુંગાલમાંથી મારી જાતને છોડાવી અને દોડી ગયો. મારા આખા શરીરમાં અને મારા નસકોરાની અંદર બહુ જ બળતરા થવા લાગી. મેં મારું ગળું સાફ કરવા માટે ખાંસવાનો પ્રયત્ન કર્યો. મરચાની

બળતરા મધમાખીના ડંખની જેમ મારા માથામાં ઘુસી ગઈ અને મને સખત વેદના થઈ. હું કાકીની ચુંગાલમાંથી છૂટી કમ્પાઉન્ડમાં ઝાડ નીચે ઊભા પગે બેસી ગયો અને મદદ માટે રડવા માંડ્યો. મારા ચહેરા પર ફોલ્લીઓ થઈ અને સોજો આવી ગયો. મને આનો ઉપાય કરવા કંઈ સમજ પડી નહિ.

થોડા દિવસ પછી જ્યારે દારૂડિયા કાકા વિના કારણે કાકીને શારીરિક યાતના આપતા ત્યારે મારું કાકી સાથેનું સમીકરણ બદલાઈ ગયું. કાકા તેમને મારતા ત્યારે કાકી મારા તરફ પણ શાંત થઈ ગયા. હું એવું ના કહી શકું કે તે મારા માટે દયાળુ બની ગયા પણ તેમણે દુષ્ટતા અવશ્ય બંધ કરી દીધી.

તેમણે એક રાત્રે મારો તૂટેલો દાંત જોયો. મારા મોંમાંથી લોહી નીકળતું હતું. કાકીએ મને બેભાન થતો જોયો ત્યારે તેમણે ઘરના લોકોને ભેગા કરી દીધા. લથડિયા ખાતો-ખાતો હું એક વૃક્ષ પાછળ અંધારામાં પેશાબ કરવા ગયો. મારા કાકાનો માર ખાવાથી મારા હાડકા દુઃખતા હતા. હું ત્યાં એવી ચિંતા કરતો ઊભો રહ્યો હતો કે હું આવી દયાજનક ખરાબ હાલતમાં આખી જિંદગી કેવી રીતે જીવીશ? મને મારા પિતાજી યાદ આવી ગયા. જો તેઓ હયાત હોત તો અમારે સગાઓની દયા પર રહેવું ના પડત. ઉદાસીની હાલતમાં અને ઊંઘમાં હું કદાચ બારણા આગળ એક પગથિયું ચૂકી ગયો હતો.

હું પડી ગયો. મારા ત્રણ દાંત તૂટી ગયા અને મારા હોઠ પર કાપા પડી ગયા. મારા ચહેરા પર લોહી છવાઈ ગયું. કાકીએ અંધારામાં મારી ચીસો સાંભળી. તેમણે ઘા પર પાણી છાંટીને મને પ્રાથમિક સારવારમાં મદદ કરી. ઘણા વરસ પછી હું મુંબઈમાં ઠરીઠામ થઈને કામ કરતો હતો ત્યારે મેં મારા તૂટેલા દાંત ફરી સરખા કરાવ્યા.

હું મનોમંથન કરવા લાગ્યો કે હું શા માટે મારા કાકાની ઈચ્છાને આધીન થાઉં છું? શા માટે એમની સાથે રહું છું? શા માટે એમની સાથે હું જીવન પસાર કરું છું? અહીં આવવાનો મારો ફક્ત એક જ હેતુ વાળ કાપવાનું શીખવા માટેનો હતો. પણ હવે તો, હું સલૂનનું કામકાજ સારી રીતે કરતો હતો. લોકોના ઘેર જઈને વાળંદનું કામકાજ કરતો હતો. લોકોના ઘેર વાળ કાપવા માટે અને દાઢી કરવા માટે જતો હતો. સમય જતાં કાકાની દારૂની લત વધતી ગઈ. તેના લીધે મારી જવાબદારી વધી ગઈ. તેઓ ઘરમાં દીવાલને ટેકે આળસમાં ઊભા રહેતા કે બેસતા અને તેથી તેમના સલૂન પર હાજર રહેવાના કલાક ઘટી જતા. મને વધારાનું કામ કરવા માટે કોઈ ફરિયાદ ન

હતી, કારણ કે તેનાથી મને વાળ કાપવા માટે, દાઢી કરવા માટે - સલૂનના બધા કામ માટે ભવિષ્ય માટે ઉપયોગી અનુભવ મળતો હતો અને મારામાં કામની પ્રવીણતા આવતી ગઇ.

જોકે હજી પણ કાકાની પીધેલી હાલતનો હું સતત ભોગ બનતો અને તે જંગલીની જેમ મારી સાથે વર્તતા. મારા શારીરિક અને માનસિક ઘા અત્યંત અસહ્ય થઈ ગયા હતા. હું લાગણીઓમાં તૂટી ગયો હતો.

મને મારું પોતાનું સલૂન શરૂ કરવાની મહત્ત્વાકાંક્ષા થઈ. મને મારી માતા સાથે કરીમીનાબાઈના ભાડુઆત તરીકે અટ્ટૂરમાં રહેવા જવાનો વિચાર આવ્યો. એ ગામડામાં હું એક રસ્તા પર નારિયેળીની ડાળીઓથી એક કેબિન બનાવું. મારે સલૂન શરૂ કરવા માટે ગ્રાહકો માટે એક ટેબલ જોઈએ, કાતરની એક જોડી અને કાંસકો જોઈએ. મારે આર્થિક દૃષ્ટિએ પગભર થઈ જવું હતું. મારા ગમે તેટલા પ્રયત્નો છતાં મારી અવહેલના બદલ, કાકાની ગુલામી ચાલુ રાખવાનું મારે જેમ બને તેમ બંધ કરવું હતું.

અને છેવટે, એક દિવસ તો હદ થઈ ગઈ. મેં મનમાં નક્કી કરી લીધું કે હવે તો કાકાના જુલમ સહન કરવાનો અંત લાવી દેવો.

તે સાંજે હું સલૂનમાંથી પાછો ફરી રૂમમાં ગયો. હું બહાર જવાની સારી ચડ્ડી બદલી ઘરમાં પહેરવાની ચડ્ડી પહેરતો હતો. હું એમ માનતો હતો કે કાકા કંઈક શાંત મૂડમાં હતા. પણ તેમણે તો મને ત્રાસ આપ્યો.

એક લુચ્ચા સ્મિત સાથે તેમણે મારી ચડ્ડી નીચે ઉતારવા માંડી અને હું તે પાછી ઉપર ચઢાવવા પ્રયત્ન કરતો હતો. મારો વિરોધ જોઈને તેમણે ચડ્ડીને વધારે નીચે ખેંચવાનો પ્રયત્ન કર્યો અને છેવટે ચડ્ડી કાઢવામાં સફળ થયા. બીજી જ ક્ષણે હું નિર્વસ્ત્ર થઈ ગયો હતો અને તેમની ગંદી મજાક-મશ્કરીનો ભોગ બન્યો.

કાકા અટ્ટહાસ્ય કરતા હતા અને દરેક ક્ષણનો આનંદ લઈ રહ્યા હતા. હું કિશોરાવસ્થામાં હોવાથી દુઃખ અને શરમથી ચુપચાપ ઊભો રહ્યો.

છેવટે મેં ગુસ્સામાં આવીને જોરથી તેમને ધક્કો માર્યો અને મારી ચડ્ડી ખેંચી લીધી પછી હું તે પહેરીને તેમના તરફ ઘૃણાભરી નજરે જોતો ત્યાંથી દૂર જતો રહ્યો. મારા આ સાહસથી કાકાનો ગુસ્સો વધી ગયો. પછી તેમણે મને વધુ ત્રાસ આપવાનું ચાલુ કર્યું.

કાકા લાકડી પછાડી બરાડા પાડતા હતા અને મને પકડવા મારી પાછળ દોડવા લાગ્યા. મેં છટકવાનો પ્રયત્ન કર્યો પણ તેમણે મને પકડી લીધો અને

વાંસની લાકડીથી મને મારવા લાગ્યા (વાંસની લાકડીઓ તેઓ ઘરમાં ઠેરઠેર રાખતા.) દયાવિહીન થઈને તેઓ મને મારી પીઠ પર, પગ, હાથ અને પેટ પર લાકડીથી મારતા રહ્યા. હું બેહદ પીડિત હતો તેમ કહેવું પણ અપૂરતું છે. હું માર ખાતો ત્યાં ઊભો રહ્યો અને મારી આંખમાં આવતા આંસુને મેં માંડમાંડ રોક્યા. હું બહુ પીડિત થઈ ગયો હતો. બળબળતા સૂરજના તાપમાં આખો દિવસ ઊભા રહેવાથી હું શારીરિક રીતે અશક્ત થઈ ગયો હતો. મેં કાકાના હુકમથી ઊંડા ખાડા ખોદ્યા હતા.

શારીરિક શ્રમમાં સહેજ પણ આરામ કર્યા વગર તે દિવસે મેં આવા ૧૫ ખાડા તૈયાર કર્યા હતા. જેને લીધે મારા હાડકા છેક ઊંડાણથી દુખવા લાગ્યા હતા. અધૂરામાં પૂરું તેમણે મને અસહ્ય બહુ માર માર્યો.

તેમણે મને ફરીથી દેશી દારૂની દુકાનમાંથી દારૂ લાવવાનો હુકમ કર્યો. છેવટે તેમણે કહ્યું, 'સારું, હવે બધું પૂરું થઈ ગયું તું ભૂલી જા. દારૂની દુકાને જા.' લોકો કેટલી હદે દુષ્ટ થઈ શકે છે તેનો મેં શાંતિથી વિચાર કર્યો અને મને નવાઈ લાગી. હું હવે તેમને જરા પણ સહન કરી શકું તેમ નહોતો. મેં તેમને કહ્યું કે જો તે મને નજીકના મંદિરના ગણેશચતુર્થીના તહેવારમાં ઉજવણી કરવા જવા દેશે તો જ હું દારૂ લાવીશ. દશ દિવસની ઉજવણી પછી તે ગણપતિની મૂર્તિ માટે વિસર્જનનો દિવસ હતો. કાકા મારી આ શરતથી મુંઝાઈ ગયા છતાં ગમેતેમ કરીને દારૂ પીવા માટે તેમણે મારી આ શરત માન્ય રાખી.

મારી યોજના કાકાનું ઘર છોડીને મારી માને મળવા જવાની હતી જેથી મને સંતોષ થાય.

મેં કાકીને જાણ કરી દીધી કે હું જઈ રહ્યો છું. મેં તેમને કહ્યું કે તેમના કુટુંબમાંથી કોઈએ મારી ભાળ કાઢવી નહિ. તે દિવસે રાત્રે હું કાકા સાથે વાત કર્યા વિના નીકળી ગયો. મેં સલૂનમાં સંતાડેલા પૈસા કાઢ્યા. તે દિવસે રાત્રે હું દુકાનમાં જ સૂઈ ગયો જેથી બીજા દિવસે હું કરકલા જવા માટે બસ પકડી શકું. થોડા કલાકમાં જ હું મારી માતાને મળ્યો. ઘાતકી, જુલમી કાકાની ચુંગાલમાંથી મને છુટેલો જોઈ તે ખુશ થઈ પણ મને ખાતરી હતી કે કાકા હું પગભર થાઉં તે જોઈ શકે તેવા ન હતા. તેથી હું તેમના સાસરિયાને ત્યાં જતો રહ્યો કે જેઓ તેમના ખરાબ મિજાજથી પૂરેપૂરા વાકેફ હતા. ત્યાં રહેવું મારા માટે સુરક્ષિત હતું.

બે દિવસ પછી મારા કાકા સમજાવટ કરીને મને પાછો લઈ જવા આવ્યા. તેઓ કેવી રીતે અપેક્ષા રાખી શકે કે તેમના આટલા બધા ત્રાસ સહન

કર્યા પછી પણ હું તેમની સાથે ફરીથી જોડાઈશ ? કદાચ એમને એવું લાગ્યું હશે કે મારી પાસે બીજો કોઈ વિકલ્પ નથી અથવા તે પોતાની કાલ્પનિક દુનિયામાં રહેતા હશે. જોકે, હું એમની સાથે નહીં જવા મારા નિર્ણય પર મક્કમ રહ્યો. હવે હું એમની મીઠી વાતો અને પોકળ વચનોથી ઠગી જવાનો નહોતો. મેં એમની સાથે જવાની ના પાડી. તેમણે પોતાના કોઈ વચનો પાળ્યા ન હતા અને અમને કૌટુંબિક મિલકતમાં ભાગ આપ્યો ન હતો. એક અઠવાડિયું રહ્યા પછી મેં મુંબઈની ગાડી પકડી.

કાકાનો દેહાંત

૧૬મી જાન્યુઆરી, ૨૦૧૪ના રોજ મારા કાકા ગોવિંદ ભંડારીનું નિધન થયું. તેઓ ૭૮ વર્ષના હતા.

કાકા ફેફસાંના કેન્સરથી રિબાતા હતા. તેઓ ઘુંટણના સખત દર્દથી પીડાતા હતા. હું તો એમ માનતો હતો કે તેઓ હજી લાંબું જીવશે અને બધા કુટુંબીજનો પણ એવું જ માનતા હતા.

અમે ક્યારેક ફોનથી વાતો કરી લેતા હતા. તેમના મૃત્યુના એક અઠવાડિયા અગાઉ જ મેં એમની સાથે વાત કરી હતી. મુંબઈમાં મારા સલૂનની રજતજયંતી (૨૫ વર્ષ પૂરા થયા તે પ્રસંગ) અવસરે મેં નવેમ્બર ૨૦૧૩માં પાર્ટી યોજી હતી અને કાકા તે પાર્ટીમાં હાજરી આપવા બહુ ઈચ્છુક હતા. તેમને એવું લાગતું હતું કે તે જ મારા ગુરુ-મારા શિક્ષક છે અને તેમને આ પ્રસંગે અમારા કુટુંબ સાથે ફોટો પડાવવો હતો.

તેમણે ઘણાં વર્ષો સુધી અને છેક મરણપથારીએ પણ મારા પર જે અત્યાચાર ગુજાર્યો હતો તેનો તેમને જરાય અફસોસ ન હતો.

૨૦૧૯માં કાકી પણ થોડો સમય માંદા રહી ગુજરી ગયા. તેમના પુત્ર અને પુત્રીઓના લગ્ન થઈ ચૂક્યા છે અને તે બધા પોતપોતાની રીતે ઠરીઠામ થઈ ચૂક્યા છે. કાકાની સલૂનના બારણા હવે બંધ થઈ ગયા છે. ગૌશાળા ખાલી છે અને દૂધનો ધંધો પણ હવે રહ્યો નથી.

મુંબઈમાં ૨૦૧૦માં કાકા મારી પત્ની અનુશ્રીના સીમંત પ્રસંગે મારા ઘરે આવ્યા હતા. જે સાતમા મહિનામાં કરેલું. તેઓએ મારા ઍપાર્ટમેન્ટની મુલાકાત લીધી હતી. તે વખતે મારા પુત્ર રોહિલનો જન્મ થવાનો હતો.

કાકા છાપામાં મારી પ્રગતિ વિશે વાંચતા અને ટેલિવિઝનમાં પણ મને જોતા હતા અને મારી સિદ્ધિઓથી ગર્વ અનુભવતા. તેઓ આ ક્ષેત્રમાં મારી સફળતા જોઈ ખુશ થતા પણ આડક્તરી રીતે પોતાની પ્રશંસા કરતા. તેઓ કોઈ દિવસ મારા વખાણ કરતા નહિ. તેઓ કહેતા કે ધંધાના મૂળભૂત સિદ્ધાંતોનો અભ્યાસ તો મને તેમની પાસેથી જ શીખવા મળ્યો છે. તેમની માંદગીમાં પણ તેઓ બડાઈ જ હાંકતા. તેમને એવું લાગતું કે મારી સફળતા પાછળ તેમનો મોટો હાથ છે અને તે માટે મારે એમનો ઉપકાર માનવો જોઈએ. હું તો ફક્ત માથું હલાવી તેમની હા માં હા પૂરાવતો.

જિંદગીમાં તરત જ અસર કરે એવા કારકિર્દીના વર્ષોમાં તેમની સાથે રહેવાથી હું જિંદગીના વિચિત્ર વળાંકો વખતે આગળ વધતા શીખ્યો. જ્યારે હું દયાર્દ્ર નજરે મારા ભૂતકાળ તરફ જોઉં છું ત્યારે મને એવું લાગે છે કે હું પોતાના વર્ગની વ્યક્તિઓથી કેટલો જુદો પડતો. ગમે તેમ, હું મારી જિંદગીના તે દર્દભર્યા વર્ષો ભૂલી ના શકું. તે વર્ષોને હું મારા બાળપણના એવા ઘડતરના વર્ષો તરીકે ગણું છું કે કોઈ શાળા તે મને શીખવી ના શકી હોત.

દરેક વ્યક્તિમાં કંઈક ક્ષતિ તો હોય છે જ. જો કોઈ માણસને પોતાની ક્ષતિઓ ખબર પડે અને તે વધારે સારો માણસ બનવા માટે પોતાને સુધારે તો એમ કહેવું યોગ્ય છે કે માણસે પોતાની મુશ્કેલીઓનું નિવારણ કર્યું છે.

જિંદગીની મુસાફરીનો અંત આવવો જરૂરી છે. દરેકે એક દિવસ તો મરવાનું જ છે. પણ માનવીની જિંદગીની પાછલી અવસ્થાના વર્ષો તો સુખ-શાંતિવાળા હોવા જરૂરી છે.

હું મારા કાકા-કાકી પ્રત્યે હવે બિલકુલ નારાજ નથી, મને કોઈ દ્વેષ નથી. જો મારા બાળપણના વર્ષોમાં કષ્ટદાયક તબક્કો ન આવ્યો હોત તો કદાચ હું જિંદગીમાં આટલી ઊંચાઈએ ના પહોંચ્યો હોત. યેલેમાડલુમાં વીતાવેલા ચાર વર્ષ મારા ભવિષ્યની દિશા બતાવનાર હતા. કાકાએ મને હજામની દુનિયાનો રસ્તો બતાવ્યો.

હું આ દષ્ટિએ તેમનો આભાર વ્યક્ત કરી શકું.

જો તમારે સન્માનપૂર્વક જિંદગી વિતાવવી હોય તો તમારે પોતે સ્વયંને ડગલે ને પગલે મદદ કરવી જોઈએ. તે જ સૌથી મોટી મદદ છે.

– *ડૉ. બાબાસાહેબ આંબેડકર,* ભારતના બંધારણ (સંવિધાન)ના ઘડવૈયા

પ્રકરણ ૫

સમૃદ્ધિ, ગરીબાઈ અને 'સલૂન'

'મશરૂમ કટ'

કુદરતી સૌંદર્ય ધરાવતા યેલેમાડલુનાં ઘરનો આગળનો ભાગ કાકાના જુલમી વ્યવહાર-વર્તનથી ખરડાયેલો હતો. નાનકડું ગામ-દુર્ગાડાબેટા જે થોડા કિલોમીટર દૂર આવેલું હતું, ત્યાં વળાંકવાળા રસ્તા પર એમનું સલૂન આવેલું હતું તેની આગળ ચહલપહલભર્યું વાતાવરણ હતું.

ઉષ્ણકટિબંધના જંગલોની વચ્ચે, ઉબડખાબડ ટેકરીઓમાં, ખળખળ વહેતા ઝરણાઓની સમીપ, દૂર દૂર માઈલો સુધી ચાના બગીચાઓ અને કૉફી ઍસ્ટેટ આવેલ હતા. યેલેમાડલુ અને આજુબાજુના ગામડાંઓના વિસ્તારમાં આ એકમાત્ર સલૂન હતું કે જ્યાં પૈસાદાર, ગરીબ, સદ્ધર સ્થિતિવાળા લોકો અને મધ્યમવર્ગના યુવાનો વાળ કપાવવા આવતા.

અહીં હજામની દુકાનનું કોઈ બોર્ડ ન હતું પણ લોકોને ખબર હતી કે અહીં સલૂન છે. તેઓ તેમની સ્થાનિક ઢબથી સલૂન (Saloon)માંનો O... (ઓ) અક્ષર ઘણો લાંબો ખેંચીને બોલતા.

હું ધંધો શીખનાર ઉમેદવાર, કારીગર, મદદગાર, નોકર અને મારા કાકા માટે આ બધા ઉપરાંત દરેક અંગત કામ કરનાર હતો. કાકા દુકાનના માલિક હતા. ટૂંકમાં, હું તેમનો તાબેદાર હતો અને જ્યારે બોલાવે ત્યારે હાજર રહેનાર ચાકર હતો.

હું આ જ સલૂનમાં પાંચ આંગળીઓથી બ્લેડ ચલાવતા શીખ્યો. એ એક જુદી જ જાતનું સાધન હતું અને આજના હજામના સરસામાનમાં તે

ભાગ્યે જ જોવા મળે છે. તે એક મોજા પહેરવા જેવું છે, જેમાં પાંચ આંગળીઓમાં પાંચ વીંટીઓ હોય છે તેમાં એક બ્લેડ લગાડેલી હોય છે. આંગળીઓથી વીંટીઓ ખસેડી શકાય છે. તાલીમ પામેલા હજામ પાસે જો એકવાર આ સાધનની પકડ આવી જાય તો યુક્તિપૂર્વક વાળ કાપવા માટે આ સૌથી સારું સાધન છે.

આ સાધન 'સીઝર્સ કટ' આપવા માટે સૌથી સારું છે. આ શૈલીમાં માથાના આગળના ભાગમાં ટૂંકા વાળ રાખવામાં આવે છે અને ગરદન પર નીચે જતા એ પાતળા થતા જાય છે. પછી ગરદનના પાછલા ભાગની ચામડી દેખાય છે. આ રીતની શૈલીમાં વાળ અસ્ત-વ્યસ્ત લાગતા નથી અને તે દરેક માણસના માથા પર સરસ રીતે ગોઠવાઈ જાય છે. આ રીતે માણસનો દેખાવ સુસંસ્કૃત લાગે છે.

આજકાલ આ જ શૈલીને 'મશરૂમ કટ' નામ આપવામાં આવ્યું છે, કારણ કે તેની ડિઝાઈન બિલાડીના ટોપ આકારની એટલે છત્રી જેવી છે. નિશાળે જતા બાળકો અને કૉલેજ જતા છાત્રો આ હેરકટ વધુ પસંદ કરે છે. ૭૦ના દાયકામાં આ હેરસ્ટાઈલ 'સ્લોપ બૅક' તરીકે ઓળખાતી હતી. આ હેરસ્ટાઈલ લેખકોમાં પ્રખ્યાત હતી કે જેઓ ચાના બગીચાઓમાં અને કૉફી એસ્ટેટ્સમાં બેસીને લખતા.

લેખકો સૌમ્ય લાગતા, તેઓ આરવાળી ખાખી રંગની ચડ્ડીઓ પહેરતા, ડાઘા વગરનાં- કડક-સફેદ શર્ટ અને બૉલર હેટ્સ પહેરતા જેથી તેમનું કપાળ લગભગ ઢંકાઈ જતું. તેઓ હાથમાં લાકડી રાખી, પોલીસ અધિકારીની જેમ ચાલતા. તેમના ચાલવાના અંદાજથી ગામડાના સીધાસાદા લોકો અંજાઈ જતા. તેઓ સારું ભણેલા હતા તેથી બધી જ રીતે સામાન્ય લોકો કરતાં તેમનું સ્તર ઊંચું હતું. તેઓ ભારે રબરના ઢીંચણ સુધીના ગમબુટ્સ પહેરીને બહાર નીકળતા ત્યારે મને તેઓ અંગ્રેજોના રાજની યાદ અપાવતા.

પહેલીવાર મેં પાંચ આંગળીઓવાળી બ્લેડના રેઝરને આવા એક લેખક પર વાપરી જોઈ. જો કે ત્યાર પહેલાં તે સાધનને મેં મારા પોતાના વાળ પર ઘણી વાર વાપરી. મારા કાકા કહેતા કે ગ્રાહકો પર કોઈપણ સાધન વાપરતા પહેલાં મારે મારું કામ સારી રીતે શીખવું પડે. તેથી હું ઘણીવાર મારા માથા પર હેરકટનો મહાવરો કરતો – જેવી રીતે મેં ગ્રાહકોની દાઢી કરતા પહેલાં મારા પગના વાળ અને કાંડા પર બ્લેડ ફેરવી.

પૂરા વિશ્વાસ સાથે સાધનો વાપરી કુશળ કારીગર થવા માટે તે મારી પ્રાથમિક તાલીમ હતી. મારી ચામડી પર અને વાળ પર કોઈ પણ સાધન વાપરી જોઈ હું એ શીખવા પ્રયત્ન કરતો હતો કે ગ્રાહકોને કેવી રીતે ઈજા ન પહોંચે. ધંધાકીય તાલીમની આ મારી આગવી રીત હતી. નિશાળના વિદ્યાર્થીઓને આપવામાં આવેલ લેસન જેવી તે બાબત હતી. મારી આવડતને વિકસિત કરવા માટે સાધનો દ્વારા કામ કરતા રહેવું અને પૂર્વતૈયારી બરાબર કરવી તે મારું લેસન હતું. હું સાધનો વાપરવા બરાબર તૈયાર હતો. લગભગ અડધો ડઝન કરતાં વધારે લેખકો સલૂનની મુલાકાત લેતા. તેઓ મોભાવાળા અમારા ગ્રાહકો હતા. તેમને માનવંતા ગ્રાહકો તરીકે ખાસ કાળજીપૂર્વક સેવા આપવામાં આવતી.

લેખકની મુલાકાત વખતે સલૂનમાં જાણે ભારે દોડાદોડ થઈ જતી. કોઈ મોભાવાળો માણસ સલૂનમાં દાખલ થતો ત્યારે નીરવ શાંતિ છવાઈ જતી અને સામાન્ય ગ્રાહકો ઝડપથી હજામની ખુરશી મોભાવાળા માણસના હેરકટ માટે ખાલી કરી દેતા. તેઓ સલૂનની બહાર બેસીને પોતાના વારાની રાહ જોતા, કારણ કે સલૂનમાં ગ્રાહકો માટે ફક્ત બે જ ખુરશીઓ હતી. બારણા પાસે જિજ્ઞાસુ ટોળું ભેગું થતું, તેઓ અંદર ડોકિયા કરતા અને સીટ પર બેઠેલા લેખકની પ્રશંસા કરતા.

કાકા મને આંખોથી જ ઈશારો કરીને જલદીથી તે જગ્યા સાફ કરવાનું સૂચન કરતા. મારે લાકડાની ખુરશી પર ચોંટેલા વાળ અને ધૂળ સાફ કરીને સફાઈ કરવી પડતી. હજામની દેશી ખુરશી બેકરેસ્ટ (બરડાને આરામ મળે તેવી) હતી. જેમાં એક લાંબો-સાંકડો પટ્ટો હોય અને તેની છેક ઉપર હેન્ડલ હોય. ગ્રાહકની ઊંચાઈ પ્રમાણે હેન્ડલ ઊંચું-નીચું કરી સીટને વ્યવસ્થિત કરવામાં આવતી હતી.

કાકા લેખકોનું કામ પોતે જ કરવામાં માનતા હતા. તે મને શિખાઉ સમજતા. જ્યારે તેઓ દારૂ પીતા ત્યારે સલૂનનો કાર્યભાર મારા ખભે આવતો અને તેથી જ લેખકોના વ્યવસ્થિત રીતે વાળ કાપવાની જવાબદારી મારા માથે આવી જતી. હવે હું સારો તાલીમબદ્ધ કારીગર બની ગયો હતો. લેખકો મારા પ્રયત્નોને હંમેશા વખાણતા.

અલબત્ત, અમારા બીજા ગ્રાહકો પણ પ્રતિષ્ઠિત અને સંસ્કારી હતા.

અમારા સલૂનની બાજુમાં એક આધેડ વયના હોટલના માલિક ટ્રાન્સપોર્ટ (વાહન પરિવહન)નો ધંધો સારી રીતે ચલાવતા હતા. તેમનું નામ કુન્હીઅપ્પા હતું. બધા તેમને સાંઈબેરા અથવા સાહેબ કહેતા હતા. તેઓને ફાંદ હતી. મોટેભાગે તેઓ વાદળી અથવા સફેદ રંગની લુંગીમાં તથા કાણાવાળા સિન્થેટિક (કૃત્રિમ છિદ્રોવાળું) ગંજીમાં દેખાતા. તેમની કમરમાં એક નાનું ચપ્પુ ખોસેલું રાખતા જેને ''બીસાતી'' કહેવાતું. બધાને બીક લાગે તેવી તેમની પર્સનાલિટી (દેખાવ) હતી અને કોઈ તેમની સાથે ક્યારેય જીભાજોડી કરતું નહિ.

તેઓ બેરી મુસલમાન જાતના હતા અને તેમના વડીલો જે ફેશનના કપડાં પહેરતા તેવા જ કપડાં તેઓ પહેરતા તેથી તેઓ મુસ્લિમ લાગતા. પહેલી નજરે તેમને જોતા ભય અને માન બંનેની અનુભૂતિ થાય. જોકે મને તેઓ હંમેશા શાંત પ્રકૃતિના અને પવિત્ર વ્યક્તિ લાગતા.

ઊંચા-પડછંદ, સાઇકલના હેન્ડલની જેમ ઉપરથી વળેલી મૂછોવાળા કુન્હીઅપ્પાને એક નવાઈ લાગે તેવી ટેવ હતી. તેમની દાઢી-વાળ સરખા કરાવ્યા બાદ તેઓ ખુરશી પરથી એવી રીતે ઉછળતા જાણે તેઓ પોતાની પીઠને સ્પ્રિંગબોર્ડ પર આરામ આપી રહ્યા હોય. પછી તેઓ બંને હાથ ઊંચા કરીને ઊભા રહેતા. આ તો જાણે મારામારીની ફિલ્મનું દૃશ્ય હોય તેવું લાગતું. જાણે કોઈએ તેમની પીઠ પર બંદૂક રાખી હોય અને તેમણે હાથ ઊંચા કરી દીધા હોય તેમ લાગતું.

પણ આ તો કુન્હીઅપ્પાનો બગલના વાળ કાપવાનો નિર્દેશ હતો. જ્યારે જ્યારે આવું થતું ત્યારે દુકાનના દરવાજા આગળ બેઠેલા બધા લોકો મૂર્ખાની જેમ હસતા. લોકો આ દૃશ્ય જોવા ઊભા રહેતા. દુકાનની બહાર આંટા મારતા લોકો માટે આ રમૂજ હતી. જો કે, આ બધું નાટક કુન્હીઅપ્પાની પીઠ પાછળ થતું. તેમના મોં સામું હસવાની કોઈની તાકાત ન હતી.

કોઈવાર મને પણ આ હાસ્યાસ્પદ દૃશ્ય જોઈ ઘડીક હસવાનું મન થતું. હું એવી કોઈ ચેષ્ટા કરતો નહિ જેનાથી ગ્રાહકને મૂંઝવણ પેદા થાય. હું મારું માથું નીચું રાખીને ચુપચાપ કામ કર્યા કરતો.

કુન્હીઅપ્પાના હાવભાવ કોઈ કામ માટેના ઈશારા હતા. જ્યારે તેઓ ઊંચા હાથ કરીને ઊભા રહેતા ત્યારે હું તેમના બગલના ખાડામાંથી વાળના

જથ્થાને બ્લેડથી કાપતો. તેઓ આખો દિવસ બાંય વગરનું ગંજી પહેરતા તેથી તેમને બગલના વાળમાંથી છુટકારો મેળવવો હતો. ખરું પૂછો તો એ કામ મારા માટે કંટાળો ઉપજાવે તેવું હતું અને એ વખતે પરસેવાની વાસ આવતી હતી. પણ જાહેર સ્વચ્છતા માટે ફરિયાદ કોણ કરે ? આ તો ધંધાકીય અગવડ-સગવડ હતી.

બીજા કાયમી ગ્રાહક સ્થાનિક મંદિરના પૂજારી અને મારા કાકા માટે દેશી દારૂ આપનારા હતા. તેમનું નામ ‘‘વાસુ’’ હતું. તેમના વિચિત્ર કાન જોઈને હું મનોમન હસી પડતો હતો અને મારું મોં હથેળીથી ઢાંકી દેતો જેથી તે મને જોઈ ન શકે. ટાલવાળું માથું અને લાંબી મૂછને લીધે તેઓ ખૂબ જ પવિત્ર પુરુષ લાગતા હતા.

તેમના કાન પરના વાળ તેમને જુદા જ પાડતા હતા. કાન પર બંને બાજુ જાપાનના પંખાનું લઘુચિત્ર હતું જેમાં ધાર પરથી વાળ ઉગી તેનો ગુચ્છો થતો હતો.

તે આ લટોની સંભાળ રાખવા માટે ખૂબ મહેનત કરતા હતા. તેમના વસ્ત્ર (સફેદ લુંગી) હેઠળ તેઓ એક નાનો કાંસકો રાખતા, કારણ કે તેમને વારેઘડીએ આ લટો સરખી કરવાની જરૂર પડતી. તેઓ કાનની લટોમાં તેલ નાખતા, ધોતા અને કપાવીને સરખી રખાવતા. તેઓ કોઈની હાજરીની પરવા કર્યા વિના કાળી લટોને મરોડતા.

આ બધા અમારા ખાસ ગ્રાહકો હતા કે જેઓ નિયમિત રીતે સલૂનની મુલાકાત લેતા.

ધનવાનોના નખરા

કેટલાક ધનવાન ગ્રાહકો એવા પણ હતા કે જેમણે કદી અમારા સલૂનની મુલાકાત લીધી જ ન હતી.

કેટલાક સમૃદ્ધ વેપારીઓ, પૈસાદાર ખેડૂતો અને ગામડાના મુખિયાઓ એવા હતા જેમના માટે સલૂનમાં જવું એ સામાજિક સ્તરે તેમના મોભાથી ઉતરતું ગણાતું. દર અઠવાડિયે અથવા પંદર દિવસે હું તેમના ઘેર તેમની દાઢી બનાવવા કે માથાના વાળ સરખા કરવા જતો, કાકા તેમના વાળ કાપતા. તે તો થોડા વખત માટે જ હતું પછી તો હું મારી જાતે જ મુલાકાત લેતો.

આ પ્રવૃત્તિ મને કોઈ બીજી જ દુનિયામાં લઈ ગઈ, કારણ કે કાકા મને તેમની રાબેતા મુજબની દિનચર્યામાંથી કશે જ બહાર જવા દેતા ન હતા. સલૂનમાં આવતા લોકો મને પૈસાદારોની ખર્ચાળ જિંદગીની રીતભાત વિશે વાત કરતા અને હું હવે તે લોકોની સાવ નજીક આવી ગયો હતો. હું એટલો બધો નજીક હતો કે મારે પૈસાદારોની દાઢી કરવા, વાળ સરખા કરવા અને વધારે પડતા વાળ કાપવા નમવું પડતું. એકંદરે હું જે કામ કરતો હતો તેના બદલામાં મને તેમનો સદ્‌વ્યવહાર મળતો. હું એવું ના કહી શકું કે આવું વર્તન કારીગરો અથવા ખેતરના મજૂરો સાથે થતું હોય. તેઓ ભયભીત થઈને ધનવાનોને રાજી કરવાનો પ્રયત્ન કરતા અને ખુલ્લેઆમ ખુશામત કરતા.

એક વખત હું એક પૈસાદાર ખેડૂતની દાઢી કર્યા પછી તેમના વાળ સરખા કરતો હતો. હું તેમના માથાની આજુબાજુ ફરીને નકામા વાળ કાપતો હતો. તેમનું માથું ઢળતી ખુરશી પર હતું. મેં જોયું તો તેમની આંખો ચોખ્ખા વાદળી આકાશ તરફ લહેરાતા નારિયેળીના મોટા પાન પર હતી અને તેમને જાણે કોઈ જંગલી વિચાર આવી રહ્યા હતા.

થોડેક દૂર ઢીંચણ પર નમેલા એક ગરીબ ખેડૂતની કાકલૂદીની તેને કોઈ દરકાર ન હતી. ખેડૂત લાચારીથી ધ્રૂજતા અવાજે બોલતો હતો, ''મહેરબાની કરીને મને મારશો નહિ. હું માંદો છું. શેઠ (ધની), મને ખૂબ તાવ આવે છે. મારું શરીર દુખે છે.''

પૈસાદાર ખેડૂત એ મિલકતોનો માલિક હતો જે સ્થાનિક લોકોમાં ધની તરીકે ઓળખાતો અને લોકોને પોતાના તાબામાં રાખતો. મારા રોજના કામોમાં હું દૂરથી જોયા કરતો કે ખેડૂતો તેમના હાથ નીચે કામ કરતા ખેતમજૂરોને દયાહીન થઈને મારતા જ્યારે તેઓ તેમના માલિકની ઇચ્છા વિરુદ્ધ હતી.

ખેતમજૂરોને દયા વગર ચાબૂકથી ફટકારવામાં આવતા. તેમની દુઃખભરી ચીસો દૂર દૂર સુધી ઘટાદાર વૃક્ષોમાં, ગીચ પાંદડાઓમાં અને ઝાડવાઓમાં પ્રસરી જતી. પછી તે એલચી અને મરીની તીખી સુગંધમાં ભળતી અને તાજા લીલા-લાલ કૉફી બીન્સના ઝુમખાઓમાં લપેટાઈ જતી. કોઈ તે પીડિતોને મદદ કરવા તૈયાર ન હતું.

સતત ત્રાસથી ગભરાઈને ખેડૂત થોડીવાર થાક ખાવા માટે આજીજી

કરતો. જ્યારે તે દયાની ભીખ માંગતો હતો ત્યારે તેનું શરીર સ્પષ્ટ રીતે ધ્રૂજતું હતું.

મેં આંખના ખૂણામાંથી તેની તરફ જોવાનો પ્રયત્ન કર્યો. ગરીબ ખેડૂતે તેનું માથું ધનિકને માન આપવા માટે નીચે નમાવેલું હતું તેથી હું તેનું મોઢું જોઈ ના શક્યો. મેં જોયું તો તેના પાતળા શરીરના બાંધામાંથી પાંસળીઓ અને હાડકાં ઉપસી આવ્યા હતા. તેની ચામડી પર કરચલીઓ પડી ગઈ હતી અને તે ધોયા વગરના, ખરબચડા જાડા કપડાં પર કરચલીઓ હોય તેવી લાગતી હતી. હું કલ્પના કરી શકતો હતો કે તેણે બહુ દિવસોથી ભરપેટ ખાધું નહીં હોય.

સામાન્ય રીતે જ્યારે મને કંઈક કહેવાની જરૂર લાગે ત્યારે હું શાંતિથી વિચારું છું, 'આ કેવી જાતના લોકો છે?' જે મારા મનમાં હતું તે અંદર જ રહ્યું. હું મારા મુખેથી એ વાત કહેવાનું જોખમ લઈ શક્યો નહીં.

''ઉંમ...મ'' પૈસાદાર ખેડૂતે જવાબમાં અસંતોષ વ્યક્ત કર્યો. તેના સત્તાવાહી અવાજમાં કર્કશતા હતી. શિયાળાના એ ઠંડા દિવસે એકાક્ષરી પ્રત્યાઘાતે ખેતમજૂરની ચિંતા એકદમ વધારી દીધી, જેના લીધે જાગીરદાર અને તેના ક્ષુદ્ર નોકર વચ્ચેનું સમીકરણ છતું થતું હતું.

પૈસાદાર માણસે તેની આંખો અડધી બંધ કરી હતી – જાણે તે ઊંઘતો હોય. તેણે બાજુમાં તેના સુપરવાઇઝર (દેખરેખ રાખનાર અમલદાર) તરફ જોયું – જાણે તે તેનો અભિપ્રાય પૂછતો હોય. સુપરવાઇઝર થોડો ખૂંધો થઈ, માથું નમાવી, છાતી સાથે ફાઈલો દબાવી રાખી, નમ્રતાથી જાગીરદારના હુકમનું પાલન કરવાની રાહ જોઈ રહ્યો હતો. તેને ખબર હતી કે તેની દલીલોનો કોઈ મતલબ ન હતો. તેનું કાર્ય તો જાગીરદારની હા માં હા મિલાવવાનો હતો એટલે બોલ્યા વગર હાવભાવથી ભૂમિકા ભજવવાનો હતો. તે ચીલાચાલુ પ્રવાહ સાથે જ ચાલ્યો.

સુપરવાઈઝર જે વિસ્તારનું ધ્યાન રાખતો હતો ત્યાંનો તે માત્ર કહેવા પૂરતો ધની હતો, તેના જેવા બીજા ઘણા નાના ધનીઓ હતા, જેમના હાથ નીચે ખેડૂતોના જૂથો કામ કરતા હતા. તેઓ કારીગરો સામે ધર્મની નિંદા કરતા અને તેમની સાથે જંગલી વર્તન કરતા. તે કદી પણ નમ્રતાથી વાત કરતા નહિ.

ધનીએ તેના હાથ હવામાં ઊંચા કર્યા જાણે કે તે તેની આંગળીઓની ધૂળ ખંખેરતો હોય. ખેડૂતને ચાલ્યા જવા માટેનું આ સૂચન હતું. તે ખેડૂત માટે અપેક્ષિત હતું જેથી તેને થાક ખાવા માટે સાંકેતિક સૂચન મળેલું.

જાગીરદારનો આભાર વ્યક્ત કરવા માટે ખેડૂતે તેના બે હાથ એવી રીતે જોડ્યા જાણે તે સ્વર્ગમાંથી ઉતરેલા કોઈ દિવ્ય આત્માને પૂજતો હોય. તેણે થોડીવાર જમીન પર પોતાનું માથું ટેકવી રાખ્યું.

થોડીવારમાં મારું કામ પૂરું થયું અને મને રાહતભરી છુટકારાની ભાવના થઈ. આવી ભાવના મને મારું કામ સંતોષપૂર્વક કરવાથી અને કારીગરોનું દુઃખ થોડું ઓછું થયું તેનાથી થઈ. પછી આખો દિવસ કારીગર આરામ કરી શકે. તે એક મોટી રાહત હતી.

થોડી પણ અંગત ભલામણથી ખેડૂતને તેની નોકરી જવાની બીક હતી. તે સ્થાનિક માણસ ન હતો. પણ ભૂખ અને મૃત્યુથી બચવા બીજા લોકોની જેમ તેના કુટુંબ સાથે અહીં આવી પહોંચ્યો હતો.

૭૦ના દાયકાના આરંભના વર્ષોમાં દુકાળ પડ્યો અર્થાત્ વરસાદનું એક ટીપું પણ પડ્યું ન હતું. કર્ણાટકના ઘણા ગામડાઓ, ખાસ કરીને ચિત્રાદુર્ગા, શિમોગા અને હસનની આસપાસના વિસ્તારો સૂકા અને તિરાડવાળા થઈ ગયા હતા. વરસાદ વગર જમીન સૂકી અને શુષ્ક થઈ ગઈ હતી અને ખેતીની બધી આશા ઠગારી નીવડી હતી.

કૉફી એસ્ટેટોમાં ખેતમજૂર રોજના પગારથી કામ કરતા, હાડમારી અને ત્રાસ સહન કરતા તેમછતાં તે તેની પત્ની અને બાળકોને બ્રેડના થોડા ટુકડા જ ખવડાવી શકતો. આ રીતે લાંબા સમય સુધી કામ કરવું એ સારી પરિસ્થિતિ ન કહેવાય, પણ કપરા સંજોગોમાં ભૂખ્યા રહેવા કરતાં કંઈ પણ મેળવવું સારું હતું.

મને સારી રીતે ખબર હતી કે ભૂખ્યા રહેવાનું દુઃખ કેવું હોય છે. ભૂખથી ખાલી રહેલા પેટનું દુઃખ, રાત્રે ભૂખ્યા જ સૂઈ જવાનું – આ બધું હું સમજણા બાળક તરીકે ભૂલી શક્યો નથી. હું આ બધા ખેડૂતોનું દુઃખ બરાબર સમજી શકું છું.

તે દિવસે વહેલી સવારે હું રોજની જેમ કૉફી પીધા વગર ઘેરથી નીકળી ગયો હતો. મારા પેટ પર કાતિલ ઠંડીનો ચાબખો વીંઝાઈ રહ્યો હતો. ઠંડીથી

બચવા માટે મારી પાસે ફક્ત એક ગરમ મફલર હતું, જેને મેં મારા કાનની આસપાસ વીંટાળ્યું હતું. મને નાસ્તામાં ગરમ કૉફી અને ઈડલી-સંભાર લેવાનું એકદમ મન થઈ ગયું. એના માટે મારે સવારના જરૂરી કામ પતે ત્યાં સુધી રાહ જોવાની હતી. કુટુંબના મોભી સહિત બધા કુટુંબીજનો જેવા કે ભાઈઓ, પુત્રો તથા તેમના બાળકો અને પૌત્રી નાસ્તાની પ્રતીક્ષામાં ઊભા હતા. મારે તો મારા કર્તવ્યરૂપે આખા કુટુંબનું કામ કરવાનું હતું. આખું કુટુંબ તેમને વારસામાં મળેલા ઘરમાં રહેતું હતું. તેનો પાછળનો ભાગ અસ્તવ્યસ્ત રીતે ફેલાયેલો હતો, જ્યાં વાળ કાપવાની ધાર્મિક વિધિ કલાકો સુધી ચાલતી હતી.

સૌથી છેલ્લે વાળ કપાવવામાં નાની છોકરીઓ હતી. મોટા કુટુંબોમાં એક-બે નાના બાળકો તો બધે હોય જ. તોતડું બોલતા નાના બાળકોને લાકડાની ખુરશીના હેન્ડલ પર ગોઠવેલા કામચલાઉ લાકડાના પાટિયા પર બેસાડવામાં આવતા કે જેથી હજામ સહેલાઈથી તેમના વાળ કાપી શકે. કેટલાક બાળકો કાતર જોઈને જ ચીસો પાડતા અને વાળ નહીં કપાવવા માટે તેમના કુમળા પગથી ધમપછાડા કરતા. બાળકો આનાકાની કરવા ચીસો પાડતા અને રડતા તેથી બાળકોના વાળ કાપવાનું કામ પૂરું ના થાય ત્યાં સુધી કુટુંબના એક વડીલ તેમના હાથ પાછળથી પકડી રાખતા.

વારાફરતી બધા કુટુંબીજનોના વાળ કાપવાનું કાર્ય ગમ્મતમાં અને રમૂજી સંવાદો અને વાતોની વચ્ચે પૂરું થતું. ત્યારપછી ઘરની પાછળ ખુલ્લી જગ્યામાં નહાવાની વિધિ પૂરી થતી, જ્યાં સળગતા લાકડાં પર તાંબાના મોટા વાસણોમાં પાણી ઉકળતું. જ્યાં સુધી સગડી સળગતી હોય ત્યાં સુધી પાણી ગરમ જ રહેતું. જ્યારે મારું કામ પૂરું થઈ જતું ત્યારે કોઈ કારણસર મને વધારે ઠંડી લાગતી. ઠંડીની સામે લડત આપવા હું ધીમેધીમે સરકીને આગની પાસે પહોંચી જતો અને મારા શર્ટનો કૉલર ખેંચતો. મારું કામ પૂરું થતા રજા લેવા માટે મારે ઘરના માલિકના હુકમની રાહ જોવાની હતી.

પૈસાદારોને લોકો સાથે વહેવાર કરવાના પોતપોતાના ઢંગ હોય છે. સમૃદ્ધ લોકો તેમની અનુકૂળતા પ્રમાણે હજામત કરાવવા અમને ઘેર બોલાવે છે. અમારા ઘરથી તેમનું ઘર ઘણા માઈલ દૂર હોવાને કારણે એમ્બેસેડર ગાડી અથવા જીપ અમને ઘેર લેવા અને કામ પત્યા પછી છોડવા આવે છે.

ચીલાચાલુ પ્રથા મુજબ, અમારી મહેનતનું વળતર વર્ષે એકીસાથે

અપાતું અને તે વળતરની ચુકવણી પૈસામાં થતી ન હતી. પૈસા આપવાના બદલે તેમના ખેતરમાંથી ચોખા, બાજરી અને બીજી ખેતઉપજની વહેંચણી થતી. તેઓ અમને શુભેચ્છા તરીકે એક કરંડિયો આપતા જે ઘાસનો બનેલો હતો અને દોરડાથી બાંધેલો હતો જેમાં લગભગ ૩૮ કિલો ચોખા હતા. તે અમારું રોજની ખાદ્યસામગ્રી હતી.

વારાફરતી બધા નાહી લેતા. છેવટે ઘરનો માલિક સૌથી વડીલ પુરુષ યાર્ડમાં આવેલી નહાવાની ઓરડી તરફ આગળ વધતો જે ઘરના ચોકમાં આવેલી હતી. તે ઘરના લોકોની સાથે નહાવામાં ભાગ ન લેતો, હસતો નહીં કે મજાક ન કરી શકતો. તે મોટેભાગે કડક ચહેરો રાખતો.

ઘરની પાછળના ભાગમાં નહાવાની વિધિ બહુ જરૂરી હતી. કોઈ દરવાજાની અંદર ઘૂસીને આખું શરીર ચોળીને સ્નાન કર્યા વગર બહાર આવી શકે નહિ. દરેક જણે પોતાના શરીર પર ખૂબ પાણી નાખવું પડતું. હિંદુઓમાં એક ખાસ રિવાજ એ હતો કે કુટુંબનો કોઈ પણ માણસ સારી રીતે સ્વચ્છ ન થાય ત્યાં સુધી તેમને કોઈ અડી શકે નહિ.

આ એક એવો સમય હોય છે કે કોઈને એવું લાગે કે હું બીજી નાતનો છું. એ વખતે મને એવું લાગતું કે જાણે હું હલકી નાતનો છું અને હજામોના કુટુંબમાંથી આવું છું. આનાથી હું અસ્વસ્થ થઈ જતો હતો. મને એવું લાગતું કે હજામની દુકાને મુલાકાત લેવી એ જાણે સ્મશાનગૃહમાં જવાનું હોય તેના જેવું હતું. લોકો આખા દિવસના કામ પછી ઘેર પાછા ફરીને નહાતા. ઘરમાં પાછા ફરવા માટે શું શુદ્ધીકરણ જરૂરી હતું? હું જ્યારે તેમની વૈભવી ગાડીઓમાં ઘેર પાછો ફરતો ત્યારે આ વિચારો મને મુંઝવણમાં મૂકી દેતા.

ગરીબોની કસોટી

ગરીબ અને તવંગરની પોતપોતાની અલગ દુનિયા હતી, જે દરેક દૃષ્ટિકોણથી એકબીજાની વિરુદ્ધ હતી.

પૈસાદાર લોકો તેમને વારસામાં મળેલા ભવ્ય ઘરના આંગણે તેમની કલ્પનાઓને પંપાળતા વાળની માવજત કરાવતા, જ્યારે ગરીબ લોકોના સામાજિક રીતરિવાજ અલગ પ્રકારના હતા. તેઓ સલૂનમાં સથવારો લેવા

આવતા. સલૂન ગરીબો માટે નવરાશની પળો વિતાવવાની જગ્યા બની ગઈ હતી. અને ત્યાં જુદા જુદા કાર્યોની દોડધામ થતી હતી.

મારા કાકાનું સલૂન બહારની બાજુ હતું અને આમ તો સરિયામ રસ્તા પર હતું જે ચોખાના ખેતરો, ચાના છોડવાઓ, દ્રાક્ષના ઝૂમખા જેવા મરીના તીખા ઝૂમખા અને નાની એલચીની શીંગો જે છોડ પર નીચેની તરફ લટકતી હતી કે જે આકર્ષક રીતે શહેરની તળેટી પર ઉગતા હતા તેની હરોળમાં આવેલ હતું.

દુકાનની સામે લાંબા વળાંકવાળા રસ્તા પર સરૂના વૃક્ષોની હાર હતી અને તેમની કાંટાવાળી સોય જેવી ડાળીઓ પવનની દિશામાં ધીમેથી લહેરાતી હતી. પાછળથી આ વૃક્ષો ટેકરીઓની ટોચ પર દેખાતા જ્યારે નીચેના રસ્તા પર આછા ભૂરા ફૂલ બારમાસીના વેલાઓ અને ગુલમહોરના વૃક્ષોની હારમાળા હતી.

સલૂનની આજુબાજુ નાસ્તાની દુકાન, ચાની દુકાન, અનાજની દુકાન અને નિશાળના શિક્ષકને ભાડે આપેલા ઓરડાની જગ્યા હતી. રસ્તાની સામે ગામડાની નિશાનીઓ હતી - હોટલ, જથ્થાબંધ અનાજની દુકાન, મ્યુનિસિપાલિટીની ઑફિસ, પોસ્ટ ઑફિસ અને બસસ્ટોપ કે જ્યાંથી ગામડાના લોકો પબ્લિક ટ્રાન્સપોર્ટની ગાડીઓમાં અવરજવર કરતા. અહીં બધી જ જાતના વાહનો જેવા કે બસો, જીપો, છકડાઓ, ખટારાઓ અને ટ્રેક્ટરો મુસાફરોને લઈ જવા રોકાતા કે જેમને મુસાફરી કરીને નજીકના શહેરમાં જવું હોય. આ બધી સગવડો જોતા એવું લાગતું હતું કે આ નાનું ગામ હોવા છતાં આત્મનિર્ભર મથક હતું.

મુસાફરો, મુલાકાતીઓ, વેપારીઓ, ખરીદદારો, વડીલો, જુવાનો, બાળકો અને બીજા બધા લોકો જે ઉપરની જગ્યાઓમાં આવતા તે ક્યારેક સલૂન પર આવતા. સ્થાનિક લોકો, કારીગરો અને ખેડૂતો કે જેઓને ગામડામાં કંઈ જ કામ ન હોય તો નવરાશની પળોમાં સલૂનમાં બેસવા આવવું તે એમની માનીતી જગ્યા હતી. અહીં તેમને દુનિયાભરની વાતો જાણવા મળતી અને જાતજાતની ચર્ચા કરી શકાતી.

આવા વાતાવરણની વચ્ચે હજામની દુકાનની એક અલગ જ દુનિયા હોય કે જેની અંદર આખો દિવસ કંઈ ને કંઈ ચાલ્યા જ કરતું હતું. પંચાવન

ચોરસ ફૂટની જગ્યામાં ઈંટોની દીવાલ પર તૂટી પડે તેવું પતરાનું છાપરું હતું. બહારની દીવાલ ઘસાયેલી હતી અને બારણું વારેઘડીએ અંદર-બહાર થયા કરતું હતું. જ્યારે ગ્રાહક અંદર આવવા માટે ધક્કો મારતો ત્યારે તેની પાછળનું બારણું થોડું અવાજ કરી આગળ-પાછળ થતું અને પછી જાતે જ બંધ થઈ જતું. સલૂનની અંદર જરૂર પૂરતું જ ફર્નિચર હતું.

સલૂનમાં લાકડાની બે ખુરશીઓ, બે લાંબા હેડરેસ્ટ (ખુરશી પર માથું ટેકવવા), લાકડાનું એક ટેબલ હતું. ત્યાં દીવાલ પર રંગ ઉખડી જવાથી થીંગડા માર્યા હતા અને તેના પર બે નાના અરીસા લગાવેલા હતા. ટેબલ પર હજામનો સરંજામ ગોઠવેલો હતો જેમાં ગ્રાહકના મોં પર પાણી છાંટવા માટે એક લાંબી બાટલી હતી, જેનાથી પાણી છાંટી શકાય. કેટલાક કાંસકા હતા, કાતરો હતી અને ગોદરેજ કંપનીનો શરીર માટેનો સાબુ (બૉડી સોપ) હતો. તે સાબુ નહાવાના બીજા સાબુ કરતાં મોંઘો હતો પણ બહુ જ ઊંચી ગુણવત્તાનો ગણાતો.

તે જમાનામાં દાઢીનું ક્રીમ એ એક વૈભવ ગણાતો, કારણ કે તે ક્યાંય મળતું ન હતું. ગામડામાં કે આજુબાજુના શહેરોમાં પણ ઉપલબ્ધ ન હતું. તે બાજુના રાજ્ય તામિલનાડુમાં આવેલા શહેર મદ્રાસ (હવે ચેન્નાઈ)માં જ મળતું. તે સાબુ ૨૫ પૈસા કરતાં ઓછામાં ન મળતો. (ત્યારના ચાર આના). આ સાબુ દાઢી પર લગાડવાના ક્રીમનો એક સુલભ વિકલ્પ હતો, કારણ કે તે દાઢી પર લગાવવાથી ફીણના રૂપે પ્રસરતું.

ફેશનના મેગેઝિનોમાંથી કાપીને જાતજાતના આકર્ષક ચિત્રો સલૂનની દીવાલો પર લગાડ્યા હતા કે જેથી તિરાડોને અને ભીની જગ્યાને ઢાંકી શકાય. આ ચિત્રો કન્નડ ફિલ્મોના ફિલ્મસ્ટારોના અને તે વખતના જાણીતા ક્રિકેટરોના હતા કે જે આખા દેશમાં રમતા હતા. ક્રિકેટરો બધાના હીરો હતા પણ દીવાલ પર માત્ર ગુંડપ્પા વિશ્વનાથ, ચંદ્રશેખર, પ્રસન્ના, બ્રિજેશ પટેલ, રોજર બિન્ની વગેરેના ફોટા હતા, કારણ કે તે બધા કર્ણાટકથી આવેલ હતા.

જ્યારે ટેસ્ટ મેચો રમાતી ત્યારે રેડિયો પાસે આખો દિવસ ક્રિકેટરસિકોનું ટોળું ભેગું થતું કે જે લોકો પાંચ-દિવસની રમતની કોમેન્ટ્રી રેડિયો પર સાંભળતા. દરેક ચોગ્ગા અને છગ્ગા વખતે તેઓ તાળીઓ પાડતા અને દરેક ફટકાની અને બૉલની ચર્ચા કરતા. એ વખતે રેડિયો ઘેરઘેર અને દુકાનોમાં

સમાચાર, જાણકારી, ગીતો અને મનોરંજન પૂરું પાડતો. એ જમાનામાં તે કલ્પના બહારની વાત ગણાતી, જે અત્યારે ટેલિવિઝન ૨૪ કલાક ચાલુ રહે છે અને ઈન્ટરનેટથી લાઈવ ટી-૨૦ મૅચ જોઈ શકાય છે. હવે તો વન-ડે મેચો પણ નીરસ લાગે છે.

સલૂનની દીવાલો પર બીજા ચિત્રો પણ હતા. વિવિધ સ્ટાઇલના હેર ધરાવતા એક્ટરો, કપાળ પર વાળની લટોવાળા એક્ટરો જોઈ ગ્રાહકો રોમાંચ અનુભવતા. તેઓ અભિનેત્રીઓના ગુલાબી હોઠ અને મેકઅપવાળા ચહેરા આંખો ફાડીને જોતા. આંતરરાષ્ટ્રીય ટેનિસના રમતવીરો અઘરી રમતો રમીને પરસેવાથી રેબઝેબ થઈ જતા અને દર્શકો તેમની રમત જોઈ ખુશ થઈ જતા. પાછળની કતારમાં ક્લબમાં કામ કરતા. હું રેકેટ હાથમાં પકડતા શીખ્યો અને રસપૂર્વક રમવા માંડ્યો. ટેનિસ હું આજ સુધી રમું છું.

સૌથી લોકપ્રિય અને સુપ્રસિદ્ધ વ્યક્તિ તો ફિલ્મસ્ટાર શ્રી એમ. જી. રામચંદ્રન છે, જે એમજીઆર (MGR) તરીકે ઓળખાય છે. તેઓ ૭૦ના દાયકાની તામિલ ફિલ્મોના જાણીતા હીરો છે. તેઓ અત્યંત આદરણીય સામાજિક મોભો ધરાવતા તેથી તેમનું મોટું પૂતળું અમારી દુકાનના પ્રવેશદ્વાર આગળ મૂકવામાં આવેલું. તેઓ એક્ટરમાંથી રાજકારણી બન્યા હતા. ઘણીવાર મદ્રાસના ઘણા પ્રવાસી અમારા સલૂનની મુલાકાત લેતા તેથી કાકાએ વિચાર્યું કે રંગીન કપડાંવાળા સ્ટારનું પોસ્ટર (ચિત્ર) ઍક્ટરના ચાહકોને ગમશે. પાછળથી એમ.જી.આર. દક્ષિણના મુખ્ય રાજકારણી અને તામિલનાડુના મુખ્યપ્રધાન બન્યા અને તેમના ચાહકોની સંખ્યા ખૂબ વધી ગઈ.

કાકા પોતાની જાતને સ્ટાઇલિસ્ટ હીરો માનતા કે જે બુફો રાખતા અને જાડા કાનશિયા (વાળના ગુચ્છા) રાખતા. તેઓ તેમના પડદા પરના ભગવાનના જેટલા પાડી શકાય તેટલા ચાળા પાડતા. વાળની ખર્ચાળ સ્ટાઇલ કરતા, ખાખી ચડ્ડી પહેરતા, ગંજી પહેરતા અને ચોકડીવાળું મદ્રાસી શર્ટ પહેરતા. લુંગી પહેરવાની ના પાડતા, કારણ કે તે ફક્ત ગામડાના લોકો પોતાના પોશાક તરીકે પહેરતા હતા.

અમારા સૌથી વધુ ગ્રાહકો કૉફી એસ્ટેટમાં કામ કરતા ખેડૂતો હતા કે જેઓ ખોડાવાળા, ગંદા અને અવ્યવસ્થિત હતા. તેઓ સામાન્ય મજૂરો હતા જેઓ આખો દિવસ સૂરજના બળબળતા તડકામાં સખત મહેનત કરતા હતા.

તેઓ માટીવાળી, પરસેવાવાળી છાતીએ, ખુલ્લા પગે વાળ કપાવવા અમારી દુકાનમાં આવતા.

તેઓ અઠવાડિયામાં ફક્ત એક જ દિવસે – શનિવારે અથવા રવિવારે નહાતા. તેઓ નહાતા પહેલાં માથાના વાળ કપાવવા સલૂનમાં આવતા. તેઓ ક્રૂ-કટ (નાના વાળ) અથવા સાદા નાના વાળ કપાવતા જેથી રોજ વાળ ઓળવાની કડાકૂટ ના થાય.

તેઓ એમના ઘેર અરીસો રાખતા હશે કે નહિ તેની મને શંકા થતી. અમે જ્યારે તેમના વાળ કાપતા ત્યારે જ તેઓ અરીસામાં જોતા હશે. અમે તેમના માથા પાછળ નાનું ચાટલું રાખતા જેથી પાછળના વાળ નાના કર્યા તે તેમને દેખાઈ શકે. જો અમે એમ કહેતા કે વાળ સારા કપાયા છે તો તે તેમના માટે ચોક્કસ સારા જ છે તેમ માનતા. સલૂનમાં આવતા લોકો જે હેરસ્ટાઈલો માટે માંગણી કરતા તે બાબતે મારા કાકાનું જ્ઞાન સીમિત હતું. ગામડાના લોકોમાં શહેરના લોકોની જેમ વાળ કપાવવાની-સરખા કરાવવાની બહુ સૂઝ ન હતી. અમે જે રીતે તેમના વાળ કાપતા તે તેમને પસંદ આવતા.

મોટા ભાગના સ્થાનિક લોકો ઘણા અવ્યવસ્થિત અને ગંદા રહેતા. વાળ સાફ રાખવાની પ્રાથમિક આદત પણ તેમનામાં હતી નહિ. તેને કારણે અમારે વાસવાળા, ધોયા વગરના, જૂ વાળા, ખોડાવાળા વાળ કાપવા પડતા, જેના લીધે અમને ગૂમડા થતા અને અમારા હાથમાં ચેપ લાગતો. પરંતુ અમારા માટે તેમની અસ્વચ્છતાનું કોઈ મહત્ત્વ હતું નહિ. અમારે તો પૈસા માટે એમનું કામ કરવું જ પડતું.

કદાચ સૌથી ગંદા લોકો તો રખડું જાતિના, ગંદી વાસવાળા લોકો હતા કે જેઓ વાર્ષિક જાત્રાળુઓ હતા. એમની સ્ત્રીઓ ભાતભાતના રંગવાળા, ભરતવાળા, ચમકતા આભલાવાળા કપડાં પહેરતી અને સસ્તા, તકલાદી ઘરેણા પહેરતી. તેઓ સ્થાનિક સ્ત્રીઓ કરતાં તદ્દન જુદી દેખાઈ આવતી. તેમના વાળની જુદી જ સ્ટાઈલ હતી. તેઓ જૂના સિક્કા તેમના વાળમાં બાંધતા તે ગાલના હાડકાઓ સુધી લટકતાં જેનાથી તેમનો ચહેરો ઢંકાઈ જતો. એ લોકો માથાના વાળમાં જે વસ્તુઓ લગાડતા હશે તે વજનદાર તો લાગતી હશે છતાં તેમને કંઈ જ વાંધો ન હતો. તેમના માટે એ તેમનો કાયમી શણગાર હતો. પરંતુ ચોખ્ખાઈની બાબતમાં તેઓ ખૂબ પછાત હતા. સ્ત્રીઓ-પુરુષો

ખડતલ લાગતા. તેમની સાથે ઘણા બાળકો હતા તેમના ટોળાં ટ્રેક્ટરોમાંથી ઉતરતા અને તેમના સામાન સાથે રસ્તા ઉપર દુકાનની આગળ ઊભા પગે તેમના સામાન સાથે બેસતા. તેઓ પોતાના સામાન મૂકવા બેગ લાવતા ન હતા, પરંતુ તેઓ મોટા પોટલાઓમાં કપડાં અને બીજી વસ્તુઓ બાંધીને લાવતા. જ્યારે હું અને કાકા અમને ફાવે તેમ તેમના ગંદા વાળ કાપતા ત્યારે ૩-૪ વર્ષના છોકરા પગ વાળીને બેસતા. મને એવું લાગતું જાણે એ છોકરાઓએ જિંદગીમાં પહેલીવાર વાળ કપાવ્યા હશે, કારણ કે તેમણે કોઈવાર વાળ ધોયા નહિ હોય. તેઓ ગંદી કાપેલી લટો ધાર્મિક વિધિ તરીકે મંદિરમાં ચઢાવવા લઈ જતા.

અત્યાર સુધી મારા સંપર્કમાં આવેલા તેઓ સૌથી ગંદા લોકો હતા. તેઓ આ વિસ્તારમાં લાંબો સમય રહ્યા હતા. દિવસના સમયમાં તેઓ બાંધકામની જગ્યાઓ પર મહેનત-મજૂરી કરતા અને રાત્રે દેશી દારૂમાં ડૂબી જતા. પુરુષો અને સ્ત્રીઓ રસ્તાના છેડા પર ઠેરઠેર ફાવે ત્યાં સૂઈ જતા. એ લોકો ઘણા ગરીબ હોવાના કારણે તેમના વાળ મફત કાપી આપતા.

આપણા સપનાં ઊંચા હોવા જોઈએ, આપણી ઇચ્છાઓ
ભવ્ય હોવી જોઈએ, આપણી જવાબદારીઓ અસામાન્ય હોવી જોઈએ
અને આપણો પુરુષાર્થ સર્વોચ્ચ કક્ષાનો હોવો જોઈએ.

—***ધીરુભાઈ અંબાણી,*** *ધંધાકીય ધ્યેયવાદી, રિલાયન્સ ઇન્ડસ્ટ્રીના સ્થાપક*

પ્રકરણ ૯

કૂતરાઓ, ચમકતી લાઇટો અને મુંબઈની ગગનચુંબી ઇમારતો

હું મુંબઈ જતી બસમાં ગાઢ ઊંઘમાંથી જાગ્યો. જાણે હું સપનું જોતો હોઉં તેમ બારીમાંથી બહાર સાંજનું આથમતું અજવાળું જોવા લાગ્યો, જેમાં કેસરી અને જાંબુડી રંગના જુદા-જુદા શેડ દેખાતા હતા. સાંજ ધીમે-ધીમે રાતમાં બદલાઈ રહી હતી અને આજના દિવસની પૂર્ણાહુતિ થઈ હતી. આકાશની પાર્શ્વભૂમિ પર દેખાતી જમીન જાણે લાઇટોથી ચમકતી હતી.

અમે કોઈ શહેર પાસેથી પસાર થતા હતા. મને તે શહેરનું નામ ખબર નથી અને તે જાણવાની આતુરતા પણ નહોતી. હું બહુ ખુશ અને ઉત્તેજિત હતો, કારણ કે હું મારા સપનાના મહાનગર તરફ પ્રયાણ કરી રહ્યો હતો. મારે માટે મનગમતી આઝાદીનો આનંદ હતો. હું મારા કાકાની સરમુખત્યારશાહીના બંધનની સાંકળોમાંથી મુક્ત થઈ ગયો હતો.

મારી કલ્પના પ્રમાણે અને હું જેમની સાથે મુસાફરી કરી રહ્યો હતો તે સગાંઓના કહેવા પ્રમાણે, મુંબઈ આંખને આંજી દે તેવી ચમકતી લાઇટોનું, ઊંચા મકાનોનું, વૈભવી ગાડીઓનું અને પૈસાદાર લોકોનું શહેર હતું. આ લોભામણા શહેરમાં પોતાના સ્વપ્નાં સાકાર કરવા માટે અહીં ઉમળકાભેર આવતા હતા. મને પણ ભવિષ્યમાં સમૃદ્ધ થવાની તાલાવેલી હતી.

હું કાચી ઊંઘમાં જ હતો અને મેં બસની અંદર આજુબાજુ નજર ફેરવી તો મારું ધ્યાન મારી બાજુમાં બેઠેલા મુસાફર પર પડ્યું. એક સંત જેવા વડીલ માણસે ગેરૂઆ રંગનો ખેસ નાખ્યો હતો અને સફેદ ઝભ્ભો પહેર્યો હતો. તે માયાળુ સંત મારી તરફ જોઈને હસ્યા અને મારી સાથે વાત કરવા લાગ્યા. તેમના વ્યક્તિત્વમાં આકર્ષણ હતું. તેમના વાંકડિયા અને સફેદ વાળમાંથી

પરિપક્વતા ઝરતી હતી અને તેમની આંખોમાંથી શાંતિ ઝળકતી હતી. તેમનું વ્યક્તિત્વ સાચે જ ચુંબકીય હતું.

તેમની નમ્ર, ધીમી, અલ્પ બોલવાની શૈલીએ મારા પર જાણે ભૂરકી નાંખી. મને એવું લાગે છે કે મારી આખી જિંદગીમાં અન્ય કોઈ વ્યક્તિ આ સંતની જેમ મારી સામે બોલ્યું નથી.

તેમણે વસંથી-મારા કાકાની છોકરી અને તેના પતિ વિઠ્ઠલ ભંડારી, જેઓ આગળની સીટ પર બેઠા હતા, તેમની જાણકારી લીધી. તેમણે તેમના સગાઓના સલૂનોમાં મને નોકરી અપાવવા માટે મદદ કરવા માટે કહ્યું. જોકે તેમણે મને એવું વચન ના આપ્યું કે મને તેમની ભલામણથી ચોક્કસ નોકરી મળી જ જશે.

પરંતુ તેમનું આશ્વાસન મારા માટે પૂરતું હતું. મેં પેન્ટ અને શર્ટની નવી જોડી સીવડાવી હતી તે હું સાથે લાવ્યો હતો. સલૂનના ગોખલામાં સંતાડેલા થોડા પૈસા હું મારી સાથે લાવ્યો હતો. મેં બે દિવસ અને બે રાતની મુસાફરી માટે ૩૫ રૂપિયાની ટિકિટ લીધી હતી.

એક શુભેચ્છક તરીકે તેમણે મને પૂછ્યું કે 'શું તું પહેલીવાર મુંબઈની મુસાફરી કરી રહ્યો છું ?'

તેમણે થોડીવાર વિચારીને મને સમજાવ્યું, 'મુંબઈમાં બે પ્રકારના સ્થળો જોવા મળે છે, જેમાં સ્વર્ગ અને નરક બન્ને છે. મુંબઈ એવું શહેર છે જ્યાં તમે એક જ દિવસમાં લખપતિ બની જાવ અને એક જ દિવસમાં કંગાળ બની જાવ."

હું તેમને ધ્યાનથી સાંભળતો હતો. તેમણે મને મુંબઈની સામાજિક અને આર્થિક રૂપરેખા સમજાવી. તેમણે કહ્યું કે મોટા શહેરોમાં જાતજાતના લોકો રહે છે જેમાં સમૃદ્ધ ગુજરાતીઓ, મારવાડીઓ પણ છે. તેમના ધંધાની, વિશ્વાસની અને જીવનમાં આગળ વધવા માટે ઝઝૂમવાની વાત વિસ્તારપૂર્વક વર્ણન કરતા તેમણે કહ્યું કે મુંબાદેવી નામક દેવીનું મંદિર શહેરનું રક્ષણ કરે છે.

તેઓ મને જે માહિતી આપતા હતા તે મારા માટે ઉપયોગી હતી. મને એવી લાગણી થઈ કે તેઓ આ બધા અગણિત વિરોધાભાસો માટે મને સારી રીતે સાવચેત કરતા હતા.

તેમણે મને સલાહ આપી, 'જ્યાં બહુ લોકો ભેગા થયા હોય ત્યાં જવું નહિ. ટોળાથી દૂર રહેવું. જો તમે શેરીમાં લોકોને ઝઘડતા જુઓ તો કદી તેમની વચ્ચે પડવું નહિ. કોઈની સાથે જોડાવાથી તમે એ ગ્રુપના ભાગ બની

જાવ છો. મુંબઈની શેરીઓમાં આવા ઝઘડા વારંવાર થાય છે. ત્યાં શું થઈ રહ્યું છે તે જાણવા પણ પ્રયત્ન ન કરવો. એમ કરવાથી તમે એમના કજિયામાં લેવાદેવા વગર ફસાઈ જાવ છો."

વીસ મિનિટની વાતમાં તેમણે મને પૈસા સારી રીતે સાચવવાની પણ સલાહ આપી. તેમણે કહ્યું, ''પૈસા બચાવજે. ફાલતુ ખરચ કરીશ નહિ. તારે કાળજીથી તારા પૈસાનું ધ્યાન રાખવું પડશે."

હું ધ્યાનથી તેમને સાંભળતો હતો અને તેમની ચેતવણીના શબ્દો સમજવાનો પ્રયત્ન કરતો હતો. જો કે એક વસ્તુથી મને ખૂબ મુશ્કેલી થઈ. મેં થોડીવાર રાહ જોઈ અને પછી મને થયું કે મારે પૂછવું જ જોઈએ.

મેં જિજ્ઞાસાવશ ધીમેથી પૂછ્યું, ''મુંબઈમાં કૂતરાઓ છે ?" આ પ્રશ્ન પૂછતા મારું ભોળપણ બહાર આવી ગયું.

મારા પ્રશ્નથી કોઈને નવાઈ લાગે પણ તેમને કોઈ અસર ના થઈ. તે ધીમેથી હસ્યા. કદાચ મારી નિર્દોષતા જોઈને તેમને નવાઈ લાગી.

તે વિચિત્ર લાગે તેવું હતું. પણ મોટા શહેરોમાં બહારથી આવતા લોકોને સૌથી વધારે ચિંતા પૈસા કમાવવાની અથવા જીવનનિર્વાહ કેવી રીતે ચલાવવો તેની હોય. મને સૌથી વધારે ચિંતા કૂતરાઓ કરડે એની હતી.

આ ચિંતાનું કારણ ભૂતકાળમાં મારી સાથે જે થઈ ગયું તેની સાથે જોડાયેલું હતું. ગામડામાં મને ઘણીવાર કૂતરાઓ કરડી ચૂક્યા હતા. મને સરકારી દવાખાનામાં જઈને અસહ્ય પીડાદાયક ઈન્જેક્શન લેવા પડ્યા હતા તેનું દર્દ યાદ આવતું હતું. આ બધા ઉપરાંત મારી પાસે થોડી બચત હતી તેમાંથી દવાના પૈસા ચૂકવવાના હતા. અહીં અજાણ્યા શહેરમાં મારા હાથે નકામા ખર્ચા થઈ જાય તેની મને ચિંતા હતી. તદ્દઉપરાંત મારી મા પણ અહીં મારી સાથે નહોતી. મને તેની હાજરીથી હૂંફભર્યો ટેકો મળી રહેતો.

હકીકતમાં તો હું આ સંત પુરુષ જેવા માણસની ડહાપણભરી સલાહ સમજી શકતો ન હતો. ટૂંકમાં, મને એવી ખબર પડતી હતી કે તેમના કહેવાનો આશય સારો હતો. વર્ષો પછી ક્યારેક હું એકાંતમાં તેમના શબ્દોને યાદ કરું છું તો હું એમના કહેવાનો ઊંડો મર્મ સમજી શકું છું. તે ઘરડા, નમ્ર માણસની છબી હજી મારા મગજમાં સચવાયેલી છે. ગહન રીતે જોતા એમ લાગે છે કે અમારો મેળાપ એ કોઈ દૈવી સંકેત હતો, જે અનાયાસ મને દોરવણી આપતો હતો. મને ભવિષ્ય માટે સચેત થવાનું કહેતો હતો.

ખરેખર, તેમની સલાહ મારા માટે ઈશ્વરીય મદદ હતી અને એક જુવાન છોકરાને તેની જિંદગીમાં કંઈ મોટું કરવા માટે આશા અને તાકાત જન્માવે તેવી હતી. તેમની સાથે વાતચીત કર્યા પછી હું ઊંઘી ગયો. હું એક કલાક પછી ઉઠ્યો તો મેં મારી બાજુની સીટ ખાલી જોઈ. મારી જોડે મુસાફરી કરનાર સંતપુરુષ અચાનક જતા રહ્યા હતા — જેવી રીતે તે મુસાફરી કરવા અચાનક આવ્યા હોય તેવું લાગ્યું.

મેં બસમાં બારીમાંથી કેટલાક શહેરી વિસ્તારો જોયા. સંધ્યા સમયે નજર આગળથી પસાર થતા દૃશ્યો શ્વાસ રોકી રાખે તેવા હતા. દૂર ક્ષિતિજમાં પ્રકાશનો ગાલીચો ફેલાઈ ગયો હતો. મેં દૂર દૂર માઈલો સુધી હજારો લાઇટોને ચમકતી જોઈ. એ બધી લાઇટો આકાશમાં ટમટમતા તારલાઓ જોડે ભળી ગઈ હતી. મને એવું લાગતું હતું કે એ નાની ઝબકતી લાઇટો મારા માટે આશાના કિરણો લઈ આવે છે. તે બહુ જાદુઈ હતું. કાચની બારીની બહાર તેજસ્વિતા વધવાની સાથે મને એવું લાગતું હતું કે હું અલૌકિક દુનિયામાં વિહાર કરી રહ્યો છું. રાત્રે મુંબઈના આકાશની પાર્શ્વભૂમિ પર દેખાતી જમીન લાઇટોના દરિયાની જેમ ચમકે છે તે જોવાનો ઉત્સુકતા મારા મનને તર-બદર કરી નાખે છે.

હું હાલમાં મુંબઈના એક પરા-ઓશીવારામાં એક ઊંચી બિલ્ડિંગમાં ૩૬મા માળે રહું છું. જ્યારે હું રાત્રે સૂવાની તૈયારી કરું છું ત્યારે બારીમાંથી શહેરના ઊંચા મકાનો જોઉં છું, જે ખૂબ પ્રકાશથી ચમકતા હોય છે. જેમાંના કેટલાક વૈભવી ઍપાર્ટમેન્ટ્સ હોય છે જ્યારે કેટલાક બહુ આકર્ષક હોતા નથી. દૂરથી તો બધી લાઇટો સરખી જ દેખાતી હોય છે. જિંદગી જીવવા માટે બધાએ ઝઝુમવું પડે છે. હા, દરેકના સપનાં અને જીંદગીનો મકશદ જુદા-જુદા હોય છે. વધારે ઊંચે જતા, આકાશ ટમટમતા તારાઓથી ચમકે છે. ટમટમતી લાઇટોની વચ્ચે મારું હૃદય એક મિનિટ ધબકારા ચૂકી જાય છે અને હું ફરી એકવાર બાળક બની જાઉં છું. મારે કૂદવું છે, તાળીઓ પાડવી છે, મારા મન-હૃદયને ખૂબ-ખૂબ આનંદ મળે છે. હજી પણ જ્યારે રાતના વિમાન ઉતરતું હોય ત્યારે હું બારીની બહાર વિમાનને આકાશની પાર્શ્વભૂમિ પર દેખાતી જમીનને અડકતા જોઉં છું. હું બારી બાજુની સીટ પસંદ કરું છું જેથી નીચે જમીન પર લાખો લાઇટોને ચમકતી જોઈ શકું કે જે મુંબઈની ચાંદની એટલે કે ચમકતા મૂલ્યવાન ઘરેણા સમાન છે.

મારી મુસાફરીમાં પાછા ફરતા... મુંબઈ પહોંચીને હું સર્વત્ર ટોળાઓને જોઈ પ્રભાવિત થઈ ગયો. મને તેનાથી કીડીઓની યાદ આવી ગઈ કે જે ડાબે-જમણે જોયા વગર એકધારી સીધી લાઇનમાં ચાલે છે. જ્યારે હું મારા કાકાના બગીચામાં કામ કરતો ત્યારે હું ધીમી ગતિએ કીડીઓને એકમેકની પાછળ જતી જોતો. તેમનું દિશાનું ભાન અને ગતિશીલતા જોઈને આશ્ચર્ય થાય. બસની બારીમાંથી બહાર જોતા મને રસ્તા પર ઘણા લોકોના માથા ફરતા દેખાયા. તે જોઈ મને જૂની યાદ આવી ગઈ. તેઓ પણ તે કીડીઓ જેવા હતા જેઓ આગળ વધવા માટે અધીરા હતા અને બહુ ગતિમાન હતા.

હવામાં બહુ પ્રદૂષણ છવાયેલું હતું, ભેજ પણ અસહ્ય હતો અને હવામાં ભીનાશની સુગંધ હતી. આની સરખામણીએ વહેલી સવારે ગામડાઓ ચોખ્ખા અને તાજગીપૂર્ણ હોય. જોકે, હવામાનની સ્થિતિનો મારા પર કોઈ પ્રભાવ ન હતો. મારે તો કામ શોધવાનું હતું.

મુંબઈમાં કામ મેળવવું સહેલી વાત ન હતી. હું વિઠ્ઠલ સાથે એના સાથીદાર તરીકે રહેતો હતો ત્યારે ભાંડુપની આસપાસ ફર્યો ત્યારે મેં જાણ્યું કે તે એક સીધોસાદો માણસ હતો અને હજી પણ તેવો જ છે. તે દયાળુ અને સ્વભાવે મદદગાર છે. અમારી એક મુલાકાતમાં તેણે એક ઊંચું મકાન બતાવ્યું. તે આર્કેડમાં (ઘણી દુકાનોવાળું મકાન) એક દુકાન બતાવી જે તેના કુટુંબની હતી. મારા ભોળપણમાં અને નાસમજમાં મને એવું લાગ્યું કે એ આખી બહુમાળી ઇમારત તેમની છે.

હું મારા સગાઓની સિદ્ધિઓથી અંજાઈ ગયો. એ વખતે મને એવું લાગ્યું કે હું આવું કરી શકીશ નહિ. મારું મન શંકાઓથી ઘેરાવા લાગ્યું કે મારા ક્ષેત્રમાં મને સફળતા અને નામના મળે તેવી મારામાં વિશિષ્ટ કાબેલિયત છે કે નહિ ? પછી મેં વિચાર્યું, 'કેમ નહિ ? હું મારા કાકાના છોકરાઓ જેટલો પુરુષાર્થ અને મહેનત કરીશ અને હું જાતે જ મારો વિકાસ કરીશ.'

મારી જિંદગીનો આ નિર્ણાયક વળાંક હતો. હું જે બહુમાળી ઇમારત સામે તાકીને જોઈ રહ્યો હતો તેમાં મારી મહત્ત્વાકાંક્ષા ખૂબ વધતી ગઈ.

અસંખ્ય ગ્રાહકો સાથે મોટા સલૂનોના માલિક બનવું એ બહુ મોટી વાત હતી. પણ મને ''બ્લો-ડ્રાયર'' (વાળ સૂકવવા માટેનું મશીન) કેવી રીતે વાપરવું તેની ખબર નહોતી. તેનું પ્રાથમિક જ્ઞાન હોવું જરૂરી હતું, કારણ કે આ કાંઈ ગામડાના લોકો ન હતા. શહેરી લોકો વાળ કપાવ્યા પછી સેટ કરાવવા માટે ઘણી ચીવટ રાખે છે. હું તો હવામાં મહેલ બાંધતો હતો.

મારી પહેલી નોકરી અજન્ટા નામક એક નાના સલૂનમાં હતી કે જે વિઠ્ઠલના કાકાના છોકરા આનંદ ભંડારી ચલાવતા હતા. તે બિહામણી જગ્યા પશ્ચિમ ભાંડુપના ખીંડીપાડા વિસ્તારમાં આવેલી હતી કે જે અસામાજીક અને ગેરકાયદેસર પ્રવૃત્તિઓ માટે જાણીતી હતી. એક ગ્રાહકને તેના વાળ સેટ કરાવવાની ઉતાવળ હતી. તેણે મને સાધન વાપરવા માટે જબરદસ્તી કરી અને કેવી રીતે તે સાધન વાપરવું તે પણ સમજાવ્યું. ફક્ત આનંદ જ આ ફેન્સી ઈલેક્ટ્રોનિક ડ્રાયર (ભીનાશને સુકવનારું-વિજાણુ યંત્ર) ચલાવતો હતો અને એ વખતે આનંદ દુકાનમાં નહોતો. મને લાગ્યું કે આ જ ક્ષણ એ યંત્ર શીખવાની છે.

તમે કલ્પના કરો કે પહેલીવાર ઈલેક્ટ્રોનિક ડ્રાયર વાપરતા મને કેવો રોમાંચ થયો હશે? હું અણઘડની પેઠે કંઈ પણ કરવા ઉતાવળો હતો અને જિજ્ઞાસાને કારણે હું ખૂબ ઉત્તેજિત હતો. મારા આનંદની કોઈ સીમા ન હતી. આજકાલ સલૂનોમાં જે અદ્યતન સાધનો વપરાય છે તેની સરખામણીમાં તો તે બહુ જ સામાન્ય સાધન હતું. હું થોડો ખચકાયો પણ ગ્રાહકને બહુ ઉતાવળ હતી તેથી તેને કંઈ જ ફિકર ન હતી. તેણે મને જલદી વાળ સૂકા કરીને સેટ કરવા માટે આગ્રહ કર્યો.

ત્યારપછી તો હું એક કુશળ કારીગરની જેમ સારી રીતે ડ્રાયર વાપરવા માંડ્યો. ખાસ કરીને હું એ ગ્રાહકો માટે આ ડ્રાયર વાપરતો કે જે લોકોને બોલીવુડ ફિલ્મી હીરોની જેમ હેરકટ કરાવવા હતા. તે એંશીના દાયકા પહેલાંનો સમય હતો. તે વખતે બધા ડાન્સ (નૃત્ય)ના શોખીનો મિથુન ચક્રવર્તી જેવા લાંબા વાળ રાખવા અને અમિતાભ બચ્ચન જેવા કાનશિયા (ગુચ્છા) રાખવા માંગતા હતા.

આનંદ બહુ દયાળુ હતો. મારા માટે તે એક એવી બારી સમાન હતો કે મારા કામ પછી બીજી દુનિયા તરફ જોવા હું તેમાં ડોકિયુ કરી શકતો. તે મારો ગાઈડ (માર્ગદર્શક) હતો. તે મને સલૂનની પાસે આવેલા કંજુરમાર્ગ સ્ટેશનેથી લોકલ ટ્રેનમાં ચઢવા માટે ધીરજથી શિખવાડતો. જો કે હું નિયમિત રીતે એ રસ્તે આવતો-જતો ન હતો તેથી હું ઘણીવાર રસ્તો ભૂલી જતો.

એક દિવસ, સેન્ટ્રલ મુંબઈમાં દાદરથી ભરચક આવેલી ટ્રેનમાં હું ચઢવા ગયો કે જે ઉત્તર-પૂર્વ મુંબઈ બાજુ ભાંડુપ નજીક કંજુરમાર્ગ જઈ રહી હતી. હું દરવાજા પાસેથી એક હાથે સળિયો પકડીને લટકતો રહ્યો. મુંબઈમાં આવતા બીજા બધા નવા નિશાળિયાઓની જેમ મને પણ ઘણી દિશાઓ બહુ ગૂંચવણમાં

નાખી દે તેવી લાગતી. મને એવું ભાન ન થયું કે આ ટ્રેન તો બહારના સ્ટેશન માટેની છે, સ્થાનિક સ્ટેશન માટે નથી. એનો અર્થ એવો હતો કે તે મુંબઈથી બહાર જઈ રહી હતી.

જ્યારે હું જીવના જોખમે બારણા પાસે લટકીને ટ્રેનમાં જતો હતો ત્યારે ઘણા લોકલ સ્ટેશન પસાર થઈ ગયા એ જોઈને મને મારી ભૂલનું ભાન થયું. જ્યારે મને આ વાતની જાણ થઈ ત્યારે હું ગભરાઈ ગયો. ઝડપથી જતી ટ્રેન મને અંધારા બોગદામાં લાઈટોનો પ્રકાશ થતો હોય તેવી લાગી. મારા સગા માટે મેં ટેપ રેકોર્ડર ખરીદ્યું હતું તે મારા ખભા પર ત્રાંસું પટ્ટા સાથે બાંધેલું હતું. ખૂબ જ જોરથી પવન આવવાથી મને ઝાંખું દેખાવા માંડ્યું. જો કે કોઈ રીતે હું વીજળીના થાંભલાને જોઈ શક્યો કે જે આગળ પાટાની બાજુમાં હતો. તેથી હું અંદર આવી ગયો અને તે થાંભલા સાથે અથડાઈ જવાથી બચ્યો. બહુ વાર પછી ટ્રેન જ્યારે શહેરની બહાર કલ્યાણ સ્ટેશન પર ઊભી રહી ત્યારે હું સ્થાનિક રેલવે પકડવા બીજા પ્લેટફોર્મ પર દોડ્યો. આ બનાવ પછી હું ટ્રેનોમાં ચઢવામાં બહુ ધ્યાન રાખતો.

એક દિવસ આનંદ મને અજ્ઞાત દારૂના બારમાં લઈ ગયો. ત્યાં મેં પહેલીવાર બીયરની કડવાશ ચાખી. અમે બીયર સાથે બટાકાની ચીપ્સ અને શીંગ ખાધી. મને એ નવાઈ લાગી કે લોકોને આવી ખરાબ વાસવાળો અને કડવા સ્વાદવાળો બીયર પીવામાં મઝા કેવી રીતે આવતી હશે ? મને બીયરની સાથે મંગાવેલ નાસ્તો કરવામાં મઝા આવી. મેં આનંદ સાથે ઉત્તર ભારતની વાનગીઓ ખાવાનું ચાલુ કર્યું અને તે માટે હું તેનો આભારી છું. મેં રોટી, તંદુરી ચિકન અને બીજું ખાવાનું શરૂ કર્યું તેમાં ગરમ મસાલા હતા. આનંદ મને એક એવી રેસ્ટોરન્ટમાં લઈ ગયો જ્યાં પંજાબી ખાવાનું હતું. એણે મને દુકાનમાં રાત્રે સૂવા માટે જગ્યા કરી આપી. જોકે તે એક બદનામ વિસ્તાર હતો. દર અઠવાડિયે અમે લગભગ બે-ત્રણ ખૂનો વિશેની વાત સાંભળવા મળતી હતી અને પોલીસ હત્યા કરીને ફેંકાયેલા શબોને આસપાસની જગ્યાઓમાં શોધતી. મોડી રાત્રે ત્યાં કોઈ બહાર નીકળતું ન હતું. અમે પણ અમારી દુકાનના દરવાજાઓ સજ્જડ બંધ રાખતા હતા.

મેં અહીંયા ૫૫ દિવસ સુધી ૪૫ રૂ. માસિક પગાર પર કામ કર્યું. ગ્રાહકોએ મને જે ટીપ્સ (બક્ષિસ) આપેલી તેમાંથી પણ થોડા પૈસા મેં બચાવ્યા. બધા ગ્રાહકોને સંતોષજનક સેવા આપવા બદલ આનંદ મારા કામથી ખુશ હતો. રવિવારે બમણું કામ કરવાથી તો એ મારા પર એ ફિદા થઈ ગયો. એ

કામચલાઉ નોકરી હતી, કારણ કે વિઠ્ઠલે ટૂંક સમયમાં જ મને ભાંડુપમાં આવેલા તેના નાના ભાઈ રઘુના સલૂન પર મોકલી દીધો.

રઘુનો સ્વભાવ વિઠ્ઠલ કરતાં એકદમ વિરુદ્ધ હતો. તે સંઘર્ષ કરીને પોતાના પગ પર જાતે ઊભો થયેલો હતો. રઘુ પોતાની લાગણી કે અભિપ્રાય જલદી વ્યક્ત કરે એવો ન હતો. એને પોતાના કામ સિવાય બહારની દુનિયાની પડી ન હતી. તે કંજૂસાઈ કરવા ટેવાયેલો હતો. એકંદરે તે કોઈને એમની મુશ્કેલીઓમાં મદદ કરે તેવો ન હતો.

પણ મને તેના લક્ષણોની કંઈ અસર થાય એવું ન હતું. રઘુનું સલૂન મોટું હતું અને મારે નોકરીની જરૂર હતી. તેમાં ચાર ગ્રાહકો એકીસાથે બેસી શકે તેવું હતું. તેથી ત્યાં કામ કરવા મારા માટે વધારે તક હતી. મને શરૂઆતમાં મુશ્કેલી પડતી હતી, કારણ કે જે કાયમી ગ્રાહકો અમુક હજામ પાસે વાળ કપાવવા ટેવાયેલા હતા તેઓ તેમની પાસે જ વાળ કપાવતા હતા. હું એક બાજુ ઊભો રહી તેમનું કામ જોતો હતો.

હું નવરાશનો સમય નવું નવું જાણવા અને શીખવામાં વાપરતો હતો. મારા સહ-કર્મચારીઓને વિવિધ રીતે કાતર ચલાવતા હું જોતો હતો અને જ્યારે તેઓ ગ્રાહકોના વાળની સ્ટાઈલ કરતા ત્યારે હું નવા હેરકટ્સ શીખતો. સલૂનમાં જે ગ્રાહકો વાળ કપાવવા તેમના વારાની રાહ જોઈ બેસી રહ્યા હોય તેમની સાથે હું સારા સંબંધ કેળવતો. હું તેમને નવા મેગેઝિનો વાંચવા આપતો અને તેમના માટે પાણી લાવતો. તેમાં મોટા ભાગના ગ્રાહકો મિલના કારીગરો અને મજૂરો હતા કે જેઓ આસપાસના વિસ્તારોમાં રહેતા હતા.

જો કોઈ ગ્રાહક કંટાળી જાય કે બગાસા ખાય તો બાજુની ફૂટપાથના સ્ટોલમાંથી હું 'કટિંગ ચા' અથવા આખો કપ ચા લઈ આવતો. 'કટિંગ ચા' એ રીતે પ્રચલિત છે કે જે મુંબઈમાં ચા ના અડધા કપ માટે વપરાય છે. આમાં બહુ નાનો ગ્લાસ હોય. મને મેંગ્લોર, કેરાલા અને તામિલનાડુથી આવતા ગ્રાહકો જોડે સારું ફાવતું હતું. હું તેમની સાથે માતૃભાષામાં વાત કરતો અને વધારે ઘનિષ્ટ સંબંધો બનાવતો.

આખા દિવસ માટેના કારીગર બનવા માટે મને બહુ મહિનાઓ લાગ્યા. જ્યારે મારા એક સહ-કર્મચારી મોહને નોકરી છોડી દીધી ત્યારે મને આ તક મળી.

મારી જિંદગીનું ફક્ત એક જ ધ્યેય હતું – પ્રગતિ કરવી. રઘુનું સલૂન એક એવી જગ્યા હતી જ્યાં મેં દિવસના બધા કલાક ગ્રાહકોની સેવામાં

ગાળ્યા. ત્યાં મને ૬૦ રૂ. માસિક પગાર મળતો હતો અને ૫% કમિશન પણ મળતું હતું. ભાડુંપમાં મેં મારી રાતો નજીકની નિશાળના વરંડામાં અથવા સ્થાનિક મંદિરની ખુલ્લી જગ્યામાં સૂઈને ગાળી. રઘુ તેની પત્ની અને પુત્ર સાથે એક રૂમના ઘરમાં રહેતો હતો. વરસાદમાં હું તેના ઘરના ઉપરના ભાગમાં સૂઈ જતો. એક દિવસ મેં અચકાતા-અચકાતા તેને પૂછ્યું કે હું વરસાદમાં તેના સલૂનમાં સૂઈ શકું? પ્રત્યુતરમાં તેણે મારા પર ગુસ્સો કરતા પૂછ્યું, ''વીજળીનું બિલ કોણ ભરશે?''

બે-અઢી વર્ષ સુધી મારું સંતોષકારક કામ જોયા પછી રઘુને મારા પર વિશ્વાસ થઈ ગયો. તેણે દુકાનની બધી જવાબદારી મને સોંપી. તેણે મને હિસાબની જવાબદારી પણ સોંપી દીધી, કારણ કે તે થોડા સમય માટે નોકરી કરવા સાઉદી અરેબિયા જઈ રહ્યો હતો.

ભાંડુપમાં રહેવું તે મારી જિંદગીનો બહુ જ કપરો સમય હતો. અમારા સલૂનની બાજુમાં ઉઠાવગીર અને ખિસ્સાકાતરૂઓનો અડ્ડો હતો કે જે ત્યાંની ઝૂંપડપટ્ટીમાં રહેતા હતા. ત્યાં એક નાની અવાવરુ જગ્યા (ડેન) હતી કે જ્યાં દેશી લઠ્ઠો-દારૂ બનતો હતો. એક વખત હું લોકોની સતત અવરજવરવાળા બજારના યાર્ડમાંથી પસાર થઈ રહ્યો હતો ત્યારે એક માણસે મારા પેન્ટના ખિસ્સામાંથી પર્સ કાઢવાનો પ્રયત્ન કર્યો. મેં મારા પર્સ પર કોઈનો હાથ પડતો જોયો છતાં મેં પાછળ જોવાનું ટાળ્યું. થોડી વારમાં ત્યાં કોઈ વસ્તુ પડતી મેં જોઈ.

મેં પાછળ ફરીને જોયું તો મારી પાછળ આવતા માણસે જમીન પર પડેલા પર્સ તરફ આંગળી ચીંધી. અમે બંને જણા રસ્તા પર પડેલા પર્સ લેવા નમ્યા. અમે તો જાણે એવી રીતે ઢોંગ કરતા હતા કે કોઈ બીના બની જ નથી. જેવું મેં પાકિટ લીધું કે પેલો માણસ ટોળામાં અદૃશ્ય થઈ ગયો. આ તો મેં સૌથી નજીકથી ચોરની કરામત નજરે નિહાળી.

એ વાત તો જાણીતી છે કે ઠગો ચપ્પા અને અણીદાર વસ્તુઓ શર્ટમાં સંતાડીને ફરે છે. જ્યારે અમારા વિસ્તારમાં ભીવંડીના કોમી રમખાણો થયા ત્યારે મેં હુમલાખોરોને તલવારો સાથે લોકો સામે ધસી જતા જોયા. આ સમય મારા માટે અત્યંત મુશ્કેલીનો હતો.

બંને કોમના લોકો સામસામે આવી જતા હતા. બધા એકબીજાને મારવા માટે લોહી તરસ્યા બની ગયા હતા. એક દિવસ તો ચાર ભાગમાં વહેંચાયેલા અમારી દુકાનના લાકડાના બારણાને હડસેલીને એક માણસ અંદર ધસી આવ્યો અને અમારા સલૂનમાંથી રેઝર બ્લેડ લેવા માટે હુમલો કર્યો. તે

આ રેઝર બ્લેડ મને મારવા માટે વાપરવા ઈચ્છતો હતો. મેં તેના ચહેરા સામે જોયું. તેની આક્રોશભરી લાલ આંખો ગુસ્સાથી ભરેલી હતી. નસીબજોગે તે માણસ અમારો કાયમી ગ્રાહક હતો તેથી મેં તેનો ગુસ્સો શાંત કરવા માટે પ્રયત્ન કર્યો. મેં તેને સમજાવ્યું કે રઘુની ગેરહાજરીમાં દુકાનની જવાબદારી મારા પર છે.

મેં તેને આજીજી કરી, ''મહેરબાની કરીને આવું ના કરો. જો કાંઈ ખોટું થશે તો મારા પર આરોપ આવશે.'' તે તેનો ગુસ્સો ઠાલવતો રહ્યો, કારણ કે તેને લોકો પર વેર લેવું હતું. મેં ગભરાઈને આજીજી કરી, 'ભાઈ, મહેરબાની કરીને તમે ધમાલ ના કરો નહીં તો હું મુશ્કેલીમાં મુકાઈ જઈશ.'

મેં તેને ઘણી રીતે સમજાવવાની કોશિશ કરી. છેવટે તે કેટલાક લોકોને ગાળો આપતો ચાલ્યો ગયો. બહાર હવામાં બધે દુર્ગંધ પ્રસરેલી હતી. બધે ભયંકર વાસ અને ધુમાડો ફેલાયેલો હતો. લોકો રબરના ટાયર બાળતા હતા, હાથમાં લાકડીઓ લઈ દોડતા હતા અને દંડૂકા લઈ મારતા હતા. તેઓ આડેધડ ઘરો પર પથ્થર ફેંકતા હતા. જિંદગીમાં મેં પહેલીવાર નિર્દોષ લોકોના ચહેરા ભયભીત જોયા. તેઓને અજાણ્યા હુમલાખોરની ભીતિ હતી. દરેક જણને બીક લાગતી હતી કે કોઈ તેમને મારી નાખવા માટે આવશે. મારી જેમ કોઈ સલામત ન હતું. મુંબઈમાં આ રીતે દિવસો પસાર કર્યા ત્યારે હું સ્વયંને બહારનો વ્યક્તિ માનતો હતો અને મારે ભાગી જવું હતું. પણ મને ભાન થયું કે અત્યારે મારા માથે મોટી જવાબદારી છે. મારે રઘુની દુકાનનું રક્ષણ કરવાનું છે. જ્યાં સુધી પરિસ્થિતિ સુધરે નહિ ત્યાં સુધી મારે અહીં રહેવું જ પડે. તે સમય એક ભયંકર સપના જેવો હતો જે હું કોઈ દિવસ ભૂલી શકું તેમ નથી.

મેં રઘુની દુકાનને નવ મહિના સુધી જીવના જોખમે સાચવી. હું દરરોજ સલૂનના ટુવાલ ધોવા અને આખી દુકાન સાફ રાખવાથી માંડીને બધી વસ્તુઓનું જાતે જ ધ્યાન રાખતો. તે વખતે મારા મનોરંજનનું એકમાત્ર સાધન કબડ્ડીની રમત જોવાનું હતું કે જે મહારાષ્ટ્ર નગરના સ્થાનિક અખાડાના મેદાનમાં રમાતી હતી. શહેરના પરાઓમાં રહેતા ઘણા છોકરાઓની જુદી જુદી ટીમો એકબીજા જોડે હરીફાઈ કરતી હતી અને તેમની રમત જોવા લોકોના ટોળા ભેગા થતા.

આ બહુ રોમાંચકારી રમત હતી અને મેદાનમાં હંમેશા ઉત્તેજના રહેતી. ત્યાં બેસવાની જગ્યા ન હતી. લોકો રમત જોવા ઊભા રહેતા. કેટલાક લોકો

પોતપોતાના સમૂહમાં બેસતા અને સારી જગ્યા શોધવા માટે એકબીજાને ધક્કો મારતા. મારી ઊંચાઈ ઓછી હતી (કારણ કે હજી હું ૧૫ વર્ષનો જ હતો) મારે રમત જોવા માટે ઊંચી ડોક કરવી પડતી.

હું ઊભા પગે બેઠો અને ઊભેલા લોકોના પગની વચ્ચેની જગ્યામાંથી ડોકિયા કરવા લાગ્યો. ત્યાં કોઈના પાતળા તો કોઈના જાડા, કોઈના લાંબા તો કોઈના ટૂંકા પગ હતા. લોકો ૭૦ના દાયકામાં પ્રચલિત પહોળી મોરીની પેન્ટ અથવા બેલ-બોટમ પહેરતા. જ્યારે કોઈ પગ ખસેડતા ત્યારે મને જોવામાં વિઘ્ન થતું અને મારે નજર ફેરવવાની ફરજ પડતી. હું ઘડીકમાં ડાબે તો ઘડીકમાં જમણે દોડી જતો. એ તો જાણે વિચિત્ર રીતે બનેલા તંબુમાં ચલચિત્ર જોવા જેવી વાત હતી. જેમ કે ગામડાઓના નાટ્યગૃહોમાં થાંભલાઓ અને લાંબા છિદ્રો હોવાથી કોઈ દૃશ્ય જોવાનું રહી જાય.

મેં બરડો અને ગરદન વારંવાર ફેરવીને જુદી જુદી રીતે પ્રયત્ન કરીને, જ્યારે એક ટીમના મેમ્બરે બીજી ટીમના ખેલાડીએ પગ ખેંચી બહાર કાઢવાનો પ્રયત્ન કર્યો ત્યારે હું ધક્કામુક્કી કરી થોડું જોઈ શક્યો. બંને ટીમો એકબીજાની ટીમની હદમાં પહોંચી, પાછા આવી જીતવાનો પ્રયત્ન કરતી હતી. સળંગ રમત જોવી બહુ અઘરું કામ હતું પણ મને ખૂબ જ મજા આવી.

એક દિવસ મેચ ચાલી રહી હતી અને હું બેલ-બોટલની વચ્ચે માથું ઘાલીને જોવાનો પ્રયત્ન કરી રહ્યો હતો ત્યારે એક વડીલે નીચે નમીને મને મરાઠીમાં કહ્યું, (મરાઠી ભાષા હવે હું સમજી શકતો હતો.)

''ધસ બાલા ધસ.'' એનો અર્થ ''ધક્કો માર, છોકરા ધક્કો માર.'' તેણે મને હડસેલો મારી અંદર ઘૂસી જવાનું કહ્યું. તેમની દોરવણી જોતા હું બધાના પગની વચ્ચેથી આગળ વધવા લાગ્યો. છેવટે હું પહેલી હરોળમાં પહોંચ્યો ત્યાં સુધી ભુલભુલામણીવાળા પગ, બૂટ અને સ્લીપર્સની વચ્ચેથી આગળ વધતો રહ્યો. હું ખૂબ ખુશ થઈ ગયો. મને રમત જોતા કેટલી ખુશી થઈ તેનું હું વર્ણન કરી શકતો નથી. મને એવું લાગે છે કે મેં પહેલી હરોળમાં જઈને મેચ જોવા માટે જે પ્રયત્નો કર્યા તે ઘણા સાહસિક અને હાસ્યાસ્પદ છે.

થોડા સમય પછી રઘુની પત્નીની મારા વિશે ફરિયાદો અને નિરર્થક ગેરસમજના લીધે મારે નોકરી છોડવી પડી. પછી હું કરકલામાં મારી મા પાસે જતો રહ્યો. જોકે, એક જ અઠવાડિયા પછી હું મારા બીજા કાકાના છોકરાની દુકાનમાં કામે ચઢી ગયો.

આ વખતે મુંબઈ જતી વખતે અમારી બસને અકસ્માત થયો અને બસ ઘસડાઈને ૧૦ ફૂટ ઊંડા ખાડામાં ગબડી પડી. મારી પાછળ બેઠેલી સ્ત્રી ગંભીર રીતે ઘવાઈને મરી ગઈ. હું મરતા-મરતા બચ્યો. હું ડ્રાઈવરની કેબિન પાસે લગાડેલા કાચના દ્વારમાંથી બહાર નીકળી ગયો હતો. આખી બસ વિચિત્ર રીતે મોટા ગંજાવર પથ્થર સાથે અથડાઈ ને કાદવમાં ખૂંપીને ગઈ.

તૂટેલા હેન્ડલવાળી મારી લાલ બેગને પકડી હું ટેકરી પર ચડ્યો અને મુંબઈ જતી બીજી બસમાં બેઠો. લાલ કલરને લીધે, આવી ધમાલમાં પણ હું તરત જ મારી બેગ ઓળખી શક્યો હતો. આ ખતરનાક અકસ્માતને કારણે મને બહુ આઘાત લાગ્યો. મુંબઈ પહોંચ્યા પછી લોકોને તેમનું રોજનું કામ રાબેતા મુજબ કરતા જોઈ મારી ઝઝૂમવાની દૃઢતા પાછી આવી ગઈ. હું રોજના વાતાવરણમાં પાછો આવી ગયો હતો. હું સ્વયંને સુરક્ષિત અનુભવતો હતો અને બચી ગયો તે માટે ભગવાનનો પાડ માનતો હતો.

પૂર્વ ઘાટકોપરમાં આવેલ રમાબાઈ નગર નામક પરા વિસ્તારમાં ફેલાયેલી ઝૂંપડપટ્ટીમાં મેં મારું નવું રહેઠાણ શોધ્યું. હું ત્યાં રહેતા હજારો લોકોમાંનો એક બની ગયો કે જે કોઈ પણ છત નીચે પોતાનો આશરો શોધે છે. ત્યાં ઠેરઠેર ખુલ્લી ગટરો અને કાદવના ઢગલા છે. ત્યાં અસહ્ય દુર્ગંધ ફેલાતી રહેતી હતી. આપણે કોઈવાર ગંદકીમાં રહેતા શીખવું પડે છે. મચ્છરો પણ રાક્ષસ જેવા લાગતા હતા એ એટલા મોટા હતા કે જો ૧૦ મચ્છર ભેગા થઈ જાય તો કોઈપણ માણસને હવામાં ફંગોળી દે. મચ્છરોથી ફેલાતા ચેપથી હું ગભરાઈ ગયો. એવી કોઈપણ વસ્તુ કે જે ડૉક્ટરો અને હોસ્પિટલો જોડે થોડી પણ જોડાયેલી હોય તેનાથી હું ગભરાતો.

મારી ઝૂંપડી બીજી બધી ઝૂંપડીઓની વચ્ચે હતી. તે વિઠ્ઠલના કાકાના છોકરા આનંદ ભંડારીની અને તેની પત્ની રૂકમણિની હતી. જોગાનુજોગ તેનું નામ પણ આનંદ હતું. રમાબાઈ નગરની ઝૂંપડપટ્ટીમાં બધા પડોશીઓ અડોઅડ રહેતા તેથી એકબીજાની વાત સાંભળી શકતા હતા. બધાને ખબર હતી કે આસપાસ શું થઈ રહ્યું છે. તે જગ્યા બહુ અવ્યવસ્થિત અને ઘોંઘાટવાળી હતી. લોકો બહુ ઘોંઘાટ કરતા હતા. પડોશીઓ ચીસો પાડતા હતા અને સવારે રસ્તા પર મ્યુનિસિપાલિટીની પાણીની પાઈપમાં ગેરકાયદે જોડાણ કરવું અને એ માટે ઝઘડા કરવા એ બહુ સામાન્ય દૃશ્ય હતું. ત્યાં રહેતા લોકો ઘડા અને ડોલો હાથમાં પકડીને પીવા અને નહાવા માટે પાણી ભરવા માટે લાઇનમાં ઊભા રહેતા.

તે બહુ વિચિત્ર જગ્યા હતી. અમે ગંધાતા કચરાના ઢગલાની બાજુમાં ખુલ્લામાં નહાતા અને ગંદું પાણી ખુલ્લી ગટરોમાં થઈ સુએજમાં જતું. આવા વાતાવરણમાં નહાઈને તમે કેવી રીતે ચોખ્ખા થઈ શકો ? અમારી ઝૂંપડીની પાછળથી દારૂની સખત વાસ આવતી હતી. મારા કહેવાનો ભાવાર્થ એવો નથી કે મારે આ સહન કરી લેવું. પણ હું કોઈને ફરિયાદ કરું તેવી સ્થિતિમાં ન હતો.

ગામડાંના લોકો નાના ઘરોમાં રહે છે છતાં સ્વચ્છતાના આગ્રહી હોય છે. ગરીબ લોકો તેમના ઘર ગાયના છાણથી લીંપે છે કે જે ઓર્ગેનિક જંતુનાશક ગણાય છે. જાહેર સ્વચ્છતા માટે અમુક સાર્વજનિક નિયમો છે. ગામડામાં આપણને રસ્તા પર કચરાના ઢગલા દેખાતા નથી.

ભારતની સૌથી મોટી ઝૂંપડપટ્ટી ધારાવીમાંથી મને કામનો પ્રસ્તાવ આવ્યો. મેં ત્યાંના સલૂનની મુલાકાત લીધી કે જેની આગળ માંસની દુકાન હતી તેથી મેં તરત જ ના પાડી દીધી. કતલ કરેલા ઢોરના લાલ માંસના ટુકડા દુકાનના સળિયા પર લટકતા જોઈ મેં નોકરી માટે ના પાડી દીધી. હું બેકાર હોવા છતાં ત્યાં નોકરી કરવાની મારી તૈયારી ન હતી. મારી જિંદગીના આરંભિક વર્ષોમાં હું ઢોરો સાથે રહ્યો હતો. ભેંસનું દૂધ કાઢતો, ચરાવવા લઈ જતો અને તેમને ઘાસચારો ખવડાવતો. મારા દેખતા માંસના ટુકડા કરાય તે મને સ્વીકાર્ય ન હતું. આસપાસનું વાતાવરણ સૂગ ઉપજાવે તેવું હતું અને મને ઉબકા જેવું થવા માંડ્યું.

ચૌદ દિવસ પછી મારી બેકારીનો અંત આવ્યો. આનંદે મને અમારા દૂરના કાકાના છોકરાના સલૂન 'અલંકાર'માં ગોઠવી દીધો કે જે ઘાટકોપરના જાણીતા ગાંધીબજારમાં આવેલુ હતું. અહીં કામ કરવાનો લાભ એ હતો કે રાત્રે હું દુકાનમાં સૂઈ શકતો હતો. ખુલ્લામાં નહાવાની મને ટેવ પડી ગઈ હતી. ઘણીવાર હું ભીની ચડ્ડી જ પહેરતો, કારણ કે મારા કપડાં ધોયા પછી તરત સૂકાતા ન હતા. દુકાન બંધ થાય પછી હું સલૂનમાં નીચે કપડાં સૂકવવા મૂકી દેતો.

થોડા મહિના સુધી હું બે નોકરીઓ કરતો રહ્યો. દિવસે હું સલૂનમાં કામ કરતો અને મોડી રાત્રે હું મારા કાકાના છોકરા ક્રિષ્ના જોડે રસ્તા પર ગાડામાં લીંબુનું શરબત વેચતો. ક્રિષ્ના નોકરી માટે મુંબઈમાં આવ્યો હતો. એ મારો બાળપણનો ભેરુ હતો અને કિશોરાવસ્થામાં અમે અમારા વડીલોની વેધક નજરથી બચીને બીડી ફૂંકીને ધુમાડો કાઢતા હતા. (ખાખી બીડી એ

સિગારેટથી સસ્તી અને મગજ તર કરે એવું ધૂમ્રપાન છે, જેમાં એક પત્તામાં ફિલ્ટર કર્યા વિનાની તમાકુ ભરેલી હોય છે.) અમે દિવસના ૧૦ રૂ. પ્રમાણે ગાડું ભાડે રાખ્યું સ્ટીલનું મોટું વાસણ, મોટો પીપડો અને થોડી ચમચી ખરીદી. અમે નવરાત્રિના નવ દિવસ ગાંધી બજારના ચોકમાં આ તાજગીભર્યું પીણું વેચીને સારી કમાણી કરતા. ૧૫ દિવસ પછી અમને ઢોંસા, ચટણી અને સાંભાર વેચતા પણ આવડી ગયું.

હું જે વધારાના પૈસા કમાતો તેમાંથી થોડી બચત પણ કરતો. મેં જીવનમાં પહેલી વાર મારા માટે બૂટ લીધા જે થોડાક વપરાયેલા હતા. તે એક મોચી પાસેથી લીધા કે જે સેકન્ડ-હેન્ડ સ્પોર્ટ્સ બૂટ વેચતો હતો. બૂટ વ્યવસ્થિત રીતે મારા પગમાં બેસી ગયા હતા અને હું જે સફેદ રંગના બૂટ શોધતો હતો તેવા જ બૂટ આ હતા. તે બૂટ પહેરીને મને ઘણી જ રાહતની લાગણી થઈ અને મને સત્તાનું ભાન થયું. ગામડામાં લોકો એવું માનતા કે ફક્ત ઉચ્ચ કર્મચારીઓ જ બૂટ પહેરે. હું બૂટની ખરીદીથી ખુશ હતો. મારા બૂટ ૧૫ રૂ.ના હતા કે જે મારે માટે બહુ મોટી રકમ હતી. તેથી મારે મારી બચતમાંથી પૈસા કાઢવા પડ્યા.

હું મનમાં ને મનમાં એ માણસનો આભાર માનતો હતો કે જેણે આ બૂટ મોચીને વેચ્યા હશે. મને નવાઈ લાગી કે મેં જેના બૂટ પહેર્યા છે તે ચોક્કસ કોઈ ધનવાન માણસ હશે કે જેણે આવા સારા બૂટ વેચી દીધા હશે.

સલૂનનો ધંધો કૂદકે-ભૂસકે વધતો હતો. તેથી મારે અડધી રાત સુધી કામ કરવું પડતું. મારે મારો વધારાનો સમય સલૂનમાં આપવો પડતો તેથી હું ક્રિષ્નાને ખાવાના સ્ટોલ પર મદદ કરી શકતો ન હતો. મેં મારું કામ શિવરામ ભંડારીને સોંપ્યું જે ગામડાથી આવેલો સીધો-સાદો માણસ હતો. એને નોકરીની તાતી જરૂર હતી. જોકે, એ ધંધો થોડો વખત જ ચાલ્યો. એક રાત્રે, ઢળતા રસ્તા પર શિવરામની પકડમાંથી ગાડું છટકી ગયું અને પાર્ક કરેલી એક કાર જોડે અથડાયું તેથી કારના કાચ તૂટી ગયા. નુકસાન ભરપાઈ કર્યા પછી નાણાકીય મુશ્કેલીને લીધે અમારે દુકાન બંધ કરી દેવી પડી. અલંકારે નફો કરવાનું શરૂ કર્યું તો થોડા સમયમાં ગ્રાહકોના ભારે ધસારાને લીધે હું સલૂનના ધંધાની ઝીણવટભરી વસ્તુઓ શીખી ગયો. જોકે, રઘુ જ્યારે સાઉદી અરેબિયાથી પાછો આવ્યો ત્યારે તેણે મારા કામમાં વિઘ્ન નાખ્યું. તે મને તેના સલૂનમાં લઈ ગયો. એણે મને ખાતરી આપી કે તેની પત્ની હવે મારી સાથે ઝઘડો નહીં કરે. મને રઘુ માટે માન હતું. જોકે, તેની પત્ની ત્રાસદાયક હતી. હું તેના સલૂનમાં તેને મદદ કરવા ફરી તેની સાથે જોડાયો.

મારી જિંદગીના દરેક અનુભવમાંથી મને કંઈ ને કંઈ નવું શીખવા મળ્યું છે. હું શાળાના શિક્ષણમાંથી જે જ્ઞાન પ્રાપ્ત ના કરી શક્યો તે મને જિંદગીના અનુભવોએ શિખવાડ્યું. હું ઈતિહાસ કે ભૂગોળમાંથી કંઈ શીખ્યો નથી પણ મોટા મોટા પડકારોએ મને વ્યવહારિક બાબતો શીખવાડી.

રઘુના સલૂનમાં વિવિધ જ્ઞાતિના ગ્રાહકો આવતા જેથી હું અનેક ભાષાઓનું જ્ઞાન ફરી તાજું કરી શક્યો જેમાં તામિલ, મલયાલમ અને કોંકણી ભાષા હતી કે જે મેંગ્લોરમાં રહેતા લોકો તેમની શૈલીમાં અને તેમની લઢણમાં બોલતા. હું મેંગલોર બેરી ભાષાનો જાણકાર હતો જે દક્ષિણ ભારતની જુદી-જુદી ભાષાઓના ખીચડા જેવી હતી. તે ભાષા મેંગ્લોરમાં રહેતા મુસ્લિમો અને મેંગલોરની આસપાસ રહેતા લોકો બોલતા.

ઘરમાં લોકો તુલુ અને કન્નડ ભાષા બોલતા. હું પાંચમા ધોરણ સુધી કન્નડ ભાષામાં ભણ્યો હતો તેથી હું કન્નડ લખી-વાંચી શકું છું. તુલુમાં લખાયેલા ભક્તિગીતોની નાની ચોપડીઓ વાંચવાનો મને શોખ હતો.

હું સલૂનમાં હિન્દી, મરાઠી, ગુજરાતી ભાષાઓ શીખ્યો. મોટા ભાગના ગ્રાહકો આ ભાષાઓ બોલતા તેથી તેમની સાથે વાતચીત કરતા હું આ ભાષાઓ શીખ્યો. મારા આ જ્ઞાનને લીધે હું ધંધામાં ખૂબ આગળ વધ્યો, કારણ કે હું ગ્રાહકો સાથે સહેલાઈથી વાત કરી શકતો.

કતારમાં થોડા વર્ષ કામ કર્યા પછી હું દોહા-કતાર બોલીમાં અરેબિક ભાષા બોલતા શીખ્યો. હું હવે પછીના પ્રકરણમાં મારા અનુભવો વિશે કહીશ જેનાથી મારે આ ભાષા બોલવાનું થયું. સાથે-સાથે હું અંગ્રેજી બોલતા પણ શીખ્યો.

શરૂઆતમાં ભાષાઓ શીખવાની ચોપડીઓમાંથી, 'રેપિડેક્ષ'માંથી-કન્નડમાંથી અંગ્રેજી ભાષાંતર કરતા શીખ્યો. હું છાપાઓમાં ફિલ્મોની જાહેરખબરના સાંકેતિક લખાણ સમજતા શીખતો. હું જાણીતું મરાઠી છાપું - 'મહારાષ્ટ્ર ટાઈમ્સ' કે જે સલૂનમાં આવતું હતું, તેમાંથી પ્રાદેશિક અભ્યાસક્રમ અને શબ્દોને ઓળખતા શીખ્યો. તેમાંના ઘણાખરા શબ્દ હિન્દી ભાષાને મળતા આવતા હતા. હું એકસરખા ચલચિત્રોની જાહેરખબરો કન્નડ અને મરાઠી છાપાઓમાં જોતો અને તેને (અંગ્રેજી) ઈંગ્લિશ ફિલ્મ વીકલી 'સ્ક્રીન' સાથે સરખાવતો, જેથી હું એક જ શબ્દ ત્રણ જુદી જુદી ભાષાઓમાં શીખી શકતો.

ભાષા શીખવાનો મારો પુરુષાર્થ કંઈક ગૂંચવણભર્યો હતો પણ હકીકતમાં તો એ એક સાદી પદ્ધતિ હતી. જ્યારે મને કોઈ શબ્દ અંગે શંકા

લાગતી ત્યારે હું સલૂનમાં આવતા ગ્રાહકોને તેનો સાચો ઉચ્ચાર અને અર્થ જાણવા માટે પૂછતા ખચકાતો નહિ. હવે હું હિન્દી અને અંગ્રેજી સહેલાઈથી વાંચી શકતો. જોકે હજી અઘરા શબ્દો લખવા એ મારા માટે એક પડકાર હતો.

હું એવું માનું છું કે જો માણસ ચીવટથી શીખવા માટે પ્રયત્ન કરે તો મગજ એની મેળે સમજવા અને ગ્રહણ કરવા માંડે. હું કિશોરાવસ્થામાં તરત જ ગ્રહણ કરી શકાય તેવી અડધી ઉંમરે શીખવા માટે, ભૂલો કરવા માટે અને ફરીથી આજુબાજુના લોકો પાસેથી નવું-નવું જાણવા માટે તૈયાર હતો. લોકો કેવી રીતે વર્તન કરે છે તે જોઈ હું માણસનો સ્વભાવ અને વર્તણૂક ઓળખતા શીખ્યો. કોઈ ક્રિયા પર પ્રતિભાવ આપવાને બદલે હું મનમાં ઉતારતા શીખ્યો, જેને લીધે હું લોકોની વાત સમજતા અને લોકો સાથે વ્યવહાર કરતા શીખ્યો.

રઘુની પત્ની ચંદ્રાવતી સલૂનની પાછળ આવેલા રસોડામાં અમારા માટે ખાવાનું રાંધતી. પણ તે નકારાત્મક સ્વભાવની ઝઘડાખોર સ્ત્રી હતી. ઘણીવાર મારે તેની સાથે બોલાચાલી થતી. તે સલૂન અને બાજુના રૂમમાં પડતા રસોડાની વચ્ચે આવેલી દીવાલની બારીમાં કરેલા બાકોરામાંથી અમને ખાવાની પ્લેટો આપતી.

જો હું ગ્રાહકના કામમાં વ્યસ્ત હોઉં અને પાંચ-દસ મિનિટ પછી બાકોરામાંથી પ્લેટ લઉં તો દાળ-ભાત ઉપર મચ્છરો અને માખીઓ જામવા માંડે. ખાવાની વસ્તુઓ પર જીવાત ન પડે તે માટે ચંદ્રાવતી કદી થાળી ઢાંકવાનો પ્રયત્ન પણ ન કરતી. મને એવું લાગતું કે તે હાથે કરીને મને હેરાન કરવાનો પ્રયત્ન કરે છે.

રઘુ વચ્ચે પડીને અમારા ઝઘડા પતાવવાનો પ્રયત્ન કરતો. આમ તો સોમવારે અમારે અઠવાડિક રજા હતી તેમ છતાં હું સોમવારે પણ કામ કરતો. તેથી રઘુ મને કામ પર ચાલુ રાખવા માટે ઈચ્છતો હતો. સોમવારે કામ કરવાથી ધંધો દિવસના ૫૦ રૂ. થી ૮૦ રૂ. સુધી વધી જતો કે જે એક નાના સલૂન માટે ખૂબ વધારે ગણાય, જ્યાં હેરકટના ફક્ત ૭ રૂ. ચાર્જ થતો હતો. રઘુની પત્ની સાથે મતભેદો થવા છતાં પણ મેં કામ ચાલુ રાખ્યું, કારણ કે રઘુ સોમવારના કામ માટે મને ૫૦% કમિશન આપતો હતો.

મારી માતાની એવી ઈચ્છા હતી કે ગામડાના બીજા લોકોની જેમ મારે પણ મિડલ ઈસ્ટ જઈને મારું ભાગ્ય અજમાવવું જોઈએ. મને ગલ્ફમાં જઈ કામ કરવાનો વિચાર પસંદ પડી ગયો.

અમારા પડોશમાં રહેતા ટ્રાવેલ એજન્ટ કે જેઓ અમારા સલૂનના ગ્રાહક પણ હતા તેમણે વિસા મેળવવામાં અને એક કંપની સાથે ઇન્ટરવ્યૂ ગોઠવી આપવામાં મને ઘણી મદદ કરી, જેની ફી ૧૪,૦૦૦ રૂ. હતી. તેમને એવો કોઈ માણસ જોઈતો હતો કે જે ખૂબ ધગશથી કામ કરવા તૈયાર હોય. ઇન્ટરવ્યૂમાં તેમણે મને વાળ કાપવાના અનુભવ વિશે, શેવિંગના અનુભવ માટે અને અંગ્રેજીના જ્ઞાન માટે પૂછ્યું. મેં છેલ્લી વાત સિવાય બધી વસ્તુ માટે હા પાડી. જ્યારે ઇન્ટરવ્યૂ લેનારાઓએ એવું કહ્યું કે તેનો કોઈ જ વાંધો નથી, કારણ કે નવા માલિક અંગ્રેજીમાં લખી- બોલી નથી શકતા, ત્યારે મારી ખુશીનો પાર ન રહ્યો. ગલ્ફમાં નોકરી મળવાથી હું ખૂબ ખુશ થઈ ગયો અને મેં મારા બૉસની ભાષા એટલે કે દોહા-કતારમાં પ્રચલિત અરેબિક ભાષા શીખવાનું નક્કી કર્યું.

મને તરત ભાન થયું કે આ બધી વસ્તુઓ શીખવી સાવ સહેલી ન હતી. મારી મુસાફરી માટે જોઈતા પૈસાની મારે વ્યવસ્થા કરવાની હતી. મને આશા હતી કે રઘુ જરૂરી પૈસાની લોન આપશે. મારી બચતના બધા પૈસા મારા ગામડાના ઘરને દુરસ્ત કરાવવામાં ખર્ચાઈ ગયા. મેં ગામડાના ઘરમાં વાડ બનાવી, જમીન પર ટાઈલ્સ નંખાવ્યા અને વીજળીનું જોડાણ લીધું અને મારી માતાના ભવિષ્ય માટે સોનામાં ઠીકઠીક રોકાણ કર્યું.

રઘુએ મને ઉછીના પૈસા આપવાની ના પાડી. તેણે એવો જવાબ આપ્યો કે તેની પાસે લોન આપવા જેટલા વધારાના પૈસા નથી.

તેણે મને કહ્યું, 'હું ક્યાંથી આટલા પૈસા લાવું ? મારી પાસે આટલા બધા પૈસા નથી.' મને તેની વાતમાં કંજૂસાઈનો અણસાર આવી ગયો હતો. તેનો ધંધો એટલી બધી આવકનો હતો કે જો તે ધારે તો મને પૈસા ધીરી શકે તેમ હતો. ખરેખર તે નાણાકીય રીતે ઘણો સદ્ધર હતો.

કોઈ બીજો વિકલ્પ ના હોવાથી મેં સોનાની એક ચેઈન અને બે વીંટીઓ એક ઝવેરીને ત્યાં ગીરવે મૂકી. એ ઝવેરી અમારા ગ્રાહક હતા અને અમારા સલૂનની સામેના રસ્તા પર જ રહેતા હતા. મેં તે ઝવેરીને કતારની નોકરીની વાત કરી. મેં તેમને પાછા આવીને પૈસા આપવાની ખાતરી આપી. હું જો તેમ ના કરી શકું તો પૈસાના બદલે સોનું રાખી લેવા કહ્યું. તે દિવસે મેં રઘુ સાથે છેવટની વાત કરી કે જે મને મિડલ ઈસ્ટમાં નોકરી કરવા જવા માટે રોકવાની કોશિશ કરતો હતો.

મેં રઘુને કહ્યું, ''મુશ્કેલીમાં મારા જેવાને મદદ કરવી એ બહુ સારી વાત છે. મને ખબર છે કે તેં કબાટમાં ખૂબ પૈસા સંતાડેલા છે. પણ તેનો કંઈ વાંધો નહિ.'' મેં રઘુને આ વાત કરી ત્યારે તેણે ચૂપ રહેવાનું પસંદ કર્યું.

મેં રઘુને સમજાવ્યું કે મિડલ ઈસ્ટમાં મારા માટે કમાવાની ઘણી તક હોવાથી ત્યાં કામ કરવા જવાની મારી ઈચ્છા છે. મારે સારું કમાવીને મારું ભવિષ્ય ઉજ્જવળ બનાવવું છે. મેં એને એમ પણ કહ્યું કે હું જો આ રીતે કામ કરું તે મારા પોતાના માટે છે, બીજાના ફાયદા માટે નહિ. તેથી, મારે વધારે પૈસા મળતી નોકરી શોધવાની જરૂર છે.

મેં તેને સમજાવ્યો, ''હું કતારમાં સારું કામ કરીશ. જો હું ત્યાં સારું કામ કરીશ તો ત્યાંથી પાછા આવીને અહીં મારો પોતાનો ધંધો શરૂ કરવાનો વિચાર છે. જો હું ત્યાં સફળ નહિ થાઉં તો પાછો આવી જઈશ. કદાચ તારી પાસે પણ પાછો આવું.'' છેવટે મેં તેની રજા માંગતા કહ્યું, ''મારી યોજના જોતા હાલમાં મારે તારી દુકાનમાંથી નોકરી છોડવી પડશે.''

મારા ધંધા માટે હું બહુ મહત્ત્વાકાંક્ષી હતો. મેં રઘુને કહ્યું કે તે તેના કામમાં બહુ સારો હતો પણ મને મારા કામ જેવો ઉત્સાહ અને ધગશ દેખાતો નથી.

રઘુએ મને શાંતિથી સાંભળ્યો. તેણે મારી સાથે ફરીથી વાત કરી અને નમ્રતાથી તેની સાથે બરાબર ના બોલવા બદલ ઠપકો આપ્યો. તેણે મને કહ્યું કે મારી યોજના સદંતર નકામી હતી.

તેણે મને પ્રશ્નો પૂછ્યા, ''તને ખબર છે, મેં તને પૈસા આપવાની કેમ ના પાડી? તું તો મારા જમણા હાથ સમાન છે. જો કોઈ પોતાનો જમણો હાથ ગુમાવે તો શું થાય? તારા ચાલ્યા જવાથી મને કેવું લાગે?'' તે મને એમ સમજાવવા ઈચ્છતો હતો કે તે મારો શુભેચ્છક વ્યક્તિ છે.

જે થયું તે થયું. પણ જ્યારે ૧૯૮૪માં હું કતાર જવા નીકળ્યો ત્યારે રઘુ મને હવાઈ મથક પર છોડવા આવ્યો. તેણે હસતા મોઢે મને વિદાય આપી. વિદાય વખતે યાદગીરી તરીકે વિઠ્ઠલે મને એક ક્રીમ રંગના ડાયલવાળી ઘડિયાળ આપી. હું બહુ ખુશ થયો, કારણ કે એ એક બેનમૂન વસ્તુ હતી.

તમારા હૃદયમાં જે ઉદ્‌ભવે અને અનાયાસ તમને જે અંતઃસ્ફૂરણા થાય તેને વિના વિલંબે અનુસરવાની તત્પરતા રાખો. તમને ખબર હોવી જોઈએ કે તમારે હકીકતમાં શું બનવું છે – બીજું બધું ગૌણ છે.

*– **સ્ટીવ જોબ્સ,** આઈટીના કિંગ અને એપલ કૉમ્પ્યુટર્સના કો-ફાઉન્ડર*

પ્રકરણ ૭

ગલ્ફમાં જઈને મેળવ્યો અનુભવોનો ભંડાર

મારું હૃદય ખુશીઓથી છલકાઈ ઉઠ્યું હતું. હું આનંદવિભોર થઈ ગયો. હું મારા ભાગ્ય પર ખુશ થયા વગર રહી શક્યો નહિ.

જ્યારે મને કહેવામાં આવ્યું કે મને દોહા કામ કરવા જવાની તક મળી છે ત્યારે મને ખુશીથી કૂદકા મારવાનું મન થયું. ગલ્ફમાં કામ કરવાનું મારું સ્વપ્ન હતું અને તે સાકાર થવા જઈ રહ્યું હતું. મારી પ્રિય જૂની લાલ બેગમાં થોડા શર્ટસ અને પેન્ટસ નાખી હું મુંબઈના આંતરરાષ્ટ્રીય હવાઈમથક સહારા પર કતારની ફ્લાઈટમાં બેસવા તત્પર હતો.

મુંબઈમાં નોકરી કરતી વખતે મેં મિડલ ઇસ્ટમાં જઈને કામ કરવાની યોજનાની વાત મારી માને કાગળમાં લખી. તે પણ એ મતની હતી કે ઉજ્જવળ ભવિષ્ય માટે દરિયાપાર- પરદેશમાં નોકરી કરવા જવું એ બહેતર છે. મેંગલોરમાં રહેતા લોકો અને આજુબાજુના શહેરો અને ગામડાઓમાં રહેતા લોકો એમ કહ્યા કરતા હતા કે ગલ્ફમાં કામ કરવા જવું એટલે સોનાનો ઢગલો મેળવવો. અમારા પડોશીઓ અને ગામડાના ઘણા લોકોના એવા ઉદાહરણો હતા કે જેઓ થોડા વર્ષ ગલ્ફમાં મહેનત કરી, કામ કરી, ધનવાન થઈ પાછા આવ્યા અને તેમની જિંદગીમાંથી ગરીબાઈને દૂર કરી. મારી માએ જાણ્યું કે મને દોહામાં નોકરી મળી છે, તો તે ઘણી ખુશ થઈ ગઈ. મેં થોડા દિવસ પછી રૂબરૂ એની સાથે આ અંગે વાત કરી ત્યારે તેનો આનંદ હું નજરોનજર જોઈ શક્યો. તે પડોશીના ફોનથી મારી સાથે વાત કરતી હતી.

મારી કારકિર્દીમાં કતારને લીધે એક નવી દિશા મળી.

ઑક્ટોબર ૧૯૮૪થી ઑગસ્ટ ૧૯૮૮ સુધી ચાર વર્ષનો ગાળો એવો હતો, જે દરમિયાન હું આર્થિક રીતે મજબૂત બન્યો. સૌથી અગત્યની વાત

એ હતી કે મેં કતાર જઈને હજામ તરીકેની મારી આવડતને ખૂબ સારી રીતે વિકસાવી અને મારા અનુભવોમાં વૃદ્ધિ કરી. એ દિવસોમાં વિદેશથી ફોન કરવો બહુ ખર્ચાળ હતો તેથી મેં પત્ર-વ્યવહારથી મારી માતા સાથે સંપર્ક ચાલુ રાખ્યો. હું તે દેશમાં વિતાવવામાં આવતી નવી જિંદગીની વાત કરતો જ્યાં અફાટ રણ પ્રદેશ હતો અને વાતાવરણ ખૂબ ગરમ હતું.

મહિનાના અંતે મારી કમાણીની રકમ મારા ગામની કેનેરા બેંકના મારા એન.આર.આઈ. બેંક એકાઉન્ટમાં જમા કરાવતો. આ એકાઉન્ટ મારી માતા ઓપરેટ કરતી.

મારે શરૂઆતમાં દોહામાં રહેવાની ઘણી અગવડતા હતી. અમે નવ કારીગરો એક જ ઓરડામાં સામૂહિક રીતે સાંકડી જગ્યામાં રહેતા હતા. બંક-બેડ (ઉપર-નીચે પાટિયાઓ) પર સૂઈ રહેતા અને એક જ રૂમમાં ખાવાનું રાંધતા. રૂમની પાછલી તરફ નહાવાનું અને એક પાયખાનું હતું. જેમાં એક કામચલાઉ બારણું હતું અને દાખલ થવાના બારણાના ઉપરના ભાગમાં માત્ર લાકડાનું પાટિયું હતું. જ્યારે કોઈ માણસ પાયખાનામાં સીટ પર બેસતો તો બહારના લોકો તેને જોઈ શકતા. અમારા માટે તે ખૂબ અગવડભર્યું હતું. જોકે, અમે આ પ્રકારની ખુલ્લી રીતથી ટેવાઈ ગયા હતા. અમારી પાસે બીજો કોઈ વિકલ્પ નહોતો.

જે કંપનીએ સ્પૉર્ટસ ક્લબમાં મને કામ કરવા નિયુક્ત કર્યો હતો તેમણે થોડા વખત માટે મારી નોકરીનું સ્થળ એક બાંધકામની જગ્યાએ રાખ્યું. ક્લબમાં બાંધકામ થઈ રહ્યું હતું અને ક્લબ બધે ચાલી શકે તેવી હતી નહિ. જોકે આ નોકરીમાં મારે કમરતોડ મહેનત કરવાની હતી પણ મને આ ગોઠવણ કંઈક રાહતભરી લાગી. રબરના ગમબૂટ્સ અને હાથના મોજા પહેરીને હું કલરકામ કરાવવામાં, સિમેન્ટનો કચરો સાફ કરાવવામાં અને મકાનની જગ્યાએ ઈંટો ઉપાડવા અને ઉતારવામાં મદદ કરતો.

મેં આઠ મહિના સુધી હેલ્પર તરીકે મજૂરી કરી. હું જે ઈંટો ઉચકતો હતો તે બહુ ભારે હતી તેમ છતાં કામ પૂરું કરવા હું મારી બધી તાકાત કામે લગાડતો. હું સૌથી નાની વયનો કારીગર હોવાથી મારા સાથીદારોએ મને ઉપરી પાસે જઈ ખાતાની બદલી કરવાની સલાહ આપી કે જે ઓછી શ્રમભરી જગ્યા હોય.

હું મારી મુશ્કેલી કહેતા અચકાતો હતો, કારણ કે મને એવું લાગ્યું આ પ્રકારની રજૂઆતથી જાણે મારું દુઃખ કહેતો હોઈશ એવું લાગશે. હું ભારતીય નાણાંમાં ગણું તો દરરોજ લગભગ ૩૦૦૦ રૂ. જેવી તગડી રકમ કમાતો હતો. જો મારા ઉપરીઓ ગેરસમજ કરે અને મને ભારત પાછો મોકલે તો શું થાય? ગલ્ફમાં શ્રમનું કામ કરતી વખતે આ વિચાર મારા સપનાઓને હચમચાવી મૂકતો હતો. મારી મા તો ખળભળી ઉઠે. બીજું, મારા ગામના લોકો મારા પરદેશગમન વિશે કેવી ટીકા કરશે? તેઓ મારી મશ્કરી કરશે આ પ્રકારના વિચાર મારા મગજમાં ઉભરાવા લાગ્યા. હું જ્યાં કામ કરતો હતો ત્યાં મને મૂકવામાં આવ્યો.

બીજા મહિને હું કાતરની જોડી, એક કાંસકો અને એક રેઝર લાવ્યો. મારો વિચાર રૂમમાં મારી સાથે રહેતા જોડીદારોને અને બાંધકામની જગ્યા પર કામ કરતા કારીગરોને અઠવાડિક રજાને દિવસે એમના વાળ કાપવાની સેવા આપવાનો હતો. આ વિચાર તેમના માટે લાભદાયક હતો, કારણ કે મારા જેવો કાબેલ હજામ તેમને ઘરઆંગણે આ કામ કરી આપે એનાથી રૂડું શું ? તેઓ મારા જેવા મજૂર હતા એટલે હું તેમની પાસેથી ઓછા પૈસા લેતો હતો. મને લાગ્યું કે મારી જેમ તેમને પણ પૈસા બચાવીને ઘેર મોકલવા પડતા હશે.

મેં દર શુક્રવારે રજાને દિવસે પર્શિયન ગલ્ફના દરિયાકિનારે રેતીમાં હજામ તરીકે થોડું-થોડું કામ ચાલુ કર્યું. હું એક કાતરની જોડી, કાંસકો અને ગ્રાહકોને બેસવા માટે સ્ટુલ રાખતો અને તેમના વાળ કાપવાનું કામ કરતો. હું ગ્રાહકોના વાળ કાપતો, દાઢી કરતો, વાળ સેટ કરતો જેના લીધે તે જગ્યાની આસપાસ કચરાપટ્ટી થઈ જતી. તે જગ્યાનો માલિક મને ઠપકો આપે તે પહેલાં જ હું મારી ઓરડી પર પાછો આવીને એક પ્લાસ્ટિકની થેલીમાં વાળનો કચરો લઈને જગ્યા એકદમ ચોખ્ખી કરી લેતો. પાછળથી તે કચરો હું કચરાની ટોપલીમાં ફેંકતો.

જ્યારે અલ સડ સ્પોર્ટ્સ ક્લબનો શુભારંભ થયો ત્યારે મેં આગળની ઑફિસના ટેબલ પર ઓપરેટર તરીકેની નોકરી ચાલુ કરી. અરેબિક ભાષાના સામાન્ય જ્ઞાન સાથે હું ફોન રિસીવ કરતો અને ક્લબમાં જે મેમ્બરો મુલાકાત લેતા તેમને લાઈન આપતો. હું અંગ્રેજી પણ સારું જાણતો, કારણ કે મુંબઈમાં રહીને રેપિડેક્ષની મદદથી હું અંગ્રેજી વાક્યોને કન્નડમાં રૂપાંતર કરતો.

આ ભપકાવાળી ક્લબ અંદરની અને બહારની રમતોનું કેન્દ્ર હતી, જ્યાં જુદા-જુદા આંતરરાષ્ટ્રીય રમતવીરો વૉલીબૉલ, ફૂટબોલ, હોકી, ટેબલટેનિસ, લૉન ટેનિસ અને સ્ક્વૉશ રમતા હતા. તેમના કોચ (શિખવાડનારા) પણ ક્લબની મુલાકાત લેતા અને મને અવારનવાર ઘણી રમતો નિહાળવા મળતી. ખેલાડીઓને હું વ્યક્તિગત રીતે મળતો.

મારા કામના કલાકો પછી નવરાશમાં હું મેદાનમાં રમી શકતો. મેં વારાફરતી બધી રમતો રમવાનો પ્રયત્ન કર્યો પણ મારી પ્રિય રમત ફૂટબોલ હતી. એક તરવરિયા તરુણ તરીકે હું મનોરંજન મળે તેવી પ્રવૃત્તિઓથી દૂર રહ્યો હતો. સલૂનમાં ગ્રાહકો સ્પોર્ટ્સ મેગેઝિનોનાં પાનાં ફેરવે એટલા પૂરતું જ મારી રમતોનું જ્ઞાન સીમિત હતું. પણ હવે બાળકની જેમ બૉલને પકડવાની અને પગથી ધક્કો મારવાની મારી તીવ્ર ઇચ્છા હતી તે હવે પૂરી થતી હતી. ક્લબના મેનેજર આરિફ રીઝ એક પ્રેમાળ અને દયાળુ માણસ હતા. તે મારા કામથી બહુ ખુશ હતા. ક્લબમાં મહેમાનોનો ઓરડો મોટો હતો. ત્યાં તેમણે મારા માટે એક કામચલાઉ સલૂન બનાવ્યું, જેમાં મોટા અરીસા લગાવ્યા અને એક આરામદાયક ખુરશી મૂકી. રીઝ તેમના મુલાકાતીઓને મારી ઓળખાણ હેરકટના સ્પેશિયાલિસ્ટ તરીકે કરાવતા. તે મને તેમના બંગલામાં તેમના કુટુંબીજનોના વાળ કપાવવા અને સરખા કરાવવા પણ લઈ જતા.

હું કોઈપણ અટપટું કામ ઉત્સાહથી શરૂ કરતો અને સારી રીતે પૂરું પણ કરતો. તેઓ મારા કાર્યથી પ્રભાવિત થઈ ગયા હતા. ફોન ઓપરેટર અને હજામની નોકરી આપવા ઉપરાંત તેમણે મને આખી ક્લબની જગ્યા સાફ કરવાની જવાબદારી સોંપી. મેં તેમના બધા જ હુકમો ખચકાયા વગર માન્યા.

દિવસે દિવસે એકબીજાના મોઢે વાત ફેલાવા લાગી. સલૂનમાં મારા ગ્રાહકો વધતા જતા હતા. ક્લબમાં વારંવાર આવતા શ્રીમંતો વાળ કપાવવાના ૧૦ રિયાલ લેવાતા. પણ બાંધકામના કારીગરો માટે મારું મહેનતાણું કોઈ દિવસ બદલાયું નહિ. દર શુક્રવારે મારા સાધનો સાથે દરિયાકિનારે જતો અને બે જગ્યાઓ વચ્ચે ફર્યા કરતો – એક જગ્યા એ હતી કે જ્યાં હું પહેલાં કામ કરતો હતો અને બીજી એ મકાનની જગ્યા કે જ્યાં મારો મિત્ર અચ્યુત અચારી કામ કરતો હતો. તેના સહ-કામદારો દાઢી કરાવવા અને વાળ કપાવવા લાઇન લગાડતા. અચારી બહુ હોશિયાર

સુથાર હતો અને અત્યારે મેંગ્લોરમાં ફર્નિચરના ધંધામાં તેનું નામ બહુ પ્રતિષ્ઠિત છે.

થોડા વખતમાં હું કોચ (રમત શીખવાડનાર ગુરુ) અને ખેલાડીઓના વાળ કાપવા માંડ્યો અને વાળની સ્ટાઈલ કરવા માંડ્યો કે જેઓ ક્લબમાં રમતો રમવા અને તેની પ્રેક્ટિસ કરવા આવતા. હું ગ્રાહકોના પહેલાં વાળ કાપતો પછી દાઢી કરતો, વાળ ટ્રીમ કરતો, સ્ટાઈલ કરતો જેથી તેઓ જાણે મારી પાસે વિશ્વવ્યાપી રીતે ભેગા થયેલા લાગતા હતા. સ્થાનિક કતારના લોકો ઉપરાંત વિવિધ દેશોના લોકો ત્યાં આવતા હતા. જેમ કે યુરોપ, બ્રાઝિલ, ટ્યુનિશિયા, તુર્ક, ઈરાન, ઈજિપ્ત, ફિલિપાઈન્સ, કોરિયા, પાકિસ્તાન, બાંગ્લાદેશ, શ્રીલંકા અને ભારત.

મારે વિવિધ સ્ટાઈલના વાળ કાપવાના હતા અને અલગ-અલગ આકાર આપવાનો હતો. જેવા કે -લાંબા, ટૂંકા, સીધા, જાડા, વાંકડિયા, ખરબચડા, લીસા, રેશમી, કડક, વળેલા, ગોળ, સ્પ્રિંગ જેવા વળેલા અને કોઈવાર આ બધી સ્ટાઈલની ભેગી જાત હું જાતજાતના રંગના વાળ સાથે કામ કરતો, જેવા કે - કાળા, કથ્થઈ, ગ્રે અને સફેદ. જુદા-જુદા દેશોના લોકોના વાળ એમની પસંદગી પ્રમાણે સેટ કરવા અને વિવિધ સ્ટાઈલના વાળની રચના સાથે એક જ જગ્યાએ બહોળો અનુભવ લેવો તે મારા માટે ગૌરવભર્યું અને આનંદદાયક હતું.

આ આંતરરાષ્ટ્રીય અનુભવને લીધે હું જાતજાતના વાળ પર કામ કરી શક્યો કે જે મને હંમેશ માટે ખૂબ ઉપયોગી નીવડ્યું. સૌથી અગત્યની વાત એ હતી કે, હું એ સમજી ગયો કે વાળના પ્રકાર પરથી જ ગ્રાહકને સૌથી સારો હેરકટ કેવી રીતે કરવો તે નક્કી થઈ શકે. વાળની વિવિધતાના જ્ઞાનને કારણે હું વાળમાં અને મસ્તક પરની ચામડીમાં રહેલી ભિન્નતા ઓળખી શકતો. આજે હું દરેક ગ્રાહકને વાળની સંભાળ કેવી રીતે રાખવી અને તંદુરસ્ત વાળ કેવી રીતે રાખવા તેની સલાહ આપું છું. તેમાં કુશળ હજામ તરીકેની મારી આવડત સરસ રીતે દેખાઈ આવે છે. આર્થિક દૃષ્ટિએ જોઈએ તો, વધારાનું કામ કરવાના લીધે મારી આવકમાં ઠીકઠીક વધારો થયો. અનુભવની દૃષ્ટિએ જોઈએ તો તેનાથી મને એક કાબેલ હેરડ્રેસર બનવાની દિશામાં આગળ વધવાનો રસ્તો મળી ગયો.

સ્પોર્ટસમેન (રમતગમતના ખેલાડીઓ) જેઓ ક્લબની મુલાકાતે આવતા તેઓ મારી સાથે ઍપોઈન્ટમેન્ટ નક્કી કરતા, તેઓ જે ફાઈવ-સ્ટાર

હોટલમાં રોકાયા હોય તેના સલૂનને બદલે પોતાના રૂમમાં મારી પાસે વાળ કપાવવાનું પસંદ કરતા. તેઓ મારા કામથી ખુશ થઈને મને ટી-શર્ટ્સ, ઘડિયાળ, ગોગલ્સ અને ટ્રેકપેન્ટ ભેટ આપતા. મારું કબાટ તો જાણે એક નાની દુકાન થઈ જતું, જે આકર્ષક કપડાંથી અને જાતજાતની આંતરરાષ્ટ્રીય બ્રાન્ડની વસ્તુઓથી ભરાઈ જતું.

મારું કામ ધમધોકાર ચાલવા માંડ્યું. તેનાથી મને અજોડ સિદ્ધિ મળી હોય તેવો સંતોષ થયો. મને મારી વર્ષોની મહેનતનું ફળ હવે મળવા લાગ્યું – જ્યારે હું લગભગ ૩૦ વર્ષનો થવા આવ્યો ત્યારે મળ્યું.

આખો દિવસ કામ કર્યા બાદ હું રાત્રે મોડે સુધી સ્પોર્ટસના મેદાન પર રમતો. મને આ બહુ ગમતું. મેં ઘણા મિત્રો બનાવ્યા અને તેમના ઘેર પણ જતો. હું સ્થાનિક રસોઈની પદ્ધતિનું ખાવાનું ખાતો. મારી તબિયત માટે યોગ્ય કહેવાય તેવી હૂંફાળી આબોહવાની મજા લૂંટતો. દોહામાં ખૂબ જ ગરમી હોવા છતાં મને એ આબોહવા મનપસંદ લાગતી હતી. મેં આગળ કહ્યું તે પ્રમાણે મને ઠંડી આબોહવા ગમતી નથી.

ત્યાંના રાજવી કુટુંબના શેખના મહેલની મુલાકાત એ મારો અવિસ્મરણીય અનુભવ છે. મેં ત્યાંના લોકોને સમૃદ્ધ વાતાવરણમાં વૈભવી જીવનશૈલી જીવતાં જોયા ત્યારે હું દંગ રહી ગયો. ઊંચી ઊંચી છતો, ભવ્ય ઝુમ્મરો, અતિઅલંકારી દીવાઓ, ઓશીકાના જાજરમાન કવરો, મોંઘા પડદા અને નરમ ગાલીચા - આ બધું જોઈ હું ચકિત થઈ ગયો. ગાલીચા પર એક ડગ માંડતા મારો પગ ચાર ઈંચ અંદર ધસી જતો. મને નવાઈ લાગતી કે આ બધું સાચું હોઈ શકે?

હું નિશાળમાં ભણતો હતો ત્યારે ઈતિહાસની ચોપડીઓમાં રાજા-રાણીઓના ભપકાદાર અને વૈભવી મહેલોના વર્ણનો મેં વાંચ્યા હતા. અચાનક મને એમ લાગ્યું કે એ બધા પાનાં મારી સમક્ષ જીવિત થઈ ગયા. હું થોડા સમય માટે સ્તબ્ધ થઈ ગયો. મેં અત્યંત શણગારેલા, સુંદર ડિઝાઈનવાળા કિંમતી વાસણોને સ્થાનિક પીણા-'કાવા'થી ભરેલા જોયા. પછી હું આ જગ્યાએ ઘણીવાર ફક્ત કોક પીવા જતો.

દોહામાં બહુ સારી ગુણવત્તાનું જાતજાતનું ખાવાનું મળતું, જેમ કે એક્ઝોટિક (પરદેશથી આવતા) શાક, માંસાહારી ડિશો, સૂકોમેવો, વિવિધ આઈસક્રીમ અને ચોકલેટો. ત્યાં જે મળતું હતું તે બધું જ ખાવાનું ચાખ્યું.

જોકે મને દરરોજ મારી માતાની યાદ આવતી હતી. મારે તેને આ વૈભવી અને વિવિધતાપૂર્ણ વાનગીઓનો અનુભવ કરાવવો હતો. જોકે થોડાઘણા અંશે મારી માતાને મુંબઈમાં આંતરરાષ્ટ્રીય ભોજનનો સ્વાદ ચાખવા મળ્યું હતું. હું કતારથી પાછો આવ્યો ત્યારે અમે અમારું નવું ઘર વસાવ્યું હતું. હું તેને જુદા જુદા દેશની નવી નવી વાનગીઓ ખવડાવવા લઈ જતો હતો - જેમ કે મહારાષ્ટ્ર, ઉત્તર ભારત, ઇટલી, થાઈ, ચીન અને મેક્સિકો. ફક્ત થાઈ સિવાય બધું ભોજન તેને દક્ષિણ ભારતની બનાવવાની રીત કરતા જુદું લાગતું. તેને થતું કે થાઈ ભોજન નારિયેળની સરસ કરી જેવું જ લાગે છે.

ટૂંકમાં કહું તો કતારમાં રહેવાનો મારો સમય મારી જિંદગીનો સુવર્ણ સમય છે. કામનો અનુભવ, ભોજન, રહેવાનું, સ્ટેડિયમના નમ્ર અને કાળજીવાળા લોકો જેમના માટે મેં કામ કર્યું... આ બધાને લીધે કતારમાં મારું રોકાણ (રહેવાનું) યાદગાર બની ગયું. મારા ભવિષ્યના આયોજન માટે કતાર એ બહુ ઊંચુ પાયારૂપ આધારચિહ્ન છે. હું એ શીખી ગયો કે જુદા જુદા દેશવાસીઓના વાળની રચના સંસ્કૃતિ પ્રમાણે, દેશો અને ખંડો પ્રમાણે અલગ-અલગ હોય છે. મારે હવે એ શોધવાનું હતું કે સલૂનમાં જોવા મળતા આંતરરાષ્ટ્રીય ફેશન મેગેઝિનોના ચિત્રો પ્રમાણે છટાદાર વાળ કેવી રીતે કરવા. હું જાણતો હતો કે મારે નિષ્ણાત હજામ તરીકે આગળ વધવા માટે હજી જીવનમાં ઘણું શીખવાનું હતું.

કિશોર શિવા તેની માતા સાથે, ફોટો સ્ટુડિયોમાં લેવાયેલ તસવીર

શિવાની માતાની એક જૂની તસવીર, તેમના ગામમાં

એ મકાન જ્યાં શિવાનો જન્મ થયો હતો

સેન્ટ લોરેન્સ પ્રાઈમરી કન્નડ સ્કૂલ, જ્યાં શિવાએ
પાંચમા ધોરણ સુધી અભ્યાસ કર્યો

આ દુકાનના સીવણ વિભાગમાં શિવાની માતા કામ કરતાં હતાં.

વતનનું એ મકાન જેના બાંધકામ દરમિયાન યુવાન શિવા
અને તેની માતા મજૂર તરીકે કામ કરતાં હતાં

શિવાએ કરિમીનાબાઈ બગીચામાં આવેલા એક ઊંડા કૂવામાં
જીવના જોખમે ઊતરીને તેની સફાઈનું કામ કર્યું હતું

યેલેમાડલુ વિસ્તારમાં અનેક એકરમાં ફેલાયેલા ચા અને સોપારીનાં ઝાડવાં

યેલેમાડલુ ખાતે આવેલું શિવાના કાકાનું ઘર

વાળંદની એ દુકાન જ્યાં યુવાન શિવાએ કામ કર્યું હતું તે હવે બંધ થઈ ગઈ છે

શિવા જે આવક મેળવતો તેને વાળંદની દુકાનની છતમાં
આવેલા એક બાકોરામાં સંતાડી દેતો

ભાંડુપની અજન્તા સલૂન જ્યાં મુંબઈ આવ્યા પછી
પહેલી વખત શિવાએ કામ શરૂ કર્યું હતું.

કાકાના ઘરની સામે આવેલું એ ઝરણું
જ્યાં બેસીને શિવા હળવાશની પળો માણતો

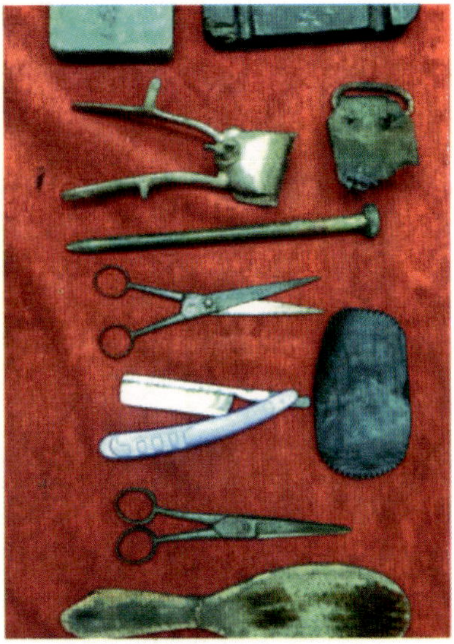

યુવાન શિવાએ વાળંદ તરીકે
ઉપયોગમાં લીધેલ સાધનો

કતાર જતાં પહેલાં શિવા મુંબઈના ભાંડુપમાં રઘુ ભંડારીની
માલિકીની દુકાન સંભાળતો હતો.

મુંબઈના માટુંગામાં આવેલું શિવાનું પાર્લર

શિવા તેની પહેલી પત્ની સાથે, સ્વ. હરિણાક્ષી

કર્ણાટકના ડરે ગુડ્ડે ગામમાં આવેલું શિવાનું ડ્રિમહાઉસ

શિવા તેની પત્ની અનુશ્રી, પુત્ર રોહિલ અને પુત્રી આરાધ્યા સાથે

વાલ્કેશ્વર મુંબઈ ખાતે આવેલા શિવાના સિગ્નેચર સલૂનનું સ્વિસ ઈન્ટિરીયર

सामना

फुलोरा

शिवा की कैची बोलती है...!

'શિવા કી કૈચી બોલતી હૈ'ના ટાઈટલ હેઠળ સામનામાં છપાયેલો લેખ

યુરોપિયન કોન્ટિનેન્ટલ યુનિવર્સિટીમાંથી ડૉક્ટરેટની પદવી લેતો શિવા

૧૯૯૮માં મુંબઈ ખાતે યોજાયેલી વાઈલ્ડ ઍન્ડ વેકી હેર શો કોન્ટેસ્ટમાં શિવાને પહેલું ઈનામ આપી રહેલા ફેલોશિપ ઓફ બ્રિટિશ હેર ડ્રેસિંગ ઍન્ડ કમિશનર, સલૂન ઈન્ટરનેશનલના ચેરમેન ક્રિસ્ટોફર મન.

લંડનમાં ૨૦૦૫ દરમિયાન ટોની ઍન્ડ ગાય એજ્યુકેશન એકેડેમી ખાતે ઍડ્વાન્સ કટિંગ ઍન્ડ ટેક્નિકલ કોર્સમાં સહભાગી થનાર શિવા

લંડનમાં ટૂરિસ્ટ હોપ ઓન / હોપ ઓફ બસમાં.

લંડનમાં ૧૯૮૮ દરમિયાન વિડાલ સેસુન એકેડેમી ખાતે
ક્રિએટિવ કોર્સમાં તાલીમ લેનાર શિવા

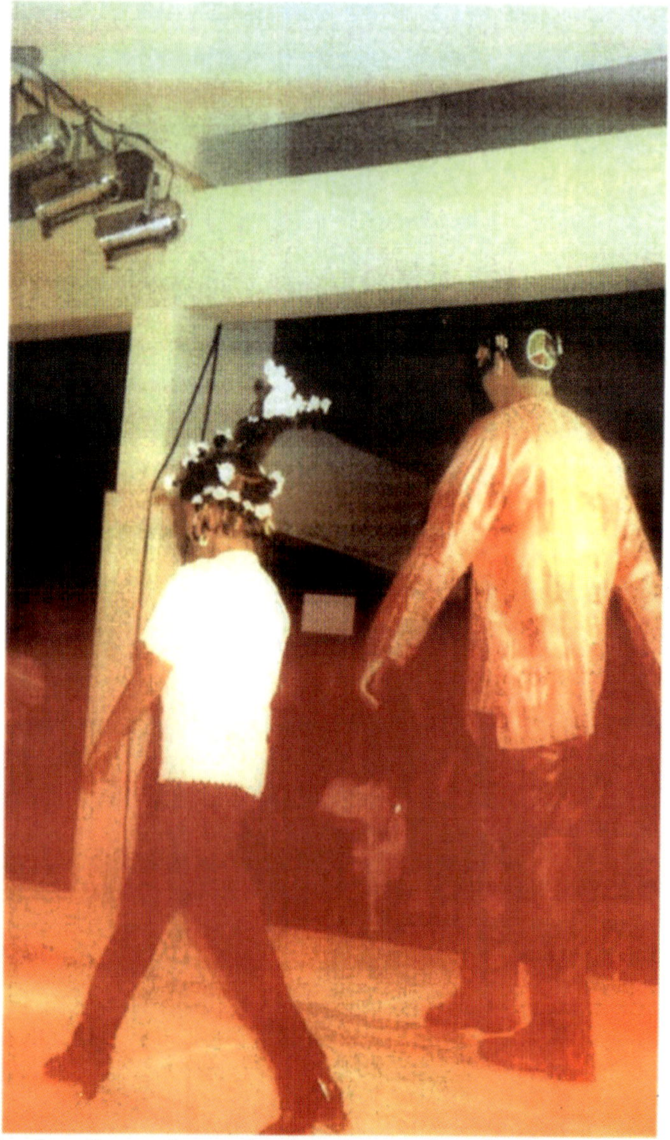

એક ઈન્ટરનેશનલ હેર સ્ટાઈલ કોમ્પિટિશનમાં શિવાએ મોડલના માથાના પાછળના ભાગે પીસ સિમ્બોલ બનાવ્યો અને વર્લ્ડ પીસ ઍવૉર્ડ મેળવ્યો.

શિવા ટ્રેનિંગ એકેડેમી ખાતે વિદ્યાર્થીઓ સાથે શિવા

ગુરુકર્મ - શિવા એકેડેમી ખાતે વિદ્યાર્થીઓ સાથે શિવા

લોખંડવાલાના સલૂનની બહાર માતા,
પત્ની અનુશ્રી અને પુત્ર રોહિલ સાથે શિવા

એક વિચારનો પાયો નાંખો. તેને જિંદગીનો ધ્યેય બનાવો. તેનું સ્વપ્ન જુઓ, તમારા ધ્યેયને સિદ્ધ કરવા કટિબદ્ધ થઈ જાઓ. તમારા મગજ, સ્નાયુઓ, નસો અને શરીરના દરેક અંગને તે વિચારના કામે લગાડી દો અને બીજી બધી વસ્તુઓ પરથી તમારું ધ્યાન હટાવી દો. સફળતા મેળવવાની આ જ પગદંડી છે.

*– **સ્વામી વિવેકાનંદ**, સમાજસુધારક અને તત્ત્વચિંતક*

પ્રકરણ ૮

વ્યાવસાયિક કલા શીખવાનો રસ્તો

મારે બ્રિટિશ ડેપ્યુટી હાઈ કમિશનની મુંબઈ ઑફિસના સરકારી અમલદારો જોડે જે વાત થઈ તેને આ રીતે રજૂ કરી શકું : રમૂજી, કઢંગી અને વિચિત્ર. તેઓ મને પ્રશ્ન પૂછતા અને હું સારી રીતે ગોખેલા જવાબ આપતો. મને એ સમજણ ના પડી કે તેમણે શું કહ્યું અને તેઓ મારા જવાબ સમજી શક્યા કે નહીં. તેમાં બહુ મૂંઝવણ થઈ ગઈ. મને ભાન થયું કે હું તકલીફમાં આવી ગયો છું. હું અંગ્રેજીનો એક પણ શબ્દ સમજી શક્યો ન હતો.

મેં તેમને તરત જ યુકે (યુનાઈટેડ કિંગડમ)માં જે અભ્યાસક્રમ માટે મારે દાખલ થવાનું હતું તેનો પ્રવેશ માટેનો કાગળ અને તાજેતરમાં જે એવૉર્ડ મળ્યો તેનું છાપાનું કટિંગ બતાવ્યું. વાઈલ્ડ અને વેકી હેર શો કોન્ટેસ્ટમાં મને પ્રથમ ઈનામ મળેલ, જે મુંબઈના વર્લ્ડ ટ્રેડ સેન્ટરમાં યોજાઈ હતી અને તેમાં સલૂન ઈન્ટરનેશનલ દ્વારા વર્લ્ડ પીસ એવૉર્ડ ૧૯૯૮ની હરીફાઈ આયોજિત કરવામાં આવી હતી.

જજોમાંના એક જજ - ક્રિસ્ટોફર મન, ચેરમેન ફેલોશિપ ઑફ બ્રિટિશ હેરડ્રેસિંગ અને કમિશનર-સલૂન ઈન્ટરનેશનલ – મારા કામથી સાચે જ ખૂબ ખુશ થઈ ગયા. મેં મોડલના માથાની પાછળ શાંતિનું પ્રતીક કર્યું હતું અને તેમાં જુદા-જુદા રંગો ભર્યા હતા. ક્રિસ્ટોફરે મને આગળના અભ્યાસક્રમ માટે લંડનમાં આવેલ વિડાલ સસૂન એકેડેમીમાં અરજી કરવાનું કહ્યું. મેં મારી કાર્યદક્ષતાથી આશા રાખી હતી કે મને સહેલાઈથી વિઝા મળી જશે.

મેં સરકારી અમલદારોને મારી તૈયાર કરેલી હેરસ્ટાઈલના ફોટા બતાવ્યા, જેમાં ગ્રાહકોના માથા પર બુદ્ધિપૂર્વક કરેલી ડિઝાઈનો હતી, જેમ કે એક ગ્રાહકના વાળ કાપીને મેં 'બઝ ઈફેક્ટ' (Buzz effect) કરી જેનાથી

ખેલાડીઓ સાથેનું 'સોકર'નું મેદાન સર્જી શકું. બીજા ગ્રાહકના વાળ પર મેં બાસ્કેટ બૉલનો કોર્ટ બનાવ્યો. એક ગ્રાહકના વાળની પાછળ મેં 'નામચીન ડાકુ વીરપ્પન'ની હેન્ડલબાર જેવી મૂછ બનાવી. મેં તેમને એવૉર્ડ વિજેતા શાંતિના પ્રતીકનો (પીસ સિમ્બોલ) ફોટો પણ બતાવ્યો.

ફોટા જોયા પછી તેમણે ખુશ થઈને મારી સામે જોયું. વિઝાના સરકારી અમલદારો મારી મુસાફરીનું પ્રયોજન સમજી ગયા. મારા કાગળો પર નજર ફેરવતાં તેઓ સ્મિત આપવા લાગ્યા અને અંદરોઅંદર ઉમંગથી વાતચીત કરવા લાગ્યા. મારા માટે ભાષા એક વિઘ્ન હતું, કારણ કે મને ખબર પડતી ન હતી તેઓ શું બોલે છે. જોકે, મને એ ખ્યાલ આવી ગયો કે તેમણે મારા કામને મંજૂરી આપી દીધી છે. એક સરકારી અમલદારે સંકેત કરીને મને પૂછ્યું કે હું તેમના માટે એવા જ વાળ કાપી શકું? મેં તરત જ હા પાડી. તેઓને મારા કામથી ખૂબ સંતોષ થયો અને મને વિઝા આપી દીધા.

વર્લ્ડ પીસ એવૉર્ડ એ ફક્ત મારા કામ માટેની પદવી (એવૉર્ડ) જ ન હતી પણ ''બ્લેસિંગ ઈન ડિસ્ગાઈઝ'' (blessings in disguise) ઈચ્છાપૂર્તિ હતી. તેનાથી મારા માટે સર્જનાત્મક અને બક્ષિસ મળે તેવી કારકિર્દીનો રસ્તો ખુલી ગયો હતો. એના આધારે હું મારી જાતને એક પ્રતિષ્ઠિત હજામના રૂપમાં ઢાળી શક્યો. હું વાળ સેટિંગ કરવાના ક્ષેત્રમાં અને સુંદરતાની કાળજી લેવાના ક્ષેત્રમાં કુશળ કારીગર, સ્પેશિયાલિસ્ટ અને હોશિયાર ડિઝાઈનર બની ગયો. તેનાથી મારા કામ માટે ઉજ્જવળ તકો ખુલી ગઈ. મારી કારકિર્દીમાં મારા કામની કદરરૂપે મને ઘણા એવૉર્ડ મળ્યા પણ અત્યંત ખ્યાતનામ અને પ્રતિષ્ઠાવાળો ''પીસ એવૉર્ડ'' મારી જિંદગીમાં પહેલીવાર મળ્યો હતો અને તેથી તે ખાસ હતો.

આંતરરાષ્ટ્રીય હેરસ્ટાઈલની હરીફાઈમાં થોમસ મારો મોડલ બન્યો, જે એક કૉલેજિયન છોકરો હતો અને મારો કાયમી ગ્રાહક પણ હતો. જ્યારે તે તેના મોડલિંગ માટે પોર્ટફોલિયો બનાવતો હતો (પરિચયના કાગળિયા તૈયાર કરી રહ્યો હતો) ત્યારે જુદા જુદા એંગલથી ફોટાઓ પડાવવા માટે મેં તેના વાળની સ્ટાઈલ કરી હતી. તેના માથાની પાછળ મેં પીસ સિમ્બોલ-શાંતિનું પ્રતીક બનાવ્યું હતું અને તેમાં રંગ પૂર્યા હતા. તે એક ચમકતો સિતારો લાગી રહ્યો હતો. મેં પહેલીવાર કોઈના માથા પર સુશોભિત રંગ પૂર્યા હતા.

મેં તેના વાળના આગળના ભાગમાં રંગબેરંગી મણકા લગાડ્યા હતા, જેનાથી તેનો દેખાવ આફ્રિકન જેવો લાગતો હતો. થોમસના ટી-શર્ટ પર કંડારેલા ઓમના પ્રતીકને લીધે તેનું બાહ્ય સ્વરૂપ બહુ તેજસ્વી, જાજરમાન અને મોહક લાગતું હતું. મેં સુપ્રિયા નામની સ્ત્રી મોડલ જોડે પણ કામ કર્યું, જેના વાળમાં ફૂલોને કલાત્મક રીતે બાંધેલા હતા. એનો આકર્ષક દેખાવ સ્પષ્ટપણે જુદો તરી આવતો હતો. જેમાં આઝાદીની કલ્પના હતી અને ૬૦ના દસકામાં જે ફ્લાવર પાવર ડેસના દિવસો આવ્યા હતા (હિપ્પીઓનો જમાનો) તેની ઝાંખી થતી હતી.

જ્યારે થોમસ શાંતિના પ્રતીકનું(પીસ થીમ) ઉદાહરણ સમજાવવા રેમ્પ ઉપર (સ્ટેજ ઉપર) છટાથી થોડાક ડગલા ચાલ્યો ત્યારે બધા જજોએ ઊભા થઈને તાળીઓનો ગડગડાટ કર્યો. રૂબી ભાટિયા કે જે લોકપ્રિય મનોરંજન ચેનલની વીડિયો જોકી હતી, તેણે સૌથી લાંબા સમય સુધી તાળીઓ પાડી. હવે મને પૂરેપૂરી ખાતરી થઈ ગઈ હતી કે જજોને મારું કામ ગમ્યું છે. હું પ્રાર્થના કર્યા કરતો હતો કે હું પ્રથમ રાઉન્ડ જીતી જઉં, કારણ કે બીજા પ્રતિસ્પર્ધીઓ પણ મને જબરદસ્ત ટક્કર આપી રહ્યા હતા. તેમની ડિઝાઈનો બહુ સાહસિક અને અદ્ભુત હતી.

એક હરીફ રંગીન, લાંબી પટ્ટીઓમાં દેખાયો, જેના રૉક સ્ટાર જેવા વાળ હતા. બીજાએ માથા પર ચીતરેલા કપડાં વીંટાળ્યા હતા અને તે વણઝારા જેવો લાગતો હતો. એક હરીફે તો કર્ણાટકના પરંપરાગત નૃત્ય યક્ષગંધા પ્રસ્તુત કર્યું, જેમાં તેણે રંગીન મહોરું પણ પહેર્યું. સમગ્ર સ્ટેજ જુદા-જુદા લોકપ્રિય નમૂનાઓ અને અવાજોથી જીવંત થઈ ઉઠ્યું.

સ્ટેજ પર જતા પહેલાં થોમસ બીજા હરીફોને જોઈ તેમનાથી અંજાઈ ગયો. થોમસ માનસિક રીતે નિરુત્સાહ થઈ ગયો અને આ રાઉન્ડમાં જીતવાની શક્યતા માટે તે નિરુત્સાહ થવા લાગ્યો. મેં તેને ઘણી હામ આપી અને મક્કમતાથી આગળ વધવાનું કહ્યું. સાંજે જ્યારે જજોએ જાહેર કર્યું કે અમને પહેલું ઈનામ મળ્યું છે ત્યારે અમે વિજયનો પ્રસંગ ઉજવવાની મસ્તીમાં આવી ગયા. જજોએ ઈનામ આપવાના સંદર્ભમાં દલીલ કરી કે અમે વિશિષ્ટ ડિઝાઈન કરવા ફક્ત વાળનો ઉપયોગ કર્યો છે – દેખાવને ઓપ આપવા માટે બિનજરૂરી સાધનો વાપર્યા નથી.

ક્રિસ્ટોફર મન નામક જજે યુકેમાં તાલીમનો અભ્યાસક્રમ (કોર્સ) કરવા માટે મારી હિંમત વધારી અને વધારે માર્ગદર્શન માટે તેનો સંપર્ક કરવા મને તેનું ઇ-મેલ એડ્રેસ આપ્યું. મેં તેમના શબ્દો પર ગંભીરતાથી લક્ષ્ય આપ્યું અને તેમની સાથે ઇ-મેલથી સંપર્ક કર્યો જેથી હું લંડનમાં વિડાલ સસૂન એકેડેમીમાં પ્રવેશ મેળવવાની પદ્ધતિ સમજી શકું.

એ જ વર્ષે મેં લંડન સ્થિત માર્બલ આર્કમાં આવેલ સૌથી જૂની યુનિવર્સિટીમાં એક અઠવાડિયાનો અભ્યાસક્રમ કર્યો. બાળ અવસ્થામાં શાળા છોડ્યા પછી ઘણા વર્ષો બાદ હું વિદ્યાલયના વર્ગમાં હાજરી આપી રહ્યો હતો. હું તત્પર થઈ ગયો હતો અને નવી હેરસ્ટાઇલો શીખવા નવા વહેણમાં ભળતી વખતે થોડો નર્વસ થઈ ગયો હતો કે જે આંતરરાષ્ટ્રીય ફેશનના દેખાવમાં પ્રચલિત હતી. મને ખાતરી હતી કે આ અભ્યાસક્રમનો અનુભવ મારા જીવનમાં ઉપયોગી નીવડશે.

અને છેવટે એવું જ થયું. સર્જનાત્મકતાની પાયારૂપ સંસ્થાએ મારા માટે પ્રગતિના દ્વાર ખોલી નાખ્યા. હું મુક્તપણે મારા નવા વિચારોનું વર્ણન કરી શકતો. પહેલા દિવસે હું વર્ગમાં દાખલ થયો ત્યારે મારું હૃદય એકદમ ધડકવા લાગ્યું. આખો દિવસ મેં કલ્પના ના થઈ શકે એટલી સંખ્યાબંધ હેરસ્ટાઇલો જોઈ. હું એટલો બધો આશ્ચર્યચકિત થઈ ગયો કે હું મારી નજર પર વિશ્વાસ ના કરી શક્યો. નવી નવી સર્જનાત્મક સ્ટાઇલો જે સ્ટેજ પર (રેમ્પ વૉક કરી) મોડલોએ જુદી જુદી રીતે ઊભા રહી રજૂ કરી તે ખૂબ નવાઈ પમાડે તેવી હતી.

પરંતુ વિદ્યાલય (એકેડેમી)માં મારી નજર સામે જ મેં હેરસ્ટાઇલો થતી જોઈ. કાબેલ શિક્ષકો હેરસ્ટાઇલોની જુદી જુદી રીતો તત્કાળ બનાવીને બતાવી રહ્યા હતા. આ અભ્યાસક્રમમાં વિશિષ્ટ મોડેલોને પણ બોલાવવામાં આવતી જેથી અમે અસાધારણ વાળની સ્ટાઇલોને તેમના પર પ્રસ્તુત કરી શકીએ. મારી કાલ્પનિક શક્તિને મેં ખૂબ ઊંચે જવા દીધી. મેં જુદી જુદી રીતે વાળ કાપ્યા, જુદા જુદા રંગ વાપર્યા અને હેરસ્ટાઇલની અદ્યતન વસ્તુઓ વાપરી.

હું મારા મગજમાં કેટલીક સરસ આંતરરાષ્ટ્રીય સ્ટાઇલોને ભારતમાં ચાલતી સ્ટાઇલો જોડે સરખાવતો. ૮૦ના દાયકામાં લોકો અત્યાર જેવા મુક્ત વિચારના ન હતા. સ્ત્રીઓને પરંપરાગત સ્ટાઇલો કરવી ખૂબ ગમતી જ્યારે

પુરુષોને ઠરેલ દેખાવ પસંદ હતો. પરદેશમાં ટૂંકા વાળ ધરાવતા લોકોને નવા નવા વિચારોને અમલમાં મૂકવા ગમતા હતા. જ્યારે બોબકટ (ટૂંકાવાળ)નો અર્થ મારી કલ્પના કરતા જુદો નીકળ્યો ત્યારે હું નવાઈ પામી ગયો. તેમાં એક ભાગમાં જુદો રંગ હતો અને બીજામાં અસલી રંગ હતો. કોઈવાર એક તરફ થોડા વાળ લટકતા રાખ્યા હતા તે ઘેટાના કાન જેવા લાગતા હતા, જેનાથી નાના વાળનો દેખાવ કંઈ જુદો જ લાગતો હતો.

ભારતમાં કોઈ નવયુવાન હિંમતપૂર્વક આવી હેરસ્ટાઈલો શરૂ કરે? ૯૦ના દસકામાં લોકો રૂઢિચુસ્ત હતા તેથી ચીલાચાલુ સ્ટાઈલોમાં દેખાતા. લગભગ બધી સ્ત્રીઓને લાંબા વાળ હતા અને થોડાક વાળ આમતેમ કપાવતી જેથી નવો આકાર દેખાય અને થોડા વાળ ઉપસેલા લાગે. જ્યારે મેં કપાળ પરના ટૂંકા વાળ (ફ્રિંજ) જોયા ત્યારે મને ભારતના મા-બાપ યાદ આવી ગયા, જેઓ તેમના બાળકોને 'રસના-કટ' રાખવા ઇચ્છતા હતા. જ્યારે ૯૦ના દાયકામાં એક બાળકલાકારે ઠંડા પીણાંની જાહેરખબરમાં કપાળ પર ટૂંકા વાળ રાખી મોડલિંગ કર્યું હતું ત્યાર પહેલાં ઠેરઠેર 'સાધના કટ' પ્રખ્યાત હતો, જે બોલીવુડની અભિનેત્રી સ્વર્ગીય સાધનાએ પોતાના ચલચિત્રોમાં શરૂ કર્યો હતો. સાધના એવા વાળ રાખતી હતી જે હોલીવુડની જાણીતી અભિનેત્રી સ્વ. ઓડ્રી હેપબર્ન રાખતી હતી. હવે તો હું જોઉં છું કે ગ્રાહકો વિચિત્ર વાળની સ્ટાઈલો માટે બેધડક માંગણી કરે છે જેથી તે કટથી તેઓ આગવી ઢબના દેખાય.

એક અઠવાડિયા સુધી ચાલેલા અભ્યાસક્રમમાં હું હેર સ્ટાઈલના બહુ કલાકૌશલ્ય શીખ્યો અને સ્ટાઈલિંગની બારીક યુક્તિઓ શીખ્યો. હું ઊંચી વીજળીક શક્તિવાળા 'બ્લોડ્રાયર', જુદા-જુદા કાંસકા, કાતરો, બ્રશો વગેરે વાપરતા શીખ્યો. હું રંગવાની કળા અને હાઈલાઈટ કરવામાં (અમુક જ વાળને રંગ કરવા કે અમુક જ ભાગને રંગ કરવા) નિપુણ બન્યો. માળખાની દૃષ્ટિએ જોવા જઈએ તો હું ૯૦ ડિગ્રીના ખૂણે આગળ-પાછળ વાળ પકડતા અને બાજુએથી ૬૦ ડિગ્રીના ખૂણે વાળ પકડતા શીખ્યો, જેથી હું જુદી-જુદી રીતે વાળ કાપી શકું. (હું પેડલ-બ્રશ અને ટેલિ-કોમ્બ વચ્ચે તફાવત ઓળખતા શીખ્યો. હું રંગ કરતા, ગ્લોબલ હાઈલાઈટિંગ કરતા શીખ્યો. સીરમ, મૌસે અને સ્પ્રેનો યોગ્ય રીતે વપરાશ કરતા શીખ્યો.)

મેં એવું નોંધ્યું કે મોટાભાગના પશ્ચિમવાસીઓને પાતળા અને નરમ વાળ હતા. એમની ખોપરીઓ બહુ સંવેદનશીલ હતી. માથા પરની ચામડી બહુ કોમળ હતી, કારણ કે તેમાં જુદી જુદી વસ્તુઓનો ભરપૂર પ્રયોગ કરવામાં આવતો અને તેમાં જુદા-જુદા કેમિકલ હતા. તે જાણવું જરૂરી હતું કે વિભિન્ન ખોપરીઓ પર કેવી રીતે હળવાશથી કાંસકા વડે વાળ ઓળવા જેથી વાળ છુટા કરતા ખેંચાઈ ન જાય. ભારતમાં આવી રીતે જોરથી વાળ ઓળવા તે બહુ સામાન્ય બાબત છે. ગામડાની સ્ત્રીઓ બહુ જોરથી કાંસકા વડે વાળ ઓળે છે અને માથા પર જોરથી ચોટલા બાંધે છે, વાળ ગૂંથે છે. આપણા દેશમાં લોકોની ખોપરીઓ એટલી મજબૂત હોય છે કે આપણે જોરથી કાંસકા વડે વાળ ઓળી શકીએ છીએ.

મારી જાણ પ્રમાણે યુરોપિયનો હેરસ્ટાઇલની રજૂઆતની અગત્યતા પર વધુ જોર આપે છે. ઓછામાં ઓછા વાળ સાથે પણ તેઓ બહુ જ સરસ રીતે વાળ રાખે છે અને હંમેશા સ્માર્ટ અને ફેશનેબલ લાગે છે.

હું ગ્રાહકને જરા પણ તકલીફ ન થાય એ રીતે ખુરશી પર બેસાડી પાછળથી વાળ ધોતા શીખ્યો, જેમાં વાળમાં શેમ્પુ વાપરતા અને વાળને કંડિશન કરતા શીખ્યો. હું ગ્રાહકના ચહેરા અને શરીર પર પાણી અને કેમિકલની કોઈ પણ વસ્તુ ના પડે તેની બહુ કાળજી રાખતો.

વિદ્યાલય (એકેડેમી)નો યુનિફોર્મ કાળો ઓવરકોટ હતો, જેનાથી હું ગર્વ અનુભવતો. તે યુનિફોર્મ પ્રતિષ્ઠત પરિધાન જેવો લાગતો. મારા મતે આ પોશાકના લીધે અમારા વ્યવસ્થાપકને પ્રતિષ્ઠા અને ઓળખ મળતી – જેવી રીતે વકીલો અને ડોક્ટરો કાળા-સફેદ પોશાકને લીધે તેમના વ્યવસાયમાં તેઓ માનનીય લાગે છે.

તાલીમના પ્રોગ્રામ દરમ્યાન મેં જનસમુદાયમાં કપડાંની ફેશન અને વાળની સ્ટાઇલોને બદલવાની ઝંખના જોઈ, લૉબીની રિસેપ્શનિસ્ટ પણ દરરોજ પોતાના વાળની નવી હેરસ્ટાઇલ કરતી. તમારા માથા પર થોડા વાળની લટો હોય તેનો વાંધો નહિ પણ વાળ સરસ રીતે કાપેલા હોવા જોઈએ, રંગેલા હોવા જોઈએ અને લેટેસ્ટ ફેશનેબલ હોવા જોઈએ. હવે ભારતમાં આ વિશે જાગૃતિ આવી છે.

મારી સૌથી મોટી નબળાઈ મને અંગ્રેજી નથી આવડતું તે હતી. એ

વખતે મારું અંગ્રેજી એટલું સારું ન હતું. વર્ગમાં બ્લેકબોર્ડ પર અભ્યાસની ઘણી વસ્તુઓ લખી હતી. હું અંગ્રેજી ભાષા સમજ્યા વિના તેનો અર્થ કેવી રીતે જાણી શકું ? મારે કોઈ પણ માહિતી જતી કરવી ન હતી. મને શરૂઆતમાં થોડી મુશ્કેલી પડી. પણ મને શીખવાની પ્રક્રિયામાં તે વિઘ્ન જોઈતું ન હતું.

શિક્ષકોને મારી આ વિવશતાની જાણ હતી તેથી તેઓ મને દરેક પાઠ શીખવાડવા પૂરતો સહકાર આપી રહ્યા હતા. હું કોઈ પણ પાઠ અંગે શિક્ષકો પાસે પ્રશ્નો પૂછતા ખચકાતો નહિ. મારે હેર સ્ટાઈલો માટેની વિશાળ શ્રેણી અને નવી રીતો શીખવાની જરૂર હતી. તેથી હું તરત જ પ્રશ્નો પૂછી મને જે જાણવું હોય તેની સ્પષ્ટતા કરી લેતો. તેઓ મને શાંતિથી જવાબ આપતા અને મને સમજાવવા માટે જાણીજોઈને ધીમેધીમે બોલતા જેથી હું એકએક શબ્દ સમજી શકું.

બાર વિદ્યાર્થીઓના વર્ગમાં કેટલાક વિદ્યાર્થી બેલ્જિયમથી અને કેટલાક ગ્રીસથી આવ્યા હતા. હું એકલો જ ભારતીય હતો કે જે તેમની ભાષા જાણતો ન હતો અને કોઈને ઓળખતો પણ ન હતો. આ મુશ્કેલી દૂર કરવા માટે હું વર્ગમાં હેડફોન (સાંભળવાનું યંત્ર) વાપરતો જેથી હું વધારે સારી રીતે ધ્યાન આપી શકું. જ્યારે શિક્ષક કોઈ સૂત્રો સમજાવતા ત્યારે હું હેડફોનથી તેઓ જે બોલતા તે સમજવાનો પ્રયત્ન કરતો. પ્રાયોગિક તાલીમ (પ્રેક્ટિકલ સેશન) મારે માટે સહેલી હતી, કારણ કે મારે રજૂઆતો જોવાની હતી. હું તે બધી રીતો અને વાળ પર ડિઝાઈન કરવાના નમૂનાઓ મોડલ પર પ્રયોગ કરતો કે જે નિયત કરેલા અભ્યાસક્રમમાં આવતું. વિદ્યાલયના શિક્ષકો મારા ઉત્સાહપૂર્ણ વર્તનથી બહુ ખુશ હતા.

જ્યારે કોઈ મોડલ તેના પર પ્રયોગ કરેલી મારી હેરસ્ટાઈલથી સંતુષ્ટ થતી તો તે મારો આભાર વ્યક્ત કરવા માટે ઉમળકાથી મારા ગાલ પર ચુંબન કરતી. આ હાવભાવ મારા માટે નવા હતા. હું તેમનો આભાર માનવા માટે સામે સ્મિત આપતો.

કોર્સના છેલ્લા દિવસે અભ્યાસક્રમ પૂરો થયો ત્યારે દરેક વિદ્યાર્થીને એક સર્ટિફિકેટ આપવામાં આવ્યું. વિદાય પ્રસંગે શેમ્પેન (દારૂ)ની રેલમછેલ થઈ. સૌ એકમેકને ભેટી પડ્યા. મેં આ પ્રસંગે સુટ પહેર્યો હતો. બધા મારા પોશાકના વખાણ કરતા હતા અને કહેતા હતા હું બહુ હેન્ડસમ લાગતો હતો.

અમારા ઈન્સ્ટ્રક્ટર (તાલીમ આપનાર શિક્ષક)ને એક નાનો વાળ મારા કાન પર લટકતો દેખાયો. તેમને એ વસ્તુ કંઈક જુદી જાતની લાગી. જો કે મેં તેના પર ઝાઝું ધ્યાન આપ્યું ન હતું. તેમણે તરત જ વાયર વગરનું ટ્રીમર (વાળ સરખા કરવાનું નાનું મશીન) કાઢ્યું અને તે વધારાનો વાળ કાળજીથી કાપી નાખ્યો.

તેમણે તારીફ કરી, 'હવે ચહેરો આકર્ષક લાગે છે.' મેં આછું સ્મિત આપતા કહ્યું, 'આભાર' વિદ્યાલયમાં હું જોતો હતો કે બધા લોકો નમ્રતાના હાવભાવ બતાવવા પરસ્પર આભાર વ્યક્ત કરતા. હું આ શિષ્ટાચાર શીખવા માટે આતુર હતો અને તેથી આ આદરજનક શિષ્ટાચાર શીખવા ખાસ પ્રયત્નો કરતો અને મારા દરેક વ્યવહારમાં તેમને વાપરતો.

હું લંડનમાં લગભગ એક મહિનો રહ્યો હતો. હું મારા યજમાનો પુરુષોત્તમ સોતા, તેમની પત્ની કુમુદબેન, તેમના પુત્રો રાહુલ અને આશિક અને પુત્રી પ્રિયા અને તેણીના પતિ ભાવેશ કોટક, જે હાડકાના નિષ્ણાત ડૉક્ટર હતા તેમની સાથે રહ્યો.

વિદ્યાલયનો અભ્યાસક્રમ પૂરો થયા બાદ હું લંડનમાં ફરવા નીકળ્યો. વિદેશમાં જુદા-જુદા દશ્યો અને સજાવટો જોતા-જોતા હું સ્થાનિક લોકોની શૈલી મારા મનમાં અંકિત કરતો ગયો (નવી-નવી ફેશન જોતો રહ્યો). રસ્તા પર ચાલતા-ચાલતા મારી નજર સૌથી પહેલાં લોકોના વાળ પર જતી. તેમની લટો સાથે તેમણે શું કર્યું હશે ? બાંધેલી-ઊંચી હેરસ્ટાઇલો બહુ પ્રખ્યાત હતી. જૉબ કરતી સ્ત્રીઓને કદાચ આ હેરસ્ટાઇલ, કામની જગ્યા પર આવવા-જવામાં બહુ સુગમ લાગતી હશે.

ત્યાં ઘણા લોકો વાળની પાછળની બાજુ જાતજાતની સ્ટાઇલો કરતા. કેટલાક પોતાના વાળમાં આંટી લેતા. કેટલાક અંબોડા લેતા તો કેટલાક ઘોડાની પૂંછડી જેવા વાળ એટલે કે પોનીટેલ કરતા. પાછળથી ઊંચી એ એવી સ્ટાઇલ હતી કે જે કરનારને ખાસ સુવિધા અનુભવાતી અને વાળ અવ્યવસ્થિત થતા રોકાતા. પાછળ ઊંચા વાળ બહુ વ્યવસ્થિત, સુઘડ લાગતા અને સ્ત્રીનો દેખાવ બહુ સુંદર લાગતો. તેથી આ સ્ટાઇલ લગ્નની પાર્ટીમાં પણ કામ લાગતી. કેટલીક વાર આમાં મોતી, વળાંકો, નાની ચોટલીઓ અથવા કોઈ પણ જાતની ચમકીલી વસ્તુઓ વાપરતા તેનો દેખાવ પાર્ટી જેવો લાગતો.

ભારતીયોની જેમ ત્યાં કાન વીંધવાનું બહુ સામાન્ય હતું. ત્યાં કાન વીંધવાનું પ્રચલન વધુ હતું. ત્યાંના લોકો હોઠ, આંખો, ભમ્મરો અને ડૂંટી પર છુંદણા વીંધાવતા. મેં વિચાર્યું તેઓ તેમના શરીર પર કાણા પડાવતા હતા તે એક જાતનું પાગલપણું હતું (ઘેલછા હતી). છુંદણા (ટેટુસ) પણ એક એવી પ્રથા હતી જેની પાછળ લોકો ગાંડા હતા. તેઓ આખા શરીર પર વિવિધ પ્રકારના રંગીન છુંદણા કરાવતા. મેંદી વાપરી કામચલાઉ છુંદણા કરાવવા એ પણ નવાઈ પમાડે તેવી વાત જોવામાં આવી હતી. લોકો હાથ, પગ, પંજા, ગરદન, કપાળ પર મેંદી વાપરી સરસ ડિઝાઈન કરાવતા.

હું એ દેશના લાલિત્યથી, ફેશનની ઘરેડથી, રહેવાની રીતભાતથી આશ્ચર્યચકિત થઈ ગયો હતો. વ્યવસાયના ક્ષેત્રમાં પણ લોકો પોતપોતાના ક્ષેત્રમાં આગળ વધવા બહુ આતુર હતા. જોકે મારા જેવા ભારતીય રીતરિવાજ અનુસરનાર માણસને ઘડીક સાંસ્કૃતિક આંચકો લાગે. મેં જુવાન છોકરા-છોકરીઓને ધૂમ્રપાન કરતા જોયા. તેમને જાણે લાજ-શરમની કંઈ જ પડી ન હતી. તે જોઈને મને જોરદાર આંચકો લાગ્યો.

મને એ જાણીને નવાઈ લાગી કે મોટેભાગે યુવક-યુવતીઓ ૧૮ વર્ષની ઉંમરે તેમના મા-બાપનું ઘર છોડી એકલા રહેવા જતા રહેતા. ભારતમાં તેથી વિરુદ્ધ કૌટુંબિક રહેણીકરણી છે. ૧૮ વર્ષે સંતાનો મા-બાપ સાથે જોડાયેલા રહે છે અને ત્યારપછી પણ યુવાનો મા-બાપની સાથે રહેવાનું પસંદ કરે છે અને તેમની સંભાળ રાખે છે. હું બહારગામ જવા માટે જ્યારે પણ ઘર છોડતો ત્યારે મારી માતાની ચરણરજ મારા માથે જરૂર ચઢાવતો અને તેના આશીર્વાદ લેતો અને પછી જ બહારગામ જતો. પશ્ચિમમાં કુટુંબીજનો પ્રત્યે સંતાનોની લાગણીઓ જુદી જ હોય છે તેઓ મિત્રોની જેમ વર્તે છે.

ભારત પાછા ફરતા હું બે દિવસ દુબઈ રોકાયો. ત્યાં થોડું ફર્યો અને જરૂરી ખરીદી કરી. મેં મારા ધંધામાં ઉપયોગી થાય એવા કેટલાક સાધનો ખરીદ્યા, જેવા કે ચહેરા પર માલિશ કરવાનું મશીન (ફેસ મસાજર), ફોલ્લીઓ (ખીલ) કાઢવાનું મશીન (એકને રિમુવર) અને કેટલાક સૌંદર્ય પ્રસાધનોની આઈટમો. મેં એક મોબાઈલ ફોન પણ ખરીદ્યો. હું મારા વ્યવસાયમાં ઉપયોગી નીવડે તેવા સાધનોમાં પૈસાનું રોકાણ કરવા ઈચ્છતો હતો. મેં વિવિધ પ્રકારની

કાતરો, બ્રશ અને બીજી વસ્તુઓ લંડનથી ખરીદી. હું મારા ગ્રાહકો માટે કાયમ એ કાતરો વાપરું છું.

વિશ્વપ્રસિદ્ધ વિદ્યાલયમાંથી પ્રમાણપત્ર મેળવવું એ એક સિદ્ધિ હતી. તેનાથી હું ખૂબ ખુશ હતો ત્યાં મને જે જ્ઞાન મળ્યું તે અમૂલ્ય હતું. મુંબઈ પાછા ફર્યા બાદ એક પ્રશ્ન મને સતાવતો હતો- મેં વિદેશમાં જે જ્ઞાન મેળવ્યું તેનો હું ભારતીય ગ્રાહકો પર કેટલો ઉપયોગ કરી શકીશ ? જે ટેક્નિકલ રીતો હું શીખ્યો તે મારા માટે અમૂલ્ય અને અત્યંત ઉપયોગી હતી. મારા ભણતરનો મુખ્ય ભાગ આધુનિક ફેશન સાથે સંકળાયેલો હતો. હું એ બાબતે બહુ ચોક્કસ ન હતો કે ભારતીય ગ્રાહકો મેં મેળવેલી અદ્યતન તાલીમને કેવો આવકાર આપશે ?

ભારતમાં સ્ત્રીઓ બ્લો-ડ્રાય (વાળ સૂકવવા) કરાવે અથવા વાળને વાંકા કરાવે. મેં હેરડ્રાયરનો વધુમાં વધુ ઉપયોગ કર્યો જેથી વાળની લટોને સૂકી કરી સીધી કરી શકાય અથવા વાંકડિયા કરી શકાય. મેં લાંબા વાળમાં પડો (લેયરો) કરવાના ચાલુ કર્યા જે હજુ પ્રખ્યાત થવાનું હતું. ટૂંકા વાળ માટે આગળની લટો લાંબી રાખી અને પાછળની બહુ ટૂંકી રાખી. આ બધું કરવા છતાં, આજે હું મારી મૂળ યુનિવર્સિટી ‘ધી વિડાલ સસૂન એકેડેમી’માં શીખવાડ્યા પ્રમાણે શોખીન ગ્રાહકોના વાળની કાળજી લઉં છું, વાળ કાપવાની બાબતમાં સ્ટાઈલ અને ફેશનની બાબતમાં હું પૂરેપૂરું ધ્યાન રાખું છું.

ત્રણ સામાન્ય બાબતો એવી છે, જેમાં આપણે જરૂરી ધ્યાન આપતા નથી... પણ મારું માનવું છે કે ઇચ્છિત સફળતા મેળવવા માટે તે અગત્યની બાબતો છે –

ખૂબ મહેનત * સતત સક્રિય રહેવું * પ્રાથમિક પ્રમાણિકતા

– ***અઝીમ પ્રેમજી,*** *વિપ્રો લિમિટેડ અને ભારતીય આઈ.ટી. ઉદ્યોગના કિંગ*

પ્રકરણ ૯

શુભેચ્છકો : ભાવનાત્મક સંબંધના સંસ્મરણો

સ્વર્ગસ્થ બાલાસાહેબ ઠાકરે : શિવસેનાના સ્થાપક-અને સુપ્રીમો

ઘણાં વર્ષો પહેલાં ફિલ્મ એવૉર્ડના એક સમારંભમાં મેં સાહેબને જોયા હતા. બધા સ્વર્ગસ્થ બાલાસાહેબ ઠાકરેને 'સાહેબ' કહીને સંબોધતા. તેઓ પહેલી હરોળમાં બેઠા હતા અને તેમની પાછળ તેમના અંગરક્ષકોનું જૂથ ખડે પગે હતું. તેમનું વ્યક્તિત્વ ખૂબ પ્રભાવશાળી હતું અને તેમનો ચહેરો હસતો રહેતો હતો. અલબત્ત, તેમની હાજરીથી ડરી જવાય તેવું હતું. હું નવી-નવી હેરસ્ટાઈલોની શોધો દ્વારા જાણીતી વ્યક્તિઓના વાળની સ્ટાઈલ જોઈને મંત્રમુગ્ધ બની જતો. હજુ પણ જ્યારે હું કોઈ પ્રખ્યાત વ્યક્તિને જોઉં છું ત્યારે મારું મગજ તે વ્યક્તિના વ્યક્તિત્વને શોભે તેવી સર્જનાત્મક હેરસ્ટાઈલ કરવા માટે તત્પર બની જાય છે. આવી જ રીતે જ્યારે મેં સાહેબને જોયા ત્યારે મને તેમના વાળની અને દાઢીની સ્ટાઈલ કેવી રીતે વધુ પ્રભાવશાળી થાય તેવા વિચાર ઉદ્ભવવા માંડ્યા.

જુઓ તો ખરા ! ઘણાં વર્ષો પછી એક દિવસ સાહેબને ત્યાં મારે જવાનું થયું, કારણ કે તેમનો હેરસ્ટાઈલિસ્ટ રજા પર હતો. જ્યારે મને બોલાવવા માટે એમનો ફોન આવ્યો ત્યારે હું મારા કાન પર વિશ્વાસ ન કરી શક્યો. મારે સાહેબની દાઢી કરવા જવાનું હતું. અમારી પહેલી મુલાકાતમાં તેમણે મને ઘણા પ્રશ્નો પૂછ્યા - તારું નામ શું છે ? તું ક્યાંથી આવે છે ? તું મુંબઈમાં

કેટલા વર્ષોથી કામ કરે છે? તને મરાઠી ગમે છે? તું મરાઠી ભાષા સમજે છે અથવા બોલી શકે છે? છેવટે તેમણે નક્કી કર્યું કે તે ફક્ત મરાઠીમાં જ મારી સાથે વાત કરશે. હું જ્યારે ભાંડુપના સલૂનમાં કામ કરતો હતો ત્યારે ત્યાં મરાઠી ભાષા શીખ્યો હતો પણ તેમાં અપશબ્દોનો બહુ વપરાશ હતો. હું મરાઠીમાં વાતચીત કરવામાં નિપુણ તો ન હતો પણ સહેલાઈથી વાત કરી લેતો.

એમની સાથે મારી મુલાકાતો વધવા લાગી તો સાહેબ સાથે મરાઠીમાં બોલવાથી હું મરાઠી ભાષાની લઢણ અને શુદ્ધતા શીખ્યો. તે બહુ વાતોડિયા માણસ હતા. જ્યારે તેઓ બોલતા ત્યારે હું તેમને ધ્યાનથી સાંભળતો અને તેઓ જે શબ્દ બોલતા તે સાંભળી માથું હલાવતો. તેઓ મારા મુખેથી ફક્ત મરાઠીમાં જ જવાબ સાંભળવાનું ઇચ્છતા.

જ્યારે પહેલીવાર મેં તેમની દાઢી કરી અને વાળ સેટ કર્યા ત્યારે તેઓ બહુ લાંબા સમય સુધી અરીસામાં જોતા રહ્યા. તેઓ પોતાના દેખાવની બાબતમાં બહુ સભાન હતા તેમના વાળની એકેએક લટ તેની જગ્યાએ જ હોય તેવું ઇચ્છતા. પછી તેઓ મારી તરફ ફર્યા અને મને શાબાશી આપતા હોય એવી રીતે સ્મિત કર્યું. તેમણે કહ્યું, ‘‘છા...ન (સુંદર) !’’ તેઓ આ શબ્દ એવી રીતે બોલ્યા જાણે મારા કાર્યથી સંતોષ વ્યક્ત કરતા હોય.

તેમણે કહ્યું કે હું ચીવટપૂર્વક કાતર વાપરતો હતો. એમણે મને જ્યારે બોલાવે ત્યારે આવી જવાનું આગ્રહપૂર્વક કહ્યું. તેમને મારું કામ ખૂબ ગમ્યું હતું તેથી હું સંતુષ્ટ હતો.

હું તેમની દાઢીને લંબગોળ આકાર આપતો, કારણ કે હું એવું વિચારતો હતો કે તે તેમના વ્યક્તિત્વને શોભાવે છે. તેમના વાળને તો પ્રસંગોપાત માત્ર સરખા કરવાની જરૂર હતી.

એક વખત જ્યારે હું મુંબઈથી બહાર ગયો હતો ત્યારે તેમના સેક્રેટરીનો ફોન આવ્યો કે સાહેબ તેમની દાઢી કરવા મને બોલાવે છે. તે દિવસે મેં કહ્યું કે આજે હું આવી નહીં શકું પણ જે દિવસે હું મુંબઈ પાછો આવી જઈશ ત્યારે તરત આપનો સંપર્ક કરીશ તેવું વચન આપ્યું. જ્યારે હું મુંબઈ પાછો ફર્યો ત્યારે તેમણે મને કહ્યું કે તેઓ બીજા હેરડ્રેસરના કામથી સંતુષ્ટ નહોતા.

તેમણે મરાઠીમાં ક્રોધપૂર્ણ ઉદ્‌ગાર કાઢ્યો, ‘‘વાટ લૉન ટકલી !’’ (કેવું બગાડી નાખ્યું) મારી ગેરહાજરીમાં જે માણસે તેમની દાઢી-વાળ કર્યા તેનાથી તે નાખુશ હતા. તે માણસના હાથ ધ્રુજતા હતા અને એ બડાશ મારતો હતો

કે તેણે હેરડ્રેસર તરીકે એવૉર્ડ જીત્યા છે. સાહેબ આ રીતે મને તે માણસ વિશે કહેતા રહ્યા.

સાહેબે મને કહ્યું કે હવેથી જ્યારે હું મુંબઈની બહાર જવાનું આયોજન કરું તો મારે તેમના સેક્રેટરીને જાણ કરીને જવું તેથી જો તેમને મારી સેવાની જરૂર હોય તો શહેર છોડતા પહેલાં મને તેઓ બોલાવી શકે. પછી ક્યારેય હું મુંબઈથી બહાર જવાનું વિચારતો ત્યારે હું 'માતોશ્રી'માં (સાહેબનું રહેઠાણ) ફોન કરી પૂછી લેતો કે મારી જરૂર છે કે નહિ. જ્યાં સુધી સાહેબ જીવ્યા ત્યાં સુધી મેં આ નિયમનું પાલન કર્યું. હું તે હકીકતની પ્રશંસા કરું છું કે તે આટલા વર્ષોમાં તેમણે એકવાર પણ નક્કી કરેલી મુલાકાત રદ કરી ન હતી.

તેમને જુદા-જુદા વિષયો પર વાતો કરવી ગમતી. તેમને મારા કુટુંબ, મારા અનુભવ અને તબિયત વિશે પ્રશ્નો પૂછવાનું ગમતું. તેઓને એ જાણવાની જિજ્ઞાસા થતી કે હું નાસ્તામાં એમની માનીતી વાનગી ઢોસા અને કોપરાની ચટની લઉં છું કે નહીં? એક સવારે જ્યારે હું સાહેબની દાઢી કરતો હતો ત્યારે તેમને કદાચ મારા હાથમાંથી મસૂરની દાળ અને કોપરાની સુગંધ આવી હશે. તેઓ તેમની આજુબાજુના લોકો અને વસ્તુઓનું જિજ્ઞાસાપૂર્વક નિરીક્ષણ કરતા.

મેં ઓશીવારામાં એક ફ્લેટ ખરીદ્યો ત્યારે તેમને કહ્યું કે તે ચાર બેડરૂમનો એપાર્ટમેન્ટ છે. તેમણે આંખમાં ચમક સાથે ધીમેથી હસીને કહ્યું, ''તું રસોડાને ગણવાનું ભૂલી ગયો.'' હું હસ્યા વગર ના રહી શક્યો. તેઓ કહે તેમ મારે કરવું પડતું.

તેઓ કોઈ વસ્તુને મારા નામ સાથે જોડતા. તેઓ શિવા... કહીને કોઈ પણ વાક્ય ચાલુ કરતા. અને વચ્ચે વચ્ચે શિવાનું નામ બોલ્યા કરતા. તેઓ વાત પણ શિવા કહીને પૂરી કરતા. તે તેમની બોલવાની છટા હતી પણ મને તે બહુ ગમતું. તેના લીધે મને આત્મીયતાની લાગણી થવા લાગતી.

હું દૂર ગામડેથી મુંબઈ આવ્યો અને આટલા અગત્યના માણસના વાળ કાપતો અને સરખા રાખતો તે માટે મારી જાતને નસીબદાર માનું છું. મેં સાહેબ જોડે જેટલો સમય ગાળ્યો તે મારા જીવનમાં અસ્મરણીય યાદોમાંના એક યાદગાર અનુભવ રહ્યા.

જ્યારે પણ હું મારી મુલાકાત વખતે તેમના ચરણસ્પર્શ કરતો ત્યારે તે મારા પર આશીર્વાદ વરસાવતા અને ઘણા સમય સુધી તેમના હાથ મારા માથા પર રાખતા. મને એવું લાગે છે કે મારી જિંદગીમાં તેમના આશીર્વાદનો

બહુ મોટો પ્રભાવ પડ્યો, કારણ કે તે હંમેશા સારા શબ્દો કહેતા. વાળ કાપતા, વાતચીતની વચ્ચે તે મને કોઈ પ્રશ્ન પૂછતા અને પછી જવાબની રાહ જોતા. મારા સામાન્ય જવાબના બદલામાં પણ તે ઉત્સાહથી કહેતા, 'છા...ન (સુંદર) !' તેમની વર્તણૂકથી હું ગૂંચવણમાં મૂકાઈ જતો. મને નવાઈ લાગતી કે મેં સાચે જ તેમને યોગ્ય જવાબ આપ્યો છે?

હું માનું છું કે તેમની યાદશક્તિ બહુ તેજ હતી, કારણ કે મારી સાથે વાત કરતા-કરતા તેમને બધા પ્રસંગો અને પરિસ્થિતિઓ યાદ આવતી અને તેઓ તેમનું વર્ણન કરતા. તેમને માન આપવાના સંભારણાં તરીકે હું જૂઈના ફૂલ લઈ જતો, જેની તે પ્રશંસા કરતા. તેઓ તરત જ તે ફૂલ તેમના કુટુંબના ભગવાનના ફોટાઓ પાસે અને સ્વર્ગસ્થ પત્ની મીનાતાઈની છબી પાસે મૂકતા.

તેઓ વારંવાર તેમની આંગળી વાળના ગુચ્છામાં ફેરવતા જેથી વાળ વ્યવસ્થિત તેમની જગ્યાએ જ રહે. આ તેમની સ્ટાઇલની આગવી છાપ હતી.

શિવસેના પાર્ટીના મુખપત્ર '*સામના*'માં મારો હેરસ્ટાઇલિસ્ટ તરીકેના કામ વિષયક ઇન્ટરવ્યૂ છપાયો હતો. સવારે તે છાપામાં આવ્યો હતો અને તેમણે લગભગ ૯.૧૫ વાગે મને તે પૂછવા ફોન કર્યો કે '*સામના*'માં તારો ઇન્ટરવ્યૂ વાંચ્યો? હું તેમની નમ્રતા જોઈ બહુ ખુશ થયો કે આટલી મોટી વ્યક્તિએ મને મારો ઇન્ટરવ્યૂ જોવા માટે જાતે ફોન કર્યો હતો.

તેમણે તેમના પુત્ર ઉદ્ધવ અને પૌત્રો આદિત્ય અને તેજસને પણ મારી પાસે વાળ કપાવવાનું કહ્યું.

તેમના અવસાન બાદ મને એવું લાગ્યું કે જાણે મેં મારા નજીકના સ્વજનને ગુમાવ્યા હોય. મને તેમની બહુ ખોટ સાલે છે. હજી પણ જ્યારે હું '*માતોશ્રી*'માં જાઉં છું ત્યારે મને એ ઘરમાં તેમની હાજરી વર્તાય છે.

ઉદ્ધવ ઠાકરે – શિવસેનાના મુખિયા

ઉદ્ધવજી વિનમ્ર માણસ છે. તેમને હંમેશા સાદો હેરકટ જ ગમે છે. તે ખૂબ દયાળુ માણસ છે અને મોટેભાગે ઓછું બોલે છે. મેં તેમને તેમના દેખાવ માટે કેટલાક સૂચનો કર્યા તો જવાબમાં તેઓ હસ્યા અને માત્ર એટલું કહ્યું કે તેમને સાદા વાળ જ ગમે છે. તેમને તેમના પિતા માટે બેહદ માન અને પ્રેમ છે.

રશ્મિજી-ઉદ્ધવજીના પત્ની પ્રવૃત્તિશીલ સ્ત્રી છે. તેમને બાળકો અને કુટુંબ વિશે વાત કરવી ગમે છે. તે હંમેશા મારી માતાની તબિયત વિશે અને મારા સલૂનના કામ માટે પૂછપરછ કરે છે. અમે જ્યારે મળીએ છીએ ત્યારે કુદરતી ખાન-પાનની વાતો જરૂર કરીએ છીએ અને તેનાથી થતા તબિયતના ફાયદા માટે પણ ચર્ચા કરીએ છીએ. તે બહુ જ સારા યજમાન છે. તેમને મહેમાનોને સારી રીતે આવકારવા ગમે છે.

તેમના મોટા દીકરા આદિત્યને હું કોર્પોરેટ કટ આપું છું, જેમાં થોડો અવ્યવસ્થિત દેખાવ હોય છે. તેમનો નાનો દીકરો તેજસ એકંદરે વધારે ફેશનેબલ છે. તે કુટુંબમાં સૌથી ઊંચો છે અને ફૂટબોલ રમત માટે ઉત્સાહી યુવાન છે. તે કુદરતી ઉત્પાદનોનો ઉપયોગ કરવામાં વધુ સજાગ છે. તે સૌથી નવી ફેશનને અનુસરવામાં માનનાર છે. જ્યારે હું તેના વાળ સેટ કરું છું ત્યારે તેની જુદી જુદી સ્ટાઈલો કરીને બતાવું છું.

મધુર ભંડારકર : નેશનલ એવૉર્ડ વિજેતા ફિલ્મમેકર અને પદ્મશ્રી પુરસ્કૃત.

જ્યારે મધુર ભંડારકર મારા સલૂન લોખંડવાલામાં આવ્યા ત્યારે તેમનું પહેલી ફિલ્મ 'ચાંદની બાર' બહુ ચર્ચિત થયેલી અને છાપામાં દરરોજ તેની પ્રશંસા થતી. તેમાં મુંબઈની ડાન્સબારોનું પ્રત્યક્ષ નિરૂપણ કરવામાં આવ્યું હતું. મારે ત્યાં મધુરજી એકવાર દાઢી કરાવવા આવ્યા હતા પછી તો તેમને શિવાના સલૂનની સેવાઓથી એટલો સંતોષ થયો કે તેઓ નિયમિત આવવા માંડ્યા અને મારે તેમની સાથે મિત્રતાનો સંબંધ થઈ ગયો. જ્યારે તેમને તેમની ફિલ્મ માટે પહેલો નેશનલ એવૉર્ડ મળ્યો ત્યારે તેમણે મને આ સમાચાર સંભળાવવા બોલાવ્યો અને મને કહ્યું કે તેઓ ખૂબ ખુશ છે.

તેમનું વ્યક્તિત્વ હરકોઈને ગમે તેવું હોવાથી બધાને તેમની સાથે વાત કરવી ગમે. ઘણા વર્ષો સુધી મેં તેમના વાળની ખરબચડી રચના માટે જાતજાતના પ્રયોગો કર્યા. મેં તેમના સાવરણી જેવા જથ્થાબંધ વાળમાં નાના નાના વાળ કાપ્યા. જ્યારે તેમને એકવાર એક એવૉર્ડના સમારંભમાં જવાનું હતું ત્યારે મેં તેમની બંને બાજુના વાળ નાના કર્યા. તેમણે એ સ્ટાઈલના વખાણ કર્યા. જો કે તે કોર્પોરેટ-સ્ટાઈલ વધુ પસંદ કરે છે, જેમાં જેલ લગાવીને

વાળને લીસા કરવામાં આવે છે જેથી તેમનો દેખાવ પાતળો લાગે. પોતાના આરામદાયક દેખાવથી તેમને સારું લાગે છે. ડિરેક્ટર હોવાથી તેમને રોજ કોઈ ને કોઈ મોટા પ્રસંગમાં જવું પડે કે સામાજિક મુલાકાત કરવી પડે છે. તેઓ પ્રતિષ્ઠિત વ્યક્તિ હોવાને કારણે લોકો તેમને હંમેશા જોયા કરે. જ્યારે તેઓ મારા સલૂનની મુલાકાત લે છે ત્યારે ગ્રાહકો તેમના વિશે જાણકારી મેળવે છે અને કેટલાક તો તેમના ઓટોગ્રાફ (હસ્તાક્ષર) લેવાની પણ ઈચ્છા રાખે છે.

''મધુર સર'' - એ મારા બોલીવૂડ સાથેનું પહેલું જોડાણ છે. તેમણે મને ફિલ્મ ઉદ્યોગની જાણીતી વ્યક્તિઓ સાથે પરિચય કરાવ્યો છે. હું હંમેશા તેમની નવી ફિલ્મો રજૂ થવાની રાહ જોતો હોઉં છું. જ્યારે તેઓ 'ફેશન' અને 'દિલ તો બચ્ચા હૈ જી' બનાવતા હતા ત્યારે હું ત્યાં હાજર હતો. તેઓ આવું બોલી મારી ઓળખાણ કરાવતા. ''યે તો મેરા સ્ટ્રગલિંગ પિરિયડ કા દોસ્ત હૈ.'' (આ મારા શરૂઆતના સંઘર્ષના દિવસોથી જ મારો મિત્ર છે.)

'હીરોઈન' ફિલ્મમાં જાણીતી અભિનેત્રી કરીના કપૂરના હેરસ્ટાઈલિસ્ટ તરીકે મધુરજીને શિવા એકેડેમીમાં મારો ફિલ્મ શોટ (કેમેરાથી ફોટો પાડવો) લીધેલો છે. 'કેલેન્ડર ગર્લ્સ' ફિલ્મમાં તેમણે ફિલ્મના ટાઈટલ ટ્રેકમાં (શરૂઆતમાં) હેરસ્ટાઈલિસ્ટ તરીકે મને રજૂ કર્યો હતો. 'ઈન્દુ સરકાર' ફિલ્મમાં હું એક પાર્ટીના દશ્યમાં મુખ્ય ધંધાદારી માણસ તરીકેનો રોલ ભજવું છું. કદાચ અમારી મિત્રતાનાં સંભારણાં તરીકે મધુર સર મને તેમની ફિલ્મોમાં લે છે.

તે બહુ નમ્ર, વાસ્તવિકતાને સ્વીકારનાર, સાદા માણસ, લાડ કરનારા પ્રેમાળ પિતા અને તેમની પત્ની રેણુને બેહદ પ્રેમ કરનાર પતિ છે.

મહેશ શેટ્ટી : એમ. ટી. એડ્યુકેરના ચેરમેન અને એમ.ડી.

મહેશ અન્ના ૧૯૯૩થી મારા મુલુંડના પાર્લરમાં હેરકટ કરાવવા આવે છે અને ત્યારથી તેઓ શિવાના સલૂનમાં નિયમિત આવે છે. મારા સલૂનમાં તેમના વિદ્યાર્થીઓ પણ આવે છે. તેઓના કહેવા પ્રમાણે, મુલુંડ અને ચેમ્બુરમાં આવેલા તેમના ટ્યુટોરિયલના વર્ગોમાં મહેશજી મારો ઉલ્લેખ કરતા. એક નાનો પાઠ શીખવાનો આ દાખલો હતો જેનાથી મેં એક સાહસિક વેપારી બનવાનું ધ્યેય કર્યું. 'અન્ના' એ મોટાભાઈ માટે માનવાચક શબ્દ છે. (કન્નડ,

તુલુ અને દક્ષિણ ભારતની ભાષામાં મોટાભાઈ માટે વપરાતો શબ્દ).

વિદ્યાર્થીઓની મહત્ત્વાકાંક્ષા વધારવા માટે મહેશજી કહેતા, ''શિવા તો હવે એક પ્રખ્યાત હેરસ્ટાઈલિસ્ટ છે. તેણે એક નાની દુકાન બીજ તરીકે વાવી હતી, તે હવે ફૂલીફાલીને અસંખ્ય દુકાનોની હારમાળા થઈ ગઈ છે. એક નાનું પગલું ભરો તો તમે ઉચ્ચ શિખર સર કરી શકો. નાની ઈચ્છા પૂરી કરતા-કરતા મોટું કામ કરી શકાય.''

હું સલુન પર તેમની મુલાકાતની રાહ જોઉં છું. જ્યારે મને કોઈ વિચાર આવે છે ત્યારે હું તેમને કહેવા અને તેમની સાથે તેની ચર્ચા કરવા તથા તે બાબતમાં તેમની સલાહ લેવા આતુર થઈ જાઉં છું. મારા ભવિષ્યના ધંધાની યોજનાઓ વિશે મારે તેમની સાથે લાંબી વાતચીત થાય છે અને તે મને સમય સાથે ચાલવા માટે ઉત્તેજન આપે છે. તેઓ દુનિયાના સૌથી પ્રગતિશીલ ધંધાદારી માણસોના લખાણના શબ્દો ટાંકે છે. સફળતા મેળવવા માટે તેમની વ્યક્તિગત ઘટનાઓ ઉદાહરણ તરીકે વર્ણવે છે. જ્યારે જ્યારે હું તેમને મળું છું ત્યારે મને એવું લાગે છે કે હું કંઈક નવું શીખી રહ્યો છું.

તેઓ બહુ ધીમેથી અને માપસર બોલે છે. તેમનો એવો પ્રભાવ છે કે તેઓ લોકોનું ભરપૂર માન મેળવી શકે છે. તેઓ આદર્શ સદ્‌ગૃહસ્થ છે કે જેઓ સહજ રીતે અંગ્રેજી બોલે છે, શુદ્ધ કન્નડ અને તુલુ પણ બોલે છે. તેઓ મુદ્દાસરની સંક્ષિપ્ત વાતો કરે છે. હું તેમને ધ્યાનથી સાંભળું છું અને તે જે બોલે તે એકેએક શબ્દ મારા મનમાં અંકિત કરી લઉં છું.

તેઓ મારા કર્મચારીઓ સાથે નિખાલસતાથી વાત કરે છે. તેમના વિશે જાણે છે અને તેમને પૈસાની કદર કરતા શીખવાડે છે. તેઓ તેમને પગારમાંથી પૈસાની બચત કરવાની પ્રેરણા આપે છે. તેઓ લાલચો અને ખોટા ખર્ચાઓથી દૂર રહેવાનું સૂચવે છે. મહેશ અન્નાના પુત્ર પૃથ્વી અને રૂપા પણ મને ખૂબ હૂંફ આપી રહ્યા છે.

અશોક ધમાનકર : ડાયરેક્ટર, મેઘના પબ્લિકેશન

ધમાનકર સાહેબ એકદમ ધીમું બોલનારા, સરસ રીતભાતવાળા અને વ્યવસ્થિત રીતે તૈયાર થનાર માણસ છે. તે લોકોને મદદ કરવા કંઈ પણ કરી છૂટે છે. તેઓ લાંબા સમયથી પ્રકાશનના ધંધામાં છે. તેઓ ફિલ્મોની મોહક દુનિયા સાથે ઊંડે સુધી સંકળાયેલા છે તેથી જ્યારે પણ આ કામમાં મારે

એમની સલાહની જરૂર પડે છે ત્યારે હું તેમની પાસે જાઉં છું અને તેઓ હંમેશા મારી વાત સાંભળવા તૈયાર રહે છે. જ્યારથી તેઓ મારા સલૂનમાં આવવા લાગ્યા ત્યારથી અમે મિત્રો બની ગયા.

તેઓ બહુ ઓછું બોલે છે પણ જ્યારે બોલે ત્યારે શબ્દેશબ્દ મારા હૃદયને સ્પર્શી જાય છે. તેઓ મને સંચાલન અને ધંધાકીય આંટીઘૂંટી શીખવાની સલાહ આપે છે. તેઓ મારી બ્રાન્ડ શિવાને પ્રગતિના પંથે લઈ જવા માટે નવા વિચારો આપે છે. લોકપ્રિય 'સ્ટારડસ્ટ' અને બીજા પ્રકાશનોના વાર્ષિક એવૉર્ડ સમારંભોમાં મારા હેરસ્ટાઈલિસ્ટોની ટીમને આમંત્રિત કરે છે, જ્યારે મારા નવા સલૂનો ખૂલે છે ત્યારે તેઓ અવશ્ય હાજર રહે છે. સખત મહેનત કરનારા લોકોનું તેમને પ્રત્યક્ષ જ્ઞાન થઈ જાય છે. હું મારા ધંધામાં ખંતથી નવી-નવી સિસ્ટમ શોધું છું તેને તે બિરદાવે છે.

વિલિયમ સિકવેરા : મોડલ કો-ઑપરેટિવ બેન્ક લિમિટેડના ચેરમેન

વિલિયમ સર સૌથી પહેલાં ૧૯૯૩માં વાળ કપાવવા માટે મુલુંડના મારા સલૂનમાં આવ્યા. અમે તુલુમાં વાત કરવા લાગ્યા, કારણ કે અમે બંને મૅંગ્લોરની બાજુના શહેરોમાંથી આવ્યા હતા. વાળ કપાવ્યા પછી જતી વખતે તેમણે મને કહ્યું કે તેઓ એ જ બહુમાળી ઈમારતમાં રહે છે તેથી જ્યારે પણ મારે તેમની મદદની જરૂર પડે ત્યારે હું તેમની પાસે ખચકાયા વગર ચાલ્યો જાતો.

ત્યારથી તેઓ મને નાણાકીય બાબતમાં સલાહ આપે છે અને મારા ધંધા માટે બેંકમાંથી લોન મેળવવા માટે સાથ-સહકાર આપે છે. તેઓ મારા સ્નેહી મિત્ર અને સલાહકાર પણ છે. હું તેમના જેવા મિત્ર અને સલાહકારથી સ્વયંને ખૂબ નસીબદાર માનું છું કે જે મારી સંભાળ લે છે.

તેમના સ્વભાવમાં ધીરજથી સાંભળવાની બહુ સારી ખાસિયત છે. તે કોઈ પણ મુશ્કેલીનું ઝડપથી નિવારણ કરી શકે છે. તેઓ બહુ સૌજન્યશીલ વ્યક્તિ છે અને હંમેશા ખુશમિજાજમાં હોય છે. જ્યારે હું કોઈ વિકટ પરિસ્થિતિમાં ખરાબ રીતે સપડાયેલો હોઉં ત્યારે પણ તેઓ મને હસાવી શકે છે. તેમને સંનિષ્ઠ વેપારીઓને પારખતા આવડે છે અને તેમને બેંકમાંથી લોન અપાવી મદદ કરવા ખૂબ મહેનત કરે છે.

મેં તેમને લોખંડવાલામાં શિવા સલૂનની ત્રીજી શાખા ખોલવાની

યોજના કહી. મેં તેમને મારા નવા સાહસની વિગતો સમજાવી અને કહ્યું કે તે ટેલિવિઝન અને નજીકના ફિલ્મી વર્તુળની સેવાઓ માટે આરંભ કરવાનો આશય છે તો આ વાત તેમને તરત જ ગળે ઉતરી ગઈ. તેમણે આ હેતુ માટે મોટી લોન લેવામાં મને ઘણી મદદ કરી.

તેમની પત્ની જેનીટ, પુત્ર કેનીથ અને પુત્રી કરેન મારા માટે જાણે મારું બીજું કુટુંબ જ છે. તેઓ મને દિવાળીમાં શુભેચ્છાઓ પાઠવવાનું કદી પણ ચૂકતા નથી. હું તેમને નાતાલમાં શુભેચ્છા પાઠવું છું. જ્યારે મારી પત્ની હરિણાક્ષીની તબિયત સારી ન હતી ત્યારે તેના વિશે વિલિયમ સર સાથે વાત કરીને હું મારું હૈયું ઠાલવતો, કારણ કે તેઓ હંમેશા સંકટના દિવસોમાં પણ અમારો જુસ્સો ટકાવી રાખવા પ્રયત્ન કરતા.

વિનોદ ચોપ્રા : સફળ ધંધાદારી માણસ

જ્યારે વિનોદજીએ વાળ કપાવવા માટે પ્રથમવાર અમારા સલૂનની મુલાકાત લીધી ત્યારથી મારે તેમની સાથે મિત્રતા થઈ ગઈ. તેમને હંમેશા કોર્પોરેટ દેખાવ જ પસંદ છે તેથી તેઓ હંમેશા શર્ટને પેન્ટની અંદર નાખે છે અને એક જ પ્રકારનો પોશાક પહેરે છે. તેમના વ્યક્તિત્વ સાથે જોડવા માટે હું તેમને સાફસૂથરી પ્રતિભાશાળી વ્યક્તિ કહી શકું છું. અમે બંને ધંધાદારી પ્રકૃતિના માણસ હોવાથી અમે બંને એકબીજાને સારી રીતે સમજી શકીએ છીએ. તેઓ મને મારી બ્રાન્ડને જુદી-જુદી રીતે વિકસાવવાની સલાહ આપે છે. તેમણે મને શિવાની શાખાઓ ખોલવાને બદલે નવા સાહસિકોને ઉત્તેજન આપવા માટે એક સેમિનાર જેવું આયોજન કરવાનું સૂચવ્યું.

તેમને કાયદાની ઘણી સારી જાણકારી હોવાથી મને કાયદાની બાબતો અંગે સલાહ આપે છે. તેઓ મારા સંઘર્ષના સમયમાં મારી પડખે ઊભા રહ્યા છે. મારી પ્રેમાળ પત્ની હરિણાક્ષીની ગંભીર માંદગીમાં તેઓ અમારી સાથે હૉસ્પિટલની મુલાકાતે પણ આવતા. હરિણાક્ષીના અવસાન પછી તેના અસ્થિ પધરાવવા તેઓ મારી સાથે બનારસ પણ આવ્યા હતા. વ્યથિત ક્ષણોમાં તેઓ મને એકલા છોડવા માંગતા ન હતા. મારી જિંદગીમાં તેઓ હંમેશા મારું પીઠબળ બની રહ્યા છે.

તમારે જે પ્રવૃત્તિ કરવી હોય તે શ્રેષ્ઠ રીતે કરો જેથી
તમારા કામથી પ્રભાવિત થયેલા લોકો તમને ફરીથી
મળવા આવે અને તેમના મિત્રોને પણ સાથે લઈ આવે.

– વૉલ્ટ ડિઝની, ડિઝની પ્રોડક્શન્સ

પ્રકરણ ૧૦

શિવાની આંગળીઓમાં જાદુ છે ! – નિયમિત ગ્રાહકોનો પ્રતિસાદ

સતીશ શાહ : વ્યવસાયકાર, કમ્પાલા, યુગાન્ડા

શિવાની આંગળીઓમાં જાદુ છે ! સંગીતના સાધકો કહે છે સરસ્વતી દેવી લતા મંગેશકરના કંઠમાં રહે છે. હું કહું છું કે શિવાના હાથમાં સરસ્વતી દેવી વસે છે. હું કહું છું કે શિવાના સિદ્ધહસ્ત હાથમાં પણ સરસ્વતી દેવી બિરાજે છે. શિવા તેના આત્માથી પોતાના કામ સાથે જોડાયેલો છે. મેં ઘણા બધા હેરડ્રેસરોને અજમાવી જોયા છે – પણ જે ક્ષણે તેઓ મને અડકે છે ત્યારે મને ફફડાટ થાય છે કે તેઓ કેવું કામ કરશે? પણ શિવા તો અપવાદરૂપ છે. તેની આંગળીઓ પીંછા જેવી મુલાયમ છે. જે ક્ષણે તે કોઈના વાળ કાપવા તલ્લીન બને છે ત્યારે ગ્રાહકને બીજું કંઈ નહિ પણ પૂર્ણ રાહત મળે છે.

જ્યારે હું ભારતની મુલાકાત લઉં છું ત્યારે શિવા મારા વાળ કાપે છે. હું છેલ્લા સાત વર્ષથી તેનો પ્રશંસક છું. હું વર્ષમાં પાંચેક વાર ભારત આવું છું. જુહુના સલૂનની બાજુમાં મારું નિવાસસ્થાન હોવાથી હું શિવા પાસે જ વાળ કપાવું છું. હું બીજા કોઈ સલૂનમાં જતો નથી.

શિવા એક છબી ચિતરતો હોય તેમ મારા વાળને રંગ કરે છે. તેને પોતાના હાથની કલા પર વિશ્વાસ હોય છે. તેઓ બિલકુલ વિચલિત થતા નથી. તેનું કામ એટલું ચોક્કસ અને ચોખ્ખું હોય છે કે મારા કપડાં પર વાળ રંગવાના કેમિકલના ડાઘા પડતા નથી. હું એક વાર જુહુ તારા રોડ પર ટહેલી

રહ્યો હતો ત્યારે અચાનક મેં શિવાનું સલૂન જોયું અને કશા ખચકાટ વગર મારા વાળ સેટ કરાવવા માટે સલૂનમાં પ્રવેશી ગયો.

જુહુના તેમના સલૂનની પહેલી મુલાકાત વખતે ત્યાંના કર્મચારીઓએ મને કહ્યું કે સલૂનના માલિક શિવા છે પણ તે ત્યાં મોજૂદ નહોતા. મેં મનોમન વિચાર્યું કે મારે શિવા પાસે જ વાળ કપાવવા છે, બીજા કોઈ પાસે નહિ. થોડીવાર પછી શિવાએ મારા માટે સમય કાઢ્યો. બસ, ત્યારથી હું એમના સલૂનની મુલાકાત લેતા પહેલાં દરેક વખતે એમની સાથે સમય નક્કી કરી લેતો અને તે મારા વાળ કાપવા તત્પર રહેતા. આ શિવાનું કર્તવ્યપાલન માટેનું સમર્પણ હતું.

✂

રોશની કોઠારી : મીડિયા માર્કેટિંગ પ્રોફેશનલ, મુંબઈ

જ્યારે મેં પહેલીવાર શિવા પાસે વાળ સેટ કરાવ્યા ત્યારે મને યાદ છે કે એમની હસ્તકલાથી મારો દેખાવ અત્યંત આકર્ષક થઈ ગયો હતો. મારા વાળ કમર સુધી લાંબા હતા, જે તેણે પ્રમાણસર કાપી નાખ્યા.

મને તેવા વાળ બહુ ગમ્યા. મેં મારી જાતને આવી રીતે પહેલાં કદી જોઈ ન હતી.

૧૫ વર્ષ પહેલાં હું જુનિયર કૉલેજમાં ભણતી હતી. મેં મુલુંડ, લોખંડવાલા અને જુહુના સલૂનમાં મુલાકાત લેવાનું શરૂ કર્યું. હું વાળ સેટ કરાવવા માટે માત્ર શિવા પર જ વિશ્વાસ રાખું છું. જ્યારે હું વાળ સેટ કરાવવા જતી ત્યારે મારે કેવા વાળ રાખવા છે તે હું કહેતી ન હતી. શિવા પણ મને જુદી-જુદી સ્ટાઈલના ચિત્રો બતાવી મને વિચલિત કરવા માંગતો ન હતો. મારા વ્યક્તિત્વને શું સારું લાગે તે એ ખુદ નક્કી કરતો.

મારા વાંકડિયા વાળની રચનામાં શું વધારે સારું લાગશે તે શિવા નક્કી કરે. મારી સ્પ્લીટ- એન્ડની (વાળના છેડેથી બીજો વાળ ઉગવો) સમસ્યા અને કાયમી ખોડો થવાની સમસ્યા મારી ત્વચા વિશે શિવાની કાળજીથી દૂર થઈ.

હું મારા વાળ પર જાતજાતના રંગ વાપરું છું જેવા કે લાલ રંગના જુદા શેડ, સોનેરી, ગુલાબી, જાંબલી અને બીજા મિશ્રિત કરેલા રંગો. જે સૌથી

સારા રંગ લાગે તેનો પ્રયોગ શિવા મારા પર કરતો જેથી તે રંગ સૌથી સારો લાગે. મને તેની કાર્યદક્ષતા પર પૂરેપૂરો વિશ્વાસ છે. એક વખત તેણે પ્રયોગ કરવા માટે મારા વાળ ગરદન સુધી કાપી નાખ્યા હતા પણ હવે હું ખભા સુધી વાળ રાખું છું. મારું આખું કુટુંબ – પિતા, પતિ, ભાઈ અને યુએસમાં રહેતી બહેન – બધા શિવા પાસે વાળ કપાવે છે.

હું એટલી વ્યસ્ત રહું છું કે મારે અવારનવાર ક્યાંક ને ક્યાંક જવાનું હોય છે ને સતત કામ હોય છે તેથી મારી પાસે વાળ સેટ કરાવવા માટે બહુ સમય હોતો નથી. હું મારા વાળ કાંસકાથી ભાગ્યે જ ઓળું છું. હું લટોમાં મારી આંગળીઓ ફેરવી વાળ સરખા કરી લઉં છું. મારા વાળની કાળજી માટે સમય નહીં ફાળવી શકવાની મારી વ્યસ્તતા શિવાને ખબર છે. તે મને એવા વાળ કાપી આપે છે કે જે વધુ દિવસો સુધી સાચવવા સહેલા પડે અને દેખાવમાં હું સ્માર્ટ લાગું.

✂

રિયા પરિયાની : ગૃહિણી, મુંબઈ

મારા વાળ વાંકડિયા હતા અને હું પાર્લરોમાં જઈ મારા વાળને સીધા કરાવતી જેથી વાળનો આકર્ષક દેખાવ લાગે. ઘણા વર્ષો સુધી મેં સીધા વાળ રાખ્યા. ૨૦૦૦ના વર્ષમાં હું જુહુમાં સ્થિત શિવાના સલૂનમાં ગઈ ત્યારે મારા વાળને સીધા રાખવાની આદત બિલકુલ બદલાઈ ગઈ. શિવાએ મારા વાળનો પ્રકાર જોઈ મને સૂચવ્યું કે મારા વાળ કુદરતી રીતે જેવા છે તેવા રાખવાનું સારું રહેશે. તેણે મને સમજાવ્યું કે વીજળીથી ચાલતા સાધનો (હેવી ડ્યુટી ઇલેક્ટ્રિક ગેજેટ્સ) વાળને લાંબાગાળે નુકસાન કરે છે. મને એની વાત ગળે ઉતરી ગઈ, કેમ કે તે બહુ પ્રામાણિક અભિપ્રાય આપે છે.

હવે મારા વાળ એટલા બધા વાંકડિયા નથી પણ છેડેથી થોડા વળેલા છે. શિવા મારા વાળ એકસરખા સ્ટેપમાં કાપતો નથી પણ વાળ ઉપર-નીચે સેટ કરી આકર્ષક બનાવે છે. હેરસ્ટાઇલ વિશે મને તેના નિર્ણયમાં પૂર્ણ વિશ્વાસ

છે. મને તેની આંગળીઓમાં જાદુ લાગે છે. તે નક્કી કરે છે કે ગ્રાહકના વાળ કેવી રીતે કાપવા અને તેનું પરિણામ અદ્‌ભુત આવે છે.

✂

અમિત મહેતા : વ્યવસાકાર - ભોજનાલાય, પૂના

૧૯૯૨ના વર્ષમાં મારા એક મિત્રે શિવા સાથે ઓળખાણ કરાવી. મેં એમની પાસે વાળ કપાવ્યા. ત્યારથી મેં બીજા કોઈ પાસે મારા વાળ કપાવ્યા નથી. ૨૦૦૫માં હું મારા કુટુંબ સાથે પૂના ચાલ્યો ગયો. હું છ-સાત અઠવાડિયામાં તો પૂનાથી મુંબઈ મારા વાળ કપાવવા ખાસ અવરજવર કરું છું. જ્યારે મારા વાળ વધે અને કપાવવાની જરૂર પડે ત્યારે હું પૂનાથી શિવાને ફોન કરી મારી મુલાકાત નક્કી કરું છું અને મુલુન્ડ, લોખંડવાલા કે જુહુ – ત્રણેમાંથી જે પાર્લર પર શિવાને અનુકૂળતા હોય ત્યાં પહોંચી જાઉ છું.

એક વખત હું તેના સલૂનની સીટમાં બેસું ત્યારે મને ઘણી રાહત થાય. શિવા હંમેશા મને જે સારું લાગે તે નક્કી કરી લે છે. ફેશનના બદલાતા સ્વરૂપો સાથે ચાલતા તે મને મીડિયમ-શોર્ટ હેરકટ સૂચવે છે પણ પાછળથી હંમેશા થોડા ટૂંકા રાખે છે. આટલા વર્ષોમાં તો અમારી વચ્ચે મજબૂત સંબંધ બંધાઈ ગયો છે. મને તે મારા ભાઈ જેવો લાગે છે. મારા પિતાજી અને બહેન પણ તેના સલૂનોમાં જવાનું પસંદ કરે છે.

✂

જિતેન્દ્ર વીરચંદ જૈન : દવાની દુકાનના માલિક, ભાંડુપ

જ્યારે શિવા ભાંડુપના એક નાના સલૂન અજન્ટામાં કામ કરતો હતો ત્યારથી હું તેની કાર્યદક્ષતાથી પરિચિત છું. મારે તેની સાથે ૩૦ વર્ષથી સંબંધ છે. તે બીજા બધાની જેમ મને જીતુભાઈ કહે છે. હું યુવાન હતો ત્યારે નિયમિત તેના સલૂનની મુલાકાત લેતો અને તેણે અજન્ટામાં મારા વાળ બહુવાર કાપ્યા છે. જ્યારે તેણે થાણામાં પહેલું સલૂન ખોલ્યું અને મુલુંડમાં તેની શાખા ખોલી ત્યારથી હું ત્યાં જવા લાગ્યો, કારણ કે તે મારા ઘરથી બહુ નજીક હતું.

મેં શિવાને સખત મુશ્કેલીમાં અને ગરીબ પરિસ્થિતિમાં ખૂબ સંઘર્ષ કરતા જોયો છે. જ્યારે તે ભાંડુપમાં કામ કરતો હતો ત્યારે અમે ઘણી યાદો વહેંચતા. તે વખતે શિવા પોતાના વ્યક્તિગત કાગળોની ઝેરોક્ષ કોપી કઢાવવા મારી દુકાને આવતો. મારી દુકાનમાં તે વખતે ઝેરોક્ષ મશીન હતું. કામ પત્યા પછી રાત્રે અમે મારી દુકાનની પાછળ દૂધવાળાને ત્યાં મલાઈવાળું દૂધ પીવા જતા. દૂધ પીતા-પીતા અમે વાતો કરતા અને આખા દિવસના કામની ચર્ચા કરતા. મેં તેના મલાડ અને લોખંડવાલાના સલૂનોની પણ મુલાકાત લીધી છે.

ભગવાન બધી જગ્યાએ પહોંચી ન શકે
તેથી તેણે જગતમાં માતાઓને મોકલી.

– રૂડયાર્ડ કિપલિંગ, અંગ્રેજી લેખક અને કવિ

પ્રકરણ ૧૧

શિવાની માતા : સાદગીનું પ્રતીક

ઉપીગીન્ધા બેરે રૂચે ઈલા, થાઈગીંધા દેવારીલા

આ કન્નડ ઉક્તિ એક મંદિરની દીવાલ પર લખેલી છે, જેનો અર્થ એવો થાય છે કે...

'કોઈ પણ વસ્તુ મીઠા (નમક)થી વધારે ગુણકારી નથી અને માતાથી વધારે સુમધુર નથી.' બાળપણમાં હું મંદિરની મુલાકાત ઉપાસનાની દૃષ્ટિએ નહિ પણ સ્વાદિષ્ટ ખાવા મળતું તે માટે લેતો, જેથી મારી ભૂખ મરે. હું સવારના નાસ્તા પછી સહેલાણીની જેમ આમતેમ ફરતો. ઘણી જગ્યાએ દીવાલ પર ચીતરેલા વાક્યો જે સરસ રીતે લખાયેલા હોય તે વાંચતો. મંદિરો પ્રાચીન સ્થાપત્યકલાના આદર્શ નમૂનાઓ છે જ્યાં મૂર્તિઓનું નિરૂપણ કરેલું હોય તે શિલ્પકલાના ઉદાહરણો છે. ત્યાં થાંભલાઓ પર પણ નાની પ્રતિમાઓ જોવા મળે. દીવાલની બીજી બાજુ શણગારેલા હિંદુ દેવ-દેવીઓના ચિત્રો અને ફોટાઓ નજરે પડે.

દીવાલો પર લખેલી વાતનો બહુ ઊંડો અર્થ થાય છે. બહુ જ બારીકાઈથી સમજીને ઊંડાણપૂર્વક વિચારવાથી આપણને તત્ત્વજ્ઞાનની વાત સમજાય છે. મેં તેને યાદ રાખવા માટે એક નોટબુકમાં ટૂંકમાં ટપકાવ્યું. થોડા થોડા સમયે મને વિચારમગ્ન કરી દેતી કહેવતોનો હું કાળજીપૂર્વક અભ્યાસ કરું છું. માતા ઉપર લખાયેલી ઉપરોક્ત ઉક્તિ વાંચવાથી મારા મનમાં ખૂબ લાગણી ઉભરાઈ જાય છે. મારા પિતા અને મારી બહેનને વર્ષો પહેલાં ગુમાવવાથી મારી માતા જ મારી અંતરંગ સ્વજન બની ગઈ. અને હું તેની તાકાત અને એકનો એક સહારો બની ગયો.

મારી માતાએ તેની આખી જિંદગીમાં અપાર મુશ્કેલીઓ વેઠી છે અને કષ્ટો સહન કર્યા છે. તેણીએ પોતાના માતા-પિતાને એની યુવાવસ્થામાં ગુમાવ્યા. તેના ટૂંકા દાંપત્ય-જીવનમાં તે મોટા ભાગે ગામડામાં રહેતી અને મારા પિતા મુંબઈમાં કામ કરતા હતા. છેવટે જ્યારે તે શહેરમાં પતિ સાથે રહેવા આવી ત્યારે મારા પિતા માંદા પડ્યા અને ગુજરી ગયા. મારી માના માથે બે નાના છોકરાઓની જવાબદારી આવી પડી. ગરીબાઈના બોજા હેઠળ દબાવવાથી તે પોતાની પુત્રીની માંદગીમાં તેની યોગ્ય સારવાર ના કરી શકી. જેથી મારી બહેન મૃત્યુ પામી. પછી મને મોટો કરવા માટે મારી માએ ઘણું કષ્ટો સહન કર્યા. તેને જે કામ મળતું તે કરતી, જેમ કે તે બાંધકામની જગ્યાએ શ્રમિકનું કામ કરતી, કપડાં સીવતી, બહોળા કુટુંબના રસોડામાં જઈને જમવાનું બનાવતી અને ખેતરોમાં મજૂરી કરતી. આ બધા કામોમાં તેને ઘણી મુશ્કેલીઓ પડતી, અવરોધો આવતા, મેણાં સાંભળવા પડતા અને કોઈ તેને છેતરી પણ જતું. તેમ છતાં દુઃખ-સુખના દરેક સમયમાં અમે બંને સાથે રહેતા. હું એક જ એવો સ્વજન હતો કે જે તેને સાંત્વન આપતો હતો. હજુ પણ જ્યારે હું તેનો વિચાર કરું છું અને તેણીએ વેઠેલી મુસીબતોને યાદ કરું છું ત્યારે મારા રુંવાડા ઊભા થઈ જાય છે. તે એક પ્રકાશ રેલાવતા દીપક જેવી છે જેનાથી આખા ઘરમાં પ્રકાશ ફેલાય છે અને બધાને હિંમત મળે છે. મારી જિંદગીમાં તેની હૂંફને લીધે જ હું સફળતાની આટલી ઊંચાઈ સુધી પહોંચી શક્યો છું. હું મારા વ્યવસાયની સફળતાનો શ્રેય મારી માતાને આપું છું.

મેં તેને જિંદગીમાં બધી સગવડ આપવાનો પ્રયત્ન કર્યો છે. હવે લગભગ ૮૦ વર્ષની ઉંમરે મારી મમતામયી માના દિવસો વધારે આરામદાયક વીતે છે અને તે શાંતિપૂર્ણ જીવન વિતાવે છે.

આ આત્મકથા લખવાથી અમારું બંધન વધારે મજબૂત થયું છે. અમે ભૂતકાળના પ્રસંગો યાદ કરીને જાણે તેમાં ફરી જીવી રહ્યા છે. અમે કેટલાક પ્રસંગોની સ્પષ્ટતા કરી રહ્યા છીએ. જ્યારે હું બાળક હતો ત્યારે અમારી જે કરુણ પરિસ્થિતિ હતી તેની લાચારી વિશે વાત કરીએ છીએ. પાછળથી જે બદલાવ આવ્યો તે જોઈ રહ્યા છીએ. ગામડાની અને શહેરની અમારી જિંદગીમાં જે ધરખમ ફેરફાર થયા તેને મનોમન વાગોળીએ કરીએ છીએ. અમે અમારા દૂરના સગાઓ અને તેમનાં કુટુંબીજનો જોડેના અમારા સંબંધોની

વાત કરીએ છીએ. આ બધી ચર્ચા અમે દરરોજ સાથે બેસીને જમતી વખતે કરીએ છીએ અહીં પણ અમે અમારા શહેર મેંગ્લોરનું પારંપરિક ભોજન જ જમીએ છીએ.

અમે બંને એકબીજા સાથે બહુ નજીક છીએ. પણ હવે અમે અમારા ભૂતકાળને વાગોળતા લાગણીસભર બની જઈએ છીએ, કારણ કે ભૂતકાળમાં તો અમારો મોટા ભાગના વર્ષો તો મુસીબતોને દૂર કરવામાં જ વીતી જતા હતા.

જૂની યાદોને તાજી કરવામાં પણ કેટલીક મુશ્કેલીઓ છે. ભૂતકાળનો કોઈ પ્રસંગ યાદ કરતા મારું મન વિષાદમય થઈ જાય છે અને કડવી યાદો તાજી થાય છે. મારી માતાની જિંદગીમાં આવી ઘણી યાદો છે - જેમ કે તે ૧૮ વર્ષની વહેલી ઉંમરે પરણી. મારા પિતા મુંબઈમાં કામ કરતા હોવાથી તે સાસરિયામાં એટલે કે નીટ્ટેમાં એકલી રહી. મારા પિતાના મૃત્યુ બાદ તેણીએ ઘણી મુસીબતોનો સામનો કર્યો, વર્ષો સુધી એકલતા વેઠી.

જ્યારે મારી માતા તેના ભૂતકાળને વાગોળે છે ત્યારે તે બીજી જ દિશામાં ચાલી જાય છે. એ વખતે તેના વિચારો અને લાગણીઓને રોકવાનું અઘરું હોય છે. મને લાગે છે કે તેણીએ વેઠેલા દુઃખના ઘા એટલા ઊંડા છે કે તેને સમજવા અઘરા છે. હું તેને શાંત પાડવા પ્રયત્ન કરું છું. તે મારી બધી સલાહ માને છે અને એકેએક શબ્દ તેના હૃદયમાં ઉતારે છે. આ કષ્ટદાયક ભૂતકાળને ભૂલી જવા તે કડવી યાદો ખંખેરીને સાહજિકતાથી બોલે છે, ‘બેટા, એ બધું ભૂલી જા. આપણે તે યાદ કરવું નથી.’ તે મારી આંખો સામે જુએ છે. મારા મનને પારખી લેતા તેને લાગે છે કે મને પણ તેની જેમ જ દુઃખની લાગણીઓ ઉભરાઈ રહી છે.

ગામડામાં જે અસહ્ય પરિસ્થિતિ હતી તેના કરતાં પણ કઠીન પડકારોનો મારી માતાને મુંબઈના શરૂઆતના દિવસોમાં સામનો કરવો પડ્યો. મારા પિતાજી માંદા રહેતા હતા અને હું ફક્ત બે વર્ષનો હતો. અમે મુંબઈના એક પરા મલાડની ચાલમાં રહેતા હતા કે જે શહેરની જેમ હજી વિકસિત થયું ન હતું. ચાલીમાં જુદા-જુદા ટેનામેન્ટ હતા, જેમાં જુદા-જુદા કુટુંબો રહેતા હતા પણ સંડાસ એક જ સ્થળે હતું. તે એક સામાન્ય માળખું હતું, જેમાં પ્રાથમિક જરૂરિયાતો જેવી કે વીજળી અને પાણીના જોડાણ જેવી સુવિધાની પણ ઘણી કમી હતી. અમે તેલના દીવા સળગાવતા અને બોરવેલમાંથી પાણી આવતું તે વહેંચીને બધા જ વાપરતા.

મારી માતાને યાદ આવે છે કે જ્યારે મારા પિતાજી કામ પર જતા ત્યારે તે મને એક પીપડા સાથે બાંધીને ઘરવખરી લેવા જતી હતી. હું તોફાની છોકરો હતો. પાણી ભરેલા ટબમાં છબછબિયાં કરવાથી મને મજા આવતી હતી. મારી માતાને બીક લાગતી કે હું પાણી ભરેલા પીપડામાં પડી જઈશ. મારા પિતા ગુજરી ગયા ત્યારે હું ત્રણ વર્ષનો હતો અને મારી બહેન માત્ર એક વર્ષની હતી. મારી માતા ગામડે પાછી ચાલી ગઈ, કારણ કે અમારા કુટુંબીજનોએ એને તરછોડી દીધી હતી. એકલી રહેતી માતાને અમારી રોજની જરૂરિયાતો પૂરી કરવી બહુ અઘરું હતું. અમે સાવ નાના બાળકો હતા. મારી બહેન તો ભાગ્યે જ કપડાં પહેરતી અને મારા શરીર પર પણ માત્ર ટૂંકી ચડ્ડી હતી જેથી મારું થોડું શરીર ઢંકાય.

અમારા નિર્વસ્ત્ર શરીર જોઈને મારા કાકાના કુટુંબીજનોને ખૂબ શરમજનક લાગતું હતું. જ્યારે કોઈ મહેમાન આવતા ત્યારે તેઓ અમારું અપમાન કર્યા વિના રહેતા નહિ. અમારી પાસે પૈસા નહોતા તેનો કોઈ વિચાર કરતું ન હતું. તેઓ ઘરના બીજા છોકરાઓને તેમના પૈસાથી લાભ કરાવતા અને કપડાં ખરીદી આપતા તેવી રીતે અમને પણ આપી શકતા હતા. પરંતુ તેઓ અમને વંચિત રાખતા. અમારા કરતાં તો મુંબઈની શેરીઓમાં રસ્તે રઝળતા છોકરાઓ સાથે વધારે સારી રીતે વ્યવહાર કરાતો. તેઓને સહેલાઈથી ખાવાનું અને કપડાં મળતા. હજી પણ મારી માતા ભૂતકાળની હૈયું હચમચાવી દે તેવી યાદોને વાગોળે છે ત્યારે તેની આંખમાં આંસુ ઉભરાઈ આવે છે.

મારી માતાના લોકો સાથેના વ્યવહારમાં ભોળપણને લીધે અને લોકો સામે પહોંચી વળવાની અસમર્થતાને લીધે અમારી મુશ્કેલીઓ દિવસેદિવસે વધતી જતી હતી. મારી માતાને લાગ્યું કે મારા ગોવિંદકાકાએ અમારા બાપદાદાની જમીન હડપ કરી લીધી અને મારા પિતાનો ભાગ અમને નહીં આપીને અમારી સાથે દગો કર્યો. મેં તેને ખાતરી આપી કે જેટલી જમીન કાકાએ લઈ લીધી, તેનાથી પણ વધારે કમાવા હું સક્ષમ છું. મેં તેને કહ્યું, 'તેમને જે લઈ લેવું હોય તે લઈ લેવા દે. તું ચિંતા ન કરીશ. હું મારી કમાણીમાંથી જમીન, મિલકત અને તને જે જોઈએ તે બધું જ ખરીદી આપીશ. હું સખત મહેનત કરીશ.'

જ્યારે હું શાળામાં ભણતો હતો ત્યારે મારી માતા કહેતી કે તેને પોતાનો પુત્ર ગુમાવવાની બીક હતી. ડરના માર્યા હું મારી માતાની સાડીનો પાલવ પકડી રાખતો. મેં એક છોકરાને શાળામાં સખત રડતા જોયો. અમારા

શિક્ષકોએ કહ્યું કે તે છોકરાની મા મરી ગઈ છે. મારા પિતા અને બેનને ગુમાવ્યા બાદ મને એવું લાગતું કે કદાચ હું મારી માતાને પણ ગુમાવી દઈશ.

મારા માતા-પિતાના લગ્ન પછી હું સાત વર્ષે જન્મ્યો હતો. મારા કુટુંબીજનો મારી માતાને મહેણું મારતા કે તે બાળકને જન્મ આપી શકે તેમ નથી. નિર્દોષતાથી મારી માતા ધીમેથી જવાબ આપતી કે તેના પતિ તેનાથી દૂર રહે છે અને તેની સાથે સહવાસ કરતા નથી તેથી પ્રેગનન્ટ થવું અશક્ય હતું. તેમના લગ્ન પછી મારા પિતા મુંબઈમાં એકલા રહેતા હતા, કારણ કે મુંબઈમાં બે જણ માટે રહેવાનો ખર્ચ તેઓ ઉઠાવી શકે તેમ ન હતા. આવવા-જવાનો ખર્ચ વધારે લાગવાથી મારા પિતા મેંગલોરના ઘરે અમારી મુલાકાત લઈ શકતા ન હતા. તેમની લાંબી ગેરહાજરીથી મારી માતાને ઘણા દુઃખ સહન કરવા પડતા.

તદ્ઉપરાંત બધા સગાઓ મારી માતાને ટોણો મારતા અને જ્યારે મા ગામડામાં એકલી રહેતી ત્યારે તેની મજાક ઉડાવતા. જ્યારે હું મુંબઈ છોડી ગલ્ફ નોકરી કરવા ગયો ત્યારે તેઓ મારા વિશે પણ વાહિયાત વાતો ફેલાવતા કે મેં તેને કાયમ માટે તરછોડી દીધી છે. મેં ગલ્ફમાં કામ કરવાની પહેલ કરી, કારણ કે તે મને થોડા વર્ષો દરિયાપારના દેશોમાં કામ કરતો જોવા આતુર હતી. તેણે એવું વિચાર્યું ન હતું કે આજુબાજુના લોકો તેને મહેણાં મારશે અને તેને વર્ષો સુધી વિખૂટા પડીને રહેવું પડશે. પબ્લિક ડિસ્ટ્રિબ્યુશન સિસ્ટમ (પી.ડી.એસ.)ના સરકારી કર્મચારીઓએ પણ તેને રેશનકાર્ડ આપવાની ના પાડી, કારણ કે બધા સગાઓએ તેમને ગેરમાર્ગે દોરવાય તેવી તેના માટેની માહિતી આપી હતી. તેમને સમજાવતા મારી મા પાસે શબ્દો ખૂટી ગયા કે તેને ગરીબીને લીધે સસ્તા અનાજની જરૂર હતી.

ચિંતા અને ઉદાસીને દૂર કરવા તે પોતાના માથા પર ઠંડું પાણી રેડી પોતાને શાંત કરતી. તેણે ઘણીવાર પોતાની જિંદગીનો અંત આણવાનો વિચાર કર્યો. હું ભગવાનનો આભારી છું કે તેણે એવું કોઈ પગલું ન ભર્યું.

મારા બાળપણમાં અને જવાનીના ઘણાં વર્ષોમાં મેં મારી માતાને સખત પરિશ્રમ કરતી જોઈ. ઘરના રોજના કામો, રસોડાનું કામ, હાથે વાટીને કોપરાની ચટણી બનાવવી, કૂવામાંથી પાણી ખેંચવું, ઝાડને પાણી પીવડાવવું (ખાસ કરીને નારિયેળ અને ફણસના) કપડાં સીવવા – આ બધા કામ તેને પ્રવૃત્તિશીલ રાખતા.

ઘણુંખરું દક્ષિણ ભારતીય રસોઈની રીતમાં પીસવાનું (વાટવાનું) વધુ

આવે છે. અમે ભીંજવેલા ચોખામાંથી ઇડલી-ઢોસા બનાવીએ છીએ અને તાજા કોપરામાંથી ચટણી અને શાક બને છે. દરરોજ જરૂર પડવાથી મારી માતાને (સેકન્ડ-હેન્ડ) થોડા દિવસ વપરાયેલ વાટવાનો પથ્થર લેવો પડ્યો. આ પથ્થર ઉખડેલો, તૂટેલો અને કિનારી પરથી તૂટી ગયેલો હતો. અમે આનાથી વધારે સારો પથ્થર ખરીદી શકીએ તેવી સ્થિતિમાં ન હતા. તેનાથી અમારો હેતુ સચવાઈ જતો હતો અને અમારે તેનાથી કામ ચલાવવાનું હતું.

આ બધી કઠણ પરિસ્થિતિને લીધે મારી મા ખૂબ જ નબળી પડી ગઈ હતી. એ કાયમ નબળી અને થાકેલી લાગતી. તેના મોં પર કાળા ધબ્બા પડી ગયેલા. ખોરાકની અછત અને સતત તાણને લીધે ચામડી પર ધબ્બા હતા.

મારી મા તેની બેન (મારી માસી) રત્નાની આજ સુધી કૃતજ્ઞ છે. તેના માટે માને બહુ લગાવ છે. રત્નામાસીએ તેને મુશ્કેલીના સમયમાં પાંચ રૂપિયા આપ્યા હતા જેથી તે શિક્ષક પાસેથી સીવવાનું શીખી શકે. અત્યારે તો પાંચ રૂપિયાની કંઈ જ વિસાત નથી પણ ૬૦ના દસકામાં ગામડામાં તેની બહુ કિંમત હતી. આ નાણાકીય મદદ લાંબાગાળા સુધી ઉપયોગી થવાની હતી, કારણ કે સિલાઈ શીખ્યા પછી મારી મા દરજી કામ સાથે જોતરાઇ ગઈ અને તેને તેના કામના થોડા પૈસા પણ મળવા લાગ્યા. મારી માસીના છોકરા ક્રિષ્ના માટે મેં પાછલા પ્રકરણોમાં લખ્યું છે તે મારો બાળપણનો દોસ્ત અને રત્નામાસીનો છોકરો છે તેથી હું તેની સાથે ઘનિષ્ઠ સંબંધથી જોડાયેલો છું.

બાદમાં ૧૯૮૯માં જ્યારે મેં થાણામાં મારું પહેલું સલૂન ખોલ્યું ત્યારે મારી મા પણ મારી સાથે રહેવા આવી ગઈ. મેંગલોરની નજીકના ગામડાઓમાંથી આવતા કેટલાક છોકરાઓ, જે અમારા કર્મચારીઓ હતા તેમના માટે મા ખાવાનું બનાવતી. તે અમારા પ્રદેશની ખાસ વાનગીઓ બનાવતી જેમ કે બનાલ આડે અને સરાડે. તે વાનગી ચોખાને વાટીને, વિવિધ મસાલા નાખીને મીઠા લીમડાના પાંદડાં-રાઈનો વઘાર કરીને બનાવવામાં આવતી.

જ્યારે હું મારું બાળપણ યાદ કરું છું તો મને તેના હાથની સ્વાદિષ્ટ દાળ યાદ આવે છે જેમાં મીઠા લીમડાના પાંદડાં, રાઈ અને લાલ મરચાનો વઘાર થતો. જ્યારે મા દાળ રાંધતી ત્યારે તેની મહેક આખા ઘરમાં ફેલાઈ જતી અને હું છેક રસોડામાં ઘૂસી જતો. હવે તો તે વસ્તુ કોઈ ખાસ પ્રસંગે જ બનાવે છે.

તેને પરદેશની મુલાકાત લેવાની મજા આવે છે પણ તેને ગલ્ફના દેશો

માટે ખાસ લગાવ છે. તેણે કુવૈત, આફ્રિકા અને નેધરલેન્ડની મુલાકાત લીધી છે. આજે તે સુખી જીવન વિતાવે છે, કુટુંબની વચ્ચે સલામતી અનુભવે છે અને તેના પૌત્રો પાસેથી સાહજિક સુખ મેળવે છે કે જે તેની આજુબાજુ ગેલ-ગમ્મત કરે છે. તે મારા પુત્ર રોહિત અને પુત્રી આરાધ્યા સાથે રમતા બહુ આનંદ અનુભવે છે.

મારી માતાની પ્રિય પ્રવૃત્તિ ટીવી સિરિયલ જોવાની છે કે જે કન્નડ ચેનલ પર પ્રસારિત થાય છે. તે વાર્તામાં રસમગ્ન થઈ જાય છે. જ્યારે તે મને વાર્તા સંભળાવતી હોય છે ત્યારે તેને સારા પાત્રો માટે લગાવ હોય છે અને ખરાબ પાત્રો જે ભજવે છે તેમનાથી તેને અણગમો થાય છે.

હું તેને ધ્યાનથી સાંભળું છું અને સહેલાઈથી સમજાવું છું કે સિરિયલના પાત્રો એમને સોંપાયેલી ભૂમિકા ભજવે છે. નવલકથા અને દશ્યો તો ધંધાદારી લેખકો લખે છે. આ બધી તો કાલ્પનિક વાર્તાઓ હોય છે કે જે દર્શકોનું મનોરંજન કરવા માટે લખવામાં આવે છે. આ બધી વાર્તાઓ માટે મગજ પર ભાર આપવો નકામું છે, કારણ કે વાસ્તવિક જિંદગીમાં તેને કોઈ નિસ્બત નથી. આના જવાબમાં તે માત્ર સ્મિત આપે છે.

ટીવીના ખુશામતિયા લેખકો જે લખે છે તેની માને કંઈ અસર થતી નથી, કારણ કે તે હૃદયથી બહુ કોમળ વ્યક્તિ છે. તેની જિંદગીમાં તે બહુ સારા માણસોને મળી છે અને ઘણા વાસ્તવિક પાત્રો, ખલનાયકોને પણ મળી છે. આ કારણે જાણ્યેઅજાણ્યે પણ તે વ્યક્તિગત અનુભવોને ટીવીના સારાં-માઠાં દશ્યો જોડે સાંકળીને જુએ છે. જોકે, તેને રમૂજી દશ્યો બહુ ગમે છે.

તે ટીવી સિરિયલોની બહુ ચાહક છે. ઉપરાંત તેને પરંપરાગત નાટકો જેવા કે યક્ષગંધા કે જે કર્ણાટકના જાણીતા નાટ્યગૃહમાં ભજવાય છે, તે જોવા આતુર રહે છે. આ નાટક આખી રાત ચાલે છે જેમાં પ્રાચીન ભારતીય ગ્રંથનું વર્ણન હોય છે. તેમાં કલાકારોના મોઢાના ભાવની અભિવ્યક્તિ જોવા મળે છે. તેમાં સંગીતકારોનું જૂથ પણ હોય છે. તેમાં ભાગ લેનારા લોકો નાચતા અને દશ્યો ભજવતા રંગીન કપડાં અને મોટા શિરોભૂષણ પહેરે છે. મારી માને તુલુના નાટ્યગૃહમાં જઈ ઈશ્વરભક્તિના કાર્યક્રમો જોવા ખૂબ ગમે છે.

મને પાકો વિશ્વાસ છે કે કોઈ પણ ઘટના ઘટિત થવા
પાછળ કોઈ અગમ્ય કારણ હોય છે. આપણામાં એટલું
સામર્થ્ય નથી કે આપણે તેને જોઈ શકીએ.

*– **ઓપ્રા વિનફ્રે,** ધી ઓપ્રા વિનફ્રે શોની યજમાન*

પ્રકરણ ૧૨

હસતી-રમતી છોકરી જેણે સહુના હૃદયમાં સ્થાન બનાવ્યું.

દિવંગત હરિણાક્ષીને પ્રભુ શાંતિ બક્ષે (૪ ડિસેમ્બર, ૧૯૭૩થી ૧૦ માર્ચ, ૨૦૦૮)

બનારસની પવિત્ર નદી ગંગામાં લાકડાની હોડી તરતી રહી. અસામાન્ય રીતે તે એક શાંત દિવસ હતો. શાંત પાણી પર તરતા ક્રિસેન્થિમમ ફૂલોની વચ્ચે હરિણાક્ષીના અસ્થિ આમતેમ વેરાઈ ગયા. વહાણ ચઢે એ જગ્યા પરથી પૂજારી ધાર્મિક વિધિ કરી રહ્યા હતા. તેમણે મને થોડા વધારે ફૂલ અને પાંદડીઓ નદીમાં પધરાવવા માટે આપ્યા. તે અંતિમ પ્રસંગ હતો જ્યારે મેં હરિણાક્ષીને પવિત્ર નદીમાં શાંત વહેતી જોઈ. નદીના પવિત્ર મોજાં તેને દૂર દૂર એક શાંતિમય જગ્યાએ લઈ ગયા.

✂

૧૯૯૩ના વર્ષમાં અમારા વિવાહ (સગપણ) થયા. છ મહિના પછી હિંદુ રીતરિવાજ પ્રમાણે ભવ્ય રીતે અમારા લગ્ન થયા. અમારા દાંપત્યજીવનના ચૌદ વર્ષ અમે આનંદથી પસાર કર્યા.

મારા જીવનમાં હરિણાક્ષી એક તાજી હવાની લહેર જેમ આવી. તેની સાથે માણેલા આનંદને વર્ણવવા જઈએ તો, 'શાંત-ગંભીર-મોહક' હરિણાક્ષી એ સુખનો સાગર હતી જે પોતાની આજુબાજુ પણ આનંદની ધારામાં ભીંજવતી હતી. તેના અત્યંત પ્રેમાળ વ્યક્તિત્વએ મને અનુભૂતિ કરાવી કે

સાચું સુખ કોને કહેવાય.

મેં મારી જિંદગીમાં અનુપમ વસ્તુઓનો આનંદ માણ્યો નથી. જોકે મને હજુ સુધી એવું કોઈ મળ્યું જ ન હતું કે જેની સાથે હું જિંદગીની સુંદર ક્ષણો માણી શકું.

હરિણાક્ષી મારી સાથે હોવાથી રોજના સંઘર્ષ પણ આનંદદાયક રીતે પસાર થઈ જતા હતા.

'તે અનુપમ છોકરી છે. તે તારા માટે બહુ જ સારી જીવનસાથી બનશે.'

આ શબ્દોથી વધારે સાચું કશું જ ના હોઈ શકે. મેંગલોરની નજીક આવેલા કીનેગોલી નામક ગામમાં આનંદ ભંડારી નામનો મારો મિત્ર રહેતો હતો. તેણે મારું અને હરિણાક્ષીનું લગ્ન ગોઠવાતું હતું ત્યારે હરિણાક્ષી માટે ઉપરના શબ્દ ઉચ્ચાર્યા. જ્યારે મેં સાંભળ્યું કે તે એક રસોઈયણ તરીકે કામ કરે છે ત્યારે મેં તેને મળવાની તરત જ હા પાડી દીધી. હરિણાક્ષી દારેગુડે ગામમાંથી આવતી હતી અને મારા મિત્ર આનંદના સગાઓને ત્યાં રસોઈ બનાવવાનું કામ કરતી હતી. જે શહેરમાં તેના વાલી રહેતા હતા, તેઓ અનંત અને રૂકમણિ ભંડારી લાર્સન અને ટુબ્રોની આંતરરાષ્ટ્રીય કંપનીમાં કામ કરતા હતા અને હરિણાક્ષીના કુટુંબને ઓળખતા હતા.

હું કોઈ સીધી-સાદી અને વાસ્તવિકતાને સ્વીકારનાર છોકરી સાથે લગ્ન કરવા ઇચ્છતો હતો. મને લાગ્યું કે હરિણાક્ષી મારી પાર્શ્વભૂમિમાં (બેકગ્રાઉન્ડમાં) જોડાઈ જશે અને મારા કપરા સમયમાં સાથ આપશે.

હું મારા મિત્ર સોમશેખર ભંડારી જોડે મોટરસાઇકલની પાછલી સીટ પર બેસી હરિણાક્ષીને મળવા ગયો. સોમશેખર અનંત અને રૂકમણિને જાણતો હતો. હું અમારા સર્વપ્રથમ મેળાપ માટે ચિંતિત હતો. સોમશેખર મુંબઈમાં પ્રતિનિધિ તરીકે કામ કરતો હતો. હવે તો એ મીડિયાનો માણસ છે અને બેંગ્લોરમાં પ્રતિષ્ઠિત છાપાનો માલિક છે.

મેં દરવાજાનો બેલ વગાડ્યો તો એક સીધી-સાદી યુવતીએ બારણું ખોલીને અમને એપાર્ટમેન્ટની અંદર બેસાડ્યા. મને તરત જ ખ્યાલ આવી ગયો કે તે યુવતી જ હરિણાક્ષી હોવી જોઈએ. અમને તેની મમ્મી રૂકમણિએ આવકાર્યા. તેણે સોમેશ્વર જોડે ઔપચારિક વાત કરી અને અમારી નાતને લગતી પૂછપરછ કરી. અમે નિઃસંકોચ ચર્ચા કરી. સોમશેખર એક સામાજિક કાર્યકર્તા છે.

અમારી મુલાકાતનો હેતુ હરિણાક્ષી સાથે હળવામળવાનો હતો. જોકે

રૂકમણિને આ વાત પાછળથી કહી. અમે તેના ઘરે ગયા ત્યારે હરિણાક્ષીએ તેનો મોટા ભાગનો સમય રસોડામાં પસાર કર્યો. તે અમારા માટે ચા અને બિસ્કિટ્સ લાવી.

હરિણાક્ષીએ લાંબા, ઢીલા સુતરાઉ કપડાં પહેર્યા હતા. તે મેક્સી અને નાઈટગાઉન પ્રકારનો હોય તેવો ડ્રેસ હતો તે ખભા પરથી થોડો ફાટેલો હતો. તેણે વાળનો ચોટલો બાંધેલો હતો. તે બહુ નમ્ર અને નિરાડંબરી લાગતી હતી.

અતિ લાગણીવશ થઈને હરિણાક્ષીએ વર્ષો સુધી આ ડ્રેસ, ફાટેલી હાલતમાં કબાટમાં વાળીને સાચવીને મૂકી રાખ્યો હતો.

તેની સાદાઈ મને સ્પર્શી ગઈ. મને તેનું મીઠું સ્મિત બહુ ગમતું. તેનો સુંદર દેખાવ મારા મન-મગજમાં કાયમ માટે અંકિત રહેશે.

જ્યારે અમારા લગ્નની વાત ચાલી ત્યારે મેં જોયું કે તેમનું કુટુંબ બહુ ગરીબ હતું અને તેઓ જર્જરિત ઘરમાં રહેતા હતા. તેઓ તેમના ઘરમાં વીજળીનું જોડાણ મેળવી શકે તેવી હાલતમાં ન હતા. તેઓ સંધ્યાકાળે કેરોસીનનો દીવો પેટાવતા અને સૂકી ડાળીઓ સળગાવી રાંધવા માટે સગડી સળગાવતા. ચોમાસામાં તૂટેલા છાપરામાંથી પાણી પડતું જે નારિયેળના પાંદડાઓથી ઢાંકેલું હતું.

ત્રણ સંતાનો પૈકી હરિણાક્ષી બીજું સંતાન હતી. તેના પિતાને એક ફૂટપાથ પર હજામની દુકાન હતી અને તેમને દારૂની લત હતી. તેની દરિદ્ર અવસ્થાને લીધે હું તેની વધારે નિકટ આવી ગયો. મેં મારા મનમાં નક્કી કરી લીધું હતું મારે અંતિમ નિર્ણય લેવા માટે મારી માને વિશ્વાસમાં લેવાનું બાકી હતું. તેથી વાત પાકી ન કરી. મારે મારા સંજીવકાકાને પણ આ વાતની જાણ કરવાની હતી કે જે મને પૈસાદાર કુટુંબોની પરણવાલાયક છોકરીઓ બતાવતા હતા, જેમને હું ઘણીવાર ના પાડી ચૂક્યો હતો.

દેખીતી રીતે તેમને હરિણાક્ષી સાથે મારું સગપણ પસંદ ન હતું. મારી માતાએ મને પૂરેપૂરો ટેકો આપ્યો હતો તેથી તેમના અણગમાથી મને કંઈ ફરક પડતો ન હતો.

અમારા ઘરે અનૌપચારિક સગપણની વિધિ થઈ. તેમાં બંને કુટુંબના માણસો હાજર હતા. તેના પિતા અપ્પુજી અને માતા રેણુ ભંડારી અમારા ઘેર આવ્યા હતા. મેં સગપણ વખતે હરિણાક્ષીને એક સુંદર, મોંઘી સાડી, સોનાની વીંટી અને જૂઈના ફૂલ આપ્યા. ત્યારપછી સામાન્ય રીતે અમે અવારનવાર ફોન પર વાતો કરવા માંડ્યા. જ્યારે તેના વાલી કામ પર જતા ત્યારે અમે

વાતો કરતા. અમે ફોનના બુથથી એકબીજા સાથે વાત કરતા. એ દિવસોમાં લેન્ડલાઈનના જોડાણો મળવા મુશ્કેલ હતા અને તેમાં લાંબું વેઈટિંગ લિસ્ટ હતું. ત્યારે મોબાઈલ ફોન તો હતા જ નહિ. મેં ઈમરજન્સી ફોન કરવા માટે પાડોશીનો નંબર આપ્યો હતો. મોટેભાગે હું જ ફોન કરતો જેથી તેને ફોન કરવાના પૈસા ન આપવા પડે.

બીજીવાર અમારો મેળાપ અમારા મુલુંડના નવા સલૂનમાં થયો હતો. જ્યારે સલૂનમાં ફર્નિચર ફરીથી નવું કરવામાં આવતું હતું ત્યારે તે અનંત સાથે આવી. લીલી સુતરાઉ સાડીમાં તે ખૂબ જ નમણી લાગતી હતી અને તેના વાળમાં લગાડેલ જૂઈના ફૂલોથી અત્યંત સુંદર દેખાતી હતી.

એકબીજા સામે સ્મિત આપી અમે એકબીજાને આવકાર્યા. કંઈ બોલ્યા-ચાલ્યા વગર જ અમારી વચ્ચે અતૂટ બંધન બંધાઈ ગયું હતું.

અમે થોડી વાર પછી એકબીજા સાથે થોડીક વાતો કરી. અમે કેવી રીતે તેની અને તેના કુટુંબ વિશે જાણકારી લીધી તેની વાત કરી. અમે થોડી મિનિટ જ વાત કરી શક્યા. જતા પહેલાં તેણે મને એક નાનું કાર્ડ આપ્યું. તે કાર્ડ હાથથી જ બનાવેલું હતું અને તેના પર 'ગુડ લક' લખેલું હતું. તેના ખૂણા પર ફૂલ દોરેલા હતા. હું એકદમ ખુશ થઈ ગયો.

બીજા દિવસે મેં એને મુલાકાત લેવા બદલ આભાર વ્યક્ત કર્યો. અમે કોઈ પણ વિષય પર લાંબી વાત કરતા રહ્યા. અમે બોલવા માટે કંઈ પણ કારણ શોધતા રહ્યા. દિવસે-દિવસે અમારો પ્રેમ પાંગરતો રહ્યો.

શનિવાર અને રવિવાર અમે બંને બહુ બેચેન આત્માઓ બની જતા. જ્યારે અઠવાડિયાના અંતે અનંત અને રૂકમિણી ઘેર રહેતા ત્યારે મને ફોન કરવાનું ઠીક ન લાગ્યું. તેમની રજાઓ અમને બહુ જ લાંબી લાગતી અને વાતો કર્યા વિના અમને ચેન પડતું નહોતું. અમે નવું અઠવાડિયું શરૂ થવાની રાહ જોતા અને સોમવારની વહેલી સવારની રાહ જોતા. થોડા દિવસ પછી હરિણાક્ષીને રૂબરૂ મળવાની મને બહુ ઈચ્છા થઈ. મને એવું પણ લાગ્યું કે અમારું સગપણ થઈ ગયું હોવા છતાં પણ તેના ઘેર મળવા જવાનું યોગ્ય ન હતું, કેમ કે અમારા લગ્નની તૈયારીઓ શરૂ થઈ ગઈ હતી. એ વખતે ચીલાચાલુ રિવાજ હતો કે કુટુંબના વડીલોની રજા સિવાય સગપણ કરેલા યુગલો એકબીજાને મળી ન શકે. સમાજને સ્વીકાર્ય ન હોય તેવી સીમા અમે ઓળંગી ના શકીએ.

તેમછતાં હું કેટલી રાહ જોઈ શકું? હવે મારી ધીરજ ખૂટી ગઈ હતી.

થોડા દિવસ પછી હું હરિણાક્ષીને મળવા અગાઉથી જાણ કર્યા વિના ઓચિંતો જઈ પહોંચ્યો.

જ્યારે તેના વાલીઓ કામ પર ગયા હતા ત્યારે હું તેને કહ્યા વગર મોટરસાઈકલ લઈ તેને મળવા પહોંચી ગયો. તેણે બારણું ખોલ્યું એ જ ક્ષણે મેં મુસ્કુરાઈને કહ્યું કે હું આ વિસ્તારમાંથી પસાર થતો હતો એટલે વિચાર્યું કે તને મળતો જાઉં... પણ મારા હૃદયમાં તો એ જ હતું કે હું જેના માટે આવ્યો છું તે વાત તે સમજી ગઈ હશે.

તેને જોતાં જ મારા ચહેરા પર શરમના શેરડા ઉપસવા લાગ્યા. તે મારું બહાનું સમજી ગઈ હોય તેમ સ્મિત આપવા લાગી. નસીબજોગે એ મુલાકાત પછી ખાનગી મુલાકાતનો કોઈ પ્રસંગ ઊભો થયો નહીં, કારણ કે હવે અમારા લગ્નની તૈયારીઓ જોરશોરથી ચાલી રહી હતી. માર્ચ ૧૯૯૪માં અમારા લગ્ન થયા. પછી તો હનીમુનના પ્રવાસ દરમિયાન અમે બંને એકબીજાને વધારે જાણી શક્યા. અમે દક્ષિણ ભારતના રમણીય સ્થળો ઊટી અને કુનુરમાં ફર્યા તથા મૈસૂર અને બેંગલોર જેવા ઐતિહાસિક સ્થળોની મુલાકાત પણ લીધી.

મારી જેમ જ નિશાળ છોડી દેવાના કારણે હરિણાક્ષી માત્ર સાતમા ધોરણ સુધી જ ભણી શકી. મેં જ્યારે નિશાળ છોડી ત્યારે હું પાંચમા ધોરણ સુધી જ ભણ્યો હતો. તેને રૂપસજ્જા કલામાં રુચિ હોવાને કારણે હરિણાક્ષી થાણાના એક પાર્લરમાં સુંદરતા અને કેશ-કલા વિશે શીખવા જતી. તે એટલી શ્રેષ્ઠ રસોઈયણ હતી કે થોડા સમયમાં જ પરંપરાગત મેંગલોરનું ખાવાનું બનાવી કાઢતી. તેને મધુર ભજનો (ભક્તિગીતો) ગાવા ગમતા અને તે રોજ સવારે દરવાજા પાસે રંગોળી કરતી. (સફેદ રંગ અને રેતીથી ડિઝાઇનો બનાવતી) હરિણાક્ષી બહુ જ સફાઈદાર રીતે, શુદ્ધ, સુતરાઉ સાડી પહેરતી.

તેના પ્રિય ભજનો હિન્દુ દેવી-દેવતાઓને પ્રાર્થના કરતા કન્નડ ભાષામાં ગવાતા :

'ડાપડુ શ્રી સત્ય નારાયણ...
નારાયણ સત્ય નારાયણ...'

ગણેશ ભગવાનને નમન કરતા આ ભક્તિગીત ગવાતું...

'ગજમુખ ગણપતિ વંદના...'

રોજ સવારે હરિણાક્ષી વહેલી ઉઠી નાહી લેતી અને અમારા ફ્લેટની બારી પરના છોડોને પાણી પીવડાવતી વખતે પ્રાર્થના તરીકે ભજનની પંક્તિઓ

ગણગણતી રહેતી. તેને ફૂલો અને એલોવેરા (કુંવરપાઠા)ને ઉછેરવા ગમતા. સવારમાં રીતરિવાજ પ્રમાણે તે તુલસીના ક્યારા પર તેલનો દીવો કરતી. મારું મકાન હવે ગૃહિણીની હાજરીથી ઘર જેવું લાગવા માંડ્યું. તેના ઉત્સાહી સ્વભાવને કારણે ઘરમાં આનંદઆનંદ છવાઈ ગયો.

હરિણાક્ષી જન્મદિવસ અને લગ્નતિથિ ઉજવવાની બહુ આગ્રહી હતી. મારી જિંદગીમાં તેનું આગમન થયું એ પહેલાં જન્મદિવસો આવતા-જતા અને તે બીજા દિવસો જેવા જ લાગતા. આ પહેલાં મને તેની અગત્યતા વર્તાઈ નહોતી. હું મારો જન્મદિવસ પણ ભૂલી જતો.

અમારા લગ્ન પછી હરિણાક્ષીએ મારા જન્મદિવસે ગળ્યો પાયસમ (ચોખાનું પુડિંગ) બનાવ્યો અને અમે એ રીતે ઉજવણી કરી. તેણે મને આકર્ષક પાકિટ ભેટ આપ્યું. તેણે પાકિટમાં વ્યવસ્થિત રીતે પૈસા ગોઠવ્યા અને તે કેવી રીતે વાપરવું તે પણ શીખવ્યું. આ પહેલાં હું મારા ખિસ્સામાં ઉતાવળમાં જેમતેમ પૈસા રાખતો.

અમારા લગ્ન પછી તેની પહેલી વર્ષગાંઠે એટલે કે ૪ ડિસેમ્બરે મેં તેને આકર્ષક સોનાનો હાર આપી આશ્ચર્યચકિત કરી નાખી. તેના આનંદની કોઈ સીમા ન હતી. તેને સુંદર નાના ઘરેણા પહેરવા ગમતા. અમે અમારા સલૂન પર એક નાની પાર્ટી રાખી. તેણે જન્મદિવસે કેક કાપી. અમારા કર્મચારીઓએ તેને શુભેચ્છા પાઠવી અને નાચ્યા.

અમારા કર્મચારીઓને એક કારણસર તેના માટે ખૂબ જ માન હતું, કારણ કે હરિણાક્ષીને મન બધા જ સરખા હતા. જો કર્મચારીઓ પૈકી એકને માટે સ્લીપર ખરીદવામાં આવે તો બીજા બધા માટે પણ સ્લીપર્સ ખરીદતા. સોમવારે-અઠવાડિક રજાના દિવસે તે પર્યટન પર જવાની યોજના બનાવતી. ઘેર બધાને માટે ખાસ ખાવાનું બનાવતી. જ્યારે બધા કામ કરતા હોય ત્યારે તેમના માટે અચાનક આઇસક્રીમ મંગાવી બધાને આશ્ચર્યચકિત કરતી.

તે બધા જોડે તરત જ મિત્રતા કરી લેતી, સામાજિક પ્રવૃત્તિઓમાં ભાગ લેતી અને નોંધપાત્ર સેવાભાવી કામ કરતી. તેને નવી મુંબઈમાં આવેલા અરોલીના અનાથાશ્રમ માટે ખાસ લગાવ હતો અને તે તેમની યોજનાઓ માટે ઉદારતાથી દાન કરતી. તેનાથી પ્રેરિત થઈને હું પણ દાન આપતો અને ગરીબોને તથા જરૂરિયાતમંદોને મદદ કરતા શીખ્યો.

લગ્નના બે વર્ષ પછી અમે મુલુંડના સલૂનની બાજુમાં સ્ત્રીઓ માટે એક અલગ વિભાગ શરૂ કરવા એક જગ્યા ખરીદી. જ્યારથી તેણે સલૂનમાં

કામ કરવાનું ચાલુ કર્યું ત્યારથી અમારા ગ્રાહકો વધી ગયા હતા. મને એવું લાગે છે કે હરિણાક્ષી મારા માટે બહુ નસીબદાર છે અને મારા જીવનમાં સમૃદ્ધિ લાવી. તેના આગમન પછી અમારા સલૂનો વધવા લાગ્યા અને તેની શુભકામનાને લીધે હજી પણ વિકસી રહ્યા છે.

એક યુગલ તરીકે જોવા જઈએ તો અમારો મેળ સારો ખાતો હતો. અમારા વિચારો પણ એકમેકને અનુરૂપ હતા. ઘણી વાર એવું બનતું હું મારા મગજમાં વિચાર કરું તે પહેલાં તે મારા વિચારો કહી દેતી. કોઈવાર હું પણ તેના વિચારો વાંચી શકતો. ભેદી રીતે નવાઈ પમાડે તેવી વાત એ હતી કે અમારા બંનેના હૃદય એકબીજા સાથે એક આત્મીયતાથી જોડાયેલા હતા. તે એક સરસ ભાવના હતી જેનાથી હું કોઈવાર આશ્ચર્યચકિત થઈ જતો. મને લાગતું અમે એકબીજા માટે જન્મ્યા છીએ અને અમને તે ફાવતું હતું.

તેને પોતાના વાળની માવજત કરવી ગમતી તેથી હું તેના વાળ સેટ કરતો, સ્ટાઇલ પણ કરતો અને કોઈવાર સરસ રીતે કાપી પણ આપતો.

તે મને પ્રેમથી 'પુટ્ટા' એટલે કે નાનું બાળક કહેતી અને હું તેને અમ્મી એટલે નાની બાળકી કહેતો. તે વારંવાર મને પ્રેમથી કહેતી, ''નાના પુટ્ટા ટુમ્બા ટુન્ટો' (મારું ભૂલકું બહુ તોફાની છે).

હરિણાક્ષી માતા બનવા બહુ આતુર હતી. લગભગ બે વર્ષ સુધી તેણે જાણીતા ગાયનેકોલોજિસ્ટ (સ્ત્રી-રોગ ચિકિત્સક) અને આઈ.વી.એફ. તથા ફળદ્રુપતા માટે ખાસ દાક્તર ઈન્દિરા હિન્દુજાની સારવાર લીધી જેથી ટેસ્ટ-ટ્યુબ બેબી મેળવી શકે. આ સારવારમાં સમયસર ઈન્જેક્શનો લેવા પડતા, જેના માટે તેણીને ઉત્તર મુલુંડના અમારા ઘરેથી દક્ષિણ મુંબઈમાં આવેલા છેક માહિમ સુધી ચાલીને જવું પડતું. મારા વ્યવસાયના બહુ નિયમિત સમયપત્રકને લીધે તેણીને એકલા જવું પડતું. જોકે, આ સારવારથી તેને કંઈ લાભ થયો નહિ.

સમય પસાર થતાં મેં જોયું કે તે વારંવાર માંદી પડી જતી. તે બહુ લાંબા સમય સુધી માંદી રહેતી. ડૉક્ટર સાથે અમે આ બાબત અંગે મસલત કરી તો તેમણે લેપ્રોસ્કોપી કરવાનું કહ્યું. જોકે, અમને ઘણા દિવસ પછી ખબર પડી કે ડૉક્ટરે જે પરીક્ષણ કરાવ્યું હતું તેનો રિપોર્ટ અમને મોકલ્યો ન હતો. તેમણે આડેધડ-બિનજરૂરી દવા લખી આપી અને કહ્યું કે તેણીને (ટ્યુબરક્યુલોસીસ) ટી.બી.-ક્ષયરોગ છે. તે વખતે અમે તે માની લીધું.

હરિણાક્ષીએ દોઢ વર્ષ સુધી ટી.બી.ની ગોળીઓ લીધી કે જે રોગ તેને

હતો જ નહિ. અમે જોયું કે દવા લેવા છતાં પણ તેની સ્થિતિ સુધરતી નથી તો અમે બીજા ગાયનેકોલોજિસ્ટ (સ્ત્રી-રોગ ચિકિત્સક) અને ઑબસ્ટેરિશયન (ગર્ભાવસ્થા અને પ્રસૂતિ વિજ્ઞાનના જાણકાર) ડૉ. સંગીતા શેટ્ટી કે જે મુલુંડમાં ક્લિનિક ચલાવતા હતા તેમની જોડે મસલત કરી. તેમણે સ્પષ્ટ જણાવ્યું કે હરિણાક્ષીને ટી.બી. રોગ નથી. અગાઉના ડૉક્ટરની ગેરસમજ થઈ છે. હરિણાક્ષીએ તે દવાઓ લેવાનું તરત જ બંધ કરી દેવું જોઈએ. ડૉ. શેટ્ટીએ જણાવ્યું કે લેપ્રોસ્કોપી કરવા છતાં પણ સાચી મુશ્કેલી શોધવા માટે નમૂનાનો ટેસ્ટ થયો જ નથી.

અમે બહુ ભયંકર રીતે છેતરાઈ ગયા હતા. ડૉ. શેટ્ટીને નવાઈ થઈ કે જરૂરી ટેસ્ટ કર્યા વગર પેલા ડૉક્ટરે કેવી રીતે જાણ્યું કે આ ટી.બી. છે? અમારી પાસે દલીલ કરવા માટે કોઈ શબ્દો ન હતા. ડૉ. શેટ્ટીને શંકા હતી કે હરિણાક્ષીની માંદગીનો કેસ ગંભીર રીતે બગડી ગયો છે. તેણે અમને ઉચિત મસલત કરવા પ્રિન્સ અલી ખાન હોસ્પિટલમાં જાણીતા ઓન્કોલોજિસ્ટ (કેન્સરના ડૉક્ટર) ડૉ. સુલતાનને ત્યાં મોકલ્યા. વિવિધ ટેસ્ટો દ્વારા જાણવા મળ્યું કે મારી પ્રેમાળ પત્ની હરિણાક્ષીને ગર્ભાશયમાં ઘણા ફાઈબ્રોઈડ્સ (ગર્ભાશયમાં રેશાઓની બનેલી ગાંઠો) છે અને તે ઝડપથી પ્રસરી રહ્યા છે.

૧૯૯૯માં તેની પહેલી સર્જરી કરાવવી પડી. અમને થયું કે ફાઈબ્રોઈડ્સ કાઢ્યા પછી તે જલદીથી સાજી થઈ જશે. અમને એવી કલ્પના ન હતી કે તેની પરિસ્થિતિ વધારે બગડશે. જે ક્ષણે મને કહેવામાં આવ્યું કે તેણીને ગરદનનું કેન્સર થયું છે એ જ ઘડીએ મને ઊંડો આઘાત લાગ્યો.

ડૉક્ટર સાથે ખાનગીમાં વાત કરતા અમે થોડો વખત હરિણાક્ષીથી તેની માંદગી વિશે છુપાવવાનું નક્કી કર્યું. અમને આશા હતી કે ઉપચારને લીધે તે સાજી થઈ જશે. હું આ આઘાતજનક સમાચાર તેને કહેવા માટે તૈયાર ન હતો. મને ખબર હતી કે તે આ તથ્ય સાંભળીને ભાંગી પડશે. અને સૌથી વધારે તો હું તેને દુઃખમાં જોઈ શકું તેમ ન હતો.

હવે બીજું પગથિયું હરિણાક્ષીના ડાયટ (ખાવાની પરેજી) પર ધ્યાન આપવાનું હતું. જેથી તેની ઈમ્યુનિટી (રોગના ચેપમાંથી મુક્તિ) વધે અને સામાન્ય ફિટનેસ વધે. ડૉ. વેનુ નાયરે (નેચરોપથીના નિષ્ણાત) તેનો ખોરાક બદલ્યો અને તેમાં આરોગ્યવર્ધક ખોરાક ઉમેર્યો. અમને યોગ કરવાનું ચાલુ કરાવ્યું. હું અત્યારે અમે શબ્દ વાપરું છું, કારણ કે હું પણ હરિણાક્ષી સાથે આ પૌષ્ટિક ખોરાક લેવામાં જોડાયો. જેમાં લાલ દ્રાક્ષ જેવા ફળો પણ હતા કે

જેમાં ઍન્ટિઑક્સિડન્ડસ (બળતરા અને ગાંઠવૃદ્ધિ બંધ કરવાના) તત્ત્વો હતા અને તેનાથી લોહીમાં હિમોગ્લોબીન વધારવાના તત્ત્વ પણ હતા.

અમે દૂધી, કારેલા અને જવારાનો જ્યુસ પીતા. ઘઉંના જવારા અમે બારીની બહારની પાળી પર ઉગાડતા હતા. નવા ડાયટ (ખાનપાન)ને લીધે અને કસરતને લીધે મારા સ્વાસ્થ્યમાં બહુ ફાયદો થયો. મારી ઘણી ચિંતાઓ ઓછી થઈ. શ્વાસની કસરતોને લીધે હું મજબૂત થયો અને મારા વાળ સફેદ થતા અટક્યા. હરિણાક્ષીને થોડું સારું લાગ્યું પણ તેની તબિયતમાં સંતોષકારક સુધારો થયો નહિ.

બે વર્ષ પછી એને ફાઈબ્રોઈડ્સ (રેસા અથવા ગાંઠો) કઢાવવા ફરી સર્જરી કરાવવી પડી, કારણ કે નવા ફાઈબ્રોઈડ્સ બહુ પ્રસરી રહ્યા હતા. આ વખતે તેની ઈચ્છા વિરુદ્ધ ડૉક્ટરે ગર્ભાશય કાઢવાનો નિર્ણય કર્યો. આ નિર્ણય બહુ જ અપ્રિય હતો, કારણ કે તેને બાળકની બહુ જ ઈચ્છા હતી. પણ ડૉક્ટર ગર્ભાશય કાઢવા માટે મક્કમ રહ્યા, કારણ કે ફાઈબ્રોઈડ્સ ત્યાંથી પ્રસરી રહ્યા હતા અને રોકાય તેમ ન હતા.

હરિણાક્ષી માટે એ બહુ ખરાબ દિવસ હતો. તેને શરૂઆતના સ્ટેજમાં આટલી ગંભીરતાની કલ્પના ન હતી અને મને પણ એવો ખ્યાલ ન હતો કે જિંદગીમાં આવો આઘાતજનક દિવસ પણ જોવો પડશે. જ્યારે ગર્ભાશય કાઢવામાં આવ્યું ત્યારે તે બહુ આઘાતમાં હતી.

હવે તેણીના માતા-પિતાને તેની ખરાબ હાલત વિશે જણાવવાનો સમય પાકી ગયો હતો. અત્યાર સુધી તો તેમને અજ્ઞાત રાખવા પડ્યા હતા. તેમને એવો ખ્યાલ હતો કે તેની તબિયત સારી ન હતી પણ તેમને આ સ્થિતિની ગંભીરતાની ખબર જ ન હતી. ઘડપણમાં દુઃખ સહન કરવું બહુ મુશ્કેલ હોય છે. છેવટે મેં કાળજું કઠણ કરીને તેમને સાચી હકીકત કહી. તેઓ એકદમ ભાંગી પડ્યા અને રડમસ થઈ ગયા. અમે પણ હચમચી ઉઠ્યા હતા અને હતાશ થઈ ગયા હતા. જોકે, આ સમયમાં મારી વ્યથા સાંભળવા મારી સાથે કોઈ તો હતું તેથી હરિણાક્ષી અને મા સાથે મારું દુઃખ છુપાવી તેમની સામે હું બહાદુર બન્યો.

હરિણાક્ષીના પિતાને દારૂની લત હતી પણ હરિણાક્ષીના આગ્રહને લીધે તેમણે દારૂ પીવાનું છોડી દીધું હતું. અમારા લગ્નના પાંચ વર્ષ પછી જ્યારે હરિણાક્ષીની તબિયત સારી હતી ત્યારે તેણીએ 'કોલા'ની વિધિ કરાવી હતી જેનાથી તેને લાગેલું કે તેના પિતાની દારૂની આદત છૂટી જશે. 'કોલા' એક

એવી વિધિ છે કે જેમાં વર્ષોથી ચાલ્યા આવતા વિશ્વાસ પર સ્પિરિટની પૂજા (કોઈ આત્માને બોલાવી અંધવિશ્વાસ સાથે પૂજા કરવામાં આવે) કરવામાં આવે. આ પૂજા મેંગલોર અને તેની આજુબાજુના શહેરો અને ગામડાઓમાં પ્રચલિત છે. તેમાં બહુ ખર્ચાળ અને આખી રાત ચાલતા નૃત્યની વિધિ હોય છે, જેમાં સ્પિરિટને એટલે કે ગામડાઓના સ્થાનિક ભૂવાઓ અથવા ગામડાના મુખિયાને ખુશ કરવા આહ્વાહન કરવામાં આવે છે. હરિણાક્ષીએ તેના પિતા પાસે આ વિધિમાં દારૂ ન પીવાની પ્રતિજ્ઞા લેવડાવવી હતી અને એકવાર પ્રતિજ્ઞા લીધા પછી તે તોડી શકે તેમ ન હતું. બસ, ત્યારથી તેના પિતા દારૂથી દૂર રહ્યા.

મારે પણ દારૂ પીવાનું છોડવું પડ્યું, કારણ કે હરિણાક્ષીને લાગતું કે તેની માંદગીને લીધે હું હતાશ થઈને દારૂ પી રહ્યો છું અને દારૂ પીને મારું દુઃખ ભૂલી જવા માંગુ છું. હું મારા કોઈ કર્મચારી સાથે દારૂ પીતો અથવા ક્યારેક એકલો પીતો. મેં તેને સમજાવ્યું કે તેની માંદગીના દુઃખને લીધે નહિ પણ કામના થાકને લીધે હું ડ્રિંક લઉં છું.

જોકે તેને ખુશ કરવા મેં કહ્યું કે જો તેણીને એમ લાગતું હોય તો હું દારૂ છોડી દઈશ. તે સાવધાની રૂપે એક શબ્દ બોલી, 'મહેરબાની કરીને જલદીથી.' ત્યારથી મેં દારૂ પીવાનું છોડી દીધું.

થોડા મહિનાઓ પછી તેની તબિયત વધારે લથડવા માંડી, કારણ કે તેના શરીરમાં ઝડપથી ચેપ ફેલાવવા માંડ્યો હતો. ડૉક્ટરોએ ત્રીજીવાર શસ્ત્રક્રિયા કરવાનું નક્કી કર્યું અને પછીથી તેને કીમોથેરેપી (કેન્સર નાબૂદ કરવાની દવા) લેવાની હતી. ત્રીજી શસ્ત્રક્રિયા પછી ડૉક્ટરે મને તેણીની જે પણ ઇચ્છા હોય તે પૂરી કરવાનું કહ્યું.

ડૉક્ટરના કહેવા મુજબ તેની પાસે જીવનનો બહુ ઓછો સમય હતો. મને માનવામાં આવતું ન હતું તેઓ શું કહી રહ્યા હતા. મને તે સ્વીકાર્ય ન હતું કે મારી પ્રેમાળ પત્ની ગંભીર રીતે માંદી હતી અને બહુ જલદી અમને છોડીને જતી રહેવાની છે.

તેની પરિસ્થિતિ એટલી ખરાબ રીતે વણસી ગઈ હતી કે ખોરાકની ટોટી (ફૂડ પાઈપ) વળી ગઈ હતી જેના લીધે તે ખાવાનું પેટમાં ઉતારી શકતી ન હતી. તેણી જે ખાતી તે તરત પાછું કાઢી નાખતી. આમ છતાં મેં તેને આ ગંભીર પરિસ્થિતિ તેની આગળ છતી ન કરી. તે બહુ ધાર્મિક હતી. ભગવાનની કૃપા પર તેને અખંડ વિશ્વાસ હતો તેથી મને લાગતું હતું કે કદાચ ચમત્કારિક રીતે તે સાજી થઈ જશે.

હરિણાક્ષી પોતાની માંદગીની ગંભીરતાથી અજ્ઞાત હતી. એક દિવસ તેણીએ શીશી ઉપર 'કેન્સરની દવા' એવું લેબલ વાંચ્યું. તે મારા ચહેરા તરફ સ્તબ્ધતાથી તાકી રહી. તેની આંખોમાં મેં ભયંકર ડર જોયો. મારી પાસે એને આશ્વાસન આપવા માટે કોઈ શબ્દ ન હોવાથી હું મૂંગો થઈ ગયો.

હું શું કહી શકું ? હું એને એમ કહું કે તેને સાજી કરવા માટે હું કંઈ પણ સારવારનો પ્રયત્ન કરવા તૈયાર હતો ? તેને ખાતરી હતી કે હું તેને સાજી કરવા બધું જ કરી છુટીશ. તેને ખાતરી હતી કે તેનું જીવન બચાવવા માટે હું બધું જ કરવાની ઈચ્છા ધરાવતો હતો. અંદરોઅંદર તો હું ગુસ્સાથી ધૂંઆંપૂંઆં હતો. હું મારી નિષ્ફળતાથી બહુ ચિડાયેલો હતો. આ એવી પરિસ્થિતિ હતી કે જે મારા કાબૂમાં ન હતી. હું મારી જાતને સાવ લાચાર માનતો હતો, કારણ કે તેનું દુઃખ દૂર કરવા માટે મારી પાસે કોઈ વિકલ્પ ન હતો.

હું ફક્ત એટલું કરી શકતો હતો કે હરઘડી તેની સમીપ રહું.

ડૉક્ટરની તાકીદભરી સલાહ મુજબ એક અઠવાડિયામાં જ મેં એક સ્થાનિક મંડળનો સંપર્ક કર્યો કે જે દેશ-વિદેશની ટુરોનું આયોજન કરતું હતું. અમે સિંગાપોર અને મલેશિયાની સફરે નીકળી પડ્યા. ટુરમાં આવેલા ઘણા યુગલો અને કુટુંબો સાથે હળીમળીને અમે આનંદ માણ્યો. અમે એવી રીતે પ્રવાસની મોજ માણતા હતા જાણે કશું જ બન્યું નથી. અમે હરિણાક્ષીને મનગમતું ખાવાનું ખાતા. હરિણાક્ષીને આ ફરવાનું બહુ ગમ્યું. તે બધા સાથે હસીને વાતો કરતી અને ઉમળકાથી ખરીદી કરતી.

કોઈને એવું માનવામાં ન આવે કે તે ગયા અઠવાડિયે હોસ્પિટલના પલંગ પર પડેલી હતી, તેના નાકમાં પાઈપો લગાડેલી હતી અને તેની તબિયતની ચકાસણી કરવા મશીનો ગોઠવેલા હતા. તેની તબિયતમાં આશ્ચર્યજનક સુધારો થવા માંડ્યો. હરિણાક્ષી આમ તો મજબૂત મનની હતી અને તેણીએ જલદીથી સાજી થવાનું નક્કી કર્યું હતું. તેને તેની ગંભીર માંદગીની ખબર હોવા છતાં તેને જીવવાની અદમ્ય ઈચ્છા હોવાથી તે રોગ સામે લડી રહી હતી.

૨૦૦૫માં એટલે કે છ મહિના પછી અમે સેન્ટ્રલ લંડનમાં ઉચ્ચ કક્ષાના વિદ્યાલયમાં હેરસ્ટાઈલિંગનો કોર્સ શીખવા જવાનું આયોજન કર્યું. અમે પંચાવન દિવસ સુધી યુકેમાં રહ્યા. હું 'ટોની અને ગાય' નામના જાણીતા બ્યુટી અને કેરના જાણકારો સાથે જોડાયો અને હરિણાક્ષી વીડાલ સેશનમાં જોડાઈ, જ્યાં મેં મારો પ્રારંભિક કોર્સ કર્યો હતો.

ભણતી વખતે અમે એ જ કુટુંબ સાથે રહ્યા કે જેઓ મારા પહેલાના લંડનના કોર્સ કરતી વખતે યજમાન હતા પુરુષોત્તમ સોતા. તેમના પત્ની કુમુદબેન અને તેમના પુત્રો રાહુલ અને આશિક તથા પુત્રી પ્રિયા અને તેનો પતિ ભાવેશ કોટક. હરિણાક્ષી તેમની સાથે ભળી ગઈ. તે તેમના રસોડામાં જઈને મસાલા ઢોસા અને કોપરાની ચટની બનાવતી હતી. તેમની ગુજરાતી ડિશો ખૂબ જુદી હતી છતાં તેમને દક્ષિણ ભારતીય ખાવાનું ભાવતું હતું.

હરિણાક્ષીનો આનંદ ખૂબ ઉભરાતો હતો. કોઈ એવું કલ્પી ન શકે કે તેણે આટલી શસ્ત્રક્રિયાઓ કરાવી છે અને ડૉક્ટરોએ થોડા મહિના પહેલાં તેની પરિસ્થિતિ જોઈને હાથ અદ્ધર કરી દીધા હતા. અમારા યજમાનોને બહુ દુઃખ થતું. મને પણ આ જોઈ આંચકો લાગ્યો હતો.

મેં એક અઠવાડિયામાં મારો કોર્સ પતાવી દીધો અને તેને લગભગ પંદર દિવસ લાગ્યા. ત્યાર પછી કેટલાક દિવસ અમે મહેલો, સંગ્રહાલયો, બગીચાઓ, હરિયાળા મેદાનો જોવામાં વિતાવ્યા. અમે લંડનમાં હોપ ઑન, હોપ ઑફ બસની સવારી કરી અનોખો આનંદ માણ્યો. અમે જ્યારે બહાર જતા ત્યારે ત્યાં ધીમો-ધીમો વરસાદ પડતો તે તેણે બહુ માણ્યો. ત્યાં આબોહવા બહુ આહ્લાદક હતી, કારણ કે ત્યાં ઉનાળામાં ફૂલો ખૂબ ખીલતા અને તેના પર વહેલી સવારે ઝાકળ ચમકતું. તેણે પર્વતોની તળેટી પર ગાયોને ચરતી જોવાનો આનંદ માણ્યો. તેણે દૃશ્યોના, ઘરોના અને ફૂટપાથ પર પથરાયેલી ફૂલોની પથારીઓના પ્રાકૃતિક ચિત્રો લીધા. બગીચા અને લીલા ખેતરોમાં ચાલવાનો આનંદ લેવાથી તેની તાકાત ઘણી વધી ગઈ અને તેને ખૂબ આનંદ આવ્યો.

અમે ખરીદી કરવા બજારમાંથી પસાર થતા. તે ફૂલવાળી છાપનું કાપડ ખરીદતી. તે કહેતી, 'આ ફૂલવાળી છાપનું કાપડ આ સુંદર દેશ જેવું જ છે.' તેને ભૂગર્ભમાં ચાલતી ટ્યુબની સર્વિસ બહુ ગમતી. ત્યાં હરતાફરતા એક દિવસ અમે રસ્તો ભૂલી ગયા. અમે અમારી મૂર્ખતા પર હસ્યા અને તે અંતર કાપવા માંડ્યા – જ્યાં સુધી અમને અમારી પરિચિત જગ્યા ન જડી ત્યાં સુધી તો અમારે તે અંતર કાપવા સારું એવું ચાલવું પડ્યું. હું તે દિવસ નહિ ભૂલી શકું, કારણ કે પહેલીવાર તેણે થાકની ફરિયાદ કરી. જોકે તેમાં મારો જ વાંક હતો, કારણ કે હું મારા યજમાનના ઘરનો રસ્તો શોધવામાં ગૂંચવાઈ ગયો હતો.

ડૉક્ટરોએ કહ્યું હતું કે, તે ફક્ત બે મહિના જ જીવશે તેમ છતાં તે બીજા બે વર્ષો સુધી જીવી. તેની મક્કમ માનસિકતા અને ઇચ્છાશક્તિને લીધે

જ ખતરનાક માંદગીમાં પણ તે બે વર્ષ સુધી જીવી શકી. તેની મક્કમતાને દાદ આપવી પડે. તેનું શરીર ઘણું અસ્વસ્થ હોવા છતાં તેનું મગજ સતત સક્રિય રહેવા માંગતું હતું. મુંબઈ પાછા ફર્યા બાદ તેણે તેની રોજિંદી પ્રવૃત્તિઓ ચાલુ રાખી. તે સલૂનનો વહીવટ કરતી, રસોઈ કરતી અને નિયમિત પ્રાર્થના કરતી. તે અરોલીના જે અનાથાશ્રમમાં નિયમિત જતી ત્યાંથી તેણે એક બાળકને દત્તક લેવાનો વિચાર કર્યો. તેણે પોતાની માંદગીમાં છેક સુધી હસતો ચહેરો રાખ્યો તે ખરેખર અકલ્પનીય સચ્ચાઈ છે.

કીમોથેરપીની માઠી અસર હવે દેખાવા માંડી. તેના ચમકતા, લાંબા અને મજબૂત વાળ એકદમ જ ખરવા લાગ્યા – જેવી રીતે જૂની ઈંટોની દીવાલમાંથી નકામું ઘાસ લટકે એવી જ રીતે તેના વાળે પકડ છોડી દીધી અને વાળનો જથ્થો નીચે પડવા લાગ્યો. અમને બંનેને આ જોઈને અસહ્ય આઘાત લાગ્યો.

હરિણાક્ષી બેહદ હિંમતવાન સ્ત્રી હતી. તે જીવવાની આશા છોડી દે એવી ન હતી. તે પોતાનું ઓછા વાળવાળું માથું એક દુપટ્ટાથી ઢાંકતી. જ્યારે ગ્રાહકો તે બાબતે જાણવા માંગતા ત્યારે તે કહેતી કે તે આંધ્રપ્રદેશમાં આવેલા તિરુપતિ મંદિરની મુલાકાત લઈને પાછી ફરી છે. અને તેણે ત્યાં તેની ઈચ્છાઓ પુરી કરવા પ્રાર્થના કરી છે. ત્યાં ભક્તો પોતાના માથા મુંડાવે તેમ તેણે પણ માથાનું મુંડન કર્યું છે.

પણ તેના ચોથા ઑપરેશન પછી તેની નિષ્ક્રિયતા વધી ગયેલી. વાસ્તવમાં ક્યાં સુધી તે આ સખત દુઃખ સહન કરી શકે? હું તેને શાંત કરવાનો પ્રયત્ન કરતો ત્યારે હું પોતે પણ લાચારી અનુભવતો. સીટી સ્કેન્સ (કોમ્પ્યુટેડ ટોમોગ્રાફી C.T.), લેપ્રોસ્કોપી ટેસ્ટસ અને કીમોથેરેપી લેવામાં તેને કુલ ૧૬ વાર હોસ્પિટલમાં આવવા-જવાનું થયું.

તે કોઈવાર કહેતી, તેને એવું લાગતું કે જાણે તેના શરીરમાં જીવડા ચાલી રહ્યા છે, જે એને બચકા ભરે છે અને તેના દેહને થોડું થોડું કરડીને ખાઈ જાય છે. તેને એવું પણ લાગતું હતું કે જાણે કોઈ અણીદાર પીનથી તેના પેટ પર સોય ભોંકી રહ્યું છે. પથારીમાં સૂતી વખતે તેને એવું લાગતું કોઈ તેને ચૂંટણીઓ ખણી રહ્યું છે અને કોઈ તેની ચામડીને તથા માંસને ચૂંટલા ભરી રહ્યું છે. આ ત્રાસજનક કરડવાની, સોય ભોંકવાની અને ચૂંટણીઓ ખણવાની ક્રિયાઓ દરરોજ ચાલુ રહેતી અને તેથી તે રાત્રે એક મટકું પણ મારી શકતી ન હતી.

મેં તેનું મગજ બીજે વળી જાય અને ધ્યાન બીજી તરફ આકૃષ્ટ થાય તેવું કરવાનું નક્કી કર્યું. હું તેનું ધ્યાન દોરવા માટે કાલ્પનિક વાર્તાઓ કહેવા માંડ્યો જેથી તેનો ભય અને તણાવ તેના દુઃખમાં ઉમેરાય નહિ. ઘણીવાર મને તેની સાથે રડવાનું મન થતું. શારીરિક રીતે તેના દુઃખની મને ખબર પડતી ન હતી પણ તેને શું થાય છે તેની પીડા મને અનુભવાતી. મને ખબર હતી કે જો હું ભાંગી પડું તો તે પણ મારી સાથે રડવા માંડે. તેથી હું સ્વસ્થતા જાળવી રાખતો.

આટલા લાંબાગાળામાં તો અમારા મિત્રો અને નિયમિત ગ્રાહકોને તેની ગંભીર માંદગીની ખબર પડવા માંડી. અમે તેની સાચી હકીકત છુપાવી શકીએ તેમ ન હતું. અમારા એક ગ્રાહકે મુંબઈથી ૧૬૦ કિલોમીટર દૂર આવેલા ત્રબંકેશ્વર મંદિરની પાસે રહેતા આયુર્વેદિક દાક્તર દીઓબાપ્પાની વાત કરી. તેમની દવા લેતા પુષ્કળ ગ્રાહકો સાજા થઈ ગયેલા. પણ તેઓ કહેતા કે અમે હરિણાક્ષીના છેલ્લી સ્ટેજમાં ત્યાં પહોંચ્યા હતા એટલે તે સાજી થાય તેની ખાતરી આપી શકશે નહિ.

તેમની દવામાં એક ઝાડની છાલ હતી જે ગરમ પાણીમાં ઉકાળવાની હતી અને પછી ઉકાળેલું પાણી બચે તે હરિણાક્ષીએ પીવાનું હતું. જ્યારે તેની સ્થિતિ વધારે ખરાબ થાય ત્યારે હું તરત તાજી દવા માટે વનસ્પતિ લેવા ત્યાં દોડી જતો. હું એ જગ્યાએ સુડતાલીસ વાર ગયો, જેમાં હરિણાક્ષી મારી સાથે પંદર વાર આવી હતી. તેની જિંદગી બચાવવાનો આ છેલ્લો ઉપાય હતો. ઘણીવાર મારે મારા ગ્રાહકો સાથેની ઍપોઈન્ટમેન્ટ રદ કરીને રાત્રે નીકળવું પડતું અને જરા પણ સમય બગાડ્યા વગર બીજે દિવસે સવારે મુંબઈ પાછા ફરવું પડતું.

નાસિક સુધી મુસાફરી કરવી મારા માટે થાકભર્યું હતું. ઊંઘની આદતને કારણે હું થાકેલો લાગતો. ઘણા ગ્રાહકો મને મારી વ્યગ્રતાનું કારણ પૂછતા. 'શું બહુ માનસિક ભારને કારણે દારૂ કે ડ્રગ્સ પર ચઢ્યો તો નથી ને?' મારી આંખો લાલઘૂમ થઈ ગઈ હતી. મારી ચામડી શુષ્ક થઈ ગઈ અને શારીરિક રીતે હું નબળો થઈ ગયો હતો. હું જાણે સંપૂર્ણ રીતે નીચોવાઈ ગયો હતો. મેં જોયું કે ઘણા લોકો ખૂબ જ માંદા હોવા છતાં પણ દીઓબાપ્પાને લીધે સાજા થઈ ગયા હતા. મને આવી જ આશા હરિણાક્ષી માટે હતી.

કોઈને મરવું ગમતું નથી. બધાને જીવવું ગમે છે. તદ્ઉપરાંત હરિણાક્ષી તો ભરયુવાન હતી.

મરણિયા થઈને અમે દરેક પ્રયત્ન કરવા તૈયાર હતા - જાતજાતના ઉપચારો (થેરપીઓ), બીજી દવાઓ, અંધશ્રદ્ધા, માન્યતાઓ અને પોતાને ભગવાન માનતા માણસો જે સાજા કરવાનો દાવો કરતા. કોઈ માણસે અમને આધ્યાત્મિક માણસની વાત કરી, જેઓ પથ્થરવાળા બાબા તરીકે ઓળખાતા એટલે કે ''પથ્થરના ભગવાન'' તરીકે ઓળખાતા. તેઓ આ જ નામથી ઓળખાતા, કારણ કે તેઓ રોગ મટાડવા દરદીની હથેળી પર પથ્થર મૂકી માંદગી ક્યાં સુધી વધી છે તે કહેતા. ત્યારપછી તે દવામાં વનસ્પતિ આપતા. આ વખતે એમની દવા અમારું દુઃખ ઓછું કરવા કામ ન લાગી પણ તેના સાજા થવાના કે દુઃખ ઓછું થવાના કોઈ જ ચિહ્નો દેખાયા નહિ.

દેખીતી રીતે આને લીધે તેના સ્વાસ્થ્ય પર અસર થઈ. આ દિવસોમાં તે બહુ ઉદાસ રહેતી, કારણ કે તેને ખબર પડી ગઈ હતી કે હવે તેની પાસે બહુ ઓછો સમય છે. તે વધારે ને વધારે મંદિરોમાં અને સામાજિક કલ્યાણના ગ્રુપોમાં ઉદારતાથી દાન આપવા લાગી. જ્યારે તે વધારે ઢીલી પડતી ત્યારે તે સલૂનમાં ગ્રાહકોને મળવાની ના પાડતી અને તેનો વધારે સમય પ્રાર્થનામાં પસાર કરતી.

જિંદગીના છેલ્લા ત્રણ વર્ષ તેણે પોતાના તન-મન તેમ જ સ્વપ્નના ઘર દુર્ગાનિલયમાં વિતાવ્યા કે જે દારેગુડે ગામમાં બાંધવામાં આવ્યું હતું. તે ઘરમાં જાણે હરિણાક્ષી આજે પણ જીવતી હોય તેમ લાગે છે. દીવાનખંડની દીવાલ પર તેનો હસતો ફોટો લગાડેલો છે કે જે બધાને ઘરમાં આવકારે છે. ઘરમાં ઘણી બધી એવી વસ્તુઓ છે જેનાથી તેની યાદ તાજી થાય છે, જેમ કે રસોડાના વાસણો, દીવાનખંડના ગાદી-તકિયા, બાથરૂમના ટાઈલ્સ – આ બધું તેણે જાતે જ પસંદ કરીને ખરીદ્યું હતું.

તેની અમુક વસ્તુઓ હજી ત્યાં સચવાયેલી છે. તેની વિવિધ રંગની સાડીઓ હજી કબાટમાં એવી રીતે લટકે છે જાણે તેણે ગોઠવી હોય. તેને ઘણા વખતથી આ ઘરમાં રહેવાની ઇચ્છા હતી. તે થઈ ના શક્યું. પણ હું માનું છું કે તેણે જેટલા પ્રેમથી આ ઘરની સજાવટનો સામાન ખરીદ્યો હતો તે જ્યાં સુધી સચવાઈ શકે ત્યાં સુધી અવશ્ય સાચવી રાખવો.

૧૦મી માર્ચ, ૨૦૦૮

આ દિવસે સવારે હરિણાક્ષીનું દુઃખ જોઈ હું જરા ઢીલો અને બેચેન હતો. મારે કાયદાકીય બાબત અંગે કોર્ટમાં હાજરી આપવી પડે તેવું હતું. હરિણાક્ષી તીવ્ર અને અસહ્ય દુઃખની ફરિયાદ કરતી હતી. અમારા વકીલે કહ્યું કે આજે મારી હાજરી જરૂરી હતી તેથી મેં મારી ઇચ્છા વિરુદ્ધ કોર્ટ જવાનું નક્કી કર્યું. હું તેને એકલી છોડીને ક્યાંય જવા ઇચ્છતો નહોતો.

હરિણાક્ષી પથારીવશ હતી. તે બહુ નબળી લાગતી હતી. જ્યારે મેં તેની રજા લેવા 'આવજો' કહ્યું ત્યારે તેણે હંમેશની જેમ મારા ગાલ પંપાળ્યા. આવી કમજોર અવસ્થામાં તેને મારા જવા માટે વસમું લાગતું હતું, કારણ કે હું કાનૂની પ્રક્રિયામાં જકડાયેલો હતો.

તે બોલી, "તને મારા લીધે બહુ ચિંતા રહે છે અને હવે પાછો આ કેસ... તારે બહુ મુશ્કેલીઓ છે."

તેણે મારા ચહેરા પર તેની નબળી, ધ્રુજતી આંગળીઓ ફેરવી અને મને કાળજી લેવાનું કહ્યું. જ્યારે હું સવારે ૮.૨૦ વાગે ઘરની બહાર નીકળતો હતો ત્યારે મેં એને ખાતરી આપી કે બપોર સુધીમાં હું ઘેર પાછો આવી જઈશ.

કોર્ટ પહોંચવાના અડધે રસ્તે મારા પર ફોન આવ્યો. રઘુ (રાઘવ ભંડારી) કે જેણે મારા માટે બહુ વર્ષો સુધી કામ કર્યું, તેણે મને કહ્યું કે હરિણાક્ષીની હાલત વધુ લથડતી જાય છે અને મારે તરત ઘેર આવવું જોઈએ. તેનું દુઃખ વધતું જતું હતું. તે જોરથી ચીસો પાડતી હતી અને મદદ માટે મને બોલાવી રહી હતી. તેના મા-બાપ, મારી માતા, કેટલાક કુટુંબીજનો અને સલૂનના કર્મચારીઓ તેની પથારીની આસપાસ ઊભા હતા.

તેની આંખો જાણે ખાડામાં ઊંડી ઉતરી ગઈ હતી અને તે તેના હાથ-પગ બેચેનીથી હલાવતી હતી. આ બધા ચિહ્નો તેના શરીરની ઇન્દ્રિયો અને સ્નાયુઓની હલનચલન સ્થિર થઈ જવાના હતા. તેની પરિસ્થિતિ જોવા ડૉક્ટરને બોલાવવામાં આવ્યા અને તેને તરત જ નજીકની હોસ્પિટલમાં લઈ જવામાં આવી. અલબત્ત, તે એની છેલ્લી ક્ષણો હતી. ૧૦મી માર્ચ, ૨૦૦૮ના સવારે ૧૧.૦૦ વાગે તેનું અવસાન થયું. તે વખતે તે ૩૫ વર્ષની હતી.

તેના છેલ્લા કલાકોમાં તેની સાથે અમારા ફેમિલી ફિઝિશિયન ડૉ. મનીષ મોટવાની ઉપસ્થિત હતા. તેમણે કહ્યું કે તેણે છેલ્લા શ્વાસ અમારા ઘરમાં લીધા હતા. હું કોર્ટના આંગણામાં હતો ત્યારે અમારા એક સંબંધીનો

ફોન આવ્યો કે તેના આત્માએ દેહ છોડી દીધો છે. હું ઠંડોગાર થઈ ગયો. હું કંઈ પ્રતિભાવ ના આપી શક્યો.

તેના મૃત્યુના બે દિવસ પહેલાં ખૂબ જ દુખાવાને લીધે તેને ડૉ. મોટવાનીની સલાહથી હોસ્પિટલમાં દાખલ કરવામાં આવી હતી. તે કશું ખાઈ શકતી ન હોવાથી તેને ગ્લુકોઝ ચઢાવવામાં આવ્યો હતો.

તે બહુ જ પાતળી થઈ ગઈ હતી અને તેના હાડકા એકદમ દેખાતા હતા. આટલી ગંભીર માંદગી પછી પણ તેના વાળ કેમોથેરેપી બંધ કર્યા બાદ ખૂબ સુંદર દેખાતા હતા. આમ તો બધી રીતે તેની હાલત ખરાબ થતી જતી હતી. જ્યારે લોકો તેની મુલાકાતે આવતા ત્યારે તે માંડમાંડ થોડું બોલતી. તે વાતચીત કરી શકે તેવી હાલતમાં ન હતી.

હું સમજી ગયો હતો કે તેની હાલત વધારે ને વધારે ખરાબ થતી જતી હતી. છેવટે મને ખબર પડી કે હવે એ જીવિત નથી ત્યારે કોર્ટના આંગણામાં જ મારા હાથ-પગ ધ્રુજવા લાગ્યા. મારી આજુબાજુની બધી વસ્તુઓ મને કડડભૂસ થઈ જતી લાગી. હું મારા પગ પર સ્થિર ઊભો રહી શકું તેવી હાલતમાં ન હતો. મારા મિત્ર વિનોદ ચોપ્રા મારી સાથે કોર્ટમાં આવ્યા હતા. તેમણે નજીકની બેન્ચ પર મને બેસવામાં મદદ કરી. કોઈએ મને પાણી પીવા આપ્યું. હું કંઈ બોલવા ગયો પણ બોલી ના શક્યો. મને ગુંગળામણ થવા માંડી અને મારો અવાજ રૂંધાવા માંડ્યો.

મારી ગાડી કોર્ટથી દૂર ઊભી હતી તેથી અમે અમારી ગાડી લેવા રોકાયા નહિ. મને ટેક્ષીમાં બેસાડવામાં આવ્યો કે જેથી હું ઘેર જલદી પહોંચી શકું. મારી આજુબાજુનું બધું સમય સાથે જડ થઈ થીજી ગયું.

અમારી ટેક્ષીની આજુબાજુ હું ટ્રાફિકને ચાલતો અનુભવી શક્યો પણ મુંબઈના રસ્તાઓ પર પૈડાઓનો અણગમતો અવાજ અને હોર્ન વગાડવાના અવાજને સાંભળી ન શક્યો. અમારો ટેક્ષીવાળો કંઈ પૂછતો હતો અને તેણે હાથથી ઈશારા પણ કર્યા પણ મને એક પણ શબ્દ સંભળાતો ન હતો. મને એટલો બધો આઘાત લાગ્યો હતો કે હું સખત પથ્થર જેવો બની ગયો હતો જેથી કશું સાંભળી શકતો ન હતો.

ઊંડે ઊંડે મારા મનમાં થતું હતું કે હરિણાક્ષી એક દિવસ સાજી થઈ જશે. મને લાગતું હતું કે તે મને કોઈ દિવસ છોડીને જશે નહિ. તે મને વારંવાર કહેતી કે તેના નિધન પછી હું એકાકી થઈ જાઉં તે સ્થિતિ તેને પસંદ ન હતી.

અર્ધજાગૃત અવસ્થામાં મારું મન એ સ્વીકારવા તૈયાર ન હતું કે હરિણાક્ષી અકાળ મૃત્યુ પામશે. પણ નક્કર સત્ય એ હતું કે તેની તબિયત જોતા તે થોડા વખત માટે જ જીવિત રહેવાની હતી. તેની લથડતી તબિયત વિશે ડૉક્ટર મને જાણ કરતા રહેતા હતા. મારા મગજનો બીજો ભાગ આ ખરાબ પ્રસંગ જોવા માટે તૈયાર થતો હતો પણ પ્રમાણિકપણે કહું તો કોઈ આવી રીતે પોતાના સ્વજનનું અવસાન જોવા તૈયાર હોતું નથી.

છેલ્લી ક્ષણ સુધી મને જાણે એમ જ લાગતું હતું કે તે લાંબું જીવવાની છે.

ટેક્ષીમાં હું મારી ગૂંચવાયેલી લાગણીઓ વચ્ચે ભાંગી પડ્યો. સમાચાર સાંભળ્યાના થોડા સમય પછી મને પસ્તાવો થવા લાગ્યો અને માફ ન થઈ શકે તેવો ગુસ્સો મને ખુદ પર આવ્યો. તે મને છોડીને જતી રહી તે ગુસ્સાને કારણે જાણે મારા મોંનો રંગ ભૂરો થઈ ગયો. જ્યારે ટેક્ષી ઘર પાસે પહોંચી ત્યારે મેં જોયું તો મકાનના આંગણામાં મોટું ટોળું ભેગું થઈ ગયું હતું. ઍપાર્ટમેન્ટમાં શોકનું વાતાવરણ છવાઈ ગયું હતું. હરિણાક્ષીના માતા-પિતા, તેના કુટુંબીજનો, મારી માતા, સગા-સંબંધીઓ, મિત્રો અને ગ્રાહકો બધા જ અમારા ઍપાર્ટમેન્ટની આજુબાજુ ભેગા થઈ ગયા હતા. ઘરમાં દાખલ થતા મેં મારી જાતને સંયમિત રાખી.

તેના શરીર સામે જોતા મને એવું માનવામાં આવતું ન હતું કે થોડા કલાકો પહેલાં મેં તેની સાથે વાત કરી છે. હવે તે પથારી પર જાણે શાંતિથી આરામ કરી રહી છે. મેં તેને જગાડવા માટે તેના ગાલ થાબડ્યા. તે મને જવાબ નહિ આપે? હું તેની સામે તાકીને બેસી રહ્યો. થોડી ક્ષણોમાં મને લાગ્યું કે તેની વેદના અને દુઃખની અવસ્થાનો અંત આવી ગયો હતો.

જે સ્ત્રી પરિણીત હોય તેના મૃત શરીરને નવડાવીને રંગીન સાડી પહેરાવવાનો રિવાજ હતો. વિધવામાં આની વિરુદ્ધ હતું. શરીરને બાળવાની વિધિ વખતે મેં તેના શરીર પર હૃદય આકારના પેન્ડલની સોનાની ચેઈન રહેવા દેવા માટે કહ્યું. તેને આ ચેઈન માટે બહુ લગાવ હતો, કારણ કે અમારા લગ્ન થયા પછી મેં તેને આ ભેટ આપી હતી. તેની ઈચ્છા પ્રમાણે કાળા-મણકાનું મંગલસૂત્ર (હિંદુઓમાં પરણેલી સ્ત્રીઓ પહેરે છે) પણ તેના શરીર પર રહેવા દીધું.

સાંજે ૭.૩૦ વાગે એટલે કે સંધ્યાકાળે તેને ઈલેક્ટ્રિક સ્મશાનગૃહમાં અગ્નિદાહ આપવામાં આવ્યો અને તેના અસ્થિ નાસિક પાસે ત્રંબકેશ્વરમાં અને ઉત્તર પ્રદેશમાં આવેલા બનારસમાં પધરાવવામાં આવ્યા. આ સાથે મને

લાગ્યું કે મારા આત્માનો મોટો ભાગ, મારો સૌથી નજીકનો સાથીદાર કાયમ માટે મારાથી વિખૂટો પડી ગયો છે.

અમુક સમયે હરિણાક્ષી મને કહેતી કે 'મા-બાપ જેવી રીતે પોતાના બાળકની સંભાળ લે તેવી રીતે તેં મારી સંભાળ લીધી છે.'

મને નવાઈ લાગે છે કે અમારા જેવા યુગલો જગતમાં હશે કે નહિ. હું વિશ્વાસથી કહી શકું છું બહુ ઓછા હશે. અમારા દેહ બે હતા પણ અમારું મન એક જ હતું.

હરિણાક્ષી વગર હું જાણે એકલોઅટૂલો થઈ ગયો હતો. મારી જિંદગીમાં એકલતા આવી ગઈ હતી. મને કામ કરવા જવાનું મન થતું ન હતું. હું અકળાયેલો રહેતો. જ્યારે લોકો મને આશ્વાસન આપવા આવતા ત્યારે હું તેમને જવા દેતો નહિ. મને બધા આજુબાજુ રહે તે બહુ ગમતું. મારા મિત્રો મને સમજાવતા કે મેં મારી જીવનસંગિનીની બહુ કાળજી લીધી છે અને તેની માંદગીમાં બહુ સેવા કરી છે.

હું જ્યાં જતો ત્યાં મને તેની ગેરહાજરી વર્તાતી. જ્યારે હું ધાબા પર જતો તો મને લાગતું તે મને બોલાવી રહી છે પણ જ્યારે હું પાછું ફરીને જોતો તો મને ખાલી જગ્યા જ જોવા મળતી હતી. પ્રાર્થના કરવાના સ્થળે તેની ગેરહાજરીની ખોટ સૌથી વધારે સાલતી હતી, કારણ કે તે એ જગ્યા હતી જ્યાં તે પોતાનો મોટા ભાગનો સમય પસાર કરતી.

તેને બાળકો ખૂબ ગમતા તેથી મેં દારેગુડ્ડે ગામની શાળાના વિદ્યાર્થીઓ માટે જમણવાર રાખ્યું.

હિન્દુ માન્યતા પ્રમાણે તે સંપત્તિની દેવી એટલે કે લક્ષ્મી હતી જેમણે મારા ઘરમાં પ્રવેશ કર્યો અને મારી જિંદગી વધારે સુખમય-સમૃદ્ધ બનાવી. મને તેનો હસતો ચહેરો હંમેશા યાદ રહેશે. દુનિયાની પરવા કર્યા વિના તે કેવી રીતે મુક્તપણે હસતી તે મને યાદ છે. તે હંમેશા હસતી- રમતી હતી. બધાએ તેનું નામ લાડમાં-'તુન્ટી' પાડ્યું હતું એટલે કે ચંચળ. તેના આનંદથી ઉભરાતા સ્વભાવને લીધે અને તેની સકારાત્મકતાને કારણે તથા બધા પ્રત્યે નિઃસ્વાર્થ પ્રેમને કારણે બધાના હૃદયમાં તેણે કાયમી સ્થાન બનાવી લીધું.

સ્વપ્ન એક એવી અવસ્થા છે જે તમે ફક્ત ઊંઘમાં જ નથી જોતા પણ તે એક એવી અવસ્થા છે જે તમને ઊંઘવા ન દે.

– એ.પી.જે. અબ્દુલ કલામ, મિસાઈલના વૈજ્ઞાનિક અને ભારતના પૂર્વ રાષ્ટ્રપ્રમુખ

પ્રકરણ ૧૩

અભ્યાસક્રમો, પ્રમાણપત્રો અને સત્કાર-સન્માન

ઈંગ્લેન્ડમાં હેરડ્રેસિંગના અભ્યાસક્રમોનો અભ્યાસ

- ક્રિએટીવ કોર્સ - લંડનની વિડાલ સસૂન એકેડેમીમાં ડિપ્લોમા, ૧૯૯૮
- એડવાન્સ કટિંગ અને ટેકનિકલ કોર્સ - ૨૦૦૫માં ટોની અને ગાય એજ્યુકેશન એકેડેમીમાં ડિપ્લોમા

એવૉર્ડ અને સન્માનઃ

- ૧૯૮૮માં સલૂન ઈન્ટરનેશનલ દ્વારા યોજાયેલ સ્પર્ધામાં વાઈલ્ડ અને વીકી હેરશોમાં પ્રથમ ઈનામ. ક્રિસ્ટોફર મન, ચૅરમેન બ્રિટિશ હેરડ્રેસિંગ અને કમિશનર દ્વારા ઈનામ અપાયેલી ટ્રોફી.
- શ્રી ગુરુ પ્રસાદિતા યકગલાના મંડળી - વિશ્વેશ્વર્યા સભા ભવન, માટુંગા કર્ણાટક સંઘ, ૨૦૦૧.
- સામાજિક સેવા અને સિદ્ધિઓ માટે સન્માન, મુલુંડ રોયલ્સ-લાયન્સ ક્લબ, મુંબઈ, ૨૦૧૦.
- સ્ટાઈલિંગના રીતરિવાજના ફાળા માટે અને ઝાકઝમાળની દુનિયામાં કળાની રીત માટે પીનાકલ્સ એવૉર્ડ. - ઑલ ઈન્ડિયા બાર્બરસ એસોસિયેશન (AIHBA) મહારાષ્ટ્ર ક્ષેત્ર.

- ઇન્ડિયા બુક ઑફ રેકોર્ડ્સ સર્ટિફિકેટ - શિવા હેર ડિઝાઇનર્સ પ્રા. લિ.ને મળ્યો. તેમનું 'સૌથી મોટી વાળના રંગ માટે મેરૅથોન' કરવા માટે સન્માન કરવામાં આવ્યું. ૧૫૦૦થી વધુ લોકોએ તેમાં ભાગ લીધો. મુંબઈમાં અંધેરી સ્થિત ચિત્રકૂટના મેદાનમાં ૧૨ કલાકમાં ૧૫૧૧ વ્યક્તિઓના વાળને રંગ કરવામાં આવ્યા હતા. આ આયોજનમાં ગોદરેજ ઇન્ડસ્ટ્રીઝ જોડાયેલું હતું.
- ચીનમાં ૨૦૧૧માં ફેશન એશિયામાં એશિયાના ટોપ ફેશન હેર સ્ટાઇલિસ્ટ તરીકે નિમણૂક થઈ.
- ૨૦૧૧માં વર્લ્ડ ભંડારી ફેડરેશન તરફથી 'ભંડારી કલા-રત્ન' તરીકે નવાજવામાં આવ્યા.
- ૨૦૧૧માં કચ્છુરૂ મેળામાં ઇન્ટરનેશનલ હેર ડિઝાઇનરનો એવૉર્ડ આપવામાં આવ્યો. તે ભંડારી સેવા સમિતિ (મુંબઈ)એ આપ્યો. (શ્રી નાગેશ્વર મંદિરનો કચ્છુરૂનો એક ભાગ, બરકપુર, ઉડિપી જિલ્લો)
- ૨૦૧૧માં વાર્ષિક જ્ઞાતિ મેળાવડામાં ભંડારી સેવા સમિતિએ જ્ઞાતિના વ્યવસાયને આધૂનિક ઑપ આપવા બદલ અને વ્યવસાયમાં પ્રગતિ લાવવા બદલ સમાજ-રત્ન એવૉર્ડ આપી બહુમાન કર્યું (કુલા કસબુ).
- ૨૦૧૨માં કુલાલા ડાન્સ ઉત્સવમાં કુલાલા સંઘે મુંબઈની સોશિયો-ઇકોનોમિક કમિટી (સામાજિક-આર્થિક)એ બહુમાન કર્યું.
- ૨૦૧૨માં સાહિત્ય બાલગા-મુંબઈ તરફથી બહુમાન કરવામાં આવ્યું.
- ઉડિપી તાલુકા સવિતા સમાજ તરફથી સન્માપત્રથી નવાજવામાં આવ્યા. કર્ણાટકના ગૌરવ માટે અને મુંબઈમાં વસતા કન્નડ સમુદાય માટેના ફાળા માટે કર્ણાટક સંઘ-ગોરેગાંવ મુંબઈ દ્વારા માનપત્ર આપવામાં આવ્યું.
- સલૂન બ્યુટી પાર્લર એસોસિયેશન, મહારાષ્ટ્ર ૨૦૧૩ તરફથી સમાજ-રત્નનું ઇનામ આપવામાં આવ્યું.
- ૨૦૧૩-૨૦૧૪માં પ્રેસિડન્સી સ્કૂલના મહાવીર ફાઉન્ડેશન તરફથી સિદ્ધિઓ માટે અભિનંદન આપવામાં આવ્યા.
- ૨૦૧૪માં કાતિલ દુર્ગાપરમેશ્વરી પ્રસાદિતા દશાવતાર યક્ષગંધા મંડળ તરફથી અભિનંદન આપવામાં આવ્યા.

- ૨૦૧૪માં બ્રાઈટ એવૉર્ડસ નાઈટમાં - કલાસામસાડા, મુંબઈ અખિલ ભારત તુલુ ઓડુરા તરફથી બહુમાન કરવામાં આવ્યું. મેંગ્લોરની બહાર રહેતી તુલુ જાતિના ફાળા માટે અને હેરડ્રેસિંગની કળામાં પારંગત બનાવવા માટે અને તુલુ જાતિની આંતરરાષ્ટ્રીય કીર્તિ ફેલાવવા માટે અભિનંદન આપવામાં આવ્યા.
- ૨૦૧૪માં બેંગલોરમાં - કર્ણાટક જનપદ પરિષદમાં કેરાલા ગાડીનાડા ઘટકા-કસારગોડ- કુમ્બાલે દ્વારા બહુમાન કરવામાં આવ્યું.
- ૨૦૧૪માં અબ્બાકાનો કર્ણાટિક એવૉર્ડ મેળવ્યો.
- ૨૦૧૫ની ૧૧મી એપ્રિલે કન્નડીગા પાત્રાકારા સંઘ મહારાષ્ટ્ર તરફથી માન આપવામાં આવ્યું.
- ૨૦૧૫ જૂનમાં ટોરેન્ટો કેનેડામાં ૧૧મી વર્લ્ડ કન્નડ કલ્ચરલ કન્વેશન દ્વારા માન આપવામાં આવ્યું.
- ૨૦૧૫ની ૪થી સપ્ટેમ્બરે બુન્ટા સંઘ કુર્લા, મુંબઈ તરફથી માનપત્ર આપવામાં આવ્યું. આ માનપત્ર MANAS (માનસ)ના સ્કિલ ડેવલપમેન્ટ પ્રોગ્રામને પ્રોત્સાહન આપવા માટે હતું. આ એવૉર્ડ ડૉ. નજમા એ. હેપતુલ્લા તરફથી (મા. કેન્દ્રિય પ્રધાન, ભારત સરકાર) શ્રી દિનેશ સિંગ બિસ્ટ (જોઈન્ટ સેક્રેટરી, ભારત સરકાર અને ફાઉન્ડર ચેરમેન ઑફ માનસ) દ્વારા આપવામાં આવ્યા હતા.
- રાષ્ટ્રીય વિકાસ રત્ન એવૉર્ડ (મે. શિવાસ હેર ડિઝાઈનર પ્રા. લિ.) – ઈકોનોમિક ગ્રોથ સોસાયટી ઑફ ઈન્ડિયા, દિલ્હી તરફથી તા. ૧૨ સપ્ટેમ્બર, ૨૦૧૫ના રોજ આપવામાં આવ્યો.
- ૨૦૧૬માં ૭મી જાન્યુઆરીએ રયાન ઈન્ટરનેશનલ ગ્રુપ ઑફ ઈન્સ્ટિટ્યૂટ તરફથી બહુમાન.
- ૯મી માર્ચ ૨૦૧૬ના રોજ ‘ટાઈમ્સ રિટેઈલ આઈકોન્સ’ની શ્રેણીમાં પ્રખ્યાત ‘યુનિસેક્સ સલૂન ચેઈન ઑફ ધ યર’નો એવૉર્ડ આપવામાં આવ્યો.
- ૨૦૧૬માં મુંબઈની મેઘના પબ્લિશિંગ કંપની લિમિટેડ તરફથી સલૂનના કામમાં સફળ ધંધાદારી વ્યક્તિ તરીકે સન્માનવામાં આવ્યા.

- ૨૮મી મે, ૨૦૧૬ના રોજ નવી દિલ્હીમાં વિજ્ઞાનભવનમાં માનસ (MANAS)ના આશ્રય હેઠળ ડૉ. નજમા એ. હેપતુલ્લા (મા. પ્રધાન, લઘુમતિ સમુદાયની બાબતોનો વિભાગ, ભારત સરકાર) તરફથી નવાજવામાં આવ્યા. તે માન અલ્પસંખ્યકની જાતિઓના કલ્યાણ અંતર્ગત નીતિ અને લઘુમતિ સમુદાયની બાબતો અંગેના ખાતાની યોજનાઓ માટે આપવામાં આવ્યું.
- ૨૦૧૮માં મે મહિનામાં સૌથી શ્રેષ્ઠતમ સિદ્ધિઓ પ્રાપ્ત કરવા માટે ખાસ 'સ્ટારડસ્ટ ઇનિસિયેટીવ ઇશ્યુ' ફક્ત શિવાને આપવામાં આવ્યો. 'સ્ટારડસ્ટ' મૅગેઝિને શિવાના બ્યુટી અને હેર કેરના ધંધામાં સફળતાપૂર્વક ૩૨ વર્ષ પૂરા કરવા માટે અને બોલીવુડના હેરસ્ટાઇલિસ્ટ સુપ્રીમો બનવા માટે શિવાને અભિનંદન આપ્યા. આ સન્માન મેઘના પબ્લિકેશન દ્વારા કરવામાં આવ્યું.
- ૧૪ જૂન, ૨૦૧૮ના રોજ સ્ટારડસ્ટ મૅગેઝિને એક ભવ્ય ઉજવણીનું આયોજન કર્યું હતું, જેમાં બોલીવુડ, બિઝનેસ, ઇન્ડસ્ટ્રીઝ અને મીડિયા ક્ષેત્રના પ્રતિષ્ઠિત વ્યક્તિઓ ઉપસ્થિત રહી હતી. આ કાર્યક્રમમાં શિવાને ૧૨ જેટલા સલૂન મુંબઈમાં ખોલવા બદલ પુરસ્કૃત કરાયા હતા. ઉપરાંત અન્ય શહેરોમાં હેર સલૂનની શ્રેણી સ્થાપવાના આયોજનને પણ પુરસ્કૃત કર્યા હતા.
- મુંબઈના ધી ટાઈમ્સ ઑફ ઇન્ડિયા ગ્રુપે ધી ગ્રુમિંગ એક્ષપર્ટ ઑફ ધી ઇન્ડિયા ગ્રુપે 'ધી ગ્રુમિંગ એક્ષપર્ટ ઑફ ધી યર એટ ધ ટાઈમ્સ પાવરમેન ૨૦૧૮' નામથી નવાજયા હતા.
- ગ્લોબલ લીડર્સ એવૉર્ડ્સ યુએઈ એ 'ધી મોસ્ટ ઇનોવેટીવ હેરસ્ટાઇલિસ્ટ ઑફ ધ યર'નો એવૉર્ડ આપ્યો. આ એવૉર્ડ એમને આપવામાં આવે છે કે જે પોતાના ધંધાને આંતરરાષ્ટ્રીય, રાષ્ટ્રીય અને પ્રાદેશિક સ્તરે વિકસાવે અને સાહસિકતાનો પણ પરિચય કરાવે છે.
- ૯મી મે ૨૦૧૫ના રોજ 'યુરોપિયન કોન્ટિનેનટલ યુનિવર્સિટી' દ્વારા 'ધી યુરોપિયન એન્ટરપ્રિનિરિયલ પ્રોફેશનલ નૉલેજ ડેકોરેટ ટાઈટલ' આપવામાં આવ્યું.

તમારું જ્ઞાન બધાને વહેંચો – તે અમરતા મેળવવાનો માર્ગ છે.

– હિસ હોલીનેસ ધી ૧૪મા દલાઈ લામા

તિબેટિયન આધ્યાત્મિક નેતા

જે વિશ્વશાંતિના પ્રસાર માટે કામ કરે છે.

પ્રકરણ ૧૪

નવયુવાનોને નવી ઢબે શિખવાડવું

> ૨૮મી મે, ૨૦૧૪ના રોજ વિજ્ઞાનભવનમાં ડૉ. નજમા એ. હેપતુલ્લા (લઘુમતિ સમુદાયની બાબતોના ખાતાના પૂર્વ પ્રધાન, ભારત સરકાર)એ આ પ્રશસ્તિપત્ર વાંચી શિવરામને આપ્યો.
>
> અલ્પસંખ્યાની જાતિઓના કલ્યાણ માટે, આગળની નીતિઓ અને લઘુમતિ સમુદાયની બાબતોની યોજનાઓ.

માનસ (MANAS)ના મથાળા હેઠળ (મૌલાના આઝાદ રાષ્ટ્રીય એકેડેમી-સ્વરોજગાર માટે) એક મોખરાના તાલીમી વ્યવસાયીક સાહસ માટે અને ભારત સરકારના લઘુમતિ સમુદાયની બાબતોના મંત્રલાય (લઘુમતી માટે)માં અભ્યાસક્રમના જોડાણ માટે નવાજવામાં આવ્યા. ફેબ્રુઆરી ૨૦૧૫માં, ૧૬થી ૨૦ વર્ષની ઉંમરના લગભગ ૧૫૦ વિદ્યાર્થીઓની અમારી પહેલી બેચ હતી. શિવાના અંધેરીના તાલીમના વિદ્યાલયમાં બ્યુટી અને હેરસ્ટાઈલિંગના સર્ટિફિકેટ કોર્સ માટે લઘુમતી સમુદાયની વિદ્યાર્થિનીઓએ નોંધણી કરાવી. આ અભ્યાસક્રમ નિઃશુલ્ક શીખવાડવામાં આવતો.

તાલીમ લીધેલા વિદ્યાર્થીઓ પૈકી બે વિદ્યાર્થીઓને શિવાના સલૂન પર બોલાવવામાં આવ્યા અને બીજા બે ધંધાદારી માણસોને વિજ્ઞાનભવન પર માનસ દ્વારા બોલાવવામાં આવ્યા, જેથી તેઓ આ અભ્યાસક્રમ પૂરો કરવા માટેના તેમના અનુભવો અને તેના લાભ વર્ણવી શકે.

આ બહુમાન મેળવવું એ મારી જિંદગીના યાદગાર પ્રસંગોમાંનો એક હતો. આ પ્રસંગને લીધે મને ભારે આત્મસંતોષ થયો અને મને સ્પોર્ટ્સના

ક્ષેત્રના તથા બ્યુટી અને કળાના ક્ષેત્રના પ્રસિદ્ધ લોકો સાથે આગળની હરોળમાં બેસવાથી બહુ સન્માનની લાગણી થઈ. કાયદાને ઘડનારા કેટલાક લોકો અમારી જોડે બેસીને અમારી સિદ્ધિઓ માટે વાહ વાહ કરતા હતા.

૨૦૧૦માં શિવાનું તાલીમ વિદ્યાલયનું કેન્દ્ર (શિવાસ ટ્રેનિંગ એકેડેમી) શરૂ થયું જેમાં આખા વર્ષનો અભ્યાસક્રમ ચાલતો હતો. ત્યારપછી તો દુનિયાની જાણીતી કોસ્મેટિક બ્રાન્ડ લોરિયલના જોડાણમાં વિદ્યાર્થીઓને બ્યુટી અને હેરકેર મોડ્યુલો માટે શિખવાડવામાં આવતું. ૨૦૧૫થી માનસ સાથે સંલગ્ન થવાથી તાલીમ પ્રોગ્રામો ત્વરિત ગતિએ કાર્યરત બનવા માંડ્યા. મુંબઈની જાણીતી વ્યક્તિઓ અને મોખરાના ફિલ્મસ્ટારોના વાળ સેટ કરતા અમારા સર્જનાત્મક કર્મચારીઓના હાથ નીચે વિદ્યાર્થીઓને તાલીમ આપવામાં આવતી.

માનસની પ્રથમ ટુકડીના તાલીમી અભ્યાસક્રમમાં મોટી સંખ્યામાં વિદ્યાર્થિનીઓ જોડાઈ હતી તેમાં કેટલીક દસમા ધોરણમાં અભ્યાસ કરતી હતી. તેઓ તેમની માર્ચમાં આવતી વાર્ષિક પરીક્ષા પહેલા આ અભ્યાસક્રમ માં સામેલ થતી. નિશાળમાં ભણવાની સાથે તેમના આ કૌશલ્યને વધારતા. તેમાંના મોટા ભાગના આર્થિક રીતે પછાત વર્ગમાંથી આવતા હતા. તેમાં કેટલીક માતાઓ તો તેમના બાળકો સાથે આવતી, કેમકે તેમના ઘેર તેમના બાળકોને રાખનાર કોઈ હતું નહિ. તેઓ જુવાન છોકરીઓ હતી કે જેમને ઘરની જવાબદારીઓ સંભાળવાની હતી. તેઓ સવારે ઘરનું કામ પતાવતી અને બપોર પછી અભ્યાસક્રમમાં હાજરી આપવા સમય કાઢતી.

૨૦૧૫માં ડૉ. નજમા હેપતુલ્લા અને મહારાષ્ટ્રના મુખ્યમંત્રી દેવેન્દ્ર ફડનવીસે શિવાના તાલીમ કેન્દ્ર (શિવાસ ટ્રેનિંગ એકેડેમી) અને મને (શિવાને) અભિનંદન આપ્યા, કારણ કે આ કોર્સ કર્યા પછી વિદ્યાર્થીઓને પોતાનો ધંધો શરૂ કરવા માટે લોન આપવામાં આવતી. જોકે લોનની રકમ એકંદરે અલ્પ હતી. આવડતવાળા જુવાનોને શિક્ષણ આપવું અને તેમને રોજગારની આવડત માટે પરવાનો આપવો કે જેથી તે લાભ લઈ શકે. તેમાં બેશક વ્યક્તિગત સંતોષ પણ અનુભવાતો હતો.

ઘણા વિદ્યાર્થીઓએ આ ક્ષેત્રમાં પોતાની કારકિર્દી આગળ વધારીને નોંધપાત્ર સાહસનું પ્રદર્શન કર્યું છે. કેટલાક લોકોએ શિવાના સલૂનમાંથી જૂનું ફર્નિચર લઈ પોતાની દુકાનોમાં ગોઠવ્યું છે. કેટલાકે ક્યાંક વપરાયેલી ખુરશીઓ અને અરીસાઓ લીધા છે. કેટલાક લોકોએ એકસીસ બેંકમાંથી લોન લીધી છે. આ લોનની સુવિધા તેમને ઘેર બેસીને કામ કરવા માટે અથવા

ભાડાની જગ્યા રાખીને સાહસ કરવા માટે માનસ દ્વારા સવલત પૂરી પાડવામાં આવે છે.

વિદ્યાલયમાં અભ્યાસક્રમ નિયત કરેલો છે. વિદ્યાર્થીઓને જે તાલીમ અપાય છે તેમાં હેરકેર, સ્ટાઈલો અને વાળના કટ – એ બધા વિષયોનો સમાવેશ થાય છે. અહીં બ્યુટીના જુદા-જુદા વિભાગોની તાલીમ અપાય છે જેથી જાતજાતના પ્રસંગો માટે મેક-અપ, પાર્ટીઓ માટે, ખાસ દિવસના પ્રસંગો, ફોટોશુટ કરાવવાના મેક-અપ વગેરે... આ અભ્યાસક્રમમાં સ્કીનકેર (ચામડીની સંભાળ), વેકસિંગ (ચામડી પરના વાળ કાઢવા), હાથ-પગ પર મહેંદી લગાડવી (હીના) અને લોશન (પ્રવાહી વસ્તુ) તથા કોસ્મેટિક્સ (સૌંદર્ય પ્રસાધનો)નો વપરાશ... આ બધું શિખવાડવામાં આવે છે.

વિદ્યાર્થીઓને જુદા-જુદા સાધનો જેવા કે કાતરો, કાંસકાને કેવી રીતે વાપરવા તે શિખવાડવામાં આવતું. બજારમાં ઉપલબ્ધ વર્ગવાર ગોઠવેલો સરસામાન (કિટ) કેવી રીતે પસંદ કરવી અને તેનો ઉપયોગ જુદી જુદી વ્યક્તિ પર કેવી રીતે કરવો જેથી તેને માફક આવી શકે તે પણ બતાવવામાં આવતું. વિદ્યાર્થીઓને હેર-ડ્રાયરો (વાળ સૂકવવા માટેના સાધનો), હેર- સ્ટ્રેટનિંગ ગેજેટ્સ (વાળ સીધા કરવાના સાધનો), કપડાં પહેરાવવાનું અને બીજા હજામના સાધનો વાપરવાનો પ્રાયોગિક રીતે અનુભવ આપવામાં આવતો.

મેલીસા ડિકોસ્ટા કે જે અમારા મુંબઈના સલૂનમાં તાલીમ આપનાર એક શિક્ષક હતા, તેમને પ્રખ્યાત આંતરરાષ્ટ્રીય સંસ્થા CIDESO-સીડેસ્કોએ- બ્યુટી અને સ્પાની થેરેપી માટે સત્તાવાર રીતે માન્ય કરેલા. તેમણે આખો અભ્યાસક્રમ વ્યવસ્થિતરૂપે ગોઠવીને માન્ય કરાવેલો. આ વિભાગના વડા રાઘવ ભંડારી અને ટેકનિકલ વડા શ્વેતા ભંડારી તથા બીજા શિવાના સ્ટાઈલિસ્ટો અને હેરડ્રેસરો આ અભ્યાસક્રમ સરળ રીતે ચાલે તે માટે અવારનવાર બેઠકો કરી કાર્યક્રમ આયોજિત કરતા. તેઓ તાલીમ આપનાર અધ્યાપકો અને વિદ્યાર્થીઓ વચ્ચે સુમેળ જાળવવાનું કામ કરતા.

ઉદાહરણ તરીકે ડિકોસ્ટા જ્યારે દોરીની પ્રક્રિયા બતાવતા ત્યારે તેઓ આંગળીની આજુબાજુ દોરી વીંટાળી ભ્રમરને આકાર આપવા માટે બિનજરૂરી વાળને ખેંચતા. પછી તેઓ ચામડીની જુદી-જુદી રચનાઓ સમજાવતા અને જો દોરાથી વાળ બરાબર ના ખેંચાય અથવા કંઈ ભૂલચૂક થાય તો તેના લીધે શું પરિણામ આવે તે કહેતા. તેઓ દોરીને કોમળતાથી કેવી રીતે પકડવી તે

સમજાવતા જેથી કંઈ નુકસાન ના થાય અથવા આંખની આસપાસના નાજુક હિસ્સા પર કોઈ કાપો ના પડે.

હેરકટ અને હેરસ્ટાઇલના વિષયો પર શિવાના ઉચ્ચ કક્ષાના સ્ટાઇલિસ્ટો વચ્ચે લાંબી બેઠકો થતી. કોઈ કર્મચારી અથવા મિત્ર મોડલ તરીકે ભૂમિકા ભજવે અને યોગ્ય હેરકટ સૌથી સાદી રીતે આપવા માટેની ઝીણામાં ઝીણી વિગત સમજાવવામાં આવતી. વિદ્યાર્થીઓ પણ અમારી કાળજીપૂર્વકની દેખરેખ નીચે પોતાના હાથથી મોડલના વાળ પર હાથ અજમાવતા. હું તેમને વધારે અનુભવ અને કાર્યદક્ષતા મેળવવા માટે તેમના કુટુંબીજનો, મિત્રો અથવા પડોશીઓના હેરકટ કરવાનું કહેતો.

હું તેમને એમ કહીને ઉત્સાહિત કરતો કે જો તેઓ પોણા ઇંચ લંબાઈથી ઓછી લંબાઈના વાળની સ્ટાઇલ કરી શકે તો તેઓ વાળ કાપવાની કળામાં પારંગત થયા કહેવાય.

મોડલ પર ટૂંકા વાળ કાપવાની રીત સમજાવતી વખતે કાંસકો અને કાતર કેવી રીતે પકડવા તે હું તેમને પ્રત્યક્ષ રીતે બતાવતો. હું કાંસકો ઉપરની સાઈડથી પકડતો અને દાંતામાંથી બહાર આવતા વાળ કાપી લેતો. મેં મારી આખી કારકિર્દીમાં વાળ કાપવા અને નાના વાળના વધવાથી આકાર આપવા માટે આ જ રીત છે. મારા અનુભવ પ્રમાણે આ કોઈ પણ હેરડ્રેસર માટે સૌથી સુવિધાપૂર્ણ અને સહેલામાં સહેલી રીત છે. આ રીત નાનામાં નાના વાળ પર કાંસકો ફેરવવા જેટલી સાદી છે, પરંતુ હકીકતમાં તો આ રીત કાળજીથી શીખવી અને આમાં નિષ્ણાત બનવું એમાં થોડાઘણા મહાવરાની અને ચપળતાની જરૂર પડે છે. જોકે, હેરસ્ટાઇલિસ્ટને ગ્રાહકની ખોપરી પર ઘસરકો નહીં પડે એની ખાતરી હોય છે.

દાખલા તરીકે જૂના જમાનામાં ફક્ત અનુભવી હજામ જ જૂનો સંચો પોતાના હાથથી વાપરી ગ્રાહકની ગરદનના નાના વાળ કાઢતા. હવે તો વીજળીથી ચાલતા અથવા બેટરીથી ચાલતા સાધનો વાપરવા એ સૌથી સુગમ અને સુરક્ષિત રસ્તો છે. હું ઇલેક્ટ્રિક સંચો વાપરતા પહેલાં તેની ઝડપની ગતિ ગોઠવી પછી જ મોડલની ગરદન પર વાપરું છું. એકેએક સ્ટેપ પૂરેપૂરી સમજ માંગે છે અને દરેક સાધન જાણે ભાગ્યે જ જોવા મળતું હોય તેવી રીતે વિદ્યાર્થીઓને બતાવવામાં આવે છે. શહેરમાં રહેતા હોવા છતાં આવા દરરોજના સાધનો જુવાનિયાઓ માટે નવા અને અદ્યતન પ્રવૃત્તિના લાગે તેમ આપણને ખ્યાલ આવવો જોઈએ.

તેવી જ રીતે હું વિદ્યાર્થીઓને મારી પાસે સંગ્રહ કરેલા હજામના જૂના

સાધનો પણ બતાવતો. એક ઘસાઈ ગયેલું બ્રશ કે જે હવે પ્રાચીન લાગે અને તેના દાંતા ઘસાઈ ગયા હોવાથી તેને પણ હું મારા સાધનોના થેલામાં મૂકી રાખતો. લોખંડની જૂની કાતર કે જે નવા જમાનાની કાતર કરતા વજનદાર હોય તેને બદામી રંગના કાટથી બચાવવા માટે કેરોસીનચોપડવામાં આવતું. હજામની કાતરની ધારને, દાઢી કરવાની બ્લેડને અને ચામડાના પટ્ટાને પણ ત્રણવાર વપરાયા પછી ઘસવા-ટંકારવા પડે. ત્યાં એક શીશી પણ રાખવામાં આવતી જેની ઉપર પાણી કાઢવા લાંબી ટ્યુબ હોય અને તે વાળ પર છંટકાર કરવાની શીશીને મળતી આવતી હતી.

શરૂઆતમાં વિદ્યાર્થીઓ મૂંઝાયેલા રહેતા, કારણ કે તેમને લડાઈમાં વપરાય તેવા સાધનો જોવાની ઈંતેજાર રહેતો હતો. તેમને અણગમતી વાત કહેવા આકરા શબ્દોને બદલે મીઠી ભાષામાં જ સમજાવવા પડતા. નવા જમાનાના સરળ સાધનો જોયા પછી તેઓ કલ્પના કરી શકતા ન હતા કે વર્ષો પહેલાં હજામ શી રીતે આવા જૂના સાધનોથી કામ કરતા હશે. આ સાધનો મારા પ્રિય સંભારણાં છે અને મારી જિંદગીમાં તેમનું ખાસ સ્થાન છે. તેમની મદદથી હું મારી કેશ-કળા શીખ્યો, મારી આવડત વધારી અને હેરકેર કળાને એકદમ ચોક્કસ બનાવતા શીખ્યો. તેમનો ઉપયોગ કર્યા વગર હું અત્યારે જે સિદ્ધિના શિખરે પહોંચી શક્યો છું ત્યાં પહોંચી શક્યો ન હોત. નજીકના ભવિષ્યમાં હું આ બધા સાધનો પારદર્શી કાચના કબાટમાં યોગ્ય રીતે ગોઠવવાની નાનું મ્યુઝિયમ જેવું કરવા ઇચ્છું છું. અભ્યાસક્રમ દરમ્યાન હું શિવાના સલૂનની રજતજયંતીની ઉજવણીની વીડિયો અને કેટલાક છાપામાં છપાયેલ મીડિયાની મુલાકાતો અને ટીવીમાં આવેલા પ્રોગ્રામ બતાવતો.

હું તેમને કહેતો કે જ્યારે મેં હજામની દુકાનમાં એપ્રેન્ટિસ તરીકે હુન્નર શીખવાનું શરૂ કર્યું ત્યારે કેટલાક ગ્રાહકો મારી સેવા લેવાથી અચકાતા, કારણ કે તેમની દૃષ્ટિએ હું નાની વયનો અને બિનઅનુભવી લગતો હતો. જ્યાં સુધી તેમને મારા કામથી વિશ્વાસ ના થાય ત્યાં સુધી મારે એવા ગ્રાહકોને મારી આવડત અને કૌવતની સારી અસર તેમના પર પાડવાની હતી.

જ્યારે અભ્યાસક્રમ દરમ્યાન હું મારા સંઘર્ષના દિવસોની વાત કરું છું ત્યારે મારો અવાજ રૂંધાઈ જાય છે અને મારા ગળામાં મને કંઈ ફસાઈ ગયું હોય તેમ લાગે છે. જોકે, ધીરે-ધીરે હું વર્તમાનમાં પાછો આવી જાઉં છું અને મારી જિંદગીની મજલ આગળ વધારું છું. જિંદગીમાં ઘણી સારી પ્રગતિ કર્યા પછી પણ અને મારે અત્યારે જે કરવું હોય તે કરી શકું તેવી ઇચ્છાશક્તિ

હોવા છતાં પણ અને હું જુવાનીમાં જે ખરીદી શક્યો નહોતો, તે નિર્વિઘ્ન ખરીદી શકું તેવી સ્થિતિમાં હોવા છતાં પણ મને મારું બાળપણ યાદ આવે છે ત્યારે આજે પણ મારી આંખમાં ગ્લાનિના આંસુ ઉભરાઈ આવે છે.

હું તે આંસુને રોકવા પ્રયત્ન કરું છું. મારા ગળામાં લાગણીઓનો ડૂમો ભરાઈ જાય છે. થોડીવાર તો હું તદ્દન જડ થઈ જાઉં છું. હું દુઃખ વિસરી જવા પ્રયત્ન કરું છું. પણ તેમાં મને થોડો સમય લાગે છે. હું થોડું પાણી પીને મારી જાતને સંભાળી લઇ ફરીથી બોલવાનો પ્રયત્ન કરું છું.

થોડી સેકંડ માટે મારું મગજ તે સંઘર્ષભર્યા અને વિષાદના દિવસો વચ્ચે અટવાઈ જાય છે. તેનાથી તે દર્દભર્યા પ્રસંગોની ફરી મનમાં ઘેરાઈ જાય છે. આવું દુઃખ આપણા મગજમાંથી સદંતર કેમ વિસરાઈ શકે? તે ભૂલાતું નથી. હું મારી જાતને સ્વસ્થ કરવાનો પ્રયત્ન કરું છું. હું અચકાતા-અચકાતા કંઈ કહેવા પ્રયત્ન કરું છું. હું જાણે ધારદાર કાચનો ટુકડો પકડતો હોઉં તેમ ધીમે-ધીમે મારા દુઃખની યાદોમાં ખોવાઇ જાઉં છું. હું મારી જિંદગીના મુખ્ય વળાંકોની વાત કરું છું અને દરેક વિષાદપૂર્ણ ઘટનાના પરિણામોને યાદ કરું છું.

જ્યારે હું દુઃખભર્યા અને અભાવગ્રસ્ત મારા બાળપણને યાદ કરું છું ત્યારે આ બધું મને વારંવાર યાદ આવે છે. વિદ્યાર્થીઓ માનસિક રીતે દિવસ પૂરો થવાની રાહ જોતા હોય છે ત્યારે મારો પિરિયડ-મારું સંસ્મરણોનો આરંભ થાય છે. હું મારી જાત સાથે વાત શરૂ કરું છું ત્યારે તેઓ પોતાના બગાસા અને નિસાસા રોકીને, ઊંઘમાં સરી જતા શ્રોતાઓને સાંભળવા જાગૃત કરે છે.

જેમજેમ મારી વાત આગળ વધે છે તેમતેમ વિદ્યાર્થીઓ એકાગ્રતાથી સાંભળવા લાગે છે. હું તેમને એક ગરીબ અને અભણ છોકરા તરીકે મારી જાતને પ્રસ્તુત કરતા વાત કહું છું કે જે દુઃખ સહન કરી જિંદગીનો સામનો કરો. તેઓ મારા સ્વાનુભવો ધ્યાનથી સાંભળે છે અને તેમનો રસ વધતો જાય છે. હું તેમને સમજાવું છું કે ઘણી વિષમતાઓનો બહાદુરીથી સામનો કરી હું મારું ધ્યેય પૂરું કરવા આખો દિવસ બેહદ મહેનત કરું છું.

આ ક્ષણે તેમને મારી આપવીતી સાંભળીને મારા પ્રત્યે સહાનુભૂતિ થાય છે અને તેઓ મને સમજે છે, કારણ કે તેમાંના ઘણાખરા ગરીબ કુટુંબોમાંથી આવેલા છે. મને લાગે છે કે તેમને મારા સંઘર્ષની ખબર પડે તે અગત્યનું છે, કારણ કે મને આશા છે કે તેમને મારા કથનમાંથી કંઈક પ્રેરણા મળશે. કદાચ

મારી ઘણી વાતોને બ્યુટી અને હેરસ્ટાઈલિંગના અભ્યાસક્રમ જોડે કંઈ લાગતું-વળગતું નથી. પણ તેમાંથી તેમને જીવનના પાઠ શીખવા મળે છે.

મારા વિદ્યાર્થીઓએ એ શીખવાનું છે કે જિંદગીમાં તેમને ઘણા પ્રસંગોએ નાસીપાસ થવું પડશે, જીવનમાં ઘણા પડકારોનો પણ સામનો કરવો પડશે. કોઈ પણ વસ્તુ તેમને સહેલાઈથી મળવાની નથી. તેમને ઘણા અવરોધો આવશે – કોઈ તેમની મશ્કરીઓ કરશે, મહેણાં-ટોણાં મારશે, તેમને હરીફાઈ નડશે અને શરૂઆતમાં તમારું કામ અપેક્ષિત રીતે ચાલશે પણ નહિ. ઘણા છોકરાઓ બહુ સામાન્ય કુટુંબમાંથી આવે છે. તેઓ ઘણાખરા તેરથી ઓગણીસ વરસની વયના છે. ઘણા તો તેમના કુટુંબ માટે રોટલો રળનાર છે અને કેટલાક વધુ પૈસા કમાવવાનો રસ્તો શોધે છે. તેમણે પોતાના કામ પર વિશ્વાસ રાખવો પડશે અને તેમના ધ્યેય પર જ ધ્યાન કેન્દ્રિત કરવું પડશે. તેઓએ શીખવું પડશે કે સખત મહેનત અને પ્રામાણિકતા એ બે જ સૂત્રોથી સફળતા મળે છે અને તે જ તેમની કારકિર્દીમાં આગળ લઈ જશે. આ વાતાવરણ તેમને કાલ્પનિક લાગણીમાં લઈ જશે. જ્યારે વિદ્યાર્થીઓ વિદ્યાલય (એકેડેમી)માં આવે છે ત્યારે આ ધંધાનો ભવ્ય ભપકો જોઈ અંજાઈ જાય છે, કારણ કે તેમને સૌથી ઉચ્ચ કક્ષાની સગવડો અને સૌથી નવા ઉપકરણો જોવા મળે છે. તેમને નવાઈ લાગે છે કે મેં દીવાલ પર ગોઠવેલી આ બધી સામગ્રીઓ અને કાચના કબાટમાં ગોઠવેલી વસ્તુઓ ક્યાંથી મેળવી હશે. જેવા કે - પૂતળાઓ, વિજાણુના ઉપકરણો, મોટા અરીસાઓ, ઉચ્ચ કક્ષાના સૌંદર્ય પ્રસાધનો અને બ્યુટીને નિખાર આપનાર લોશનો. આ બધું તેમના માટે તો જાણે પરીઓનો દેશ હતો – આ બધુ જોતા જ્યાં સારી સારી ઘણી વસ્તુઓ તેમની રાહ જોતી હતી અને તેઓ તેને મેળવવા આતુર હતા.

ઘણા વિદ્યાર્થીઓએ બ્યુટી અને વાળની માવજતના સાધનો કદાચ મેગેઝિનોમાં અથવા દુકાનોમાં જોયા હશે. જો કે તેમને તે બધી વસ્તુઓને માત્ર અડવાની પણ તક મળી નહિ હોય. તેથી શીખવાની આતુરતા તેમને જાતે વાપરવાની તેમની અદમ્ય ઈચ્છા બહુ પ્રેરણાદાયક હોય છે. તેમનો તલસાટ જોવા જેવો હતો. એકબીજાને જોઈને પણ તેમની જિજ્ઞાસા વધી જતી હતી.

તેઓ ખી-ખી હસે છે, સ્મિત આપે છે, વાતો કરી અવાજ કરે છે. તરુણોમાં નાના બાળકો જેવી નિર્દોષતા હોય છે. આ તરુણ છોકરાઓને હજી તો બ્યુટી (સૌંદર્ય)ના ધંધામાં પગ મૂકવાનો છે અને નવા-નવા પડકારોનો સામનો કરવાનો છે. આ ક્ષણે તો તેઓ જુદી-જુદી સ્ટાઈલો અને ફેશન માટે

મેક-અપની કળા શીખવા આવે છે. નવવધૂની બેઠકમાં, એકેડેમીમાં (વિદ્યાલય) માંગલિક પ્રસંગ જેવું વાતાવરણ થઈ જાય છે. વિદ્યાર્થીઓ ઉત્સાહપૂર્વક નવવધૂના કપડાં, પરંપરાગત રીતે ડિઝાઇન કરેલા ઘરેણાં લઈ આવે છે. તેઓ ખૂબ ઉત્સાહપૂર્વક પોતપોતાના જૂથ બનાવે છે. તેમના પૈકી એક યુવતી બેઠક માટે મોડલ-નવવધૂ બને છે. બીજા બધા તેની આસપાસ વીંટળાઈને બેસે છે. કોઈ તેના ચહેરા પર મેક-અપ કરે છે, કોઈ તેને લગ્નના કપડાં પહેરાવે છે અને કોઈ સુંદર દાગીના પહેરાવી તેનો દેખાવ વધારે સુંદર બનાવે છે. પછી બધા પોતપોતાના સ્માર્ટ ફોનથી પોતાના જ ફોટાઓ પાડે છે અને પછી બીજા કર્મચારીઓને ફોટો-સેશન માટે કહે છે. આ ફોટા તેમની અવિસ્મરણીય યાદો માટે સાચવી રાખવામાં આવે છે.

કેટલાક વર્ગોમાં વિદ્યાર્થીઓને પ્રોત્સાહન આપવા માટે કંઈક વિશિષ્ટ યોજના કરવામાં આવે છે તેઓ સંગીતના ઓડિયો સાથે છોકરીઓની નાની વીડિયો બનાવે છે અને તે વૉટ્સઅપ દ્વારા મને મોકલે છે. તેમાં મારી વાતો, વીડિયો ક્લાસ અને રેમ્પ વૉક (સ્ટેજ પર ચાલવું), હેરસ્ટાઇલ્સ હોય છે - ખાસ કરીને ૨૦૧૩ના ગ્રુપના રજતજયંતી ઉજવણીની વીડિયો બધાને નવી જાતની અને અનોખી હેરસ્ટાઇલો કરવી હોય છે કે જે શિવાની હેરડ્રેસરોની ટીમે કરી હોય છે અને વીડિયોમાં બતાવેલી હોય છે. તેના માટે તેમણે આગળના અભ્યાસક્રમની આતુરતાથી રાહ જોવી પડે છે. બીજા સ્ટેજ પર પહોંચવા માટે તેમણે કાંસકો અને કાતર ગ્રાહકોને કોઈપણ જાતની ઈજા પહોંચાડ્યા વગર કલાત્મક રીતે વાપરવાના હોય છે.

હું તેમને હંમેશા કહું છું કે તેઓ જેટલા વધારે પ્રયત્ન કરશે તેમની આવડત એટલી ખીલતી જશે. આગળની તાલીમ લેતા પહેલાં ૬ મહિના સુધી સલૂનમાં કામ કરવું જરૂરી છે. હું તેમને એમ કહી સાંત્વના આપું છું કે જો તેમને સલૂનમાં નોકરી ન મળે તો તેમણે ગ્રાહકો પાસેથી પૈસા લીધા વગર પણ કામ કરવું જોઈએ. આ તબક્કે શીખવાનું અને ગ્રાહકો ઉપર કામ કરવાનું વધારે અગત્યનું છે. આ પ્રક્રિયામાં તેમને શું કામ કરવું છે તેની અગત્યતા તેઓ સમજી શકે, તેઓ આ બધામાંથી કોઈ પણ વસ્તુના નિષ્ણાત થઈ શકે, જેમ કે બ્યુટી, વાળ કાપવાનું, સ્પા, મહેંદી રચવી, ટેટુ (છુંદણા) કરવા અથવા નખની કળા (નેઈલ આર્ટ) આ વિભાગમાં ઘણા વિકલ્પો છે. વિદ્યાર્થીઓએ કામની લગન અને સખત કામ કરવાની ઈચ્છા અચૂક બતાવવી જ પડે. તો જ તેઓ દુનિયા સર કરી શકે.

એકમેકને પ્રેમ કરવા માટે એકબીજાને સારી રીતે સમજવા પડે,
એકબીજા સાથે નિખાલસપણે પ્રેમથી રહેવું પડે અને
એકબીજા પર વિશ્વાસ કેળવવો પડે.

– અજ્ઞાત

પ્રકરણ ૧૫

મમતામયી માતા અને સહનશીલ પત્ની

હવે દરરોજ હું સતત વિવિધ પ્રવૃત્તિઓ કરું છું. પ્રવાસ કરું છું, સલૂનની મુલાકાત લઉં છું, ખાસ ગ્રાહકોને સાચવું છું, કર્મચારીઓ જોડે ચર્ચા-વિચારણા કરું છું, વિદ્યાર્થીઓને તાલીમ આપું છું, હેર-ઇન્સ્ટ્રુમેન્ટ્સ આપનાર પાસેથી નવા ઉત્પાદનો જાત તપાસ છું, બ્યુટી અને હેરકેર કલાના નિષ્ણાતોને મળું છું અને બીજા રોજિંદા કામકાજ કરું છું.

થકવી દેનારા દિવસો બાદ ઘરમાં મને ખૂબ જ શાંતિ અને આરામનો અહેસાસ થતો. મારા ઘરની સુંદર અને આરામદાયક ડિઝાઇનનો શ્રેય મારી પત્ની અનુશ્રીને જાય છે, જેની સાથે મેં હરિણાક્ષીના મૃત્યુ બાદ લગ્ન કર્યાં હતાં.

મારી પત્ની અનુશ્રી ઘણી લાગણીશીલ અને માયાળુ છે. તેનામાં ધૈર્યનો અદ્‌ભુત ગુણ છે. તે મારા બાળકો- રોહિલ અને આરાધ્યાની પ્રેમાળ માતા અને જવાબદારી નિભાવનાર ગૃહિણી છે. તે મારી વૃદ્ધ માતાનું ધ્યાન રાખે છે અને તેની જરૂરિયાતો સમયસર પૂરી કરે છે. મારી સાથે જિંદગી પસાર કરે તેવી એ યોગ્ય જીવનસંગિની છે કે જે મારા જીવનના સંઘર્ષોને સમજી શકે છે.

હરિણાક્ષીથી વિખૂટા પડી જવાની દુ:ખદાયક પરિસ્થિતિમાંથી મને બહાર કાઢવા તેણે હૂંફભરી મદદ કરી. અનુશ્રી મારી જિંદગીમાં સુખ લાવી તેથી મને ઊંડા સંતોષની લાગણી થઈ. સૌથી પહેલી વાર અમે એક ઘરમાં મળ્યા, જ્યાં તે એક રસોઈયણ અને ઘરની કાળજી રાખનાર વ્યક્તિ તરીકે કામ કરતી હતી. તેની સાથે એવી રીતે મુલાકાત થઈ જાણે તેને કોઈ અગત્યનું

કામ પતાવવાનું હોય. એ વખતે તે જરા નર્વસ લાગતી હતી. મારી સાથે મારા મિત્ર વિનોદ ચોપ્રા આવેલા હતા. અમે નિખાલસતાથી ઘણી વાતો કરી.

કેટલાક ઉમેદવારો (લગ્નોત્સુક વ્યક્તિઓ) તેના શેઠ પાસે ગયા. તેના શેઠ-શેઠાણી શ્રી રામચંદ્ર નાયક અને શ્રીમતી રેખા નાયકનો ઉપપિન્નાનગડીમાં કારયા ટ્રેડસ નામે ધીકતો ધંધો હતો. તેમનો મુળ વ્યવસાય મેંગલોરથી ૫૫ કિલોમીટર દૂર હતો. ઘણા લગ્નોત્સુક ઉમેદવારો શેઠ-શેઠાણી પાસે અનુશ્રીનો હાથ માંગવા જતા હતા. જોકે, કોઈએ ઊંડો રસ બતાવ્યો નહિ. એકવાર મળ્યા પછી બધા નિરાશવદને પાછા જતા રહેતા.

શરૂઆતમાં તેના માટે હું બીજા મુરતિયા જેવો જ હતો, જે તેનો હાથ માંગવા આવ્યો હતો. કદાચ તેને ખાતરી હતી કે હું ના પાડી દઈશ. તેણે એમ વિચાર્યું હોય કે મારી સાથે પરણવા કદાચ આ માણસ હા પાડશે. તેના મત પ્રમાણે, હું દેખાવડો, ધંધામાં સ્થાયી થયેલો માણસ હતો કે જેની પાસે અંગત નાણાકીય મૂડીમાં ઘણા સલૂનોની માલિકી હતી. બીજી બાજુ અનુશ્રી પોતાની જાતને ગરીબ, સામાન્ય દેખાવની છોકરી માનતી હતી. કિશોરાવસ્થાથી શેઠના ઘરમાં કામ કરતી હતી. તદ્‌ઉપરાંત તે ફક્ત છ ધોરણ સુધી ભણેલી હતી. તેણે વિચારેલું કે આટલો સરસ સ્થાયી થયેલો ધંધાદારી મુંબઈનો માણસ તેના જેવી સામાન્ય છોકરી સાથે શા માટે પરણે ? આ બધી વાતો તેણે મને પાછળથી કહેલી.

હરિણાક્ષીના અવસાન પછી હું પુનર્લગ્ન કરવા માટે ખચકાતો હતો. મારી માતા અવારનવાર લાયક છોકરીઓના ફોટા બતાવતી પણ હું કોઈને પણ મળવાની ના પાડી દેતો. હું હજી અસમંજસમાં હતો અને પળવાર પણ હરિણાક્ષીને ભૂલી શકતો ન હતો. મારું આ દુઃખ વિસરી જવા માટે હું કામમાં રચ્યોપચ્યો રહેતો. હું વહેલી સવારે ઘરેથી નીકળી પડતો અને મોડી રાત્રે ઘેર પાછો ફરતો. દિવસ દરમિયાન હું ત્રણ સલૂનો વચ્ચે થાણા, મુલુંડ અને લોખંડવાલામાં ફર્યા કરતો.

હું વિધુર હોવાથી મારી નાતમાં મારા નાતરા વિશે વાતચીત ચાલ્યા કરતી હતી. મારે અને હરિણાક્ષીને બાળકો નહોતા તેથી હું યોગ્ય છડેછડો મુરતિયો ગણાતો. જોકે મારી માતા અને હરિણાક્ષીના માતા-પિતા મને જિંદગીમાં આગળ વધવાનું અને ફરી લગ્ન કરવાનું કહેતા.

અમારા એક કાકાના છોકરા ક્રિષ્ના મારફત અનુશ્રીનું માંગુ આવ્યું. ક્રિષ્ના, શ્રી નાયકનો ભાડુઆત હતો અને રેખા (ક્રિષ્નાની પત્ની)ના ઘરડા મા-બાપે સ્થાનિક છાપામાં હરિણાક્ષીની શ્રદ્ધાંજલિ વિશે નોંધ વાંચી હતી તેથી તેમણે ક્રિષ્નાને તે માટે તપાસ કરી વાત કરવાનું કહ્યું. તે પછી, નાયકનું કુટુંબ મને કરકલાના એક લગ્નમાં મળ્યું, કારણ કે નવવધૂ હરિણાક્ષીના સગામાં હતી. હરિણાક્ષીનું અવસાન થયું તે પહેલાં તેણીએ નવવધૂ માટે સોનાનો એક હાર લાવી હતી. હરિણાક્ષીને આશા હતી કે તે આ પ્રસંગમાં જરૂર જશે તેથી આ પ્રસંગે મારી હાજરી બહુ અગત્યની હતી.

લગ્નપ્રસંગે મેં ક્રિષ્નાને કહ્યું કે નાતરા માટે મને સમજાવવો વ્યર્થ પ્રયત્ન છે. તે પ્રમાણે તેણે શ્રીમતી નાયકને સંદેશો આપ્યો અને મને લાગ્યું કે અહીં વાત પતી ગઈ છે. પણ હું ખોટો ઠર્યો હતો, કેમ કે મારી મા મને એકાકી જિંદગી જીવવાની ના પાડતી હતી અને ફરી પરણવા માટે આગ્રહ કરતી હતી. અમારી નાતના પૈસાદાર કુટુંબો મને બીજા સલૂનો સેટ કરાવી આપવાના પ્રલોભન આપવા માંડ્યા. તેમણે એવું ધાર્યું હશે કે જો તેઓ મને ધંધો વધારવામાં મદદ કરશે તો હું તેમની દીકરીનો હાથ પકડી લઈશ.

છેવટે મારી માતા અને હરિણાક્ષીની માતાએ મને હિંદુઓનો રિવાજ કહ્યો. તેઓએ કહ્યું કે જો કુટુંબમાં કોઈનું મૃત્યુ થાય તો ઘરમાં લગ્નપ્રસંગ તે વ્યક્તિના મૃત્યુ બાદ એક જ વર્ષમાં આવવો જોઈએ. નહિ તો રિવાજ મુજબ ત્રણ વર્ષ બાદ લગ્ન થઈ શકે. મારી માતાએ કહ્યું ત્રણ વર્ષનો ગાળો બહુ લાંબો ગણાય. દરરોજ તે મને ફરી પરણવા માટે વિચારવા માટે વિવશ કરતી. તે કારણમાં કહેતી, ‘હું તારી સાથે કેટલો વખત રહીશ? તારે તો તારું કુટુંબ બને એવું કરવું પડશે.’

છેવટે હું અનુશ્રીને મળવા તૈયાર થયો, કારણ કે તે એક સીધાસાદા અને મળતાવડા કુટુંબમાં વસવાટ કરતી હતી જેથી મને લાગ્યું કે તેનામાં મારા સંઘર્ષોને સમજવાની સમજણ હશે. હું કોઈ પૈસાદાર છોકરીને પરણવાની કલ્પના કરી શકતો ન હતો કે જેના બહુ મોંઘા શોખ હોય. મને લાગ્યું કે મારે તેના માટે મારી જીવનશૈલી બદલવી પડે. જો મારે તેના પાળેલા કૂતરાઓને ફરવા લઈ જવાનું હોય તો મારું શું થાય? વધી રીતે જોવા જઈએ તો દિલથી હું તદ્દન સીધો-સાદો માણસ છું.

અમારી પહેલી મુલાકાતમાં અનુશ્રીએ મને પૂછ્યું કે હું કેમ તેને પરણવા ઈચ્છું છું? મેં એને સમજાવ્યું કે હરિણાક્ષી મારી સદ્‌ગત પત્ની બહુ

જ સીધીસાદી હતી અને તે એક સમયે મુંબઈના ઘરમાં રસોઈયણ તરીકે કામ કરતી હતી. જોકે હું બહુ સ્પષ્ટ હતો કે હું બીજી સ્ત્રીમાં હરિણાક્ષીને શોધતો ન હતો. તેની ખાસ જગ્યા મારા હૃદયમાં છે અને બીજી જે કોઈ સ્ત્રીને હું પરણીશ તેનું પણ મારી જિંદગીમાં ખાસ સ્થાન હશે. હું તે બંનેની સરખામણી નહિ કરું, કારણ કે બધાને પોતાનું આગવું વ્યક્તિત્વ હોય અને દરેકને પોતાનો હક હોય. આ વાતની તેને સમજણ પડી અને તેને મારી આતુરતા સમજાઈ કે કેમ હું લગ્ન માટેનો પ્રસ્તાવ તેની સમક્ષ મૂકું છું.

પાછળથી જ્યારે મેં તેની સાથે લગ્ન કરવાનું નક્કી કર્યું ત્યારે અનુશ્રીને ફરીથી જાણવું હતું કે હું તેને મારી જિંદગીના સહયાત્રી તરીકે કેમ પસંદ કરવા માંગુ છું, કેમ કે બીજા બધાએ તરત તેને ના પાડી દીધી હતી. તેની શંકા કરવી યોગ્ય હતું. તેની જગ્યાએ બીજું કોઈ હોત તો તેને પણ શંકાઓ થાત. તેને મળ્યા પછી મને લાગ્યું કે અમે ઘણીબધી બાબતોમાં સરખા છીએ. મારી જેમ તેને પણ નિશાળ છોડવી પડી હતી, કારણ કે તેઓ છ ભાઈ-બહેન હતા. તેમના પિતા ગામડામાં એક નાનું સલૂન ચલાવતા હતા જેમાં તેઓ બધા માંડમાંડ ગુજરાન કરી શકતા. તેની સાદગી, સીધાપણું અને સીધો-સાદો સ્વભાવ મને સ્પર્શી ગયો. આ મુલાકાતમાં પણ અનુશ્રી નિખાલસ ભાવથી બોલતી હતી. તે મારી સાથે વાત કરતી વખતે ઝાઝું હસતી ન હતી.

તેણી તેના કુટુંબીજનો સાથે મારી મુલાકાત કરવા લઈ ગઈ કે જે જર્જરિત તૂટી પડે તેવા જોખમગ્રસ્ત ઘરમાં રહેતા હતા અને નાયકના ઘરથી થોડા અંતરે જ આવેલું હતું. અમે પાછળના રસ્તેથી માટીવાળા અને ખાડા-ટેકરાવાળા રસ્તે ચાલતા ગયા. કાંટાવાળા ઝાંખરાઓમાંથી પસાર થયા અને પથ્થરોની બાજુમાંથી ચાલ્યા. અનુશ્રી તે રસ્તામાં મારી આગળ ચાલતી હતી અને સાવચેતી રાખી પાછળ જોયા કરતી, જેથી નાના-નાના અવરોધોને હું જોઈ શકું. મને તેની નિર્દોષતા પર હસવું આવતું.

આજે હું કદાચ બૂટની સૌથી મોંઘી બ્રાન્ડ શોધતો હોઉં પણ આ એ જ પગ છે કે જે ઘણીવાર ખરબચડા રસ્તા પર ચાલીને ઘસાયેલા છે. અનુશ્રી મારા સંઘર્ષભર્યા ભૂતકાળથી અજાણ હતી. સ્પષ્ટ રીતે જોવા જઈએ તો તે તેના ગરીબ અને ગંદા-અવ્યવસ્થિત ઘરથી ખુશ ન પણ હોય. મને આંગણામાં એક ખુરશી આપી બેસાડવામાં આવ્યો અને તાજું નારિયેળ પીવા આપ્યું. જો કે આ મુલાકાત ઔપચારિક જ હતી. મારા નિર્ણય પર આની કોઈ અસર

પડવાની ન હતી. મેં મારા મનથી નક્કી કરી લીધું હતું અનુશ્રી જુદી-જુદી જાતનું સ્વાદિષ્ટ ખાવાનું બનાવે છે મેં ધાર્યું હતું તેના કરતાં વધારે સારું ભોજન ખાઈને હું ખુશ થઈ ગયો. અનુશ્રી એક બહુ કાબેલ રસોઈયણ છે.

મજાકની વાત એ છે કે જ્યારે અમે પહેલી વાર મળ્યા ત્યારે મારા અને વિનોદમાં કોણ એની સાથે લગ્નનો પ્રસ્તાવ લઈને આવ્યું છે તેની એને ખબર પડી નહોતી. ઘણા દિવસ પછી અનુશ્રીએ મને કહ્યું હતું કે અમે અમારા બેફિકરા દેખાવના રોજના કપડાંમાં દક્ષિણ ભારતીય ફિલ્મોના ભપકાદાર વિલન જેવા દેખાતા હતા, કારણ કે અમે મોંઘા ટી-શર્ટ્સ, બૂટ, ગોગલ્સ પહેરીને મોંઘી લક્ઝરી ગાડીમાં ગયા હતા.

તેની શેઠાણી શ્રીમતી નાયક અને તેના માતા-પિતાએ મારી જાણકારી લીધી અને અનુશ્રી આંખો બંધ કરી તેમને અનુસરી. મેં તેમને હિન્દી ચેનલ આઈબીએન ૭ (IBN 7) જોવાનું કહ્યું કે જેથી તેમને મારી આગળ-પાછળની પૂરી જાણકારી મળે. તે સફળતા પ્રાપ્ત કરી હોય તેવા માણસો માટેનું ટી. વી. પર પ્રસારણ હતું જેમાં મારો અને મારી માતાની ટી.વી.માં મુલાકાતો હતી. તેમાં મારી અત્યાર સુધીની જિંદગીની વાર્તા, મારા સંઘર્ષો અને મારી સિદ્ધિઓ દર્શાવવામાં આવતી હતી.

રેખાએ અનુશ્રીને એક સાદી, ચીવટ રાખનારી અને કાળજીવાળી છોકરી તરીકે વર્ણવી હતી કે જે રોજિંદા વ્યવહારમાં પૈસાની બાબતોમાં ખૂબ ધ્યાન રાખતી. તે ગૌરીની જાણે પાલક માતા હતી, કારણ કે ગૌરી જન્મી ત્યારથી તેના માટે કાળજી લીધી હતી. ગૌરી હવે તો અનુશ્રીની ખાસ વિશ્વાસુ મિત્ર છે કે જે તેને ફેશન અને રોજની ખાણીપીણી માટે ઘણી ઉપયોગી માહિતી આપે છે.

હું અને અનુશ્રી ૨૭મી ફેબ્રુઆરી ૨૦૦૯ના રોજ પરંપરાગત વિધિથી પરણ્યા જેમાં સગાઓ, મિત્રો અને કર્મચારીઓ હાજર હતા. અમે કેરાલાના લક્ષ્મીદેવી કલ્યાણ માન્ટપામાં લગ્ન કર્યા. તે આખો દિવસ ચાલનાર વિધિ હતી, જેમાં સવારે વિવાહની અને બપોરે લગ્નની વિધિ હતી. અનુશ્રીનું મૂળ નામ લલિથા હતું પરંતુ મારી માતાએ તેનું નામ અનુશ્રી રાખ્યું કે જે લક્ષ્મીદેવીનું બીજું નામ છે.

તે પછી હું અને અનુશ્રી ગોવા અને મુંબઈ ગયા અને પછી થોડા દિવસ દુબઈ ગયા. આ સમયમાં અમે એકબીજા સાથે વધારે સમય ગાળી

એકબીજાને વધારે સમજી શક્યા. નવા ઘરમાં અને નવા શહેરમાં તેના શરૂઆતના દિવસો ચિંતા અને ડરથી ભરેલા હતા. એક એવી વ્યક્તિ કે જેણે ઉપીન્નાનગડી અને તેની આસપાસના વિસ્તાર સિવાય કંઈ જ જોયું ન હોય, તેના માટે મુંબઈ મહાનગરમાં રહેવું એ સાંસ્કૃતિક ઝાટકો હતો. ઊંચા-ઊંચા મકાનો, ગીચ વસ્તી ધરાવતી શેરીઓ અને લોકોથી ઉભરાતા વિશાળ મોલ (એક જ સ્થળે બધી વસ્તુઓ વેચાતી હોય એવું મથક) એ બધું તો હતું જ પણ તેને શહેરની રહેણીકરણી અને લોકોથી ટેવાઈ જવાનું હતું. જુદી જુદી સારી વિચારસરણી ધરાવતા લોકો સલૂન પર આવતા હતા અને અમારા ઘરે પણ કર્મચારીઓ વારંવાર મુલાકાત લેતા. રઘુની પત્ની શ્વેતા એક સલૂન પર ચૌદ વર્ષથી બ્યુટીશિયન હતી અને તે હરિણાક્ષીની સગી હતી. શ્વેતા અનુશ્રીને પોતાની બહેન જેવો સથવારો આપતી અને શરૂઆતમાં તેને ઝીણવટપૂર્વક માર્ગદર્શન આપતી.

જ્યારે દુબઈમાં અમે સફારીમાં ગયા ત્યારે પહેલીવાર મેં એના મોં પર ખડખડાટ હાસ્ય જોયું. જ્યારે પણ અમારું વાહન રેતીના ઢાળ પર ચઢતું ત્યારે તે ખી-ખી કરતી અને પછી ખુલ્લા દિલે હસતી. આમ, તે ખુલી રહી હોય તેમ લાગતું હતું. તે ખુલ્લા દિલે વાત કરતી હોય તેમ લાગ્યુ. મેં ખુશ થતા એમ વિચાર્યું. અમે બુર્ઝ ખલીફાની મુલાકાત લીધી, માછલીઘર જોયું, ખુલ્લા તંબુઓમાં જમ્યા અને નાની ખાડીમાં બોટિંગ કર્યું. (હોડીઓમાં બેઠા) ઝવેરી બજારમાંથી મેં તેના માટે હાથમાં લટકતું બ્રેસલેટ લીધું. ત્યાંથી અમે સૌંદર્ય પ્રસાધનો અને બેગ્સ લીધી.

હવે અનુશ્રી ઘરે પણ સારી રીતે સ્થાયી થઈ ગઈ હતી અને શહેરી જિંદગી અપનાવી લીધી હતી. તેના મત પ્રમાણે, મુંબઈમાં બહારના લોકોને અગણિત અવસરો મળે છે. ખાસ કરીને સ્ત્રીઓને પ્રગતિના બહુ મોકા મળે છે. છોકરીઓને સત્તા આપવામાં આવે છે, સ્ત્રીઓ આઝાદી ભોગવે છે અને તેઓને પસંદગી કરવામાં કોઈના પર આધાર રાખવો પડતો નથી. મુંબઈ શહેર રાત્રે મધરાત સુધી ઝળહળતું રહે છે, છોકરીઓ સર્વત્ર હરીફરી શકે છે અને કોઈને તે વિચિત્ર લાગતું નથી. બીજી બાજુ નાના ગામડાઓમાં છોકરીઓ માટે કેટલાક કડક નિયમો હોય છે.

અનુશ્રીને ખરીદી કરવાનું બહુ ગમે છે. તે પશ્ચિમી અને ભારતીય બંને પોશાક સહેલાઈથી પહેરી શકે છે. તેને પેન્ટ, જીન્સ, ટ્રેકસુટ્સ અને નવી ફેશનના

ટોપ્સ પહેરવા ગમે છે. હું તેને ઘડિયાળ પહેરવા માટે આગ્રહ કરું છું, કારણ કે મને કાંડાઘડિયાળ બહુ ગમે છે. તે બ્યુટીના જરૂરી નિયમો પાળે છે. તે ખાસ પ્રસંગોએ તેના વાળને રંગ કરે છે અને વિશિષ્ટ શૈલીમાં વાળ બનાવે છે.

તે ગૌરી સાથે ફોનમાં લાંબી વાતો કરે છે. ફેશન અને ઘરની સજાવટ માટે બંનેના વિચાર સરખા છે. ગૌરીને એવું લાગે છે કે અનુશ્રીની જિંદગી સિંડરેલાની જેમ પરીકથા જેવી છે. તેના રાજકુમાર એટલે કે શિવાએ તેને બહુ પ્રભાવિત કરી છે અને તેને મહેલ જેવા ઘરમાં રહેવા લઈ ગયો છે. અનુશ્રી મારા માટે એક પ્રેમાળ પત્ની છે અને મારા બાળકોની મમતામયી માતા છે. તે એક કાબેલ રસોઈયણ છે. હું જ્યારે પણ ઘેર આવું, મારા માટે તેના હાથનું સ્વાદિષ્ટ ખાવાનું તૈયાર જ હોય છે. ઉતાવળના લીધે ઘણી વાર હું મારા કુટુંબ સાથે બેસીને ખાઈ શકતો નથી ત્યારે ખાવાનું ટિફિનમાં તૈયાર થઇ જાય છે – મારા માટે તેની એવી કાળજી હોય છે કે હું કદી એકેય ટંક ખાવાનો સમય ચૂકી જઉ નહિ.

જોકે, તેને મારા ગામડાના ઘર દારેગુડેમાં દારૂ લાવવા સામે વાંધો છે. એ એક જ એવી જગ્યા છે કે જ્યાં હું શાંતિથી ડ્રિંક કરી શકું છું, પરંતુ તે મને રોકવા માટે પ્રયત્ન કરે છે. હું તેની લાગણી સમજુ છું અને શરાબ પીવાનું ઓછું કરવા પ્રયત્ન કરું છું.

મને તેની સૌથી વધારે એ આદત ગમે છે કે તે કદી પણ કોઈ બાબતે ફરિયાદ કરતી નથી. મારા કામનો સમય અનિશ્ચિત છે. હું રોજ ઘેર મોડો આવું છું. સલૂનમાં જો ગ્રાહકોનો ધસારો હોય તો હું કોઈવાર રાત્રે ૧૧ વાગે કે મોડી રાત્રે ૧ વાગે પાછો ફરું છું. વાહનવ્યવહારના ધસારાને લીધે આવવા-જવામાં બહુ સમય બગડે છે – ખાસ કરીને દૂર ઉત્તરમાં ડોમ્બિવલીના સલૂનમાં કે મુંબઈની દક્ષિણમાં ચોપાટીના સલૂનમાં જવા માટે. અનુશ્રી કોઈ દિવસ એવી ફરિયાદ કરતી નથી કે હું છોકરાઓના શિક્ષણ માટે ધ્યાન આપતો નથી કે બાળકોને નિશાળે છોડવા માટે જતો નથી કે હરવાફરવા બહાર લઈ જવા માટે તેમની સાથે રહેતો નથી. મને મારા બાળકો સાથે વિતાવવાનો સમય મળે છે ત્યારે હું તેમની સાથે મજાક-મસ્તી કરી લઉં છું. જાતજાતના અવાજો કરી ગેલ-ગમ્મતનો આનંદ માણી લઉં છું.

બાળકો નિશાળે ગયા હોય છે ત્યારે અનુશ્રી લોખંડવાલા અને જુહુના અમારા સલૂનોની મુલાકાત લે છે. તેને ધંધાકીય બહુ કુશાગ્ર બુદ્ધિ છે અને

વહીવટ કરવાની આવડત ઘણી સારી છે. તે સારી રીતે જાણે છે કે વહીવટ કરવામાં કાર્યક્ષમતા કેવી રીતે લાવવી. તે પૈસાનો પણ બહુ સારી રીતે ઉપયોગ કરે છે. તેને છેલ્લામાં છેલ્લી ફેશનની જાણકારી હોય છે. તેને નોકરિયાત માણસના કામનું મૂલ્યાંકન કરતા બરાબર આવડે છે.

કેટલાક પ્રસંગો પર તો હું ભૂલથી એને હરિણી (હરિણાક્ષીનું ટૂંકું નામ) કહીને બોલાવતો. આ નામથી હું મારી પહેલી પત્નીને તેનું ધ્યાન દોરવા સંબોધતો. આવા સમયે જો મારી માતા આજુબાજુ મોજૂદ હોય તો તે મારી સામું જોઈને અણગમો વ્યક્ત કરે. મારા જૂના કર્મચારીઓ આ બધું જોઈને અવાક્ થઈ જતા. પણ તેઓને ખ્યાલ આવી જતો કે જૂની ટેવ પ્રમાણે હું ભૂલ કરી બેસું છું. જોકે હું તરત જ મારી ભૂલ સુધારીને એને તેના નામથી બોલાવતો.

એવા સમયે અનુશ્રી મારી સામે જોઈને સહજપણે હસતી. તે મારી પાસે આવીને મારે શું જોઈએ છે તે પૂછતી. તેને કોઈ દિવસ ખોટું લાગતું નહિ. તે વિશેષ પ્રયત્ન વિના મારી મુશ્કેલી સમજી જતી. આ તેના શાંત સ્વભાવની એક ખૂબી છે. કોઈ પણ પરિસ્થિતિમાં તે પરિપકવતા બતાવે છે.

વ્યક્તિગત રીતે, તે હવે જિંદગીમાં સ્થાયી થઈ ગઈ હોય તેમ તેને લાગે છે અને પ્રભુને પ્રાર્થના કરે છે કે તે હંમેશા આવી જ રહે. જેમણે એવું ધાર્યું હોય કે તેના લગ્ન થવાના જ નથી, તેમને આવો બદલાવ જોઈને બહુ નવાઈ થાય છે. જ્યારે તે એકલી-પરણ્યા વગરની હતી ત્યારે મોટા ભાગના મુરતિયાઓએ તેની સાથે પરણવાની ના પાડી હતી, ત્યારે તેને કોઈ નાની છોકરી દત્તક લેવાનો વિચાર આવેલો અને તેનું પોતાનું ઘર વસાવવાનો વિચાર હતો. જ્યારે હું તેની જિંદગીમાં દાખલ થયો તે વખતે તેના શેઠ-શેઠાણી-નાયક કુટુંબ - તેના માટે એને અનુરૂપ ઘર શોધી રહ્યા હતા.

અનુશ્રી કહે છે, આરાધ્યાના જન્મ પછી તેની બેબી (દીકરી)ની ઇચ્છા પૂરી થઈ ગઈ. બેબી માટે કપડાં ખરીદવામાં અને સુંદર રીતે તૈયાર કરવામાં તેને ખૂબ મજા આવે છે. કોઈવાર નિશાળમાં ફેન્સી કપડાં પહેરવાની હરીફાઈ હોય તો અનુશ્રી બેબીને શણગારવા મધમાખીની જેમ કામમાં લાગી જાય છે. જો નિશાળમાં એમ કહેવામાં આવે કે આરાધ્યાએ ઘોડો કે જિરાફ બનવાનું છે તો અનુશ્રી યોગ્ય પોશાક શોધવા માટે બજારમાં નીકળી પડતી.

જ્યારે અનુશ્રી પહેલીવાર માતા બનવાની હતી ત્યારે તેને કેળા ખાવાનું બહુ મન થતું. તે કેળા ખાતી ત્યારે અમને બહુ નવાઈ લાગતી, કારણ કે

તેને કેળા બિલકુલ ગમતા ન હતા. જ્યારે મારી માતાએ આનંદમાં આવી કહ્યું કે પહેલું બાળક તો છોકરો હશે, કારણ કે તેને પૌત્રની બહુ ઈચ્છા હતી. અનુશ્રીને દીકરી જોઈતી હતી. તેથી અમે ગુલાબી રંગના કપડાં, રમકડાં લીધા અને પરાકાષ્ઠા તો એ હતી કે અમે ઓરડાનો રંગ પણ ગુલાબી કર્યો. મારે તો કિલ્લોલ કરતું તંદુરસ્ત બાળક જોઈતું હતું કે જે મને આનંદ આપે. સામાન્ય રીતે એવું માનવામાં આવે છે કે માતાને આ બાબતે સૌથી વધારે ખબર પડે – એને વધુ અણસાર આવે.

૨૦૧૦ની ૧૬મી સપ્ટેમ્બરે રોહિલનો જન્મ થયો. નવજાત શિશુને નવડાવ્યા પછી ડૉક્ટરે મને તરત જ દીકરાનું મુખ જોવા અંદર બોલાવ્યો. હું ખુશીથી ઉછળવા લાગ્યો... મારા આનંદની કોઈ સીમા રહી નહિ.

વીસેક મિનિટ પછી ડૉક્ટર નવજાત શિશુને કપડાંમાં વીંટાળી બહાર લાવ્યા. જ્યારે ડૉક્ટરે દીકરાને સંભાળપૂર્વક મારા હાથમાં આપ્યો ત્યારે મારી પહેલી નજર તેના માથા પરના કાળા કેશના ગૂંચળા પર પડી. તે એકદમ મીઠા અવાજે ગુંજન કરતો હતો. તે તેના નાના શરીરમાંથી જાણે જલદી મોટો થઈ જવા પ્રયત્ન કરતો હતો. થોડા કલાક પછી હું, અનુશ્રી અને શિશુ રોહિલ ત્રણે જણા પ્રસૂતિખંડમાંથી બહારના ઓરડામાં આવ્યા.

પાછળથી શ્વેતાએ મોબાઈલ ફોનથી અમારા ફોટા લીધા. થોડા વખત પછી નર્સ રોહિલને લઈ ગઈ અને અનુશ્રીને આરામ કરવાનું કહ્યું. પણ મારી ઉત્તેજના એકદમ વધી ગઈ. મેં મારા કુટુંબીજનોને, ખાસ મિત્રોને અને અમારા કર્મચારીઓને વૉટ્સએપ દ્વારા બાળકનો ફોટો મોકલ્યો. પછી બધાને મીઠાઈ વહેંચી.

મારી માતાની જેમ, રોહિલને હું પ્રેમથી રોલુ કહીને બોલાવું છું. તે એક નરમ સ્વભાવનો છોકરો છે. ૨૦૧૩ની બીજી જુલાઈએ આરાધ્યાનો જન્મ થયો. હું પ્રેમથી તેને આરૂ કહીને બોલાવું છું. આરૂ ટોમબૉય એટલે કે છોકરા જેવી દેખાય છે. તે તેના ભાઈને ધીમેથી મારે છે અને તેના પર દાદાગીરી કરે છે. બહેન પર વહાલ વરસાવીને રાહિલ હસે છે અને એનો સામનો કરતો નથી. મને તેનો આ ગુણ ગમે છે. તે આરાધ્યાનું ધ્યાન રાખે છે, તેનું રક્ષણ કરે છે. જ્યારે હું તે બંનેને રમતા જોઉં છું ત્યારે હું અનાયાસ મારી બહેનની કલ્પના કરું છું કે હું બાળપણમાં મારી બહેન સાથે આવી રીતે જ રમતો હતો. હું પણ મારી નાની બહેનનું રક્ષણ કરતો હતો.

મેં મારી જિંદગીમાં ઘણું ગુમાવ્યું છે તેથી મારા બાળકો માટે રમકડાં, કપડાં અને આકર્ષક વસ્તુઓ ખરીદવા પૈસા ખરચવા કંજૂસાઈ કરતો નથી પરંતુ હું મારી મર્યાદામાં રહું છું. હું તેમની સાથે જે પળ વીતાવું છું તે બહુ કિંમતી છે. રવિવારે હું રોહિલને મારી સાથે નજીકની ક્લબમાં ટેનિસ રમવા લઈ જાઉં છું. પાછા ફરીને અમે બે રમતિયાળ છોકરાઓ બનીને નાહીએ છીએ, નાસ્તો કરીએ છીએ અને સલૂનમાં જવા તૈયાર થઈએ છીએ. રોહિલથી ત્રણ વર્ષ નાની આરાધ્યા તે વખતે સૂતી હોય છે.

હું રોહિલને સલૂન એટલા માટે લઈ જાઉં છું જેથી તે જાણી શકે કે તેના પિતાનો વ્યવસાય શું છે. જ્યારે હું તેને કહું છું કે તેના પિતા બહુ સખત કામ કરે છે ત્યારે તે મને જાતજાતના પ્રશ્નો પૂછે છે. તેને 'હાર્ડ વર્ક' (કઠિન કામ)નો અર્થ જાણવો છે. હું ઘણી નાની ઉંમરે આ કલા શીખ્યો પણ હું મારા પુત્રને દબાણ કરવા નથી ઇચ્છતો કે તે આ જ વ્યવસાય કરે.

રોહિલ અને આરાધ્યા બંનેને અમારા સલૂનમાં ઉપયોગમાં લેવાતા સૌથી નવા સાધનો જોવાની બહુ જિજ્ઞાસા હોય છે.

નિશાળના નિયમો પ્રમાણે રોહિલના વાળ એકદમ ટૂંકા રાખવાના હોય છે. તેને પાણીનો ઉપયોગ કરી માથા પર સળિયાની જેમ વાળ ઊભા રાખવા બહુ ગમે છે. સલૂનમાં તેણે વડીલોને વાળમાં સ્ટાઇલ કરવા જેલ લગાડતા જોયા છે. આરાધ્યાને બીજી નાની છોકરીઓની જેમ, નવા કપડાં અને નવી-નવી હેરસ્ટાઇલો કરવી બહુ ગમે છે. અનુશ્રી જે અદ્યતન ફેશન ચાલતી હોય તે પ્રમાણે કરે છે – વાંકડિયા લાંબા વાળ, જુદા-જુદા સ્તરના વાળ 'U' આકારના લાંબા સ્તરો અને કોઈવાર ફૂલ ગૂંથીને ચોટલીઓ...

કુશાગ્ર બુદ્ધિની સાચી ઓળખ જ્ઞાન નહીં પણ કલ્પનાશક્તિ છે.

— આલ્બર્ટ આઈન્સ્ટાઈન, પ્રતિભાશાળી વૈજ્ઞાનિક

પ્રકરણ ૧૬

રૂપેરીમાંથી લીલો, પીળો, ગુલાબી... સોનેરી થવાની રાહ જોવાય છે.

૨૦૧૩માં એક ખૂબસૂરત જુવાન છોકરો વાળ કપાવવા માટે જૂહુના સલૂન પર આવ્યો. એ તેના વારા માટે રાહ જોઈ રહ્યો હતો ત્યારે મેં તેના આકર્ષક ચહેરા પર જોયું અને તેના શરીર સૌષ્ઠવ પર નજર નાખી. મેં તેને અમારા એક કર્મચારી સાથે કસરતની વાત કરતા અને શરીર ખડતલ બનાવવાની બારીકાઈઓની વાત કરતા જોયો. હું તેના વાળની સ્ટાઇલ કરતો હતો. તેના માથા ઉપર સળિયાની જેમ વાળ કર્યા. બીજી બાજુ ધીમે-ધીમે વાળ નીચેની બાજુ ઓછા કરતા ગયો. એક બાજુ રેઝરથી એક લાંબી સીધી લીટી જેવી મેં સ્ટાઇલ કરી. મેં તેના ચહેરા પર એક ચમક જોઈ. તે તેના નવા સ્વરૂપથી બહુ જ પ્રસન્ન થઈ ગયો.

પછી મને એકાએક વિચાર આવ્યો. મેં તેને પૂછ્યું કે આ વર્ષને અંતે આયોજિત થનાર શિવાના રજતજયંતી સમારંભ પ્રસંગે તે ફેન્સી હેરસ્ટાઇલ સાથે સ્ટેજ પર ચાલવા (રૅમ્પવૉક) માટે મોડલ બનવા ઇચ્છે છે ? તેણે હા પાડી અને ત્યારથી તે અમારા સલૂનનો નિયમિત ગ્રાહક બન્યો અને એ જ સ્ટાઇલ કરાવતો. અલબત્ત, વ્યક્તિગત જવાબદારીને લીધે તે રજતજયંતીના પ્રસંગમાં હાજર ના રહી શક્યો. હા, તેની બેન અને પિતા પ્રસંગમાં હાજર હતા.

આ બનાવ બહુ અગત્યનો છે, કારણ કે તે વખતે મારા મનમાં વિચાર આવેલો કે આઠ મહિના પછી તો શિવાને ધંધામાં ૨૫ વર્ષ પૂરા થશે. મને એક ખાસ પ્રસંગની ઊજવણી કરવાનો વિચાર આવ્યો. મેં વિચાર્યું કે આ એ સમય છે કે હું એ બધા લોકોનો આભાર પ્રદર્શિત કરી શકું કે જેઓ મારી પડખે ઊભા રહ્યા, જેઓ મારી પ્રગતિ ઇચ્છતા હતા. ઘણા લોકોએ મને

માર્ગદર્શન આપ્યું અને મારા કામ-ધંધામાં સુધારો-વધારો કરવા મને નમ્રતાથી સમજાવતા રહ્યા.

૨૦૧૩ની ૭મી ડિસેમ્બરે આ ભવ્ય પ્રસંગ ઉજવવા માટે શિવાની આખી ટીમ, મારા કર્મચારીઓ, મિત્રો સારામાં સારું આયોજન કરવા લાગી ગયા. અમારે એક ભવ્ય આયોજનનું પ્રદર્શન કરવું હતું, અમારે આ પ્રદર્શન ફક્ત શિવાના સલૂનની સિદ્ધિઓ પૂરતો જ નહિ પરંતુ હજામના વ્યવસાયની અને હેરસ્ટાઇલિંગ ઉદ્યોગની ઉજવણી માટે કરવાનો હતો.

અમારી રણનીતિ ઘડતી વખતે અમે બે શ્રેણી પર કામ કર્યું. પહેલી શ્રેણીમાં ૧૯૬૦થી ૨૦૧૦ સુધીની વિશાળ રેન્જનો સમાવેશ થતો હતો. જ્યારે બીજીમાં ૨૦૧૧થી ૨૦૨૫ સુધીની ભવિષ્યની ડિઝાઇનોનો સમાવેશ થતો હતો. જેના માટે અમારી પાસે ૩૦ ભારતીય અને વિદેશી મૉડલ્સ હતી, જેમણે શૉ માટે ૪૨ જેટલી હેર સ્ટાઇલિસ્ટ માટે મૉડલિંગ કર્યું.

અમે ઉજવણી માટેનું આયોજન કરી રહ્યા હતા ત્યારે અમે બે વર્ગમાં કામ કરતા હતા. એક વર્ગમાં ૨૦૧૧થી ૨૦૨૫ ભવિષ્ય માટેની ડિઝાઇનો હતી તે માટે અમારી પાસે ૩૦ મોડલો હતા. તેમાં બંને પ્રકારના ભારતીય અને પરદેશી લોકો હતા, જેઓ આ શૉ (પ્રદર્શન) માટે ૪૨ હેરસ્ટાઇલો કરાવી રેમ્પવૉક કરવાના હતા.

અમે જુદા-જુદા દાયકામાં હેર-ફેશનમાં પ્રચલિત રહેતી હેરસ્ટાઇલો બતાવવા શક્ય એટલું કર્યું. ૫૦ વર્ષ પાછળ જઈને અમે ફેશનનો અદ્‌ભુત દેખાવ કર્યો. તેમાં ૬૦ના દાયકાના રેટ્રો (જૂના) અને ફ્લાવર પાવર ડેસ (ફૂલ શક્તિના દિવસો) પણ હતા. તેના પછી ૭૦ના દાયકાના હેરસ્ટાઇલો કરી નાચ-ગાનના દિવસો આવ્યા. ત્યારપછી ૮૦ના દાયકામાં લોકોને આકર્ષક લાગે તેવી હેરસ્ટાઇલની બડાઈ હાંકવાની આદતના દિવસો હતા. તે પછી ૯૦ના દાયકાના અદ્યતન શૈલીના દિવસો હતા. અમે ૨૧મી સદીની નવી હેર-સ્ટાઇલો કરી અત્યારના જમાના સાથે કદમ મિલાવીને ચાલવાનો પ્રયત્ન કર્યો. તે પછીના દસકાની અમે ભવિષ્યની નવી સ્ટાઇલો કરી.

મેં પરીકથામાંથી રેપુનઝલનું ચરિત્ર જોઈ પ્રેરણા લીધી. તેણે ટાવર પરથી પાણીના ધોધની જેમ પોતાના વાળ વહેવડાવ્યા, જેથી તેનો પ્રેમી રાજકુમાર તે વાળ પર પગ મૂકી તે રસ્તેથી ચાલીને તેના સુધી ભોંયરામાં પહોંચે, જ્યાં તે પુરાયેલી હતી. છેવટે, અમારા રજતજયંતીના પ્રસંગે જ્યારે રેપુનઝલ જેવા મોડલો લાંબી ચોટલીઓ અને પગ સુધીના તેમના વાળ પ્રદર્શિત કરીને સ્ટેજ પર ચાલવાના રસ્તા પરથી આવ્યા ત્યારે બધા મુગ્ધ નજરે જોતા રહી ગયા અને જોનારાના મોં આશ્ચર્યચકિત થઈ ખુલ્લા રહી

ગયા. જોતજોતામાં સહુ દર્શકો કિકિયારી પાડવા લાગ્યા, તાળીઓ ગુંજવા લાગી અને સિસોટીઓ મારવા લાગ્યા.

હું થોડો નર્વસ થઈ ગયો અને થોડો ખુશ પણ થયો, પરંતુ એ વખતે હું મારી જાતને શબ્દો કે સંકેતો દ્વારા વ્યક્ત ન કરી શક્યો. હું જોરથી મુઠ્ઠી વાળી ત્યાં બેસી રહ્યો અને મારા કાંડા પર રૂંવાડાં ઊભા થઈ ગયા. હું મારા કાંડાના વાળ ઊંચા થતા જોઈ શક્યો નહિ, કારણ કે મેં પ્રસંગોપાત ઠસ્સાદાર કોટ પહેર્યો હતો. મારા ગાલ આવેશને કારણે લાલચોળ થઈ ગયા.

હું જ્યારે કોઈપણ રૂઢિચુસ્ત ભારતીય નારીના લાંબા વાળ જોઉં છું ત્યારે મંત્રમુગ્ધ થઈ જાઉં છું. મને કમર સુધી લટકતા તેમના ચોટલા બહુ પસંદ છે. મને ઘણીવાર ભારતીય નવવધૂને તેમના લગ્ન માટે વાળની ચોટલીઓ ગૂંથવાની તક મળી છે તેથી શરૂઆતમાં રેમ્પ (ફેશન પ્રદર્શિત કરવાની જગા) ઉપર આકર્ષક લાંબી ચોટલીઓ તો હોય જ.

ડિસેમ્બરમાં નાતાલના ઉત્સવ ઉજવાય છે ત્યારે ક્રિસમસ-નાતાલનું ઝાડ હોય છે, તેમાંથી મને વાળની ઘણી સ્ટાઈલો સૂઝે છે. ક્રિસમસ ટ્રીમાં વિવિધ શણગાર કરેલા હોય છે. નાજુક-પાતળા દેહ ધરાવતી મોડલો સાંજે પહેરવાના લાલ ગાઉનમાં શંકુ આકારની હેરસ્ટાઈલો સાથે રેમ્પ પર (સ્ટેજ પર) આવી. તેમાં વાંકડિયા વાળ અને વાળના એવા વિગ કર્યા હોય છે કે જે ફરના ઝાડની ડાળીઓ જેવા લાગે છે અને એમાં જાણે તોરણો લટકતા હોય તેવું લાગે છે. આટલી બધી સંખ્યામાં વાળની સ્ટાઈલો જોઈ પ્રેક્ષકો હર્ષાવેશમાં આવી જાય છે.

દરેક મોડલે જુદા-જુદા કપડાં પહેર્યા હતાં. ઊંચી અને પાતળી છોકરીઓના જૂથોમાં કોઈ લાલ, કોઈ કાળા અને કોઈ સફેદ ગાઉનમાં સુસજ્જ હતી. કેટલીકે ચામડાની ટૂંકી ચડ્ડીઓ તો કેટલીકે શિફોનની સાડીઓ પહેરી હતી. બધા મોડલ નવી જાતની મોહક હેરસ્ટાઈલોમાં હતા. તેઓમાં કોઈએ ચળકતા અંબોડા કર્યા હતા, કોઈએ બે બન્સ કર્યા હતા, કોઈએ જુદા જુદા સ્તરે વાળ સેટ કરી વાળ પર્મ (ઊંચા વાળ રહે) કર્યા હતા તો કોઈના વાંકડિયા વાળ હતા. કોઈએ મધમાખીના મધપૂડા જેવા વાળ સેટ કર્યા હતા. કોઈએ કપાળ પર વાળ સેટ કર્યા હતા (સાધના કટ) કોઈએ ફ્રેન્ચ પ્લીટ્સ (ચોટલીઓ) લઈ અંબોડાની જેમ વળાંક આપ્યો હતો. કોઈએ ઓળ્યા વિનાના બરછટ વાળ રાખ્યા હતા, કોઈએ બાજુમાં વાળ ઓળી એવી રીતે ખેંચ્યા હતા જાણે ચુંબકથી ખેંચ્યા હોય. કેટલાકે વાંકડિયા વાળની લટ ખુલ્લા, છુંદણાવાળા (ટેટુવાળા) ખભા પર રહેવા દીધી હતી.

વાળમાં જાતજાતની વસ્તુઓ નાખવામાં આવી હતી જેમ કે – કલગીની જેમ પીંછા, રંગબેરંગી ફૂલ, મણકા, રિબનો, ઈલાસ્ટિક, પટ્ટા અને ક્લિપો. આ બધી વસ્તુઓ સોનેરી, બરગંડી અને તાંબાના રંગની હોવાથી ખૂબ પ્રકાશવાળી લાઈટોમાં ઝળહળતી દેખાઈ આવતી હતી.

છોકરાઓનું જૂથ ફેશનેબલ કપડાંમાં, રોજના સામાન્ય કપડાંમાં (કેઝ્યુઅલ વસ્ત્રોમાં) અને રાજા જેવા પોશાકમાં હતા. તેઓ ખરબચડા અને બીજા કરતાં જુદા પોશાકમાં રેમ્પ વૉક કરવા આવ્યા. તેઓએ વાળ ગૂંથ્યા હતા. તેઓએ જુદી જુદી સ્ટાઈલો કરી હતી - જેવી કે પિત્ઝાસ, કોર્નરોઝ્સ, આર્ફ્રો, મોહોક, કોપ, પન્ક અને વળવાળી અને વળેલી નામક પોનીટેઈલ્સ. છોકરાઓના વાળમાં વાદળી, સિલ્વર, ગ્રે (ચાંદી જેવા) અને સોનેરી પ્રકાશ પડવાથી તે વિવિધ રંગના વાળ ચમકતા હતા.

એક મોડલના માથામાં શાંતિનું પ્રતીક (પીસ સિમ્બોલ) કરવામાં આવ્યું કે જે મને મારી કારકિર્દીના આગલા દિવસોમાં આંતરરાષ્ટ્રીય એવૉર્ડ મળ્યો હતો તેના દ્વારા મારી પ્રશંસા કરવામાં આવી.

ભવિષ્યની હેરસ્ટાઈલો ચળકતા ઘેરા એટલે કે ફ્લોરોસન્ટ રંગોની હતી જેવા કે - બરગંડી, કોબાલ્ટ બ્લુ, ફોરેસ્ટ ગ્રીન, ફ્લેમિંગ ઑરેન્જ અને શોકિંગ પિંક. સાદા અને વ્યવસ્થિત હેરસ્ટાઈલો જેમાં કમર સુધીના વાળ હોય તે એકરંગી-એકસરખા અને નફરત પેદા કરનારા લાગતા મોડલોએ નવી-નવી સ્ટાઈલિસ્ટ હેરસ્ટાઈલો બતાવી. સતત બદલાતા રંગોની ચળકતી વસ્તુઓનું દશ્ય (કેલિડોસ્કોપિક) અત્યારે વિશ્વવ્યાપક ફેશનના દશ્યમાં એક ઘેલછા છે. વર્ષો પહેલાં ગ્રાહકો પોતાના વાળ જે રંગના હોય તેમાં થોડી લટો તેના જેવા જ સરખા રંગની કરાવતા પણ હવે તેઓ એકદમ જુદા રંગના પ્રયોગ કરાવે છે. અમારા પ્રસંગના બે મહિના પહેલાં, મેં શિવા એકેડેમી પર પૂતળા પર જુદી-જુદી હેરસ્ટાઈલો કરી હતી જેથી મારા કર્મચારીઓને સુયોગ્ય તાલીમ આપી શકાય અને તેથી અમારી રજતજયંતીના દિવસે કોઈ અવરોધ ના આવે. મેં અઠવાડિયાના બે દિવસ પ્રમાણે વિવિધ હેરસ્ટાઈલોની તાલીમ આપી. મેં તેમને બોલીવુડ અને હોલીવુડની ફિલ્મોની હેરસ્ટાઈલોથી પણ વાકેફ કર્યા. મેં તેમને દિવસની અને રાતની હેરસ્ટાઈલો અને કેઝ્યુઅલ (રોજબરોજની) અને કોર્પોરેટની સ્ટાઈલો વિશે કહ્યું. મેં તેમને સ્ટેજના પાછળના કામની વાત કરી તેથી તેઓ મોડલના એક રાઉન્ડ પછી જલદી તેને ટચ-અપ કરી શકે તેવા જાણકાર થઈ જાય અને રેમ્પ પર બીજીવાર જવા માટે ઝડપથી તૈયાર થઈ જાય.

સમગ્ર પ્રસંગની સફળતાનો શ્રેય મારા ૩૦ કર્મચારીઓના સખત પરિશ્રમ અને લગનને જ આભારી છે, જે હવે મારું બીજું કુટુંબ જ છે. હું લો'રિયલના ફેશનઘરનો ઘણો આભારી છું કે જેણે મારી જુદી જુદી વાળની ડિઝાઈનોવાળી કૉફી ટેબલની બુક બહાર પાડી. હું મારા ધંધાકીય મિત્ર રાજીવ ઓ. ખંડેલવાલનો પણ આભારી છું જેમણે મોડલો, સ્ટેજ, બેકડ્રોપ (સ્ટેજની પાછળની કામગીરી) એ બધા માટે મહેનત કરી અને તેમણે મારા પર એક દસ્તાવેજી ચિત્ર બનાવ્યું હતું જે એમણે આ પ્રસંગે પ્રસ્તુત કર્યું.

આ ઉજવણી પ્રસંગે મને એક મોડલના વાળ માત્ર ચાર મિનિટમાં વિભિન્ન સ્તરે કાપીને મારી આવડત બતાવવાની તક આપી. હવે કોઈ દિવસ, હું આ જ વસ્તુ માત્ર બે મિનિટમાં કરીને બતાવીશ.

આ પ્રસંગ મારા માટે ખાસ છે કે જેમાં જુદા-જુદા વ્યવસાયના ખાસ લોકો, બોલીવુડના પ્રખ્યાત લોકો મારા મોંઘેરા મહેમાન હતા જેમની સાથે મારે સ્નેહસંબંધ બંધાયો. મને તેમાં એકતાની લાગણી થઈ અને કુટુંબોમાં જે પ્રેમ જોવા મળે છે તેવો પ્રેમ જોવા મળ્યો. તે સ્નેહ-બંધન અનેરું હતું. મારું પોતાનું કુટુંબ પણ આ પ્રસંગની એકેએક ક્ષણની મજા લઈ રહ્યું હતું અને તેઓ ઘણા ખુશ લાગતા હતા.

એક તરફ મારી માના મોં પર અભિમાન અને સંતોષનો ઝગમગાટ હતો અને બીજી તરફ મારી પત્નીને મારી સફળતાથી અનેરું સુખ અનુભવાતું હતું અને તે સગર્વ હસી રહી હતી. મારો પુત્ર રોહિલ, બાન્દ્રાની ફાઈવસ્ટાર તાજ લેન્ડ્સ એન્ડ હોટલના હોલમાં ફરીને ખુશ થઈ રહ્યો હતો અને મારી થોડા જ મહિનાની બેબી લગભગ બધો જ સમય આ પ્રસંગથી તદ્દન બેખબર શાંતિથી મીઠી ઊંઘ માણી રહી હતી. જ્યારે તેઓ મારા ધંધાની લાંબી મજલને સમજશે અને આ પ્રસંગના ચિત્રો જોશે ત્યારે મારી સિદ્ધિઓથી બેહદ આનંદ અનુભવશે.

ઘણા લોકોએ કહ્યું કે તેમણે આટલો મોટો હેરસ્ટાઈલિંગનો ફેશન શૉ અગાઉ કદી પણ જોયો નથી. હું અત્યંત ખુશ થઈ ગયો અને નમ્ર રહ્યો. હું એવું માનું છું કે જગતમાં એવી કોઈ અલૌકિક શક્તિ છે જે આપણી જિંદગીના વળાંકોમાં અકલ્પનીય સાથ આપે છે. મારા ઘણા નજીકના ગ્રાહકો અને લોકો જેમણે મને સીધી અને આડકતરી રીતે સાથ આપ્યો છે, મને મદદ કરી છે. તેમનો મોટો હાથ મારી સફળતા પાછળ છે. ઘણા લોકો પોતાના વ્યસ્ત સમયપત્રકમાંથી ખાસ સમય ફાળવીને મારી સફળતા જોવા મારા શૉમાં આવ્યા તેથી હું તેમનો આભારી છું.

કેટલાક લોકો તો સ્ટેજ પર હરઘડી મારી સાથે હતા. તેમાં મધુર ભંડારકર, પ્રોડ્યુસર સુનીલ લુલ્લા અને તેના પત્ની ક્રિષ્ના લુલ્લા, એક્ટર નીલ નીતિન મુકેશ, મુગ્ધા ગોડસે, અન્જાન શ્રીવાસ્તવ અને રાજુ ખેર, ડાન્સ કોરિયોગ્રાફર સંદીપ સોપારકર અને મોડલ નેહા હિંગે હતા. હું તેમનો આભાર માનું છું અને તેમના માટે ખૂબ સુખ, ઉન્નતિ ચાહું છું અને તેમના સ્વજનો તરફથી ભરપૂર પ્રેમ મળે તેમ ઇચ્છું છું. આ બધા પર ભગવાનના આશીર્વાદ રહે તેમ ઇચ્છુ છું.

તેઓએ મારી મિત્રતા અને સફળતા માટે મને સારી રીતે સમજાવ્યું. ફિલ્મ ડાયરેક્ટર અબ્બાસ મસ્તાને કહ્યું કે તેમને આ પ્રસંગ એક કુટુંબના પ્રોગ્રામ જેવો લાગે છે, વ્યાવસાયિક દૃષ્ટિએ કરેલો પ્રોગ્રામ લાગતો ન હતો. હવે બે શબ્દ બોલવાનો મારો વારો આવ્યો. પળવાર માટે મારી જીભ જાણે સિવાઈ ગઈ. મારે ઘણું બધું કહેવું હતું મારે મારા દિલની વાતો વ્યક્ત કરવી હતી, મારી લાગણીઓ દર્શાવવી હતી, મારા સ્પંદનો દર્શાવવા હતા, મારી શંકાઓનું નિરાકરણ કરવું હતું, મારી લાગણી પ્રગટ કરવાની હતી. પણ આ પ્રસંગની ભવ્યતા એવી હતી કે હું થોડા શબ્દો પણ ના બોલી શક્યો. મેં બધાને અહીં હાજર રહેવા બદલ આભારવિધિ કરી કે જેઓ ખાસ સમય કાઢી મારા આ સમારંભને યાદગાર બનાવવા આવી પહોંચ્યા હતા. હું ઇચ્છતો હતો કે હું કંઈ વધારે કહી શકું... જિંદગીમાં આવો પ્રસંગ વર્ષોમાં એક જ વાર આવે છે. મારે મીડિયા સામે બોલવાનો વારો આવ્યો ત્યારે મેં મારી લાગણીઓ પર કાબૂ રાખ્યો. બહુ જ મોટી સંખ્યામાં મીડિયાના લોકો ત્યાં હાજર હતા અને ઘણાં વર્ષોથી તેઓ મારા કામની સરાહના કરવા હંમેશા હાજર રહેતા. જ્યારે હું કોઈ જાણીતા વિષય પર કોઈ નવી હેરસ્ટાઇલની ડિઝાઇન બનાવતો ત્યારે તેઓ તેને બહોળી પ્રસિદ્ધિ આપતા. તેઓ આ ડિઝાઇન આવરીને લેતા અને ટી.વી. અને વેબ પોર્ટલ્સ પર આ ડિઝાઇનનું પ્રસારણ કરતા.

તે દિવસે જ્યારે વાર્તાલાપ માટે ટી.વી.ના સંવાદદાતા મારી માતાનો ઇન્ટરવ્યૂ લેવા આવ્યા ત્યારે તે રડ્યા વગર રહી ના શકી. મારી પત્ની અને બાળકો તેની બાજુમાં ઊભા હતા. મેં મારી માને ધીમેથી સમજાવતા કહ્યું, ''તું શા માટે રડે છે?'' તેણે પોતાની ભીની આંખ લૂછી. મેં કહ્યું, ''રડ નહિ, જ્યારે હું ભાંગી પડતો ત્યારે તું જ મને કહેતી કે રડ નહિ. હવે તું કેમ આંસુ સારી રહી છે?''

થોડી ક્ષણો પછી તે શાંત થઈ ગઈ. પ્રસંગોપાત મારી જેમ તેને તીવ્ર લાગણી ઉભરાઈ આવી હતી. તેનો અવાજ રૂંધાઈ ગયો હતો. તેના હૃદયમાં શું ચાલી રહ્યું છે તે વ્યક્ત કરી શકતી ન હતી.

ઘણીવાર નજીવા ગણાતા દરરોજના નોંધપાત્ર બદલાવથી
અને અચાનક અણધારી નવી શોધોને કારણે સમય
જતાં આશ્ચર્યજનક સિદ્ધિઓ પ્રાપ્ત થાય છે.

*—**રોબિન શર્મા**, લેખક અને નેતૃત્વ માટેના ગુરુ*

પ્રકરણ ૧૭

ચમકતા તારા : ચમકતા નભને પામવું

મારી આખી જિંદગીમાં, મારી 'ઊંઘ' પરથી તમને મારી આર્થિક પરિસ્થિતિનો ખ્યાલ આવી શકશે.

જે જગ્યાએ મેં ઝોકાં ખાધાં છે કે પડખાં ફેરવ્યા છે તે બધી જગ્યા પસાર કરી હું જિંદગીમાં સફળતાની સીડી ચડ્યો છું.

બાળપણથી જ મારા મનમાં પોતાનું ઘર હોવાનું આકર્ષણ હતું. હું એવી કલ્પના કરતો હતો કે મારું પોતાનું ઘર હોય, જેમાં હું નિરાંતે જીવન વિતાવું. આજકાલ નાના છોકરાઓ જાતજાતની વસ્તુઓ લઈ ઘર-ઘર રમે છે. જેવી કે કપડાં, પૂંઠા અથવા પ્લાસ્ટિક લઈ ટેન્ટ જેવું માળખું બનાવે છે. હું તો એકલો હતો – મારી સાથે કોઈ રમનાર ન હતું. વાંસની લાકડીઓ લઈને હું આંગણામાં રમવા માટે ઘર બનાવતો, જેમાં હું ભાખોડિયા ભરી અંદર જઈ શકતો. હું અંદર ઉભડક બેસતો અને ખુલ્લી જમીન પર શણનો કોથળો પાથરતો. આ માળખાને બોગનવેલના ફૂલોથી શણગારતો.

એક સમય એવો હતો જ્યારે હું અને મારી મા ટાઈલ્સ વગરની જમીનવાળા, ખખડધજ થઇ ગયેલા, પતરાંના છાપરાવાળા ભાડાના નાનકડા મકાનમાં રહેતા હતા. રાત્રે અમે ભોંય પર સૂઈ જતા જે ગાયના છાણથી લીંપેલી હતી. અત્યંત પૈસાદાર લોકો બંગલામાં રહેતા અને તેમને ત્યાં એક દીવાલથી બીજી દીવાલ સુધી ચમકતા મોસિપેકની (નાના-નાના રંગીન પથ્થરો વાપરીને બનાવેલી રચના) જમીન હતી. અમે ગરીબ હતા તે બાબત અંગે હું બહુ લાગણીશીલ હતો. જો કે મને ટાઈલ્સનો કંઈ ફરક પડતો ન હતો. ભોંયતળિયે સૂવું એ અમારી જિંદગીમાં બહુ સામાન્ય રોજિંદી વાત હતી.

આજે ભૂતકાળ તરફ દૃષ્ટિપાત કરીને જોતા મને લાગે છે કે ઓશીકા

વગર ખરબચડા અને ઊંચાનીચા સ્થળ પર ઘાસની પથારી પર સૂવું એ બહુ સહનશીલતાની વાત હતી. જ્યારે મારા જીવનમાં સુખ-સમૃદ્ધિના દિવસો આવ્યા ત્યારે જ મને આ બદલાવની ખબર પડી. હું આજે ય સામાન્ય પથારી પર, જમીન પર, પાટલી પર કે સોફા પર સૂઈ શકું છું. આખા દિવસના થાક પછી ક્યાં ઊંઘવું એ બહુ અગત્યનું નથી. જાણે કાલ પડવાની જ ના હોય તેવી રીતે હું ઘસઘસાટ ઊંઘતો. આ બધી વાત મને બાળપણથી લાગુ પડે છે. જ્યારે શરીર થાકી ગયું હોય તો ઊંઘ આરામથી આવે છે. મારા કામના શરૂઆતના દિવસોમાં કાકાના નિર્દય વર્તનથી અને તેમની સોટીના મારથી હું શારીરિક અને માનસિક રીતે થાકી જતો. મારા શરીરે કાળા-ભૂરા ચાઠાં પડતા અને થાકથી મારી બધી સંવેદનાઓ બહેરી થઈ જતી હતી. એ વખતે મારા જખ્મો પર કોઈને સારવાર કરવાનું સૂઝતું ન હતું. ઊંઘ એ એક જ રસ્તો હતો.

મારી મા સહર્ષ યાદ કરીને કહે છે કે કેટલાક પ્રસંગોમાં તે મને સવારે ઓરડાની બારીની જાળીમાંથી એક લાકડી નાંખી ઉઠાડવાનો પ્રયત્ન કરતી. જ્યારે અમે કરીમીનાબાઈના ઘેર રહેતા હતા ત્યારે મારી મા વહેલી સવારે બારણું ખખડાવતી તેથી હું ઓરડો બંધ કરી રાત્રે લાંબો થઈ સૂઈ જતો. મારી મા વિચિત્ર બીક પોતાની અંદર રાખે છે. રઘવાઈ થઈને તે એક લાંબી વાંસની લાકડી ખુલ્લી બારીમાંથી અંદર નાખતી અને મને ઉઠાડવા માટે પ્રયત્નો કરતી. તે આ બધું હસતા-હસતા કહેતી. હું બીજી બાજુ ફરી ઘોરવાનું ચાલુ રાખતો.

મારા શરૂઆતના મુંબઈમાં રહેવાના સંઘર્ષના દિવસો એ દાખલાથી સ્પષ્ટ થઈ શકે જાણે કોઈના માથા પર રહેવા માટે છાપરું નથી અને તે માણસે એનો સામનો કરવાનો છે. ભાંડુપમાં મારા કાકાના છોકરાને ત્યાં રહેવાનું સહેલું ન હતું. જ્યારે હું મારા કાકાના છોકરાના સલૂનમાં કામ કરતો હતો ત્યારે હું એક નાની જગ્યામાં (માળિયા કરતા જરાક મોટી જગ્યામાં) રહેતો હતો. હું જ્યાં સૂઈ રહેતો હતો ત્યાં બીજા બે છોકરાઓ પણ અડોઅડ સંકડાશમાં સુતા રહેતા. અમે બધા એક જ નાતના અને એક જ ગામડામાંથી આવતા હતા. અમે એકબીજાના નજીકના કે દૂરના સગા હતા. તે સરખાપણીને લીધે અમારે અનિવાર્યરૂપે એકબીજાને મદદ કરવાની ફરજ પડતી. મારા કાકાનો છોકરો અને તેની પત્ની છેક નીચેના માળે લાકડાના પલંગ પર સૂઈ જતા.

૨૦૦ ચોરસ ફૂટના મધ્યમસર વિસ્તારમાં ઉપર લોખંડનું પતરું ઊંધા

(V) આકારમાં લાગેલું હતું. જો રાત્રે અમારે માળિયા જેવી જગ્યામાં બેસવાનું હોય તો અમારા માથા પતરાના છાપરા સાથે અથડાતા. અમે સંભાળપૂર્વક નમીને વચ્ચેના વિસ્તારમાં જતા, જ્યાં છાપરું થોડું ઊંચું હતું. પછી વચ્ચે જઈ અમે થોડી વાર વાતો કરતા.

હું રમાબાઈ કોલોનીમાં બીજીવાર રહેવા ગયો. તે કાદવવાળી જગ્યામાં આવેલા ઘાટકોપરનું એક પરું હતું. હવે તો એ સારી રીતે વિકસિત થયેલો વિસ્તાર થઈ ગયો છે, કારણ કે ત્યાં વસ્તી વધી ગઈ છે. ટેનામેન્ટ્સની હારમાળા થઈ ગઈ છે. તેના પર એસ્બેસ્ટોસના પતરાં છે. જેના પર મુંબઈના ગરમ અને ભેજયુક્ત હવામાનની જલદી અસર થાય છે. ગરમ પતરાંની દીવાલોની અંદર એ જગ્યા અમારા શરીરને શેકતી ગરમ ભઠ્ઠી જેવી લાગે છે.

આજુબાજુની જગ્યા દુર્ગંધથી માથું ફાડી નાખે તેવી હતી. પ્રતિકૂળ અને ગૂંગળાઈ જવાય એવા વાતાવરણને લીધે મને સતત માથામાં દુખાવો રહેતો અને વારેવારે દાંતમાં પણ દુખાવો થતો. આ વિસ્તાર ખુલ્લી ગટરોવાળો ઝૂંપડપટ્ટીનો વિસ્તાર ગણાતો, જેમાં રસ્તા પર ઠેરઠેર કચરાના ઢગલાઓ હતા. તેમાં પતરા, કપડાં, પ્લાસ્ટિક અને વાંસની લાકડીઓથી ઘરો ઢાંકવામાં આવતા. ત્યાં હંમેશા પાણીની અછત રહેતી અને મ્યુનિસિપાલિટીના નળથી પાણીની મુશ્કેલી ઓછી થતી ન હતી. ત્યાં વીજળીના વાયરોના જોડાણ એકબીજાને સ્પર્શી જતા હતા. બધા ખૂણાઓમાં ભયસ્થાનો હતા, કારણ કે ગરીબ કુટુંબો અને મારા જેવા સંઘર્ષશીલ યુવાનો જોડે દારૂ વેચનારાઓ અને અસામાજિક લોકો પણ રહેતા હતા.

જોકે, મને સૌથી વધુ પરેશાન કરનાર તો મચ્છરો હતા કે જે મારા કાનની આજુબાજુ સતત ગણગણાટ કરતા અને મારા માટે ઊંઘમાં આખી રાત ખલેલ પાડતા. મોટા અને ઘાતકી મચ્છરો મારી ચામડી પર ડંખ મારતા અને ડાકણોની જેમ મારા શરીરમાંથી લોહી ચૂસી લેતા. આજુબાજુની કાદવ-કીચડવાળી જગ્યાએ જમીન પર ખૂબ મચ્છરો થતા. જેવી રીતે મધમાખી ફૂલો તરફ જાય છે તેવી રીતે મચ્છરો મારા ઘઉંવર્ણા રંગ પર આકર્ષાય છે. મચ્છરો મારા શરીર પર, માથા અને ચહેરા પર પણ ગોળગોળ ફરતા હતા. હું મારા આખા શરીર પર બ્લેન્કેટ ઓઢી લેતો જેથી મચ્છરોના હુમલાને ટાળી શકું. હું આજે પણ મચ્છરોથી બહુ સંવેદનશીલ છું.

મારું રોજનું કામ મગજને બહુ ભાર આપે તેવું છે તેથી મારા માટે શાંતિની ઊંઘ જરૂરી છે. મારે આખી રાત મચ્છરો સામે લડવું પડતું. સવારે

ફિલ્મનિર્માતા મધુર ભંડારકર સાથે શિવા.

(ડાબેથી જમણે) અભિનેત્રી મુગ્ધા ગોડ્સે અને નીલ નીતિન મુકેશ, ફિલ્મનિર્માતા મધુર ભંડારકર અને ફિલ્મ પ્રોડ્યુસર સુનીલ લુલ્લા અને તેમની પત્ની ક્રિશીકા ઈરોઝ ઈન્ટરનેશનલ ખાતે

કૌન બનેગા કરોડપતિ ટી.વી. સીરિઝના શરૂઆતના એપિસોડમાં દાઢીની સ્ટાઈલ માટે સુપરસ્ટાર અમિતાભ બચ્ચનનાં ખૂબ જ વખાણ થયાં હતાં. શિવાએ એક ગ્રાહકના માથામાં અમિતાભની આ જ સ્ટાઈલને બનાવી અને મુંબઈના ફિલ્મસિટી ખાતે કે.બી.સી.ના સેટ પર મહાનાયકને બતાવી.

સિલ્વર જ્યુબિલી સેલિબ્રેશન દરમિયાન મોડેલ્સ દ્વારા રજૂ કરાયેલી વિવિધ હેરસ્ટાઈલ

સિલ્વર જ્યુબિલી સેલિબ્રેશન ખાતે વિવિધ હેરસ્ટાઈલ રજૂ કરાયા બાદ મોડેલ અભિવાદન કરી રહી છે

શિવા સ્વ. બાળાસાહેબ ઠાકરે સાથે

ફિલ્મનિર્માતા મધુર ભંડારકર, શિવા, શિવસેના યુવાનેતા આદિત્ય ઠાકરે અને મેગ્ના પબ્લિકેશનના ડાયરેક્ટર અશોક ધમાંકર તથા તેમનાં પત્ની જયશ્રી

મુંબઈના માનસ કાર્યક્રમ ખાતે શિવાનું બહુમાન કરતાં
મહારાષ્ટ્રના મુખ્યમંત્રી દેવેન્દ્ર ફડણવીસ.

નવી દિલ્હીના માનસ કાર્યક્રમ ખાતે શિવાનું બહુમાન કરતાં
લઘુમતી બાબતોના પૂર્વ કેન્દ્રીય મંત્રી નજમા હેપ્તુલ્લા

શિવાના સલૂન ખાતે વિવિધ અખબારો અને મેગેઝિનમાં છપાયેલા તેના લેખનો સંગ્રહ

પેજાવર મઠ, ઉડુપીના પરમ પૂજ્ય શ્રી વિશ્વપ્રસન્ન તીર્થ સ્વામીજી
શિવરામ ભંડારીનું સન્માન કરતા

મહારાષ્ટ્રના પૂર્વ મંત્રી શ્રી આદિત્ય ઠાકરે શિવાની મરાઠી આવૃત્તિ
'સ્ટાઇલિંગ એટ ધ ટોપ'નું વિમોચન કરતા

સોસાયટી એચીવર્સ ફંક્શનમાં અભિનેત્રી-સાંસદ હેમા માલિની શિવાનું સન્માન કરતા.
સોસાયટીના ડિરેક્ટરો નારી હીરા અને અશોક ધમનકર પણ તસવીરમાં છે

મિડ-ડે ગ્રુપ દ્વારા ક્રિકેટર ઝહીર
ખાનના હસ્તે શિવાનું સન્માન

સોસાયટી એચીવર્સ ફંક્શનમાં અર્જુન રામપાલ દ્વારા શિવાનું સન્માન

સોસાયટી એચીવર્સ ફંક્શનમાં રવીના ટંડન દ્વારા શિવાનું સન્માન

મુંબઈમાં કેબીસી
(કૌન બનેગા કરોડપતિ)ના સેટ પર
સુપરસ્ટાર અમિતાભ બચ્ચનની સાથે
શિવાની સૌજન્ય મુલાકાત

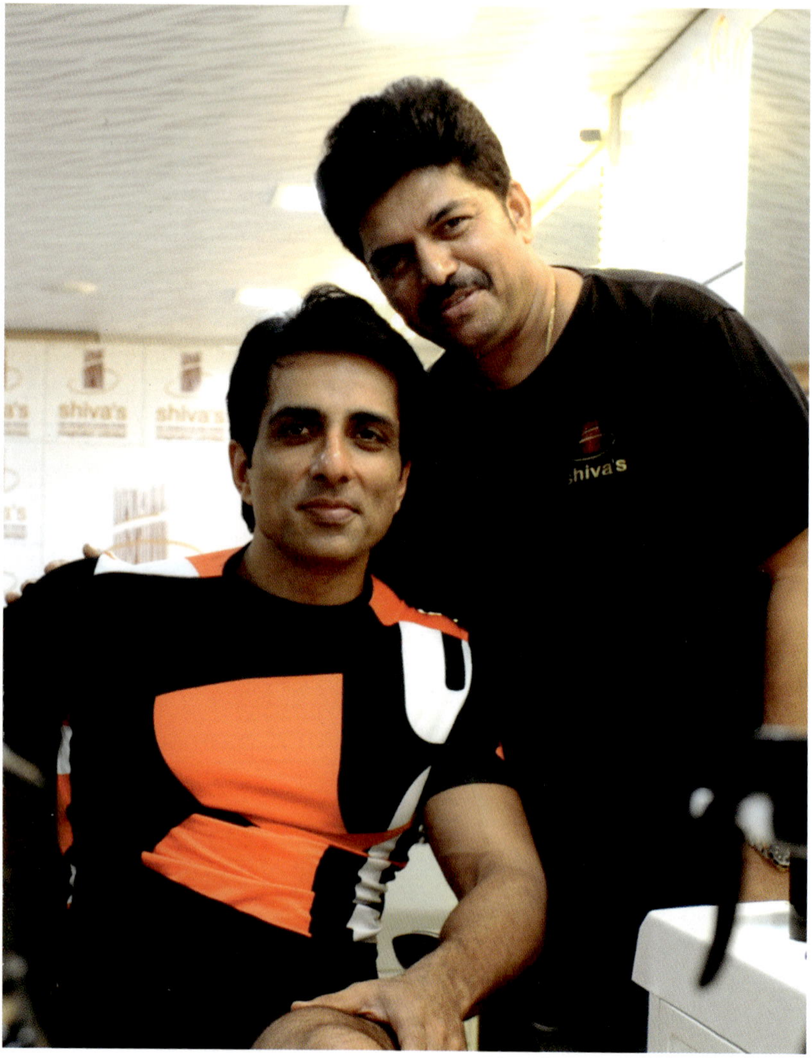

બોલીવુડ અભિનેતા સોનુ સૂદ સાથે શિવા

મુંબઈમાં બોલીવુડ સુપરસ્ટાર અમિતાભ બચ્ચન
શિવાના પુસ્તક ‘સ્ટાઇલિંગ એટ ધ ટોપ’નું વિમોચન કરતા.
અમિતાભની એક બાજુ શિવા અને બીજી બાજુ તેમની પત્ની આયુશ્રી છે

મહારાષ્ટ્રના મુખ્યમંત્રી શ્રી એકનાથ શિંદે દ્વારા સન્માન

કર્ણાટકના ધર્મસ્થળ મંદિરના ધર્માધિકારી
ડૉ. વીરેન્દ્ર હેગડે 'ધ સ્ટાઇલિંગ એટ ધ ટોપ -
બોલીવુડના પ્રખ્યાત હેરસ્ટાઇલિસ્ટ શિવાની યાત્રા'ની
કન્નડ આવૃત્તિનું વિમોચન કરતા

મ્યુનિસિપાલિટીનું પાણી નળમાં આવતું ત્યારે જ મારી આંખ થોડીવાર મીંચાઈ જતી. પાણીની બહુ અછત હતી તેથી હું મારા પાડોશમાં રહેતી સ્ત્રીઓની મદદ લેતો. એ સ્ત્રીઓ થોડા પૈસાના બદલામાં મને પાણી ભરી આપતી. તે પૈસા પણ હું આગ્રહપૂર્વક આપતો, કારણ કે મને થતું કે મને મદદ કરવા તે સ્ત્રીઓ તેઓ પોતાના ઘરના જરૂરી કામોમાંથી મારા માટે થોડો સમય કાઢી રહી હતી. આ બધા પડકારો હોવા છતાં પણ મેં મુંબઈમાં રહેવાનું નક્કી કર્યું, કારણ કે હું મારું ગુજરાન ચલાવવા પૂરતું સહેલાઈથી કમાઈ લેતો હતો.

મેં મારા ગંદા રહેઠાણની વાત સુરેશ ભંડારી (અન્ના)ને કરી જે અમારી નાતમાં આગળ પડતા માણસ અને એક સફળ ધંધાદારી માણસ પણ હતા. અમે રૂકમણિ અને આનંદ ભંડારીના પુત્ર દિનેશના લગ્નમાં મળ્યા. રૂકમણિ અને આનંદ જોડે હું એસ્બેસ્ટોસના ઘરમાં રહેતો હતો. સુરેશ અન્ના મારા સંઘર્ષમય ભૂતકાળ વિશે જાણતા હતા તેથી તે મારી વાત સાંભળી હચમચી ઉઠ્યા. મેં તેમને મારા ભૂતકાળના કડવા અનુભવો કહ્યા, કારણ કે તેમને પણ બાળપણમાં કપરા સમયમાં સંઘર્ષ કરીને પસાર થવું પડ્યું હતું. મને લાગ્યું કે મારા પ્રત્યે સહાનુભૂતિ રાખે છે અને મારી વાત સમજે છે. ભંડારીની નાતની મિટિંગમાં તેમણે મારી વિતકકથા ઉદાહરણરૂપે રજૂ કરી જેથી લોકો પ્રેરણા લે અને ઉત્સાહ વધે.

ઘણીવાર હું પોતે જ મારા ભૂતકાળના બનાવોથી હચમચી જાઉં છું. મને મારી જિંદગીના ભયંકર વર્ષોમાંથી બહાર નીકળવાની મારી તાકાત જોઈ નવાઈ લાગે છે અને એ બધું સહન કરતાં મારું ડહાપણ જળવાઈ રહ્યું તે આશ્ચર્યજનક છે. ખેર, હવે હું તેના પર હસી પણ શકું છું.

ઘાટકોપર પછી મારે મારા કાકાના છોકરાના સલૂનમાં ભાંડૂપ જવું પડ્યું અને ત્યાં માળિયા પર સૂવું પડ્યું. માળિયા પર ગૂંગળાવે એવી હવા કરતાં હું રસ્તા પર આવેલ મંદિરના ચોગાનમાં અથવા રસ્તાની બીજી બાજુની નિશાળના પરસાળમાં સૂવાનું પસંદ કરતો. હરિયાળા મેદાનમાંથી ધીમી-ધીમી હવા આવવાથી મારા થાકેલા તન-મનને આહલાદક શાંતિ મળતી હતી. ચોમાસામાં મારી પાસે બીજો કોઈ વિકલ્પ ન હોવાથી મારે મજબૂરીથી ઘરના માળિયા પર સૂઈ જવું પડતું.

મેં સારા દિવસો જોવાની આશામાં દોહા છોડ્યું પણ મારી જિંદગીની અવદશા વધારે બગડતી ગઈ. મને મારું કામ જોતા બહુ આઘાત લાગ્યો, કારણ કે તે બહુ થાકી જવાય તેવું હતું. મારા પર કામનો બોજો પણ વધારે

હતો. હું નવા તૈયાર થતા રમતના મેદાનમાં (સ્ટેડિયમમાં) બંધાતા સલૂનમાં હજામ તરીકે કામ કરવા ગયો હતો પણ એ કાર્યક્ષેત્ર તૈયાર ન હોવાથી મારા શેઠે મને બાંધકામની જગ્યાએ માથા પર ઇંટો મૂકીને લઈ જવાનું અને ખભા પર સિમેન્ટના કોથળા લઈ જવાનું કામ સોંપ્યું. થોડા વખત માટે હું હજામનું કામ છોડીને મજૂર બની ગયો. પરંતુ ભવ્ય સલૂનમાં કામ કરવાની અભિલાષા હજી સુષુપ્ત હતી અને તેમાં સૌથી સારું કરવાની ઈચ્છા રાખતો હતો તેથી મેં કદી પણ ફરિયાદ કર્યા વગર કામ કરવાનું ચાલુ રાખ્યું.

ત્યાંની આબોહવા અતિશય ગરમ કે અતિશય ઠંડી હતી, કારણ કે ત્યાં રણની હવા અગાઉથી અનુમાન કરી શકાય તેવી ન હતી. ગીચોગીચ જગ્યામાં અને ભાગ્યે જ હવા આવ-જા કરી શકે તેવા રૂમમાં ઘણા બન્ડર-બેડ્સ (ઉપર-નીચે પલંગો હોય તેવી પથારીઓ) હતા પણ આખા રૂમમાં પંખો એક જ હતો. અમે બધા આખા દિવસની તનતોડ મહેનત પછી સાંકડી જગ્યામાં ગોંધાઈ રહેતા. પરિસ્થિતિ થોડી પણ આરોગ્ય માટે સારી ન હતી. અમારા બધા વચ્ચે એક જ સંડાસ હતું, જેમાં વચ્ચેના ભાગમાં એક પટ્ટી હતી જેમાંથી દાખલ થવાનો વચ્ચેનો ભાગ ઢાંકી દેવાતો હતો. જેમાં કામચલાઉ બારણું હતું. જો કોઈ માણસ પગ પર પેન્ટ કાઢી પોટ (સંડાસ માટે) પર બેસે તો પગ દેખાતા હતા. આ એક વિચિત્ર દૃશ્ય હતું. જોકે, ધીમે ધીમે અમે બધા આવી રીતે બેસવાથી અને અગવડ સહન કરવાથી ટેવાઈ ગયા હતા.

પરંતુ કહેવાય છે કે દરેક પીછેહઠમાં બધાએ કંઈક સારું જોવું જોઈએ. મારા માટે તો એકસરખી સપાટ પથારી પર સૂવાનો પહેલો અનુભવ હતો. બન્ડર બેડ અમને શેઠ આપતા હતા અને અમારે પથારી અને ચાદરોની વ્યવસ્થા કરવાની હતી. ઘણાં વર્ષો સુધી હું ઘાસની પથારી અથવા સાદા કાપડની ચાદર પર સૂતો હતો. તેથી મને પથારી પર સૂવાથી ખરાબ લાગે એવો કોઈ વિચાર જ આવ્યો ન હતો. આ કંઈ સારી પથારી ન હતી, છતાં પણ મારા શરીરને આરામ મળે છે તેમ મને લાગ્યું.

થોડા મહિના ગધ્ધાવૈતરું કર્યા પછી જ્યાં સ્ટેડિયમનું બાંધકામ ચાલતું હતું ત્યાં મને મોકલવામાં આવ્યો.ત્યાં મને સ્ટેડિયમની બાજુમાં એક અલાયદો રૂમ આપવામાં આવ્યો. મેં સ્પોર્ટસના મેદાનના ખૂણામાં મારું કામ ચાલુ કર્યું. મારો ઓરડો નહાવા-ધોવા અને સંડાસ માટેના રૂમ (વૉશરૂમ)ની બાજુમાં હતો તેથી જ્યારે સલૂનનું બાંધકામ ચાલુ હોય ત્યારે પાણી મળી રહે. આ વખતે મારા શેઠે જે સગવડ મને આપી તે આરામદાયક લાગી. મારા એકલાની

પથારી અને એમાં પોચા સ્પંજનું ગાદલું, ઓશીકું, સરસ ચાદર અને ખોળ અને કપડાં ધોવાના મશીનની સગવડ.

મિડલ-ઈસ્ટના લોકો બહુ વૈભવી જીવન જીવતા જેનાથી હું દિગ્મૂઢ થઈ ગયો. તેઓ દુનિયાની સૌથી વૈભવશાળી વસ્તુઓ વાપરતા. મને લાગ્યું કે તેમની પાસેથી મારે ઘણું શીખવાનું છે. દુનિયામાં આંતરરાષ્ટ્રીય સલૂનો જેવી રીતે ચાલતા હતા તેવી રીતે આ સલૂન બંધાયેલું હતું. સલૂનની જગ્યા ખૂબ મોટી હતી અને તેમાં મોટી ખુરશીઓ અને વિશાળ અરીસાઓ હતા. ગ્રાહકોને સારી સેવા આપવા માટે વિવિધ મશીનો અને સરસ ઉપકરણો હતા. નીચેની જમીન હંમેશા એકદમ ચોખ્ખી-ચમકતી રાખવામાં આવતી.

મેં શિવાના સલૂનમાં આમાંથી અમુક સિસ્ટમ અનુસરવા પ્રયત્ન કર્યો છે. જ્યાં સુધી કામની બાબત છે ત્યાં સુધી હું આરોગ્યને લગતી તમામ બાબતોને અનુસરવા માટે ખૂબ સજાગ છું – વપરાશ પહેલાં અને વપરાશ પછી વાળ કાપવાના સાધનોને સાફ કરવા, દરેક ગ્રાહક માટે નવી બ્લેડો વાપરવી અને દરેકને જુદા-જુદા નાના ટુવાલો આપવા. જ્યારે એઈડ્સ વાઈરસ (AIDS)ના ભયે અને કાયદાની રૂએ ફરજિયાત થયું કે હજામોએ બ્લેડ બદલવી પડશે ત્યાર પહેલાંથી હું આ બધી બાબતોને અનુસરતો હતો.

જ્યારે હું મારું નાનું સલૂન શરૂ કરવા મુંબઈ પાછો ફર્યો ત્યારે મારા મિડલ ઈસ્ટના આરામદાયક દિવસો પૂરા થયા. મેં થોડાઘણા પૈસા બચાવ્યા હતા તેમાંથી મેં થાણામાં ૧૯૪ ચોરસ ફૂટ વિસ્તારની એક દુકાન ખરીદી. થાણા મોટો ઔદ્યોગિક વિસ્તાર છે. લગભગ ૧૦ મહિના સુધી મેં એક સાંકડી પાટલી પર નીચે પડી જવાની બીકે પણ રાતો પસાર કરી. આ લાકડાની પાટલી સાડા પાંચ ફૂટ લાંબી હતી. મારા ૫ ફુટ ૭ ઇંચ જેટલા લાંબા શરીરને સૂવા માટે આ પાટલી નાની હતી તેથી મારા પગ બહાર લટકતા રહેતા. દિવસે ગ્રાહકોને બેસવા માટે સુંવાળી ચાદરથી પાટલીને ઢાંકતો અને રાત્રે એ જ ચાદરની પથારી પર હું ઓશીકા વગર સૂઈ જતો. ગરમીની ઋતુમાં આગલું બારણું થોડું ખુલ્લું રાખતો જેથી બહારની હવા અંદર આવ-જા કરી શકે. બીજી ઋતુઓમાં બારણું બંધ રાખતો. છેલ્લો ગ્રાહક જતો ત્યારે હું ગધેડાની જેમ કામ કરી થાકેલો હોવાથી અંદર વાસી ગંધ હોય તેની મને કંઈ અસર થતી ન હતી. મારે સાર્વજનિક સંડાસમાં જવા માટે વહેલા ઉઠવું પડતું. સલૂનની પાછળના ભાગમાં નહાવું પડતું અને ગ્રાહકો માટેના વપરાયેલા

નેપ્કિનોને ધોવા પડતા. દુકાનના એક ખૂણામાં મૂકી રાખેલ કેરોસીનથી ચાલતો સ્ટવ ચા બનાવવા અને ઈંડા બાફવા માટે ઉપયોગી હતો.

આ હૂંફાળી જગ્યા પછી મેં શાંતિનગર વિસ્તારમાં એક ઓરડો અને રસોડાવાળું ઘર ભાડે લીધું, જે એક જૂના જમાનાના મકાનમાં હતું. આ ઘર ભાડે લેવાથી હું મારી માતાને મારી સાથે રહેવા બોલાવી શકું. તે અટ્ટુરના ગામડામાં એકલી રહેતી હતી અને પોતાનું ગુજરાન ચલાવવા મહેનત કરતી હતી. તે એક કપડાંના યુનિટમાં કામ કરતી હતી. બગીચાનું ધ્યાન રાખતી હતી અને ખેડેલા ખેતરનું ઉપદ્રવી પશુ, જીવજંતુઓથી ધ્યાન રાખતી. હું મારી માને મારી સાથે જ રાખવા માંગતો હતો.

મારા ધંધાએ થોડું જોર પકડ્યું. મેં ગામડેથી બે છોકરાઓને મારી સાથે રહીને ધંધો શીખવા બોલાવ્યા. તેઓ મારી સાથે રહેતા. મારી માતા ઘરનું ધ્યાન રાખતી અને અમારા માટે ખાવાનું બનાવતી. અમે સૂવા માટેની વસ્તુઓ જેવી કે ગોદડા, ચાદરો, ઓશીકા અને બ્લેન્કેટ ખરીદી લીધી. સાથે રહેવાથી એવું લાગ્યું જાણે અમે એક કુટુંબ હોઈએ.

ભાડાના ઘરમાં રહેવા માટે કેટલીક મુશ્કેલીઓ હોય છે. જ્યારે અમારી મુદત પૂરી થતી ત્યારે મકાનમાલિક અમારી સાથે મુદત વધારવાની કશી વાતચીત કર્યા વગર મકાન ખાલી કરાવવાનું કહેતા. તે સાથળ પર બે હાથ મૂકી ઊભો રહેતો અને તેના ચમચાઓ અમારો સામાન અને ફર્નિચર બહાર કાઢવા અંદર ઘૂસી આવતા. થોડા વખતમાં તો અમે ઘરબાર વગરના થઈ જતા. જોકે, ભગવાનની કૃપાથી ટૂંક સમયમાં બીજી જગ્યા શોધવાનું અઘરું ન હતું. મને વિચાર આવ્યો કે જ્યારે ભાડાના ઘરની મુદત પૂરી થાય ત્યારે દર ૧૧ મહિને આ ચિંતાજનક દૃશ્ય ભજવાતું રહેવાનું.

૧૯૯૧માં મેં માલિકીનું ઘર ખરીદ્યું. મેં શાંતિ-વૈભવ નામના મકાનમાં ૨ બી.એચ.કે. નો ફ્લેટ (બેડરૂમ + હોલ + કિચન) ખરીદ્યો. મારી બચતમાંથી અને અટ્ટુરમાં આવેલા અમારા ગામડાનું ઘર વેચીને આ ફ્લેટ ખરીદ્યો. આ ફ્લેટમાં લિફ્ટ નહોતી તેથી અમારે ચાર માળ ચઢ-ઉતર કરવા પડતા તેમ છતાં મને અને માતાને વાંધો ન હતો. મને હવે નિરાંત થઈ કે મારી જિંદગીમાં કંઈક રાહતભરી શરૂઆત થઈ રહી છે.

થોડા વખતમાં સલૂનમાં નવી લાકડાની ખુરશીઓ અને મોટો અરીસો લાવ્યા અને જૂનું ફર્નિચર વેચી દીધું. નવા ઘર માટે એ જ જૂના સુથારે રસોડામાં સમારકામ કર્યું અને નવા લાકડાના પલંગો અને ફર્નિચર બનાવ્યું.

નવા ખાનાઓ કરાવ્યા. ગોદરેજના કબાટો લીધા. મ્યુઝિકની નવી સિસ્ટમ, ટી.વી. દીવાન અને કાચના કબાટોથી ઘર સુશોભિત કર્યું.

ઘરની બારીઓ ગુલાબ અને જૂઈના કૂંડા જેવા છોડોથી સુશોભિત થઈ. એક ખાસ જગ્યા તુલસીના છોડ માટે રાખવામાં આવી, જ્યાં મારી મા રોજ સવારે પરંપરાગત રીતે અચૂક દીવો કરતી. ગામડાના અમારા મિત્રો અને સગાઓ ક્યારેક અમારી મુલાકાત લેતા અને અમારા રહેઠાણની નવી મધ્યમસરની ગોઠવણ જોઈને ખુશી વ્યક્ત કરતા.

અમારે ત્યાં અવારનવાર વીજળી ડૂલ થઈ જતી અને પાણીની અછત પણ બહુ રહેતી. તેમછતાં આ બધી અગવડો અમને પ્રભાવિત કરતી ન હતી.

મારી જિંદગીમાં ધીમે-ધીમે ઘણા સુધારા થવા લાગ્યા - પછી તે ઘરમાં હોય કે બહાર અને મને તેનાથી સારું લાગવા માંડ્યું. હરિણાક્ષીએ મારું ખાલીપણું તેના ખુશમિજાજ સ્વભાવથી ભરી લીધું. તે બહુ હસમુખ સ્ત્રી હતી અને તેના વ્યવહારથી બીજાને પણ જાણે સુખ મળતું. અમારું મકાન હવે ઘર લાગવા માંડ્યું.

જોકે, અમારું આ સુખ થોડા સમય પૂરતું રહ્યું. હરિણાક્ષીની કથળતી તબિયતથી તેના જુસ્સા પર પાણી ફરી વળ્યું અને તેનાથી અમારી શાંતિપૂર્ણ જિંદગી અસ્ત-વ્યસ્ત થઈ ગઈ. તેની બાળક માટેની તીવ્ર ઇચ્છા, ડૉક્ટરોની વારંવાર મુલાકાતો, ખોટું નિદાન અને છેલ્લે કેન્સર સામે લડત – આ બધાથી અમારી જિંદગીમાં ખળભળાટ મચી ગયો. બીજી શસ્ત્રક્રિયા (ઑપરેશન) પછી તેની હાલત વધારે બગડી અને તેનું પરિણામ એ આવ્યું કે તે અમારા ફ્લેટના દાદરા ચઢી શકે તેવી સ્થિતિમાં રહી ન હતી. તેથી મેં લિફ્ટવાળા બીજા મકાનમાં જવાનું વિચાર્યું.

મારા કર્મચારીઓ પણ મારા કુટુંબીજનો જેવા જ છે. આ પારકા શહેરમાં જો તેમનું કોઈ કુટુંબીજન ન હોય તો હું તેના માટે મારી જાતને જવાબદાર ગણું છું. તેમની સ્થાયી જગ્યાની હાડમારી મને મારા વર્ષો પહેલાંના મુંબઈના દિવસો યાદ અપાવે છે, જ્યારે હું આ શહેરમાં નવો આવ્યો હતો. સગાઓએ મને ખાવાનું અને રહેવાનું સ્થળ આપ્યું અને તેઓ મારા ટેકારૂપ હતા. આટલી બધી મુશ્કેલીઓ અને ગેરસમજો હોવા છતાં મારા શરૂઆતના સમયમાં મને મદદ કરવા બદલ હું તેમનો આભારી છું. મારા કર્મચારીઓને ટેકો આપીને અને જેમને મારી સૌથી વધારે જરૂર છે તેમને મદદ કરીને હું તેમનું ઋણ પાછું વાળી રહ્યો છું.

આજે પણ થાણાનું મારું સલૂન કે જે હવે મોટી દુકાન જેવું બની ગયું છે અને જેમાં મારા કર્મચારીઓ કામ કરે છે તેઓ આ જ ઍપાર્ટમેન્ટમાં રહે છે. મેં આ જગ્યાને સાચવવા અને છોકરાઓ માટે રસોઈ કરવા એક માણસ રાખ્યો છે.

૨૦૦૩માં અમે અમારા બે સલૂનોની નજીકના મુલુંડના એક મોટા મકાન 'મેરેથોન કોસમોસ'માં રહેવા ગયા. ત્રણ બેડરૂમના નવા ઍપાર્ટમેન્ટમાં આગળના ભાગમાં અગાશી જેવી ખુલ્લી જગ્યા હતી. તે જગ્યામાં હરિણાક્ષી કર્મચારીઓને અને સગાઓને સારી રીતે સાચવતી - તે ઉત્સવો ઉજવતી, ધાર્મિક પ્રસંગોનો મેળાવડો કરતી, મિત્રો માટે ચાંદનીમાં જમવાનું રાખતી. જ્યારે તે કેમોથેરેપીની સારવાર લેતી ત્યારે આ અગાશી જ હરિણાક્ષીનું કાર્યક્ષેત્ર હતું. આ જગ્યાએ તે કામકાજ કરતી અને સમય વિતાવતી. અમને બધાને આશા હતી કે તે અવશ્ય સાજી થઈ જશે.

અઠવાડિક રજાના દિવસોમાં હું મારા કર્મચારીઓ સાથે ત્યાં ક્રિકેટ રમતો. અગાશીમાં આજુબાજુ પાતળી જાળી બાંધવામાં આવી હતી તેથી દડો ઊંચો ગયા પછી પણ પાછો ફંગોળાતો. અમે વરસાદમાં પણ ત્યાં રમતા, ભીંજાઈ જતા અને પછી ગરમાગરમ ખાવાનું ખાતા. ઉનાળામાં મારી માતા અગાશીનો સૌથી વધારે ઉપયોગ કરતી. તે અનાજ, નારિયેળ, મરચા, આદુ, હળદર અને ફણસ સૂકવતી, બદામની છાલ કાઢતી, કપડાં સૂકવતી અને દિવસમાં ચોખ્ખી હવા લેવા માટે આંટા મારતી. હું સવારે ત્યાં કસરત કરતો અને સાંજે થોડીવાર ત્યાં બેસતો.

જ્યારે હરિણાક્ષીની તબિયત વધારે બગડવા લાગી ત્યારે અમારો આનંદ ઓસરી ગયો. તેને પીડિત જોવી એ મારી જિંદગીનો સૌથી દર્દપૂર્ણ ભાગ હતો. હરિણાક્ષીનું દુઃખ જાણે મારું પોતાનું દુઃખ હતું. મેં તેની સારવારમાં કોઈ કમી રાખી ન હતી તેથી હું લાચાર અને હતાશ થઈ ગયો. તે આ ઘરમાં જ અવસાન પામી અને અમે છેલ્લી વાતચીત પણ અહીં જ કરી હતી. તે ભૂલી ન શકાય તેવી પળો હતી જેમાં તેના મૃત્યુનો સમય આટલો નજીક હશે તેવા કોઈ સંકેત મને દેખાયા નહોતા. તે પછી તેનું શરીર ધાર્મિક વિધિઓ માટે ઘરમાં રાખવામાં આવ્યું અને પછી તેની ઉત્તરક્રિયા થઈ.

તેના અવસાનથી મારી જિંદગીમાં બહુ ખાલીપણું આવી ગયું. હું સવારથી સાંજ સુધી સતત કામમાં રહેવા લાગ્યો. અગાશી જાણે સૂની સૂની થઈ ગઈ.

અગાશી મને યાદ અપાવતી કે કેવી રીતે સાંજે તે ત્યાં ઊભી રહી મારી રાહ જોતી હતી. મને અગાશીનું બારણું ખોલવાનો ખચકાટ થવા માંડ્યો. કોઈ વાર મને એમ લાગતું કે તે મને સાદ પાડીને બોલાવી રહી છે અને હું અંદર ચાલ્યો જતો. હું આજુબાજુ નજર કરતો અગાશીમાં જતો તો જગ્યા ખાલી જોતો. મને ઘરમાં બધે જ તેની હાજરી વર્તાતી. મારી જિંદગીમાં ફરી સન્નાટો છવાઈ ગયો હતો.

મહિનાઓ પસાર થતા, મારા લોખંડવાલાના સલૂનમાં ઘણા ગ્રાહકો આકર્ષાયા, જેમાંના ઘણાખરા ગ્લેમરની દુનિયાના હતા. મુલુંડથી લોખંડવાલા જઈને ત્યાં પ્રખ્યાત માણસોની સેવામાં હાજર રહેવાનું હતું. પછી ત્યાંથી બીજા ત્રણ સલૂનોની મુલાકાત લઈ અંધેરી-લિન્ક રોડ પર વિદ્યાલયમાં શીખવાડવા સમય આપવો પડે તેમ હતું. આ બધી દોડધામ મને થકવી દે તેવી હતી. મેં ક્રમને પશ્ચિમના પરાઓમાં રહેઠાણની બદલી કરી. મારો મિત્ર મને ઓશીવારાના એક નવા બંધાયેલા ઊંચા મકાનમાં લઈ ગયો. તે સાંજે જ્યારે હું તૈયાર ઍપાર્ટમેન્ટમાં ગયો ત્યારે મેં લાલશ પડતા કેસરી આકાશને જોયું અને સૂરજને ધીમે-ધીમે ક્ષિતિજમાં ડૂબતો જોયો. એ મનને રોમાંચિત કરી નાંકે તેવું બહુ આહ્‌લાદક દશ્ય હતું. તે જ ક્ષણે મને એ જગ્યા ખૂબ ગમી ગઈ. હું ૩૬મા માળની મોટી બાલ્કનીમાં થોડો સમય ઊભો રહ્યો. જ્યારે સૂરજ આથમ્યો ત્યારે મેં ખાલી થયેલા પટ્ટામાં નાની લાઇટો ટમટમતી જોઈ.

મેં જોયું તો ત્યાંથી લાઇટો જાણે નીચે ઘર પર પડવા લાગી. આ દશ્ય મને આશ્ચર્યચકિત કરી દે તેવું હતું. તેનાથી મને નવીનતાની અને આશાની લાગણી ઉદ્‌ભવી અને હું આગળ વધતો હોઉ તેવું લાગ્યું. મેં વર્ષો પહેલાં ગામડાનું ઘર છોડ્યું હતું અને બસમાં મુંબઈ જઈ રહ્યો હતો ત્યારે રસ્તામાં આકાશમાં આવો જ જાદુઈ પ્રકાશ જોયો હતો. તેનાથી મારું મન ખુશીથી છલકાઈ ઉઠ્યું.

મને લાગ્યું આ જ જગ્યા મારા માટે, મારી માતા અને મારા નવા કુટુંબ માટે અનુકૂળ છે. અનુશ્રી મારી જિંદગીમાં આવી ચૂકી હતી. અમે હજુ મુલુંડના ઍપાર્ટમેન્ટમાં રહેતા હતા અને અમારા પહેલા સંતાન- રોહિલનો જન્મ થઈ ચૂક્યો હતો.

આ ઘર બહુ મોટું છે જેમાં ઘણા ઓરડાઓ છે અને તેમાં દીવાનખંડ તો બાળકોના કિલકિલાટથી ગુંજી ઉઠે છે. મારી માતાના રૂમમાં કુળદેવી દુર્ગાપરમેશ્વરી માટે એક અલાયદી જગ્યા છે એ દેવી અમારા માટે અને

અમારા ગામના લોકો માટે પૂજનીય છે. બાળકોને નીચે લોનમાં રમવું બહુ ગમે છે. તેઓ ત્યાં હરેફરે છે અને વિશાળ હોલમાં જન્મદિવસની પાર્ટીઓ પણ ઉજવે છે. વરસાદના સમયમાં સર્વત્ર ધુમ્મસ હોય છે અને આખો દિવસ તમને વાદળા તમારી નજીક હોય તેમ લાગે છે.

બધા રૂમની બારીઓમાંથી આકાશ દેખાય છે, કારણ કે બધા રૂમ પશ્ચિમના ક્ષિતિજ બાજુના છે તેથી રાત્રે જ્યારે હું સૂવા માટે મારા રૂમમાં આવું છું ત્યારે મને તારા ટમટમતા દેખાય છે. જ્યારે હું તેમને પ્રકાશતા જોઉં છું ત્યારે મને ત્યાં વિહાર કરવાની ઈચ્છા થઈ જાય છે.

મને નારિયેળીના પાનથી સુશોભિત સલૂન બનાવવાનું સ્વપ્ન છે. મને તેના માટે ખુરશી, હજામની કાતર, કાંસકો અને નાના અરીસા સાથે એક શેવિંગ બ્લેડ જ જોઈએ. તે સાવ સામાન્ય ઈચ્છા હતી પરંતુ ભગવાનને બીજું કંઈક મંજૂર હતું – ભવ્ય યોજનાઓ.

આજે તો ફક્ત કામ અને નિરંતર કામ જ છે. પરોઢ થતાં જ હું ક્લબમાં ટેનિસ રમવા જઉં છું અથવા તો વ્યાયામશાળામાં (જિમ્નેશિયમમાં) કસરત કરવા જઉં છું. પછી મારી મુસાફરીનું સમયપત્રક ચાલુ થતું હતું – ક્યાં તો હું દક્ષિણ મુંબઈના સલૂન પર જઉં અથવા શહેરની વચ્ચે અથવા ઉત્તરના છેડે ડોંબિવલીમાં જઉં. ઘણુંખરું મારે એક પછી તરત બીજી જગ્યાએ ગ્રાહકો સાથેની મુલાકાતો (ઍપોઈન્ટમેન્ટ) ચાલુ રહે છે. તેમાંના ઘણા મારા સલૂનના નિયમિત ગ્રાહકો છે જેઓ મારી પાસે જ વાળ કપાવવા માટે આગ્રહ રાખે છે.

હવે હું મોટા ભાગનો સમય પ્રખ્યાત ગ્રાહકો, મોટા ધંધાદારીઓ અને તેમના કાર્યક્ષેત્રમાં નિષ્ણાત- અગ્રણી નેતા હોય તેમના ઘેર અથવા ઑફિસમાં જવામાં ફાળવતો. સમયની અછતને લીધે તેઓ મારા સલૂનમાં આવી શકતા ન હતા. તેથી હું તેમના ઘેર જાતે જ જતો હતો. ક્યારેક હું મારી જુવાનીના દિવસ યાદ કરું છું જ્યારે હું પૈસાદાર જમીનદારોને ઘેર મુલાકાત લેતો હતો.

મારી પાસે બધી સુખ-સગવડ હોવા છતાં, અંગત રીતે હું એક સીધો-સાદો માણસ છું કે જે દક્ષિણ ભારતના નાના ગામમાંથી આવેલ છે. આજે પણ હું સહેજ પણ હેરાનગતિની ફરિયાદ વગર ગમે ત્યાં રહી શકું છું અને સૂઈ શકું છું. મુંબઈમાં એવા પણ કેટલાક લોકો છે કે જેઓ નાસ્તો ફાઈવ-સ્ટાર હોટલમાં કરે છે અને રાતનું જમવાનું સેવન-સ્ટાર હોટલમાં કરે છે. મારા માટે તો મારા ઘરે રાંધેલ વાનગીનો ડબ્બો જ સૌથી સારો છે. આખા

દિવસને અંતે મારી ઈચ્છા ઘેર જઈ મારા કુટુંબ સાથે ખાવાની જ છે. મારી ઈચ્છાઓ ઓછી છે. મુંબઈની ગરમ અને ભેજવાળી આબોહવામાં હું ધીમી ગતિના પંખા સાથે આરામદાયક રીતે રહું છું જેનાથી હવા ચોખ્ખી રહી શકે. જ્યારે મને ઊંઘ આવવા માંડે ત્યારે હું બધું છોડીને આરામ કરું છું. ઘણીવાર હું મારા માથા નીચે ટુવાલ મૂકું છું.

હું રાત્રે પથારીમાં સૂઈ જાઉં છું ત્યારે આંખો મીંચીને હું ચાંદ-તારા જેવા રત્નોથી જડિત ચમકતા આકાશને જોઉં છું ત્યારે મને શાંતિનો અનુભવ થાય છે.

જો તમારે ઝડપથી ચાલવું હોય તો એકલા ચાલો...
પણ જો તમારે દૂર સુધી જવું હોય તો બધાની સાથે ચાલો.

*– **રતન ટાટા,** ટાટા સન્સના ચેરમેન અને દાનવીર*

પ્રકરણ ૧૮

અમારી જ્ઞાતિના લોકો વારસાગત ધંધાને ચાલુ રાખવા ઇચ્છે છે

'ભંડારી' અટક હજામના નામ સાથે સંકળાયેલી છે કે જે દક્ષિણ કન્નડ ઉડિપી જિલ્લામાં હોય છે. તેમાં મેંગલોરના બંદર નજીક આવેલા શહેરો અને ગામડાઓ આવી જાય છે. સ્થાનિક લોકો આ પ્રદેશને 'ઓરૂ' તરીકે ઓળખે છે એટલે કે એ જગ્યા જ્યાંથી તેમના વડવાઓ આવેલા છે પણ ભૌગોલિક દૃષ્ટિએ કહીએ તો આ પ્રદેશમાં ગમે ત્યાં અમારી જન્મભૂમિ હોઈ શકે.

''ભંડારીની જેમ કાતર બીજા કોઈ ફેરવી શકે નહિ'' આ તુલુ, કન્નડ અને કોંકણીમાં બોલાતી કહેવત છે. આ ભાષાઓ આ વિસ્તારમાં રહેતા લોકો બોલે છે. તે બહુ જાણીતી વાત છે કે સલૂનના ધંધામાં અન્ય કોઈ એટલી સફળતા ન મેળવી શકે જેટલી સફળતા ભંડારી લોકો મેળવીને જ જંપે.

આ પુસ્તકમાં જોઈ શકાય છે કે મારા માતાપિતા બંને વંશના લોકો ભંડારી છે. જે મારું પણ બીજું નામ છે. મારી જ્ઞાતિના મિત્રો પણ ભંડારી છે. ભંડારી અટક બહુ સામાન્ય હોવાથી આ પુસ્તકમાં જે જુદા-જુદા લોકોનો ઉલ્લેખ કર્યો છે અને તેમની સાથેના મારા સંબંધોને સમજવાના છે તે માટે વાચકો અને લોકોને કદાચ ગૂંચવણ થાય જેઓ આ પ્રદેશથી અપરિચિત છે.

હજામનું કામ ક્યારથી શરૂ થયું તે બાપદાદાઓના જમાનામાંથી શોધવાનું લાક્ષણિક કામ છે. નાતના વડીલ લોકો કહે છે કે હજામના ધંધાની જાતિ ક્યાંથી આવે છે તેની આધારભૂત ખબર નથી. જો કે, તેમને યાદ છે કે ભંડારીની નાતના લોકોને તેમની સેવા લેવા રાજા-રજવાડા અને પૈસાવાળા કુટુંબો બોલાવતા હતા.

ઐતિહાસિક દૃષ્ટિએ રાજાઓ પાસે તેના દરબારમાં હજામો હતા કે જેઓ દૂતો અને રહસ્યમિત્રો તરીકેનો ભાગ ભજવતા. તેમનું કામ જ એવું હતું કે જેમાં ગ્રાહકની નજીક જવું પડે તેમ હતું. અને તેથી તેઓ શાસકોની વધારે નજીક આવી ગયા. પેઢીઓ સુધી તવંગર અને ઉચ્ચ વર્ગના કુટુંબો હજામોને કામ આપતા અને તેઓને કામ માટે ઘેર બોલાવતા જ્યારે સામાન્ય માણસ તેમના સલૂનમાં જતા.

હજામનો ધંધો બહુ નીચો ગણાતો અને પછાત જાતિના વર્ગો દ્વારા કરવામાં આવે છે તેમ મનાતું જેઓ આર્થિક રીતે વિશેષ હક ન ધરાવનાર જાતિ મનાતી. અપવાદરૂપે કેટલાક લોકોને ખેતીની જમીન હતી અને તેઓ ખેતીની પેદાશ પર ગુજરાન ચલાવતા. નિશાળે જવું અને ભણવું તેમના માટે અગ્રતા ન હતી.

આજે આ જાતિના લગભગ ૬૦ હજાર લોકો છે, જે પ્રમાણમાં ઓછા છે. તેમાં અડધા કરતાં વધારે વસ્તી મેંગલોર અને તેની આજુબાજુ રહે છે. બીજા લોકો વધારે તક મેળવવા માટે મુંબઈ જેવા શહેરોમાં અને દરિયાપાર ખાસ કરીને મિડલ ઈસ્ટ સ્થળાંતર કરી ગયા છે.

આજકાલ મેં એવું જોયું છે કે જુવાન પેઢી પોતાની જિંદગી સુરક્ષિત બનાવવામાં વધારે ધ્યાન કેન્દ્રિત કરે છે. તેઓ ઉચ્ચ શિક્ષણ માટે વધારે આતુર છે. અને વ્યવસાયી દૃષ્ટિએ મેડિસીન (દવા), ઍન્જિનિયરિંગ, આઈટી, ફાઈનાન્સ, લૉ (કાયદા) અને મીડિયા વગેરે વ્યવસાયમાં જોડાય છે.

પહેલાં અમારી જાતિના જુવાનોને આ બાબત અંગે સ્પષ્ટ સમજ નહોતી. કેટલીકવાર તેઓ મુંબઈની હોટલોમાં સખત હાડમારી વેઠવા છતાં પણ વેઈટર તરીકે કામ કરતા. તેઓ પોતાના ગામડાઓના છોકરાઓ સાથે હાથ મિલાવતા, આખો દિવસ કામ કરતા અને રાતની નિશાળોમાં ભણતા. લાયકાત ધરાવતા લોકો ઓછા હતા અને તેઓ સારી અથવા વ્યવસાયી નોકરીઓ લેતા.

કુટુંબો દ્વારા ચલાવાતી વાળની દુકાનો શેરીઓના ગીચ વિસ્તારોવાળા ખૂણામાં અથવા ફૂટપાથ પર સ્થાપિત કરવામાં આવતી. તેમાં ઓછામાં ઓછું ફર્નિચર હોય અને ફક્ત પુરુષો માટે જ હતી. હજામનો ધંધો આર્થિક રીતે લાભદાયક ગણાતો ન હતો. તેઓ ગણ્યાગાંઠ્યા સાધનો વાપરતા જેવા કે - કાંસકો, કાતર, પાણીનો છંટકાવ કરવા બાટલી, પ્રાથમિક ચાર-આંગળીવાળી

બ્લેડ જેનાથી ગરદન પર 'બઝ ઈફેક્ટ' અપાતી, દાઢી કરવાની બ્લેડ હજામનું કામ વાળ કાપવાનું, દાઢીને સરખી કરવાનું, ચહેરાના વાળ કાઢવાનું (શેવિંગ કરવાનું) અને ગ્રાહકોના કહેવાથી માથા પર માલિશ કરવાનું હતું.

પણ સમય જતાં, જૂની રીતો બદલી નાખવામાં આવી અને નવા સાધનો આવ્યા જેનાથી સારું ભવિષ્ય જોવા મળવા લાગ્યું. અનેક ભપકાવાળા અને મોંઘાદાટ પાર્લરો શરૂ થવા માંડ્યા. બ્યુટી અને હેરકેરનો ઉદ્યોગ, છેલ્લા બે દાયકામાં પ્રતિષ્ઠિત કહી શકાય એવો વ્યવસાય ગણાવા લાગ્યો અને તેનાથી દુકાનદારને જોઈતું માન અને મોભો પણ મળવા લાગ્યા.

ઑગસ્ટ ૨૦૧૧માં ''ભંડારી મહામંડળ એસોસિયેશન'' (BMA)ની સ્થાપના થઈ જેથી નાતના બધા લોકો એકછત્ર નીચે આવી શકે. બી.એમ. એ.થી એક નવો બદલાવ આવ્યો. આ મંડળ લગભગ ૨૦૦૦ જેટલા નાતના લોકોનું સંમેલન કરવાનો પ્રયત્ન કરે છે અને કર્ણાટકના દૂર-દૂરના વિસ્તારમાં આવેલા લોકોને પણ ભેગા કરે છે.

આ મંડળના પ્રમુખ અને સ્થાપક શ્રી સુરેશ ભંડારી મુંબઈના જાણીતા ધંધાદારી માણસ છે અને શ્રી સોમેશ્વર ભંડારી એ પ્રચાર માધ્યમની વ્યક્તિ (મીડિયાની) છે કે જેમનું બેંગલોરમાં કન્નડ છાપું ''સવિથા માર્ગદર્શી'' પ્રસિદ્ધ થાય છે. આ બંનેએ સમાજના સંગઠન માટે નેતૃત્વ લીધું છે. તેઓ ગામડાઓમાં જઈને નાના જૂથોને મળી અને તેમને ભેગા કરી બી.એમ.એ. મંડળમાં સમ્મિલિત કરે છે.

તેઓ બધાને એકઠા કરે છે. સમૂહોને સંબોધે છે અને ગરીબ તથા અભણ લોકોને ધંધાકીય બાબત અંગેના વિકલ્પો સમજાવે છે. જુવાનોને સલૂનનું કામ કરવા પ્રેરે છે. જો તેમનું કુટુંબ આ જ ધંધો કરતું હોય તો તેઓ તેમની આવડત અને વિશેષ જ્ઞાનનો સૌથી વધારે ઉપયોગ કરી શકે.

જુવાનોને દારૂ પીવાની હાનિકારક આદત વિશે સાવધ કરે છે. તેઓ ગામડાઓમાં પીઠામાં બનતા દારૂના નુકસાન વિશે સમજાવે છે અને ભૂતકાળમાં જૂની પેઢીના લોકો વધારે પડતા દેશી દારૂના ભોગ બન્યા તેની વાત કહે છે.

બી.એમ.એ. સિંગાપોર, પેરિસ, યુ.કે.ના વિદ્યાલયોમાં હજામના આગળના કોર્સ વિશે માર્ગદર્શન આપે છે અને ધંધો કરવા માટેની લોન લેવા માટેની જાણકારી આપે છે. ઘણા જુવાનો દરિયાપાર જઈ મોખરાની કોસ્મેટિક કંપનીઓમાં વ્યવસાયી રીતે વહીવટ કરતા સ્ટાઈલિસ્ટો નીચે તાલીમ લેવાનું

શરૂ કર્યું છે. આ બધી પ્રગતિને લીધે નીચા સન્માનની ભાવના અને પરંપરાગત રીતે સલૂનમાં કામ કરવાની અનિચ્છા ધીમે-ધીમે ઓછી થતી જાય છે.

જે છોકરીઓ ભણવામાંથી ઊઠી ગઈ હોય તેઓને પોતાની નિશાળનું ભણવાનું પૂરું કરવા માટે પ્રોત્સાહન આપવામાં આવે છે અને આગળ જતાં આવડતવાળા અથવા અર્ધ-આવડતવાળા ધંધાઓમાં તાલીમ લેવાનું માર્ગદર્શન અને સહાય આપવામાં આવે છે. જેઓને આગળ ભણવા જવું હોય તેમને નાણાકીય મદદ કરવામાં આવે છે અથવા તેમના હુન્નરને શોધવા માર્ગદર્શન આપવામાં આવે છે. શહેરની કે ગામડાની ઘરરખ્ખુ સ્ત્રીઓ માટે ગેરેજમાં કે બહાર નાનું સલૂન કરવું એ બહુ વિકસે એવો ધંધો છે. તે લોકો બ્યુટીના ધંધામાં પ્રગતિ કરી શકે તેમ છે. ન્યૂનતમ બ્યુટીની પેદાશો, વિવિધ હેરસ્ટાઈલો, સ્પાની સારવાર અને નવી દેશી ઉપચાર પદ્ધતિ - આ બધાને લીધે સ્ત્રીઓને આગળ વધવાની શક્યતાઓ ખૂબ જ છે. સ્ત્રીઓ બ્યુટી કેરના, ચામડીના, વાળના અને સ્પાની સેવાઓના કોર્સિસની તાલીમ લઈ સલૂનો કરી શકે છે અને ઘેર-ઘેર જઈ સેવાઓ આપી શકે છે.

ધંધો વધારવા માટે, ધંધો સ્થાપવા માટે, તાલીમ માટે, પૈસાની બાબત અંગે (સેવા આપવા માટેના વળતર નક્કી કરવા), માલ ખરીદવા માટે, શિખવાડવા માટેની રીતભાત માટે, ગ્રાહકો સાથે સંબંધો જાળવવા માટે અને આરોગ્યશાસ્ત્રને વળગી રહેવાના - આ બધા માટે બી.એમ.એ. દ્વારા માર્ગદર્શન પૂરું પાડવા સરળ નીતિ-નિયમો ઘડી કાઢવામાં આવ્યા છે.

આ બધા માપદંડને લીધે, હજામની નાતને વધારે જાણકારી મળી છે કે આજે વાળ કાપવાનો ધંધો એ ધમધોકાર સેવાના ઉદ્યોગનો અગત્યનો ઘટક છે. તેઓ સમજી શક્યા છે કે આ કળાનો ધંધો છે અને એમાં મગજની સર્જનાત્મકતાની જરૂર છે જેને સર્વત્ર માન્યતા મળી છે. સમાજના બીજા ભાગો પણ આ ધંધામાં મોટા પાયે જોખમભર્યું સાહસ કરી રહ્યા છે, કારણ કે તેમને આ ધંધામાં બહુ ફાયદાની તકો દેખાય છે. તદ્ઉપરાંત બ્યુટી અને હેરકેર ઉદ્યોગને ફિલ્મોની, ટી.વી.ની અને મોડલિંગની મોહક દુનિયા સાથે નજીકનો સંયોગ છે. તો પછી હજામની નાત પાછળ કેમ રહી જાય?

ભંડારીની નાતની પૂજાની મુખ્ય જગ્યા ઉડિપી જિલ્લામાં, બરકપુરમાં આવેલા કચ્છરૂ શ્રી નાગેશ્વર મંદિરમાં છે, જેનો ઇતિહાસ ૧૦૦૦ વર્ષ જૂનો

છે. હિન્દુઓના ભગવાન શિવ, દેવી અન્નપૂર્ણેશ્વરી અને રાજ કરતા દેવ નાગેશ્વર અથવા સર્પના ભગવાનની અહીં પૂજા થાય છે. આ પવિત્ર જગ્યા પર હવે મંદિર બનાવવામાં આવ્યું છે જેમાં જુદા-જુદા વિભાગો છે. તેમાં સ્ટેજ અને હૉલ્સ પણ છે, જેમાં ધાર્મિક પ્રસંગો થાય છે. તેમાં ભક્તોને રહેવા માટેના વિશ્રામગૃહો પણ છે.

મંદિરના આંગણામાં, એક જુદા મંદિરમાં, પાંચ માથાવાળા સાપની મૂર્તિ છે જે એક જુદા ઉપવનમાં છે. જેનું નામ નાગબાપા છે. તે સાપો માટે આરામની જગ્યા છે. હિન્દુ ધર્મગ્રંથો અને દંતકથાઓમાં પરંપરાગત રીતે સાપોની મુખ્યત્વે કોબ્રાની પૂજાનો ઉલ્લેખ કરેલો છે. સાદી રીતે કહીએ તો જમીનની ખેતી, ખાસ કરીને ચોખાની ખેતી એ ઘણા વખતથી જીવવા માટેનું સ્રોત છે. સાપો પાક અને ખેતીના માલને ઉંદરો અને જીવ-જંતુઓથી બચાવે છે અને તેથી તેઓ સન્માનનીય છે અને તેમની પૂજા કરવામાં આવે છે.

કેટલાય સૈકાઓથી, હજામની જાતિ મંદિરમાં ધાર્મિક વિધિઓ કરવામાં ગતિશીલ ભૂમિકા ભજવે છે. ઈ.સ. ૧૪૦૨માં, મંદિરમાં પવિત્ર નાગમંડલા વિધિની ભજવણી માટે નાત દ્વારા એક પથ્થર મૂકવામાં આવ્યો. દક્ષિણ કન્નડ અને ઉડિપી જિલ્લામાં, સાપને પૂજવાનો એક પરંપરાગત રિવાજ છે જેમાં આખી રાત સંગીત અને રંગબેરંગી ધાર્મિક વિધિઓ થાય છે. જેનાથી દેવી ખુશ થાય અને નાતનું કલ્યાણ થાય અને નાતની આબાદી વધે.

તે પછી, લગભગ ચારસો વર્ષ સુધી જુદા જુદા સમયે, જુદા જુદા જૂથો મંદિરનો પ્રતિષ્ઠિત વહીવટ કરવા સ્થાન ગ્રહણ કરતા. તેમાં ભંડારી નાતનો પણ વારો આવતો. જોકે, મંદિરનું અને તેની મિલકતનું ધ્યાન રાખનાર કોઈ રહ્યું નહીં અને તે એટલી હદે બગડતું ગયું કે મંદિરનું અસ્તિત્વ સલામત રહેવું મુશ્કેલીમાં આવી પડ્યું.

૧૯૮૮માં, ભંડારીની નાત ભેગી થઈ અને મંદિરના વહીવટ માટે વ્યવસ્થિત રીતે કામ કરવા લાગી અને લોકો આ નાતની હાજરીની નોંધ લેવા લાગ્યા. ૧૯૯૩માં ભંડારીની નાતે પોતાના જ લોકો પાસેથી પૈસા ભેગા કર્યા જેથી બ્રહ્મ ક્લાસ ઉત્સવ (મંદિરની મૂર્તિની અર્પણવિધિ) સારી રીતે ઉજવી શકાય. આ ઉત્સવ ખૂબ જ આનંદ અને ઉત્સાહ સાથે થયો. ત્યારથી મંદિરનો વહીવટ અને ધાર્મિક વિધિઓ અને સામાજિક પ્રવૃત્તિઓની વ્યવસ્થા કરવી

એ ફક્ત ભંડારીની નાતના હાથમાં છે. એક ક્રિયાશીલ સભ્ય તરીકે મેં મંદિરના જીર્ણોદ્ધાર અને વ્યવસ્થા માટે સારો એવો ફાળો આપ્યો છે.

૮મી મે, ૨૦૧૩ના રોજ શ્રી સુરેશ ભંડારી અને શ્રી સોમેશ્વર ભંડારીએ બહુ વર્ષો પછી આખી કોમને ભેગી કરવા માટેનું પહેલું નાગમંડળનું સંચાલન હાથમાં લીધું. જુદી જુદી કોમના લાખો ભક્તોએ આ વિરલ પ્રસંગમાં હાજરી આપી. જેમણે આ વિધિમાં ભાગ લીધો તેમને ભોજન પૂરું પાડવામાં આવ્યું.

આ વિધિ ભવ્ય રીતે ઉજવવામાં આવી, જેમાં બી.એમ.એ.ના સભ્યો તરફથી દાન અને ઉદાર હાથે ફાળો આપવામાં આવ્યો કે જેનાથી આ પ્રસંગ પદ્ધતિસર બની સફળતાથી ગુંજી ઉઠ્યો.

૨૦૧૨ની શરૂઆતમાં, બી.એમ.એ. તરફથી આખા દિવસની કેશવિનયાશા (વાળને પૂજવા) નામની બ્યુટી અને હેરકેરની વર્કશોપ કરી જેથી હજામની કોમમાં સલૂનના કામ માટેની જાણકારી ઊભી કરાય. જે લોકો અંદરના ભાગમાં રહે છે તેમનું એવું માનવું છે કે સલૂનનું કામ એટલે ફક્ત વાળ કાપવાનું અને દાઢી કરવાનું. તેઓ આ ક્ષેત્રની નવી-નવી વસ્તુઓથી અજ્ઞાત હતા જે તેમની સામે ઉજાગર થઈ ન હતી. તેઓને અદ્યતન શૈલીનો ખ્યાલ ન હતો.

શિવાના સલૂનની કળાની જાણકાર ટીમ સાથે મેં મોડલો અને મોટી મેદનીમાંથી લોકોને પસંદ કરી અદ્યતન સ્ટાઈલો કરીને બતાવી. જ્યારે અમે સલૂનની સેવાઓની વાત કરી ત્યારે જનસમુદાયે અમને ધ્યાનથી સાંભળ્યા. મેનીક્યોર (હાથની કાળજી), પેડીક્યોર (પગની કાળજી), હેરસ્ટાઈલિંગ સ્ત્રી-પુરુષોની વાળની કાળજી, ટેટુ (છૂંદણા) હાથ-પગની મહેંદીની ડિઝાઈન, નવવધૂને તૈયાર કરવું અને સ્પા થેરપી - આ બધી સેવાઓ સમજાવી. અમે અગણિત સુંદરતાની પેદાશો અને વાળમાં અને બ્યુટીની સારવાર માટે વપરાતાં તથા બજારમાં મળતા નવા સાધનોની વાત કરી. અમે આ વર્કશોપ અમારી નાતના લોકોને સલૂનના ધંધામાં પાછા લાવવા માટે કરી હતી. આ બધાથી કિશોરાવસ્થાના ટોળેટોળા જાણકારી લેવા આતુર હતા.

સમય જતાં સલૂનનો ધંધો બદલાઈ ગયો છે. થોડા દાયકા પહેલાં લોકો સવારે ૧૧ વાગ્યા પહેલાં વાળ કપાવી લેતા. લોકો વાળ કપાવ્યા પછી ઘરની બહાર નાહીને અંદર જતા અને સ્ત્રીઓ તો પોતાની લટો પણ કપાવતી ન

હતી. હજામની દુકાન તો અસ્પૃશ્યોનો ધંધો મનાતો અને તેથી તેમની દુકાનમાંથી ઘેર પાછા ફર્યા બાદ સાફસૂફી કરવાની જરૂર પડતી.

હવે તો આ બધી નિરર્થક માન્યતાની દીવાલો તૂટી ગઈ છે. હવે તો વાળ દિવસના ગમે તે સમયે અને મોડી રાત્રે પણ કપાવવામાં આવે છે. આ બધું ગ્રાહકોની સગવડતા પ્રમાણે કરવામાં આવે છે કે જેમની કારકિર્દી બહુ વ્યસ્ત હોય છે અને તેમની જિંદગી બહુ ઝડપી ગતિથી ચાલે છે. શિવાનું સલૂન આ કહેવતમાં એકદમ માને છે કે 'ગ્રાહક જ રાજા છે.' જ્યાં સુધી છેલ્લા ગ્રાહકને (સ્ત્રી અથવા પુરુષ) સંતોષ મળે ત્યાં સુધી અમારું સલૂન ખુલ્લું રહે છે.

તમારી અંદરના અનિષ્ટ તત્ત્વો સામે લડો અને માફી આપો અને સારું કામ કરી જગતમાં પ્રકાશ ફેલાવો. તમારી અંદરના રાક્ષસો સામે લડી તેમાં દેવદૂતને પ્રવેશવા દો.

*– **ઑગસ્ટ વિલ્સન**, નાટ્યલેખક, પુલિત્ઝર પ્રાઇઝના વિજેતા*

પ્રકરણ ૧૯

ચાખો, દશ્યોને જુઓ, અવાજ અને સુગંધ...

'ખળખળ વહેતા ઝરણાં'

ઝરણાંમાંથી વહેતા જલસ્ત્રોતનો અવાજ મને કાંટાવાળા છોડોથી અટકાવતા વહેળા અને મજંટા (કિરમજી રંગ) બોગનવેલ તરફ આકર્શીત કરતો હતો. યેલેમાડલુ ગામમાં, દુર્ગાબિટાની નજીકના સલૂનમાં પાણી ખેંચવાનું સ્ટેશન છે, જ્યાં હું ૪૯ વર્ષના ચાના બગીચાના કારીગર કીટ્ટુ અન્જારાને મળ્યો. તે પાઈપોને અને પાણીના સ્થિર વહેણને તપાસતો હતો. મેં ત્યાં જૂના જમાનાની સલૂનની તપાસ કરી. હવે તો એ સ્થળે તાળું હતું અને તે મેદાન બિસ્માર હાલતમાં હતું. તે યાદ કરવા લાગ્યો કે એક જુવાન તરીકે તે વાળ કપાવવા અમારા સલૂનની મુલાકાત લેતો. તેને મારા કાકા યાદ આવ્યા પણ હું યાદ આવ્યો નહીં.

મેં અન્જારાને યાદ કરાવવા પ્રયત્ન કર્યો કે અહીં શિવરામ નામનો જુવાન છોકરો કામ કરતો હતો. તેણે એક ક્ષણ માટે તાકીને મારી આંખમાં જોયું પછી આંખનો પલકારો માર્યો - તેની આંખમાં એક ખાલીપણું હતું. તે જાણે કશે ખોવાઈ ગયો. તે વિચારોની દુનિયામાં ચાલ્યો ગયો. મેં એને ફરી ઢંઢોળવાની કોશિશ કરી અને પૂછ્યું, 'તેનું શું થયું?' તે બોલ્યો, 'હા, મને યાદ આવે છે. મેં સાંભળ્યું છે કે તે મુંબઈ જેવા મોટા શહેરમાં કામ કરવા ગયો છે.'

મને ભાન થયું કે ખેતીકામના બીજા જૂના કારીગરોની જેમ તે પણ અજાણ્યા લોકો જોડે ભાગ્યે જ મુક્તપણે બોલતો. મેં તેની જૂની યાદો તાજી

કરાવી તેથી હવે તે અમારી વાતચીતને હળવાશથી લેવા લાગ્યો હતો. જ્યારે તે ધમાલિયા ખૂણાને યાદ કરતો હતો ત્યારે તેની આંખમાં ચમક આવી ગઈ. મજૂરો આખા દિવસની મહેનત પછી અહીં આરામ કરવા આવતા. તેઓ બીડીઓ પીતાં-પીતાં કુટુંબની મુશ્કેલીઓની ચર્ચા કરતા.

જ્યારે મેં તેને શિવરામ તરીકે મારી ઓળખાણ આપી અને એને કહ્યું કે હું એ જ છોકરો છું કે જેને તેણે તેના જુવાની દિવસોમાં જોયો હતો ત્યારે તે મારી સામું તાકી રહ્યો અને પછી તેના મોં પર આછું સ્મિત આવી ગયું. જેનાથી તેના તૂટેલા દાંત દેખાવા લાગ્યા. મને તેણે પ્રેમભરી નજરે જોયું અને મારા કુટુંબ વિશે અને મારા કામ વિશે જાણકારી લીધી. તે ભૂતકાળની કોઈ વ્યક્તિને અત્યારે જાણે છે તેની ખુશી છુપાવી ના શક્યો. ભલે તે વખતે હું કિશોર હતો. પછી તેણે મારા પોશાક - ટીશર્ટ અને પેન્ટ પર - ઉપરથી નીચે સુધી નજર ફેરવી અને ફરીથી હસ્યો. તેના હિસાબે, મેં મારી યોગ્યતા પુરવાર કરી હતી.

આવો જ અનુભવ બેના ગામા - એક સુથાર તરફથી થયો જે હવે ૬૦ વર્ષનો છે. મંગળવારે સલૂનની રજાના દિવસે આવતો કોલાહલ અને અવાજોની તેને યાદ આવે છે. તે વખતે તો તે પણ બહુ જુવાન હતો. હું જ્યારે કિશોર હતો ત્યારે તે ચાના બગીચાઓમાં કામ કરતો હતો. હું મારા કાકા સાથે જે ઘરમાં રહેતો હતો તેની સામે આવેલી નાની નાસ્તાની જગ્યા પર હું તેને મળ્યો. તે મોડી બપોરનો સમય હતો અને તેણે ત્યારે જ ભાત અને માછલીનું જમણ પતાવ્યું હતું. તેણે મને કહ્યું કે મેં મારા કાકાની ચુંગાલમાંથી બહાર નીકળીને જાતે પુરુષાર્થ કર્યો તે બહુ પ્રશંસનીય છે. તેણે મારી પીઠ થાબડી મને શાબાશી આપી.

આ બધા વખાણ સાચા દિલથી કરેલા હોય છે. આ લોકોને શહેરની જિંદગીની હવા લાગેલી હોતી નથી. તેનાથી તે લોકામાં કોઇ બદલાવ આવ્યો નથી હોતો. તેઓ જે કંઈ કહે છે તેમાં નિર્દોષતા હોય છે. તેમના મનમાં જે આવે તે કહી નાખે છે.

આ બંનેને જોઈને મને ચાના બગીચાના ગંદા મજૂરો યાદ આવ્યા, જેઓ લથડતા પગે સલૂનમાં વાળ કપાવવા આવતા હતા. તેઓ દર અઠવાડિયે નાહ્યા પહેલાં વાળ કપાવવા આવતા. તેઓ ગરીબ લોકો હતા કે જેઓ સૂરજ ઢળતાની સાથે દારૂ પીતા અને તેમની ઝૂંપડીઓમાં જઈને પડી રહેતા.

અન્જારા અને બેન્ના માટે સમય તો જાણે ત્યાંનો ત્યાં જ હતો. ભણતર

અને સીમિત આર્થિક તકોને લીધે તેમની પ્રગતિ ત્યારે અટકી ગઈ હતી અને આજે પણ અટકેલી છે. જે મજૂરો આ જંગલોના અને ચાના બગીચાઓના કામ છોડીને લીલોતરીવાળી જગ્યાઓમાં જતા રહ્યા તેમના માટે કદાચ જિંદગી બદલાઈ ગઈ હશે. તેથી જે લોકો આ વિચિત્ર ગામ છોડીને નવી જિંદગી જીવવા ગયા તેમને જે આ ગામમાં પાછળ રહી ગયા તેમના માટે માનની લાગણીનો ભાવ થતો હશે.

વર્ષો જતાં, દુર્ગાબિટાનો ચિત્રના જેવો આકર્ષક વિસ્તાર મોહ પમાડે તેવો સુંદર રહ્યો છે. શિયાળો પૂરો થવા આવ્યો છે, ઉનાળો શરૂ થવા માંડ્યો છે અને તેમછતાં આબોહવા બહુ આહ્‌લાદક છે. આખું વર્ષ હવામાન અદ્‌ભુત રીતે ઠંડું રહે છે.

લગભગ ચાર દસકા પહેલાં, બસ મુખ્ય શહેર કરકલાથી યેલેમાડલુ જતી અને આ મુસાફરી બહુ મુશ્કેલ હતી, કારણ કે આમાં જુદા-જુદા ગામડાઓમાં જુદી-જુદી બસો બદલવી પડતી હતી. કરકલાના ગરમ હવામાનમાંથી અમે હબરી સુધી બસમાં મુસાફરી કરતા અને ત્યાંથી સોમેશ્વરના મંદિરવાળા ગામમાં જવા જુદી બસ લેતા. પછી અમે ટેમ્પો લેવા માટે એક કલાકની રાહ જોતા, જે અમને અગુમ્બેની ટેકરીઓમાંથી કોપ્પાના ઠંડા ગામમાં લઈ જતો. ત્યાંથી અમે જયપુરા જવાની બસમાં ચઢતા અને પછી રિક્ષામાં જતા અથવા જ્યાં ગોવિંદકાકા સલૂન ચલાવતા હતા અને રહેતા હતા ત્યાં એટલે દુર્ગાબિટ્ટા બસમાં જતા.

અત્યારે જો મારે એ સમયના આખા દિવસની મુસાફરીની વાત કરવાની હોય તો મને એવું લાગે છે કે જાણે અમે અમારી મંજિલ પર ઘણા ખંડો પસાર કરીને પહોંચતા હોઈએ. સંધ્યાકાળ થતા સુધીમાં અમે ગરમ હવામાનમાંથી ઠંડા હવામાન બાજુ જતા. સર્પાકારે જતાં રસ્તા પર ટેકરી પર ચઢતા જેનાથી મારા પેટમાં ગોટાળા ચઢતા. અમે એકબીજાને જોડતી બસો માટે ઊભા રહેતા, અમારી સાથે જે લઈ ગયા હોઈએ તે પેકેટોમાંથી ખાતા અને બસમાં ટોળાઓની વચ્ચે અથડાતા-કૂટાતા જતા. જો પ્રવાસ દરમિયાન કોઈ પણ જગ્યાએ અમને બેસવા મળી જાય તો અમે અમારી જાતને નસીબદાર સમજતા.

આજે હું મોટરગાડીમાં આ અંતર ફક્ત ત્રણ કલાકમાં પસાર કરું છું. ઑગુમ્બીનો ચઢાણવાળો પવનવાળો રસ્તો હવે બીક લાગે તેવો લાગતો નથી. ટેકરી પરનો ઊંચો રસ્તો અને જંગલનો વિસ્તાર ચિત્રના દશ્ય જેવો છે અને

મુલાકાતીઓને આકર્ષે છે - ખાસ કરીને જે યુગલો સૂર્યોદય અને સૂર્યાસ્તને જોવા આવે છે તેમને. કેટલીક મોટરો અને મોટરસાઈકલો સાંકડા રસ્તા પર પાર્ક થાય છે. કેટલાક લોકો રસ્તા પરની પાળી ઉપર બેસતા અને કેટલાક યુગલો હાથ પકડીને બેસતા. તેઓ કુદરતના રંગોના સૌંદર્યમાં ખોવાઈ જતાં. ક્ષિતિજને તાણીને બેસી રહેતાં.

પશ્ચિમ ભારતના સહ્યાદ્રિ પર્વતોની આશ્ચર્યચકિત કરી નાંખે તેવી હારમાળા તમને જુદાજુદા રંગો દ્વારા આવકારે છે - જેવા કે કથ્થઈ, જાંબુડિયો, લીલો, વાદળી, કેસરી... વગેરે અને આકાશ સોનેરી રંગથી ચમકી ઉઠે છે. આજે હું આ કુદરતી સૌંદર્યને ખૂબ વખાણું છું પણ જ્યારે હું યુવાન હતો ત્યારે આ જ દશ્યની મારા માટે કોઈ કિંમત ન હતી. મારી પાસે જોવાની જાણે કોઈ દૃષ્ટિ ન હતી અને સુંદરતાને માણવા માટેની શાંતિવાળો મૂડ ન હતો.

જ્યારે અમે દુર્ગાબિટાના નિવાસસ્થાન પાસે આવવા લાગ્યા ત્યારે ખીણમાં દૂર-દૂર સુધી ચાના બગીચાઓ મોંઘા લીલાછમ એક વિશાળ ગાલીચા જેવા લાગી રહ્યા હતા. ઊંચા ડુંગરો પરથી સરૂના ઝાડ ધીમા-ધીમા પવનમાં લહેરાતા હતા. તળેટીમાં બોગનવેલનો જાંબલી રંગ ચાના લીલા પાંદડાથી અલગ વિરુદ્ધ રંગનો દેખાતો હતો. તેની નીચે, રસ્તા પર સફેદ અને ગુલાબી રંગની વચ્ચે ભૂરા રંગનો બારમાસીના ગુચ્છા, ચોખ્ખા વાદળી આકાશની સામે એક જુદું જ મિશ્રણ લાગતું હતું. આ જગ્યા કલાકાર માટે આનંદની વાત હતી. ઘણી ફિલ્મોના શુટિંગો અહીં ચાલ્યા કરે છે, કારણ કે પ્રેમના ગીતો માટેનું એક આદર્શ બેકડ્રોપ (પાછળનો ભાગ) છે જે પ્રાકૃતિક સુંદરતાથી પરિપૂર્ણ છે.

જે સલૂનમાં મેં મારી કિશોરાવસ્થામાં કામ કર્યું અને જ્યાં હેરડ્રેસર તરીકે મારી કારકિર્દીનો મારો પાયો નંખાયો એ ચાર રસ્તા આગળ ખૂણામાં આવેલું છે. ટૂંકમાં કહીએ તો, એ સ્થાનિક ટપાલપેટીની વિરુદ્ધ દિશામાં આવેલું છે કે જે હજી કાર્ય કરી રહી છે. પણ સલૂન કાયમ માટે બંધ થઈ ગયું છે. જેવો હું કારમાંથી ઉતર્યો ત્યારે ચારેબાજુ નીરવ શાંતિ છવાયેલી હતી. હવામાં રહેલી શાંતિ ગભરાઈ મૂકે તેવી હતી. જુવાન છોકરા તરીકે મેં આ જગ્યાને લોકો અને વાહનોથી ભરચક જોઈ હતી.

અહીં હવે ભાગ્યે જ ચહલ-પહલ જોવા મળે છે. જૂનું સલૂન હવે એસ્બેસ્ટોસનું ખખડી ગયેલું માળખું લાગે છે. તેની આગળ મોટું ઈલેક્ટ્રિક

ટ્રાન્સફોર્મર છે તેથી તે ઢંકાઈ ગયું છે. તે એક ખખડધજ ગેરેજ જેવું લાગે છે. તેની તિરાડોમાં નકામું ઘાસ ઊગી ગયું છે. કુદરતના પ્રકોપને લીધે પતરાંના છાપરાંને કાટ લાગી ગયો છે. બારણાની બાજુમાં પીળા પાંદડાંવાળા જંગલી છોડ ખુશીથી ઝૂમે છે, કારણ કે તેમને ખબર છે કે તેમના અસ્તિત્વને હેરાન કરનાર ત્યાં કોઈ નથી.

આપણા કર્મો વિચિત્ર રીતે કામ કરે છે. મારા પિતાજીએ જે પ્લોટ ભાડે લીધો હતો તેના પર મારા કાકાએ સલૂન ચલાવ્યું. તે સલૂનના દરવાજા હવે કાયમ માટે બંધ થઈ ગયા.

લોખંડના દરવાજા પર નકૂચો મારી તાળું મારેલું છે. કાંટાવાળા તારથી વાડ બનાવી દીધી છે જેથી પસાર થનાર લોકો અંદર ના આવી શકે. તેના માટે આજુબાજુ એરિકાના છોડ લગાવી દીધા છે. ત્યાં છેક ઉપર સુધી પાણી ભરેલો કૂવો છે. મોટું આંબાનું એક વૃક્ષ છે જેની ડાળીઓ રસ્તાની બાજુ ફેલાયેલી છે. નારિયેળીની સૂકી ડાળીઓ જમીન પર વિખરાયેલી પડી છે. આ બધું મને જૂના દિવસોની યાદ અપાવે છે.

સ્થાનિક બાળકો આંગણામાં ક્રિકેટ રમતા. તેઓ નારિયેળીની ડાળીઓને કામચલાઉ બેટ તરીકે અને સ્ટમ્પ્સ તરીકે વાપરતા. કોઈક વાર હું છોકરાઓ જોડે રમત રમવા જોડાતો, કારણ કે ક્રિકેટ મારી પ્રિય રમતોમાંની એક છે. કોઈક વાર એસ્ટેટના કર્મચારી ત્યાં આવતા અને કૂવા પાસે તેમની 'રોયલ એનફિલ્ડ બુલેટ' પાર્ક કરતા. હું કામમાંથી થોડી ક્ષણો ફાળવીને ત્યાં ઊભો રહી તે બે પૈડાંવાળું વાહન નિહાળતો. પાછળથી મેં એ જ બનાવટની મોટરસાઈકલ પસંદ કરી. મારી પાસે હજી તે છે અને મેં એને ખૂબ જ સરસ સ્થિતિમાં રાખી છે.

ટપાલપેટી, નાનકડો કિરાણા સ્ટોર, ઢોરોને રાખવાની જગ્યા, પ્રાથમિક આરોગ્યવર્ધક કેન્દ્ર - જ્યાં હવે ભાગ્યે જ કોઈ દર્દી મુલાકાત લે છે અને નાના ઘરોની હારમાળા બધું જ ઉજ્જડ લાગે છે. ફક્ત રિક્ષાનું સ્ટૅન્ડ મોજૂદ છે જ્યાં ડ્રાઈવરો મુસાફરોની રાહ જોઈ બેકાર બેસી રહ્યા હોય છે. તેઓ બેઠા-બેઠા મોટેથી ફિલ્મના ગીતો સાંભળે છે. સલૂનથી થોડે દૂર આગળ લાકડાના ટુકડાઓનો ઢગલો કરવામાં આવ્યો હતો જેથી તે સૂરજના તડકામાં સૂકાય. વિચિત્ર મેફ્લાવરના ઝાડમાંથી ડાળીઓ બહાર નીકળી હતી.

આ શાંત જગ્યામાં વાહનોની આવ-જા ને થોડી પ્રવૃત્તિ હોય તેવું લાગે. જ્યાં સુધી વાહનો થોડા દૂર કિલોમીટરો સુધી જતા ત્યાં સુધી તેમના પૈડાંમાંથી

રબરનો અવાજ આવતો રહે છે. મુસાફરોને ચઢવા-ઉતરવા માટે બસો અહીં ઊભી રહે છે. થોડાક લોકો ઉતરી જાય છે અને ચાના બગીચાઓમાં જાય છે. એક ગામથી બીજે ગામ ટ્રકો લોકોથી ભરાતી જાય છે. વાહનો જેવા વાંકાચૂકા રસ્તા પર ગોળ ગોળ ફરે છે તેવા ધીમે-ધીમે દેખાતા બંધ થાય છે. વિરુદ્ધ દિશામાંથી એમ્બ્યુલન્સો નજીકના ગામડામાં ઝડપથી જાય છે. ચાના બગીચામાં મોટરસાઇકલવાળા સવારી કરીને જાય છે, રસ્તાની બાજુમાં ઉગેલી ઝાડી વનસ્પતિમાં ઢોરો ચરે છે.

કોણ માની શકે કે આ વિચિત્ર નાના ખૂણામાં એક વખત આટલી બધી પ્રવૃત્તિઓ થતી હશે? જેવો હું કેરીના ઝાડ નીચે બેઠો, એક પ્રકારની શાંતિ છવાઈ ગઈ હતી. મને મારો શ્વાસોશ્વાસ સંભળાતો હતો. કોઈ ટેકરીમાંથી ધીમેથી નગારાનો અવાજ આવતો હોય તેવી રીતે મારા હૃદયના ધબકારા સંભળાતા હતા. મને ચોખ્ખી હવા મારા નાકમાંથી પસાર થઈને પેટમાં જતી લાગતી હતી. થોડો વખત ત્યાં રહ્યા પછી બહાર નીકળતી લાગતી હતી. મેં ઊંડા ઊંડા શ્વાસ લેવાનું ચાલુ રાખ્યું. મારા મગજમાં કિશોરાવસ્થાના કામ કરવાના દિવસો યાદ આવવા માંડ્યા અને તેનાથી દુઃખ ઉભરાયું.

ઠંડી હવામાં આંબાના પાંદડાંનો ખડખડ અવાજ આવતો હતો. સૂરજના પ્રકાશ સામે તેની રેખાકૃતિ બનાવી રહ્યો હતો. આજે પણ, આસપાસની જગ્યાની શાંતિ-સ્વસ્થતા હોવા છતાં, મેં અહીં પસાર કરેલા દિવસોને યાદ કરતા મારા વાળ ઊંચા થઈ જાય છે. દરેક અણગમતો બનાવ મારી સામે બની રહ્યો હોય તેમ ફરી એકવાર જીવંત થઈ જાય છે. મને ખબર છે કે હું જ્યારે ફક્ત ૧૧ વર્ષનો હતો ત્યારે આ બધું બન્યું હતું પણ આ રીતે આપણે આપણી જિંદગીના સારા અને ખરાબ અનુભવોને તે જગ્યાઓ સાથે જોડીએ છીએ. આશ્ચર્યચકિત કરી દે એવી સુંદર જગ્યા. પણ આપણને દુઃખી કરી શકે છે અને આપણને ભૂતકાળની ખિન્ન કરી દે તેવી મશાલ સામે ધરી દે છે.

દુર્ગાબિટાની મારી પહેલી મુલાકાત મારા નિશાળની ઉનાળાની રજાઓમાં હતી જ્યારે મારા કાકા સલૂનની પાછળ તેમના પત્ની અને ત્રણ બાળકો સાથે રહેતાં હતાં. મને તેમના કામમાં મદદ કરાવવા માટે અહીં બોલાવવામાં આવ્યો હતો. હું તે વખતે ફક્ત એક બાળક હતો. મેં અજાણતા જ કોઈ ગુનો કરી લીધો હતો પણ મને એ ખબર ન હતી કે મારી કાકી મારા નસકોરામાં અને ગુપ્તાંગોમાં મરચાં ઘુસાડવાની ત્રાસદાયક હરકત કરશે. જ્યારે હું અહીં આવું છું ત્યારે તે સ્મરણોથી મને દુઃખ થાય છે. સમય જતાં

ઘા રૂઝાઈ ગયા છે પણ તે સ્મૃતિમાંથી જતા નથી. તેના કાપા તો રહી જ જાય છે. તમે તે કેવી રીતે ભૂંસી શકો?

આ બધી યાદો છતાં પણ હું આ જગ્યાને ભૂલ્યો નથી, કારણ કે આ એ જગ્યા છે જ્યાંથી હું સલૂનનું કામ કરતા શીખ્યો. હું એ વર્ષનો આભારી છું જ્યારથી હું આ હજામનો કસબ શીખ્યો અને હજામની તાલીમ લઈ આ વ્યવસાયમાં જોડાયો. જે હવે મને ખૂબ વહાલો છે. મને મારા કામમાં ખૂબ ધગશ છે અને ઘણાં વર્ષોની ખૂબ ખૂબ મહેનત પછી મને ખૂબ સુખ અને મગજની શાંતિ મળી છે. આના લીધે હું મારા મૂળ ગામનો ખૂબ આભારી છું, જ્યાંથી હું આ ધંધો શીખ્યો. તે જ કારણસર જ્યારે પણ યેલેમાડલુમાં કોઈ કૌટુંબિક પ્રસંગ હોય કે ધાર્મિક વિધિઓની ઉજવણી હોય કે એમ જ મુલાકાત લેવાની હોય તોપણ હું ત્યાં જતા અચકાતો નહીં અને તરત જ પહોંચી જાઉં છું.

આજુબાજુના સૌંદર્યને માણવા માટે હું ઢળતા છાપરા નીચેની લાકડાની પટ્ટીઓની વચ્ચે આવેલા ગોખલામાં પહોંચવાનો પ્રયત્ન કરતો. હું મારી આંગળીઓ પર ભેજવાળા કાદવને સ્પર્શ કરતો. અહીંયા હું કાકાની શિકારી નજરથી છુપાવીને સંકટના સમય માટે કેટલાક પૈસા છુપાવતો. કાકાને મારા છુપાયેલા ખજાનાની ખબર ન હતી. વર્ષો પછી જ્યારે મેં તેમને આ બચત વિશે કહ્યું ત્યારે તેઓ આશ્ચર્યચકિત થઈ ગયા પણ તેઓ આનંદમાં આવી ગયા. મેં કાકાને બેવકૂફ બનાવ્યા – આ રોમાંચક જીતથી મારા અંદરનો બાળક હજી તેનો આનંદ લઈ રહ્યો છે.

સલૂનની નીચે ખળખળ વહેતું ઝરણું હતું જ્યાં હું નહાતો હતો, કપડાં ધોતો હતો અને એકલો-એકલો પાણીમાં રમતો હતો. સવારે જેવો હું ઊઠતો, તે જ વખતે મારે મારી ઊંઘવાની પથારી ધોવી પડતી, કારણ કે હું તેમાં પેશાબ કરી નાખતો હતો. જ્યાં સુધી હું કાકાના સરમુખત્યારીના છાપરા નીચે હતો ત્યાં સુધી મારી પથારી પલળી જતી. થીજી જવાય તેવા હવામાનમાં પણ હું ઠંડા પાણીના ઝરણામાં મારી સાદડી ધોવા દોડતો જેથી કાકાને મારા કૃત્યની જાણ ન થાય, નહીં તો તે મને સોટી વડે જોરથી મારતા અને મારી પીઠ પર કાળા- ભૂરા ચકામાં થઈ જતાં.

એ જ ઝરણાની બાજુનો રસ્તો મારા માટે રમતના મેદાન જેવો હતો. આ જગ્યા પર મારા કાકાએ સલૂનથી થોડા કિલોમીટર દૂર ટેકરી પર જે ઘર બાંધ્યું હતું તેની નજીક હતી. પાણીના વહેળાને સ્થાનિક લોકો 'કલ્લા ગુન્ડી'

અથવા 'પથ્થરનો વહેળો' (સ્ટોન બ્રુક) કહેતા, કારણ કે તે કાળા પથ્થરો પરથી છૂટા ખડકો પર થઈને વહેતો અને એસ્ટેટો અને જંગલોમાં જઈ પોતાનો રસ્તો શોધતો. મને અહીં બહુ શાંતિ મળતી.

ઘણીવાર જ્યારે હું બહુ દુઃખી થતો, ત્યારે કાકાના ઘરની સામે આવેલા આ ઝરણા પાસે જઈ બેસતો. કોઈ એક પથ્થર પર બેસીને હું મારી જાત સાથે જ મારા દુઃખ વિશે વાત કરતો જે મારે સહન કરવું પડતું હતું, કારણ કે મારી સાથે વાત કરનાર કોઈ નહોતું. કદાચ, બીજી બાજુ આવેલા પાનખરના જંગલો અને તેના ઊંચા વૃક્ષો અને છોડવાઓ મારા દુઃખના મૂક સાક્ષીઓ હતા. તેઓ મારું દુઃખ જાણતા હતા. તેઓ મારી ચીસો સાંભળીને વ્યથિત થયા હશે. સોટીના માર પછી પાણીની ડુબકીઓ મારી ઘસાઈ ગયેલી નસોને શાંત કરતી અને મારા ટીપાયેલા હાડકાંઓને અને સોટીનો માર ખાધેલી પીઠને ઠંડક આપતી. હજી પણ જ્યારે હું કાકાના ઘરની મુલાકાત લઉં છું ત્યારે આ ઠંડા ઝરણાઓની બાજુમાં બેસું છું. અહીં મને ઠંડકનો અનુભવ થાય છે. જાણે ઝેર ઉતારવાનું ઔષધ હોય!

કાકાનું જૂનું ઘર જેવું હતું તેવું જ હતું. તેમાં કાકા અને ભત્રીજાએ ટેકરી સુધી પથ્થરના પગથિયાં હાથથી મૂક્યાં હતાં. બગીચામાં ભાગ્યે જોવા મળતાં ફૂલો જેવાં કે જાસુદના છોડો અને ગુલાબની જાતો અને કૉફીના છોડો છે. ઘરના પાછળના ભાગમાં આવેલી ગૌશાળા ખાલી છે. ગાયો અને ભેંસોને બાંધવા મેં જે લાકડાના દટ્ટા માર્યા હતા તે જેમના તેમ પડ્યા છે અને આ જગ્યા હવે વેરાન લાગે છે.

કાકાના કુટુંબે જે નવું ઘર બાંધ્યું છે તેના આંગણામાં કૉફી બીન્સ અને લાલ મરચાંને સૂકવવા મૂક્યાં છે. તે જૂના ઘરની બાજુમાં છે કે જે હવે ભાડે આપ્યું છે. મેં કિશોરાવસ્થામાં તેમનું ઘર છોડ્યું પછી આ નવું ઘર બાંધવામાં આવ્યું છે અને મેં જ્યાં નારિયેળીના નમૂનાઓ અને ફળના ઝાડ વાવવા ખાડા ખોદ્યા હતા ત્યાં આ જગ્યા છે.

બેઠકરૂમમાં મારા કાકા ગોવિંદ ભંડારીનો એક ફોટો કાચના કબાટમાં ગોઠવેલો છે. હું તેમના ફોટા સામે જોઉં છું, જે હવે ગુજરી ગયા છે અને શાંતિમાં છે.

જ્યારે સલૂન બંધ થયું ત્યારપછી ઝઘડવાના અવાજો અને હંગામા પાડોશીઓ યાદ કરે છે. કાકા ક્રોધાવેશમાં આવી જઈ તેમની પત્ની સાથે ઝઘડતા. બધા પર રોષે ભરાતા, અવાજો કરતા અને મને સોટી લઈ મારતા.

કાકીની ચીસો અને પાછળ છોડોની વચ્ચેના કૂવામાં કૂદી પડવાની ધમકીઓ એ બધું પડોશીઓ માટે ચર્ચા કરવાનો મુદ્દો હતો.

હવે તો તે ઘરમાં નવી જિંદગીઓ ધબકી રહી છે. ત્યાં મારા કાકાના છોકરાની પુત્રીનો જન્મ થયો છે. આ રીતે નવી પેઢી જૂના ભૂતકાળને ભૂલી નવેસરથી જિંદગી જીવી રહી છે.

'સપનાનું ઘર'

લીલાછમ ચોખાના ખેતરો અને કાપણી કર્યા પછીના પટ્ટાઓની વચ્ચે નાનું આરોગ્યદાયક ગામડું દારેગુડ્ડે આવેલું છે. તે ટેકરીઓ અને જંગલોથી ઘેરાયેલું છે. હરિણાક્ષીએ અમારું સપનાનું ઘર બાંધવા જે જગ્યા પસંદ કરી તેના માટે મનોહર કુદરતી દેખાવ એ યોગ્ય પસંદગી પાછળનો દેખાવ (બેકડ્રોપ) છે. હરિણાક્ષીએ 'દુર્ગા નિલય' બંગલાના બાંધકામ માટે એકએક ઈંટ અને ચૂના માટે ધ્યાન રાખ્યું. એક હાથે તે પોતાનું દુઃખતું પેટ પકડતી અને બીજા હાથે કારીગરોને નાની નાની ચીજો માટે ધ્યાન દોરતી. તેની માંદગીને લીધે તે ખૂબ કમજોર પડી ગઈ હતી છતાં દુઃખ સહન કરીને પણ તેણે આ કામ પૂરું કર્યું.

આજે જ્યારે પણ હું કામકાજથી ખૂબ જ થાકી જઉં અને થોડા દિવસ આરામ કરવો હોય ત્યારે હું તાજોમાજો થવા અહીં આવી જઉં છું. હરિણાક્ષીએ કઠણ હૈયું કરી આ પ્રદેશમાં ઘર બનાવવા ખૂબ મહેનત કરી જે ગામથી હું આવતો હતો. દારૂગુડ્ડે કરકલાના મુખ્ય શહેરોની પાસે છે અને મેં જ્યાં મારા ઘડતરના વર્ષો વિતાવ્યા હતાં તે ગામડાઓથી દૂર છે. આ ગામમાં હરિણાક્ષીનું પિયરનું ઘર હોવાને લીધે બરાબર જગ્યા છે. આ ઘર તેના મા-બાપના ઘરની નજીક છે. અમે મુંબઈમાં સ્થાયી થયા પછી મેં આ વિસ્તારમાં ઘર બનાવવાની યોજના કરી. મારે મારા સગાઓથી દૂર એક આદર્શ જગ્યા જોઈતી હતી. મારે કાકાની શિકારી નજરોથી બચવું હતું.

જ્યારે ગામમાં કામ હોય કે સામાજિક પ્રસંગ હોય ત્યારે હું ગામડાની મુલાકાત લેતો. ખાસ કરીને, આ મુલાકાતમાં હું મસ્ત-મજાની ઊંઘ લેતો, અમારી જાતિમાં બનતું ખાવાનું ધરાઈને ખાતો અને સુકાઈ ગયેલા ગળાની તરસ છીપાવવા માટે બીયર પીતો. આ રીતે મારી જન્મભૂમિની મુલાકાતથી મારામાં નવો પ્રાણ ફૂંકાઈ જતો.

સૌથી પહેલાં હું મારી પત્ની હરિણાક્ષીના ઘરડા મા-બાપને બોલાવતો, જેઓ અમારા ઘરની દેખરેખ રાખતાં હતાં અને હું તેમને મારા આવવાના સમાચાર આપતો. એ વખતે મારા માટે જાણે મનપસંદ મેંગલોરી ખાવાનું રાહ જોતું હોય - જેમ કે, સ્થાનિક ભાત - જેને તે લોકો ઉરપીલાન્ના કહેતા, તળેલી માછલી - જે બાજુની નદીમાંથી તાજી પકડીને લાવતા અને ઘરની બાજુમાં નાનકડા બગીચામાંથી શાક તોડીને લાવતા. વર્ષ ૨૦૧૬માં હરિણાક્ષીના પિતાના ગુજરી ગયા પછી તેની માતા અમારા ઘરની દેખરેખ રાખે છે.

બાજપાઈ ગામના મેંગલોરના સપાટ પ્રદેશનું - પ્લેટુના ઍરપોર્ટથી દારેગુડ્ડેનો એક કલાકનો રસ્તો હતો. અહીંનું વાતાવરણ મુંબઈ શહેરના ઍરપોર્ટની તુલનામાં ઘણા ઓછા અજવાળાવાળું છે અને યાત્રીઓનો ધસારો પણ ઓછો છે. ટેકરીઓના વળાંકવાળા રસ્તાઓમાંથી લીલી વનસ્પતિમાંથી પસાર થઈ મેદાનમાં જવાની સરળ સુવિધા છે.

ઘણાં શહેરો અને ગામડાઓ રસ્તામાંથી પસાર થયાં જે બધાં એકસરખાં લાગતાં હતાં. ત્યાં નવા જમાનાનું અદ્યતન બાંધકામ અને પ્રાચીન જમાનાનું કલાત્મક બાંધકામ - એટલે કે પોર્ટુગીઝ, જૈન અને અંગ્રેજોના સમયની વસાહતોનું સ્થાપત્ય - બંનેની ઝાંખી દેખાય છે. અહીં લાંબા ચોખાના ખેતરોના પટ્ટા, નારિયેળીના વૃક્ષો, એરિકા નટ પામ્સ, કાજુના છોડો, સરૂના ઝાડ, વાંસના ઝાડો જંગલી અને વાવેલા ફૂલોની સાથે મળી જાય છે. રંગીન જાસુદો અને જૂઈના ફૂલો પુષ્કળ પ્રમાણમાં ઊગે છે. આ બંને ફૂલો હિંદુ મંદિરોમાં દરરોજ શ્રદ્ધાપૂર્વક અર્પણ કરવામાં આવે છે.

ગામડાના મંદિરો તરફ જતા રસ્તાઓ શણગારેલા છે. જેમાં અમુક સંરક્ષણની દષ્ટિએ મહત્ત્વના સ્થળોએ રંગીન કાપડ પર ધાર્મિક આકૃતિઓ દોરેલી છે. પરંપરાગત વાતાવરણ સમકાલીન ઈમારતો, ભણવાના વિદ્યાલયો, ઘરો અને ઈન્ફોર્મેશન ટેક્નોલોજીના પાર્ક્સ સાથે આપમેળે હળીમળી જતા હતા. ભારતના વિશાળ ઔદ્યોગિક ઉત્પાદકો જે ઓઇલ, ગૅસ, પેટ્રોકેમિકલ્સ અને ખાતરો બનાવે છે તે સુવિકસિત મેંગલોરના વિસ્તૃત ક્ષેત્ર પર અને તેના ઉજળા ભવિષ્ય પર પ્રતિબિંબ પાડે છે.

સફેદ અને ગાઢા ગુલાબી રંગના ફ્રેન્ગીપાનીના ફૂલ અને પેરીવિન્ડલના આછા ભૂરા રંગના વેલા ખરબચડી ટેકરીના કિનારે પાંગરેલી છે. રનાવરાના વૃક્ષોને નાના પીળા ફૂલ આવે છે, જેનાથી રસ્તાની બીજી બાજુ ચંદરવા જેવું

થઈ જાય છે. જ્યારે આ પ્રદેશના દરેક ગામડામાં આવેલા ભણતરના વિદ્યાલયોની કંપાઉન્ડની દીવાલો પાસે કેનનબોલ્સના વૃક્ષોમાં ફૂલો ઊગે છે. આ ભણવાની સંસ્થાઓમાં સાક્ષરતાની ટકાવારી લગભગ ૯૫% છે જેમાં રાષ્ટ્રીય દર સરેરાશ ૬૨% છે.

નાની બાળાઓને ભણવાની તકો અપાય છે અને કારકિર્દીલક્ષી નોકરીઓ માટે ઉત્તેજન અપાય છે. આ અમે દારૂગુડ્ડેના ગામડામાં ઘેર જતાં રસ્તામાં આવતા બેલાવી શહેરમાં વળાંક લેતા પેટ્રોલપંપ પર નોંધ્યું. અમે ત્યાં અમારી કારમાં પેટ્રોલ પૂરાવવા ઊભા રહ્યા ત્યારે એ પેટ્રોલપંપનું સંચાલન કરનાર એક સાહસિક છોકરીએ અમારી મોટરની ટાંકી પેટ્રોલથી ભરી. મારા બાળપણના દિવસોમાં ગામડાની છોકરીઓ તો નિશાળનું ભણતર પણ પૂરું કરતી ન હતી.

અહીંથી આગળ સુવિધાપૂર્ણ ડામરનો રસ્તો હતો. પહેલીવાર હું ભાડાના વાહનમાં હરિણાક્ષી જોડે આ રસ્તા પર નીકળ્યો હતો. કાદવવાળી ગલીમાં વાહન પસાર થવાથી હવામાં જાણે કાદવ ઉછળતો હતો. તે ધૂંધળું વાતાવરણ હતું. પથ્થરો પરથી જવાને કારણે ગાડીની ગતિ ધીમી પડી જતી હતી. તે કાંટાવાળા ઝાડો અને ખડકોથી સાવધાનીથી આગળ જતી હતી.

તે ખાડા-ટેકરાના રસ્તા પર ઊંચો-નીચો માર્ગ હતો. અમે તાજાં પરણેલાં હતાં. રસ્તામાં અવરોધો આવતા મોટર ડાબે-જમણે અથડાતી હતી અને છેવટે અમે જૂના જમાનાના નળિયાવાળા ઘરોમાં પહોંચી ગયા જે ગરીબ માણસની વસાહત જેવું લાગતું હતું. ઘરમાં વીજળીનું જોડાણ હતું નહીં. અમને ભેજવાળી હવામાં અને તેલના દીવાઓની બાજુમાં બેસી ખૂબ જ પરસેવો થતો હતો. હરિણાક્ષીએ મને અગાઉથી તેમની સ્થિતિનો ટૂંકમાં ખ્યાલ આપી દીધો હતો તેથી હું માનસિક રીતે આના માટે તૈયાર હતો.

આવી હાલકડોલક-ઢચુપચુ સવારીથી અમારા હાડકાં દુખતાં હતાં. જ્યારે તેના માતા-પિતાના ઘેર પહોંચીને મેં હરિણાક્ષીની આંખમાં જે ચમક જોઈ તેનાથી અમારી મુશ્કેલ - ખાડાટેકરાવાળી સવારીનું બધું દુઃખ જતું રહ્યું. અત્યારે પાછું વળીને જોતાં એમ લાગે છે કે ખાડા-ટેકરાવાળી જમીન પર મુસાફરી કરવાનો અનુભવ પણ અનોખો આનંદદાયક છે.

હરિણાક્ષીની લાંબી માંદગીને લીધે અમારી જિંદગી પણ ખરબચડા રસ્તા જેવી બની ગઈ હતી જે હાડમારીઓ, અવરોધો અને દુઃખથી ભરેલી

હતી. તેમછતાં અમે તે કરુણ ક્ષણોમાં નૈસર્ગિક આનંદ, સુખ અને મજા લઈ ચાલતાં રહ્યાં.

દુર્ગાનિલયનું ઘર હરિણાક્ષીએ બહુ ઝીણવટપૂર્વક ડિઝાઇન કર્યું છે. તેમાંની નાની-નાની વસ્તુઓને પણ હરિણાક્ષીએ જાતે ખરીદી કરી સંતોષ મેળવ્યો છે. તેણે પડદાનું કાપડ જાતે જઈ ખરીદ્યું છે. સોફાના કવરનું કાપડ, ચિનાઈ માટીના વાસણો (ક્રોકરી), કાચના વાસણો કટલરી, ફર્નિચર અને બાથરૂમના ટાઇલ્સની પણ હરિણાક્ષીએ જાતે જઈ ખરીદી કરી છે. ડૉક્ટરની ચેતવણી છતાં તે આરામ કરતી ન હતી. તે જાતે બધી વસ્તુની ઝીણવટથી તપાસ રાખતી. તે ફૂલોના નમૂનાઓ, ગુલાબો, એરિકા પામ્સ, મરીના વેલાઓ, પાણીનું જોડાણ, સોલર પેનલ્સ અને રંગરોગાન – આ બધાને તપાસવામાં તે જંપીને બેસતી ન હતી. તેની માતા ઘણીવાર ખૂબ વ્યથિત થાય છે અને તેમને આશ્વાસન આપી શકાય તેમ નથી. બેઠકરૂમમાં આવેલો હરિણાક્ષીનો હસતો ચહેરો બધાને આવકારે છે. જ્યારે તે અમને છોડીને ગઈ ત્યારે ઘરમાં જેમ બધું હતું તેવું જ છે. મને હજી એ ઘરમાં તેની હાજરી વર્તાય છે.

જ્યાં હું સૂઈ જઉં છું તે રૂમમાં પરોઢિયે સૂરજના કિરણો પડે છે. મને લાગે છે હરિણાક્ષી જ્યારે આંખો ખોલે ત્યારે સૌથી પહેલાં સૂર્યનારાયણને નમન કરી શકે તે માટે તેણે આ રીતે રૂમ બંધાવવાની સગવડ કરી હશે. મારા સવારના નિત્યક્રમમાં હું ચોખ્ખી હવા લેવા માટે બાજુની અગાશીમાં થોડા લાંબા ડગલાં ભરું છું. હરિણાક્ષીના સદ્‌ગત પિતા શ્રી અપ્પુ ભંડારીજી ઘરના આગળના બારણા પાસેના તુલસીના છોડમાં પાણી પીવડાવતા, જ્યારે એની માતા રત્ના ભંડારી મારા માટે જડીબુટ્ટીઓ અને તાજા રસનો જ્યુસ બનાવતી અને કુટુંબીજનો માટે સવારનો નાસ્તો બનાવતી. તે પહેલાં તે, સ્થાનિક 'બ્રાઉન-રાઈસ' (કથ્થઈ રંગના ચોખા) પલાળીને ધોતી અને લાકડાની આગ પર મૂકતી, કારણ કે તેને રંધાતા બહુ વાર થતી.

મારી મુલાકાત વખતે આખું ઘર પ્રવૃત્તિઓથી ધમધમી ઊઠતું. લીમડાના પત્તાં અને રાઈના દાણાના વઘાર વખતે કોપરાના તેલમાં તડતડ થવાથી અને તે ચટણીમાં પડવાથી રસોડામાંથી ચટણીની સુગંધ આવી રહી હતી. બીજા ગૅસ પર હરિણાક્ષીના ભત્રીજાઓ અને ભત્રીજીઓ માટે ઢોંસા બની રહ્યા હતા, જે નિશાળે જતાં પહેલાં તેઓ ખાતાં હતાં. તેઓ મારા આવવાની રાહ જોતાં અને મને તેમને લાડ લડાવવાનું ગમતું હતું. ઘરના બનેલા ખોરાકથી

મારી ભૂખ ઊઘડી જતી હતી. એવું નથી કે આવું ખાવાનું અમારા મુંબઈના ઘરમાં બનતું ન હતું પણ જન્મભૂમિના વાતાવરણમાં આવું ભોજન લેવું બહુ આરામદાયક લાગતું. તેમાંથી મને સ્વદેશની લાગણી થતી. મને એવું થતું કે જે જગ્યાથી મને લગાવ હતો એ આ મારી નથી, હવે મને ખુલ્લા હાથે ભેટવા બોલાવી રહી હતી.

સંધ્યાકાળ થતા મારા માટે મિજબાની રાખવામાં આવી ત્યારે હું મારી જાતને બીયર કે સ્કોચમાં ડુબાડું છું. આ ઘરમાં મારે ગ્રાહકોને સાચવવાના હોતા નથી. તેથી હું અહીં વ્યવસાયિક આઝાદીનો આનંદ માણી શકું છું. આ કાયદો મેં મારી જાતે જ ઘડ્યો છે. હું મારા ધંધાના સ્થળે દારૂથી દૂર રહેતો. જ્યારે હું મારા ગ્રાહકોના વાળની સ્ટાઈલો કરું છું અથવા દાઢી કરું છું ત્યારે બોલતી વખતે મારા મોંમાંથી દારૂની વાસ આવે તે મને ગમતું નથી. જે ગ્રાહકો આગ્રહપૂર્વક મારા સલૂનની મુલાકાત લે છે તેના બદલામાં મારે તેમની માનપૂર્વક આગતા-સ્વાગતા કરવી પડે. મને એવું લાગે છે કે મારા બધા ગ્રાહકો મારી પાસેથી સૌથી સારામાં સારું કામ લઈ શકે.

એ વાત પણ અહીં નોંધવાયોગ્ય છે કે આ પ્રદેશનું દરેક પાસું મારી જિંદગી સાથે વણાયેલું છે. ભલે તે બનાવો દુઃખથી ભરેલા છે તેમછતાં તે બધી ઘટનાઓ સાથે મારી જિંદગીનું એક મજબૂત જોડાણ છે. જે વર્ષો પસાર થઈ ચૂક્યા છે તેમાંથી કોઈ નકારાત્મક અનુભવ લઈ શકાય નહીં. જ્યારે તે તમારા મગજમાં યાદ આવે તેનાથી ભાગી પણ શકાય નહીં. તેના બદલે, બધાએ તે બનાવો પછી શાંતિ મેળવવી જોઈએ અને મજબૂત સંબંધો બાંધવા જોઈએ. તેથી આ બધાં પ્રકરણો અમને એવી યાદ અપાવે કે અમે આ બધી હાડમારીઓમાંથી બહાર નીકળ્યા છીએ. અમે કપરી મુશ્કેલીઓનો સામનો હિંમતથી કરી હવે હસતો ચહેરો રાખી શક્યા છીએ.

આજે પણ જ્યારે અમે અમારા કુટુંબ સાથે ટેબલ પર સ્વાદિષ્ટ - શાનદાર ખાવાનું માણીએ છીએ ત્યારે મને એ દિવસો યાદ આવે છે જ્યારે અમારી પાસે કંઈ ખાવાનું ન હતું અને હું અને મારી માતા બેઉ જણા ભૂખ્યા સૂઈ જતા હતા.

ઘડા અને વાસણો :

મારા કાકાના ઘરના રસોડામાંથી કાને સંભળાતા ઘડા અને વાસણોનાં અવાજ હજી મારા કાનમાં ગુંજી રહ્યાં છે. જ્યારે મારા પિતાજી ગુજરી ગયા ત્યારે હું

અને મારી મા કાબેટ્ટુના ઘરમાં રહેવા ગયા હતા. ત્યાં હું બીજા બાળકો સાથે બેસીને જમવાની હિંમત કરી શક્યો નહીં. હું હંમેશાં ખચકાતો હતો. મને એવું લાગતું ઘરના વડીલો મને ખાવા માટે કહેશે તેથી મારી માતા તેની સીવવાની નોકરી પરથી પાછી આવે તેની હું ભૂખ્યા પેટે રાહ જોઈ બેસી રહેતો.

મારા પિતાના અવસાન બાદ મારી માતાના ઓરમાન ભાઈએ તેમના ઘરમાં અમને રહેવા માટે આશરો આપ્યો. જોકે, તે હવે હયાત નથી. ઘરના માલિક અને કુટુંબના વડા તરીકે તેમનો ફોટો ઘરમાં તરત જ નજર પડે તે રીતે લગાવેલો છે. મારા બાળપણના દિવસોમાં અહીં લગભગ ૩૦ લોકો રહેતા હતા પણ હવે ફક્ત તેમની દીકરીનું જ કુટુંબ અહીં રહે છે. આજુબાજુની મોટી મિલકત અને મધ્યમસર ઘર તેમના બાળકો વચ્ચે વહેંચાઈ ગયું છે. કેટલાકે તેમાં ઘરો બનાવ્યા છે જ્યારે કેટલાકે જમીન ખુલ્લી રાખી છે. નિર્જન જમીનનો ઉપયોગ ચોખાના વિશાળ ખેતરો, ફળો અને ઋતુ પ્રમાણેના પાકોને વધારવા કરવામાં આવ્યો. તેમાં મોટી ગૌશાળા પણ હતી જેનાથી આખા કુટુંબને દૂધ પૂરું પડતું.

આ જમીન પર, પ્રાચીન 'ભૂત-કોલા'નો ઠરાવ પસાર કરવામાં આવ્યો હતો કે જે આ પ્રદેશની પૂજાની જાણીતી રચના હતી, જેમાં સ્થાનિક દેવીઓ અને પ્રેતાત્માઓને ખુશ કરવાના હતા. તેમાં આખી રાત એક ખુલ્લા મેદાનમાં વિધિઓ ચાલતી અને તે જોવા આખા ગામના લોકો ખેતરોમાં ભેગા થતા. થોડાં વર્ષો પહેલાં આવા એક દેખાવનું મેં પણ આયોજન કર્યું હતું. જેમાં ભૂતકાળમાં ઉગ્ર બનેલા સંબંધો છતાં બધા જ કુટુંબના સભ્યો હાજર હતા. મેં અને મારી માતાએ આ ખેતરોમાં મહેનત કરી હતી, નમૂનાઓ વાવ્યા હતા, વૃક્ષોને પાણી પીવડાવ્યા હતા, કૂવાઓમાંથી પાણી ખેંચ્યું હતું, ગાયનું છાણ ભેગું કર્યું હતું, ખાતર બનાવ્યું હતું, ઘરમાં કચરો-પોતું પણ કર્યાં હતાં. તે જોઈને દુઃખ થયું કે તે વખતના વૃક્ષો અત્યારે જીવતા હતા નહીં અને બિલકુલ ઉપેક્ષા થઈ રહી હતી. પહેલાના સમયમાં વડીલ સ્ત્રીઓ ઘરમાં રસોડાનું ધ્યાન રાખતી. તેમના સિવાયનું આખું કુટુંબ ખેતરોમાં કામ કરતું.

ઘરની નીચેના રસ્તા પર એક મંદિર હતું, જેની પાસે એક તળાવ હતું. જ્યારે મને એવું લાગતું કે આ કુટુંબીઓને મારી જરૂર જ નથી ત્યારે હું તળાવના આ શાંત વિસ્તારમાં બેસી કલાકોના કલાકો ગાળતો. મારી પ્રિય પ્રવૃત્તિ તળાવની પાળ પર બેસી પાણીમાં પથ્થરો ફેંકવાની અને પાણીમાં

ઉપસતા ગોળ વર્તુળોને જોવાની હતી. મારી અંદર એવી લાગણી થતી કે મારા કુટુંબના પૂર્વજો એટલે કે જે કુટુંબનો હું વારસ છું તે બધા લોકો આટલા બધા જુલ્મી હતા. તેઓ મને તો જાણે તેમના કુટુંબ બહારનો પારકો સમજતા હોય તેવું વર્તન કરતા હતા. તેના પરિણામે, જ્યારે પારકા લોકો મારા પર દયા બતાવે છે ત્યારે હું બહુ જ ખુશ થઈ જઉં છું.

મારા કાકા સંજીવ ભંડારીને ત્યાં બહુ સારી પરિસ્થિતિ ન હતી. ઘરમાં કુટુંબીજનોની સંખ્યા વધારે હોવાને કારણે ખેતરોમાં અને રસોડામાં કામ કરનાર લોકો પણ વધારે હતા. કામ માટે લોકોને મજૂરીએ રાખવાનું બહુ ખર્ચાળ હતું. મજૂરોને કોથળા ભરીને ચોખા અને પૈસા આપવા પડતા હતા. તદ્ઉપરાંત સવારનો નાસ્તો અને બપોરનું ખાવાનું પણ આપવું પડતું. આવી દશામાં હું અને મારી માતા મફત કામ કરનારા મજૂરો હતા. ત્યાં ચાર વર્ષો રહ્યા પછી અમને ઘરમાંથી તગેડી દેવામાં આવ્યા. કંપાઉન્ડમાં આવેલા પામના ઝાડ નીચે ખુલ્લામાં રહીને અમે ત્રણ દિવસ જીવન વિતાવ્યું હતું. તે પામનું ઝાડ પણ હવે સૂકાઈ ગયું છે. જ્યાં વર્ષો સુધી અમારા ઝઘડાઓ અને દુશ્મનાવટ ચાલુ રહ્યા હતા. સંજીવકાકા હવે ઘરડા અને નબળા થઈ ગયા છે અને તે અમારી સાથે સારા સંબંધો રાખે છે. પણ મને એવી અનુભૂતિ થાય છે કે તે ફક્ત દેખાડો જ છે.

તે તેમના ઘરની સામે આવેલા સલૂનમાં કામ કરીને સ્વયંને કંઈક કામમાં રાખે છે. કેટલાય દસકાઓ પછી પણ તેમની દુકાનની હાલત બદલાઈ નથી. એક છોકરા તરીકે મેં આ સલૂનમાં બહુ વાર મારા વાળ કપાવ્યા છે પણ મારા ઘણા કડવા અનુભવો એમ ખાતરી કરાવે છે કે હું ફરીવાર ત્યાં પગ નહીં મૂકું. મારા વાળ ઓળવાને બદલે ખેંચી કાઢવામાં આવતા અને મારા માથાને બેકાળજીપૂર્વક ધક્કો મારવામાં આવતો. કુટુંબીજનો મને એમ કહેતા કે ફક્ત વિશેષાધિકાર ધરાવતી વ્યક્તિઓ જ તેમના સલૂનોમાં વાળ કપાવવા માટે નસીબદાર ગણાય. પછી હું ગરીબ લોકો માટેના સલૂનમાં વાળ કપાવવા જતો, કારણ કે તેની હાલત ખખડી ગઈ હતી અને વાળ કપાવવાના પૈસા પણ ઓછા લેતા હતા અથવા હું મારા વાળ જાતે કાપી લેતો.

આજે કરકલા ગામના અને બાજુના પડોશી ગામડાઓના સલૂનો પર શિવાસ (Shiva's) નામના પાટિયાં લાગેલાં છે. હિંદુઓમાં ભગવાનનું નામ શિવા હોય છે તેથી તે જોગાનુજોગ પણ હોઈ શકે. જે માનો તે, પણ તેનાથી હું ખુશ થતો હતો.

હવે તો કરીમીનાબાઈ પણ ત્યાં રહેતા નથી, કારણ કે તેમણે તેમની જગ્યા તેમના સગાને વેચી દીધી છે. જ્યારે અમારે સંજીવકાકાના કુટુંબ જોડે મોટો ઝઘડો થયો ત્યારે તે સમજાવટ માટે આવ્યાં હતાં અને તેમનાં ઘરનો પાછળનો ભાગ રહેવા માટે અમને ભાડે આપ્યો હતો અને અમને તેમનાં બધાં પરચૂરણ કામો કરવા માટે મદદ કરવાનો હુકમ કર્યો હતો. તેમને ત્યાં મારે જાતજાતના કામો મહેનતાણું લીધા વિના કરવાના હતાં જેવાં કે - ગૌશાળામાં કામ કરવું, ઢોરોની સંભાળ રાખવી, તેમને દોહવા અને શહેરમાં રહેતા લોકોને દૂધ પહોંચાડવું, બજારમાં જઈ છાપાં લાવવા, રસોડામાં જરૂરી ખાધાખોરાકીની ચીજો લાવવી, તેમના ફળ-ફૂલના છોડોને પાણી પીવડાવવું, એરિકા અને નારિયેળીના વૃક્ષોનું ધ્યાન રાખવું.

કરીમીનાબાઈના સારાએવા મોટા કંપાઉન્ડમાં હજી રંગબેરંગી ફૂલ પાંગરે છે. ત્યાં ચીકુ, કેળાં, પપૈયાં અને નારિયેળીનાં વૃક્ષો હતાં, પાછળના ભાગમાં એરિકા નટના છોડ હતા. જૂઈ, લાલ જાસૂદ, ગુલાબી ગુલાબ હતાં. કેસરી ગલગોટાઓની રેલમછેલ હતી. આગળના બગીચામાં તુલસી અને કૉફીના છોડ હતા. ઘરના પાછળના ભાગમાં શાકભાજી અને ફૂલો ઊગતાં - અત્યારે મોટા ભાગના આ ફળો અને ફૂલો ખૂબ ઊગે છે. આ મિલકતના દૂરના છેડે આવેલા શરૂના અને ગુંદરના વૃક્ષો રહસ્યમય લાકડાંની જમીન જેવાં છે જેમાં ઘણાં પેટે ચાલતાં પ્રાણીઓ - સાપ વસવાટ કરે છે. લીલા રંગના ઝેરી સાપ ડાળીઓ પર લટકતા જોવા એ બહુ સામાન્ય દશ્યો હતાં. તેઓ ઝેરી પણ હોઈ શકે. ઠેરઠેર ઝાડની વેલો પર આ સાપ લટકતા તો અમે ઘણીવાર ડાળીઓ પણ સમજતા.

હવે નળિયાવાળા છાપરાંની જગ્યાએ સિમેંટનું સખત માળખું થઈ ગયું છે. કંપાઉન્ડના કૂવાનું કોઈ ધ્યાન આપતું ન હતું અને તેની આજુબાજુ નાના છોડો અને જંગલી ઝાડી-ઝાંખરા ઊગી ગયા. હું કાદવવાળા કૂવામાં ઉતરી સાફ કરવાનો, મૃત્યુના ડરનો અનુભવ કેવી રીતે ભૂલી શકું? રોજ કામ કરનારા કારીગરો પણ નીચે ઉતરતા ગભરાતા.

અમારા ઘરની સામે એક બ્રાહ્મણકુટુંબ ઘર બાંધતું હતું અને અમારા ઘરનું ભાડું ભરવા માટે અમારે વધારે પૈસા કમાવવાની જરૂર હતી. એક મજૂર તરીકે મારી માતાએ એક તગારામાં છૂટી રેતી ભરી તેના માથા પર ઊંચકી છે. જ્યારે મેં મારી પીઠ પર જેમતેમ કરીને પણ ઈંટો ઊંચકી છે. જ્યારે હું આ ઘર પાસેથી પસાર થાઉં છું ત્યારે આ ઘર બનાવવા માટે અમારા હાથોએ

આટલી મહેનત કરી છે તેનાથી મને ખૂબ ગર્વ થાય છે. તે ઘર હજી પણ ત્યાં છે અને મહેલ જેવું લાગે છે.

મને યાદ છે કે આ બંગલાનું વાસ્તુપૂજન નિમિત્તે અમને તીખી-ખાટી તુવેરની દાળ પીરસવામાં આવી જેને સ્થાનિક લોકો 'તોગરી બ્યાલે' કહેતા. તે વખતે અમારી ખરાબ નાણાકીય સ્થિતિને લીધે મારે ઘણીવાર ભૂખ્યા સૂવા જવું પડતું તેથી મારો જીભનો સ્વાદ જાણે મરી ગયો હતો. 'તોગરી બ્યાલે'થી મારા જીભનો સ્વાદ ફરી જીવંત થયો. મસૂરના દાળનો સ્વાદ અને રસા માટે તાજી વાટેલી વનસ્પતિની સુગંધથી મારી જીભ પર તેનો સ્વાદ આજે પણ યાદ રહી ગયો છે. અનુશ્રી તુવેરની દાળમાંથી આવી જ વાનગી બનાવતી જે હું આનંદથી માણતો.

મજૂરો તરીકે અમને કેળના પાંદડાંને બદલે એલોકેસીયાના પાંદડાં પર ખાવાનું પીરસાતું. કેળના પાંદડાં પર ફક્ત પૈસાદાર લોકો અને ઊંચી જાતના લોકો જમવાનો લહાવો ઉઠાવતા. હૃદયના આકાર જેવા મોટા એલોકેસીયાના પાંદડાં બગીચાઓમાં શોભાના છોડ તરીકે ઉગાડવામાં આવતા અને તે ઔષધ તરીકે પણ વપરાતા. વાપરીને ફેંકવામાં આવતાં પાંદડાંને પહેલા અડધા કરી બે જણને આપવામાં આવતાં અને પછી તેના પર ખાવાનું પીરસવામાં આવતું.

સામાન્ય નાસ્તા માટે પણ હું પરચૂરણ કામો ઉત્સાહથી કરતો. બે વૃદ્ધ કેથલિક સિસ્ટર (બહેનો) એક ઝૂંપડામાં રહેતી હતી. તેમના ઢોરોને સહી-સલામત પાછા લાવવા માટે તેઓ મને માછલી અને સ્વાદિષ્ટ શાકની વસ્તુઓ ખવડાવતાં. હું સવારે મારી નિશાળે જતો ત્યારે આખો દિવસ તેમની ગાયો લીલા ઘાસના મેદાનમાં ચરતી. નિશાળેથી પાછા આવતી વખતે હું તેમને ઘેર લઈ આવતો.

ફેરી કરી શાક વેચવા જતો

મારે મારા માસીના છોકરા સુંદર ભંડારી જોડે મજબૂત સારી ભાઈબંધી છે જે હવે રિટાયર્ડ થયેલા લશ્કરના માણસ છે. તેના માલિકીના ઘરમાં જ મારો જન્મ થયેલો હતો. મારા માસી અને તેની માતાએ મારી માતાની પ્રસૂતિ પછીની કાળજી લીધી હતી. તેમણે મને ૫૦ પૈસાનો સિક્કો આપી મારી ઈચ્છા મુજબ વાપરવાનું કહ્યું હતું. મને કોઈ કુટુંબના માણસે ૫૦ પૈસાની ભેટ આપી તેથી હું અત્યંત ખુશ થઈ ગયો હતો, કારણ કે મારા માટે તે સાવ જ નવી

બાબત હતી. કંઈપણ વસ્તુની અપેક્ષા વગર તેમણે મને પૈસા આપ્યા. એ તેમના તરફથી બહુ દયાળુ પગલું હતું.

જ્યારે હું દસ વર્ષનો હતો ત્યારે મને થયું કે પાલીમારૂમાં જઈ સાઈકલની દુકાનમાં કામ શીખું. આ કામ કરવાનો વિચાર સારો હતો. તે દુકાન મારા ભાઈબંધ સુંદરના બનેવી સેસુ ભંડારીની હતી. પાલીમારું એ દારૂગુડેથી ૧ કલાક દૂર આવેલી વિશાળ વસાહત છે. બે પૈડાંના વાહનો માટેની ઘેલછાને લીધે સેસુએ જ્યારે મને દુકાનમાં કામ કરવા કહ્યું ત્યારે મેં જબરદસ્તીથી હા પાડી દીધી. સેસુ સલૂનનો માલિક અને સાઈકલ રીપેર કરવાની દુકાનનો માલિક છે. મને લાગ્યું કે મારે સાઈકલનું ભાડું આપ્યા વગર અને એક પૈસો પણ ખર્ચ કર્યા વગર મફતમાં સાઈકલ ચલાવવા મળશે.

આજે, ગામડાના ટ્રાફિક સર્કલ પર આવેલ એ દુકાન ખાલીખમ દેખાય છે જેમાં થોડી તૂટેલી ખુરશીઓ અને અંદર મૂકી રાખેલી એક તૂટેલી સાઈકલ છે. દુકાનની બાજુમાં આવેલી બીજી દુકાન પર તાળું મારેલું છે. પણ ત્યાં સલૂનની સેવાઓનું અને લગ્નમાં વગાડવા માટેના સેક્સોફોનિસ્ટ (મોઢેથી પિત્તળનું વાજું વગાડનાર) નોકરોની જગ્યા ખાલી છે, એવી જાહેરખબરોના પાટિયાં છે. મને લાગે છે કે ગામડામાં સંગીતકારો અને હેરડ્રેસરોની ખૂબ માંગ છે, કારણ કે અહીં ખ્રિસ્તીઓ અને હિન્દુઓની વસ્તી વધારે છે.

બજારના વિસ્તારમાં હું શાક વેચતો કે જે સેસુના ધંધાઓમાંનો એક ધંધો હતો. જ્યારે હું મુંબઈના શાક વેચવાવાળાઓને ફૂટપાથ પર ઊભા પગે બેઠેલા જોતો ત્યારે મને મારા જૂના શાક વેચવાના દિવસો યાદ આવતા. સેસુના કિચન ગાર્ડનમાં દૂધી, કોળું, ફણસ ઊગતા અને તે વેચવા માટે હું બૂમો પાડીને ફેરી ફરતો. મરચાંને તાજાં રાખવા માટે હું તેનાં પર પાણી છાંટતો.

હું રમણજનેયાની કપડાંની દુકાન સામે ઘણીવાર ઊભો રહેતો, જે સાઈકલની દુકાન સામે હતી. હું દુકાનના હેંગરો પર અને ક્લિપ પીનો પર લટકતાં કપડાંને લલચામણી નજરે જોતો. મારી પાસે ફક્ત બે ટૂંકી ચડ્ડીઓ અને એક શર્ટ હતું. તેથી મને હંમેશાં એવી ઈચ્છા થતી કે હું ત્યાંથી મારા માટે કપડાંની ખરીદી કરું. દર વર્ષે હિન્દુઓના નવા વર્ષ ઉગડીમાં હું એક નવી જોડી સીવડાવતો. ત્યાં સુધી તો જૂની જોડી ફાટી ગઈ હોય.

હવે મને મારી સાદી જરૂરિયાતો અને ઈચ્છાઓ પર હસવાનું મન થાય છે. અહીં કશું જ બદલાયું નથી. આ દુકાને તેનો જૂનો ભપકો સાચવી

રાખ્યો છે. વિવિધ કપડાં હેંગરમાં લટકાવવામાં આવ્યાં છે અને તકેદારીરૂપે તેમાં પીનો પણ ભરાવવામાં આવી છે જેથી પવન સાથે તે ઊડી ન જાય.

ગોવિંદ ભંડારીના સાસરા બેલમાન ગામ જવા માટે ૧૮ કિલોમીટર લાંબું ચાલવાનું હું કેવી રીતે ભૂલી શકું? અનિચ્છાપૂર્વક તેમણે મને થોડા પૈસા આપ્યા અને મને મેંગલોર શહેરની સરહદે આવેલા નીટ્ટે નામક સ્થળે જવાનું કહ્યું. હું એટલો ભોળો હતો કે તેમની ચાલાકી સમજી ન શક્યો.

હું કરકલામાં આવેલ મારી જન્મભૂમિમાંથી પગે ચાલીને નિટ્ટે ગયો. ત્યાં મને એવું કહેવામાં આવ્યું કે તેઓ આ જગ્યા છોડીને જતા રહ્યા છે. તેઓ બસમાં મુસાફરી કરીને જતા હતા અને હું રસ્તા પર ખુલ્લા પગે ચાલીને જતો હતો. તેથી મેં ફરીથી બેલમાન ચાલીને જવાનું શરૂ કર્યું. જ્યારે હું તેમની સાસુને ત્યાં પહોંચ્યો ત્યારે મને કહેવામાં આવ્યું કે કાકા તો ચાલ્યા ગયા હતા. આ મારા કાકાની નિર્દયતાની પરાકાષ્ઠા હતી. હું આખો દિવસ બળબળતા સૂરજના તાપમાં ચાલ્યો અને છેવટે નિયત સ્થળે પહોંચ્યો ત્યારે રાત્રે બહુ મોડું થઈ ગયું હતું. ત્યાં રહેતાં કુટુંબે મારા માટે દિલગીરી વ્યક્ત કરી અને મને બસથી અટ્ટૂર પાછા જવા માટેના પૈસા આપ્યા. મને ખાવાનું અને આશ્રય પણ આપ્યા. જ્યારે હું ઘેર પાછો ફર્યો ત્યારે મારા કાકાને એ જાણી બહુ આઘાત લાગ્યો કે મેં આટલો મુશ્કેલ રસ્તો પૂરો કર્યો હતો. કુટુંબના બધા લોકો કાકાની આ સ્વાર્થી ચાલબાજીથી બહુ ડઘાઈ ગયા. તે બધાને ખૂબ નવાઈ લાગી કે મેં આ કંજૂસકાકાના શબ્દોને આટલી ગંભીરતાથી શા માટે લઈ લીધા? હું સાચે જ ખૂબ જ ભોળો હતો.

પાલીમારૂના મંદિરની મુલાકાત લેવી એ ધન્ય પ્રસંગ ગણાય. એ દિવસોમાં એક બીજી ઊંચી જગ્યા હતી. તેનાથી મને ખુશીની યાદો તાજી થાય છે. ત્યાં વહેલી સવારે મંદિરમાં ધાર્મિક ગીતો વાગતા ત્યારે હું સાઈકલ લઈ નીકળી પડતો. પૂજારીજી કહે છે કે હવે તો ત્યાં ગીતો વગાડવામાં આવતાં નથી. મંદિરનું શાંત આંગણું પહેલાં જેવું જ સ્થિર અને પવિત્ર છે. ફક્ત ત્યાં તે વિસ્તારની થોડી ધંધાદારી દુકાનો શરૂ થઈ ગઈ છે.

એ ભૂમિ, જ્યાં મારી વહાલી બહેન ચિરનિદ્રામાં પોઢેલી છે...

એક જગ્યા જે મારા હૃદયની ખૂબ જ નજીક છે, તે એક મોટું ઘર છે જેનું નામ હવે 'સૌમ્ય' છે. તે જૂનું, છાપરાવાળું ઘર હતું કે અને લાલ ઈંટોનું

બનેલું હતું, તેની દીવાલો માટી અને સૂકા ઘાસથી બનાવેલી હતી - બાંધકામની આ વસ્તુઓ આર્થિક રીતે સસ્તી પડતી તેથી ઓછી આવકવાળા લોકો આ વાપરતા. ઘરની નીચેની જમીન ગાયના છાણથી લીંપેલી હતી અને પ્લોટના કંપાઉન્ડની દીવાલ ઝાડની ડાળીઓથી બનેલી હતી. આની સરખામણીમાં પૈસાદાર લોકો આકર્ષક આરસપહાણના પથ્થરમાંથી બનેલા મહેલો જેવા ઘરો બનાવતા. જ્યારે હું અને મારી માતા મુંબઈ ગયા અને મારું પહેલું સલૂન ખોલ્યું ત્યારે નવા માલિકોએ અમારી પાસેથી ઘર ખરીદેલું. હવે તો તેની બહારની દીવાલ સિમેન્ટથી બનેલી છે અને એ ઘર હવે નવા જમાનાનું દેખાય છે.

જમીનનો આ ભાગ જંગલના વિસ્તારથી થોડો નજીક હતો અને ત્યાં તેના જેવા જ થોડા ઘરો સિવાય બીજું કંઈ ન હોવાથી ઉજ્જડ લાગતો હતો. અમે આ પ્લોટ નજીવી કિંમતમાં નોંધાવ્યો હતો. તેમાં મુંબઈના પાડોશીઓએ ભેગા કરેલા પૈસા પણ આવી ગયા કે જે તેમણે મારા પિતાના મૃત્યુ પછી મારી માને મુશ્કેલ સમય પસાર કરવા આપ્યા હતા. જ્યારે અમે ગામ પાછા ફર્યા ત્યારે આ પૈસા મારા સંજીવકાકાને આપી રાખ્યા હતા કે જેમણે બહુ વખત પછી આ જમીનનો ટુકડો ખરીદ્યો હતો. મારા માસીના દીકરા સુંદર ભંડારી કે જે લશ્કરમાં કામ કરતા હતા તેમણે ૫૦ રૂ. જેવી મોટી રકમનો ફાળો આપ્યો અને અમે પણ અમારી બચતમાંથી થોડું-ઘણું અપાય તે આપ્યું.

આ જમીન ઊંચી-નીચી, વેરાન હતી. તેમાં રખડતાં જંગલી કૂતરાઓ હતાં. આ બધી જમીન સરકારની માલિકીના વિસ્તારની હતી જે ગરીબોને વેચવામાં આવતી જેથી તેઓ ગામડાની સરહદની બહાર રહે. આ વિસ્તાર તો હવે ઘણા બંગલાઓ સાથે ભરપૂર વસ્તીવાળો રહેણાક વિસ્તાર થઈ ગયો છે. જોકે, હજી આ જગ્યાઓમાં કેટલાંક રખડતાં તો કેટલાંક સારી જાતિના કૂતરાં ફરે છે.

જ્યારે હું સાંકડા રસ્તા પરથી મારા વાહનમાં પસાર થાઉં છું ત્યારે રસ્તાની બાજુમાં બેઠેલાં કૂતરાં જીભ કાઢી ઊંચું જુએ છે, તેમનું શરીર હલાવે છે, કાન ઊંચા કરે છે અને ભસવા માંડે છે. રસ્તાની બાજુની ઓરડીમાં રહેતો કૂતરો તેની ઊંઘમાંથી જાગે છે અને મારું વાહન આગળ જતા ભસે છે. જ્યારે એક કૂતરો બીજા કૂતરા પાછળ પડે છે ત્યારે તેમનો ભસવાનો અવાજ મોટો થતો જાય છે – જાણે તેઓ સાંકેતિક સંદેશો આપતા હોય કે પરદેશી માણસો તેમની સરહદમાં ઘૂસી ગયા છે. કેટલાંક કૂતરાઓ રસ્તા પર પાછલા પગથી

કૂદકો મારી ઊભાં થાય છે અને રસ્તે જનારા લોકો પર ઘુરકિયાં કરે છે. તેમના ભસવાના અવાજો એટલા મોટા હોય છે કે દૂર સુધી સંભળાય છે અને આજુબાજુના બધાં કૂતરાં અને જંગલમાં ફરતાં ફરતાં દાંત બતાવી ઘૂરકિયાં કરે છે અને અવાજો કરે છે. જાણે કે પડઘા પાડવાનું તેમનું કામ હોય. એ જાણવું અને જોવું બહુ રસપ્રદ છે કે પ્રાણીઓને ભય અને અજાણ્યા લોકો જે તેમની સરહદમાં પ્રવેશવા માંગે છે તેમની સામે કુદરતી રીતે એકીસાથે સામુહિક પ્રત્યાઘાત કરવાનું વલણ છે. જોકે, આજે પણ જ્યારે કૂતરાઓ મારી નજીક જોઉં છું ત્યારે હું ચેતી જઉં છું.

હવે માટીના રસ્તાની જગ્યાએ ડામરનો રસ્તો બનાવવામાં આવ્યો છે પણ રસ્તો હજી પહોળાઈમાં તો સાંકડો જ છે. રસ્તો પૂરો થતાં તે અટ્ટુરના મુખ્ય રસ્તા સાથે જોડાઈ જાય છે. જ્યાં થોડા કિલોમીટરના અંતરે સરકાર દ્વારા લોકો માટે સસ્તા ભાવની સાર્વજનિક રાશનની દુકાન છે કે જે પાછળની બાજુ આવેલ છે. હું અને મારી માતા ચોખાનું રાશન લેવા અને બળતણ માટે કેરોસીન લેવા આટલું દૂરનું અંતર કાપતાં. અમે થોડી ખાંડ પણ લઈ આવતાં. અમે બંને ઉઘાડા પગે ચાલતાં-ચાલતાં સાથે પાછાં આવતાં, કારણ કે અમારી પાસે પગમાં પહેરવાના ચંપલના કે સાર્વજનિક પરિવહન માટેના પણ પૈસા ન હતા. હું નવ વર્ષનો હતો ત્યારે ઘરે પાછા ફરતાં મારા કમજોર ખભા પર સામાન મૂકીને ધીમેધીમે આવતો હતો. પ્રોવિઝન સ્ટોરમાંથી કઠોળ વગેરે લેવા માટે અમે લાંબું અંતર ચાલીને જતાં.

'સૌમ્ય' નામક બંગલાના કંપાઉન્ડમાં નારિયેળીના વૃક્ષો હતાં, જે મારી માતા દ્વારા અમુક ખાસ જગ્યાએ વાવવામાં આવ્યાં હતાં. અમે બાંધકામ માટે મોંઘી વસ્તુઓ ખરીદી શકીએ તેવી સ્થિતિમાં નહોતા તેથી ચણતર માટે જે પ્રાથમિક વસ્તુઓ મળી જાય તેનાથી જ ઘર બાંધ્યું. મારી માતાને એ યાદ છે કે તેના ભાઈ સંજીવે બાંધકામનું ધ્યાન રાખ્યું હતું અને શારીરિક શ્રમથી ઘરમાં ઈંટો અને પથ્થરો મૂકવામાં મદદ કરી હતી. પાછળથી માતાએ બીજા ફળો જેવા કે જામફળ, લીંબુ અને શાક પણ વાવ્યાં હતાં. તેણીએ પોતાની રોજની પૂજા માટે ફૂલો પણ વાવ્યાં હતાં. આ ઘર જોવા જઈએ તો આત્મનિર્ભર હતું. એ વખતે જે કૂવો ખોદાયો હતો તે હજી વર્તમાન માલિકોને પાણી આપે છે. જ્યારે હું અને મારી મા અહીં રહેતાં હતાં ત્યારે મારી મા સીવવાના યુનિટ સાથે આખો દિવસ રોકાયેલી રહેતી. રાત્રે પાછાં ફરીને તે નાહવા અને પીવા માટે કૂવામાંથી પાણી ખેંચતી, કપડાં ધોતી અને વાસણ માંજતી. તે બગીચામાં

છોડ અને વૃક્ષોને પાણી પીવડાવતી. આખા દિવસોની આ સખત મહેનત પછી આ વધારાની મહેનત હતી.

શાક અને નારિયેળીનાં વૃક્ષો ઉગાડવા માટે બગીચાની કાળજી બહુ ધ્યાનથી લેવી પડતી. તેનાથી અમને અમારા રોજનો ખોરાક મળતો. ચટણી અને કરી (રસો) બનાવવા માટે કોપરાના ગોળાઓને વાટીને પાતળી લુગદી બનાવવામાં આવતી અને ઢોંસા બનાવવા માટે ચોખાને ઘંટીમાં ઝીણા દળવામાં આવતા જેથી તેનું સરસ ખીરૂ બને. વપરાયેલી (સેકન્ડ હેન્ડ) ઘંટીનો પથ્થર એક બાજુએથી ઉખડેલો હતો. જોકે, તેમાંથી દળવાનું કામ થઈ જતું હતું. હવે તો દળવાની ઘંટી ઈલેક્ટ્રિક આવે છે જેમાં ખીરૂ અને ચટની બની જાય છે. કેટલાંક ઘરોમાં 'મિક્સરો'નો ઉપયોગ થાય છે.

અમે આ ઘરમાં સારા એવા વર્ષ એટલે કે દસ વર્ષ સુધી માલિકી ભોગવી. જ્યારે હું કતારમાં કામ કરવા ગયો ત્યારે મારી માતા અહીં એકલી રહી. તેણે પોતાની જાતે બધો વહીવટ કરવો પડતો તેથી ઘણી મુશ્કેલીઓ વેઠવી પડી. તદ્ઉપરાંત પડોશના લોકો પણ ઠઠ્ઠા-મશ્કરી કરી હેરાન કરતા. તેઓ કંપાઉન્ડમાં જંગલી કૂતરાં છોડતાં. શાકનો નાશ કરવા માટે પથ્થરો ફેંકતા, તેના ફળો બગાડતા અને ઘરને પણ નુકસાન કરતા. આવા સ્વછંદી કાર્યોને લીધે મારી માને ખૂબ ડર લાગતો. ઘણા દિવસ સુધી તે પોતાની જાતને ઘરમાં પૂરી રાખતી અને એકલી-એકલી રડ્યા કરતી. આ કારણને લીધે મેં કતાર પાછા ફરવાને બદલે મારી બચતમાંથી મુંબઈમાં સલૂન ખોલવાનું વિચાર્યું.

આ નિર્ણયને કારણે મારી જિંદગી કાયમ માટે બદલાઈ ગઈ.

હું કોઈવાર પાછું વળીને જોતા વિચારું છું કે જો મેં કતાર પાછા જઈને સ્ટેડિયમના સલૂનમાં કામ કરવાનું ચાલુ રાખ્યું હોત તો મારી જિંદગી કેવી થઈ હોત? તેમાં કોઈ શંકા નથી કે હું મારી નોકરીમાં બહુ કુશળ થયો હોત, બહુ સારું કમાતો હોત અને જિંદગીના જે સુખ- સગવડના સાધનો હોય તે મેં મિડલ ઈસ્ટમાં ભોગવ્યા હોત. પણ પ્રશ્ન એ હતો કે મારી માતાને હું ત્યાં કેટલો વખત લાવીને રાખત? તેનો મારી પાસે કાંઈ જવાબ ન હતો.

મુંબઈ મારું ઘર બની ગયું અને તે જગ્યાએ મને ધંધો શરૂ કરવા અને વધારવા માટે હિંમત આપી જેનાથી હું સલૂનોની હારમાળા સ્થાપી શક્યો. આ એ શહેર છે કે જ્યાં મેં મારું વ્યક્તિત્વ વિકસાવ્યું. હું 'ક્વાફ્યુઆર' એટલે કે વાળ કાપનાર તરીકે ઓળખાયો. સામાજિક રીતે ખૂબ આગળ વધ્યો

અને સર્જનાત્મક માણસ તરીકે ખ્યાતિ મેળવી. મને એ વાતની ખૂબ ખુશી છે કે મને મારા ગ્રાહકો તરફથી ખૂબ પ્રેમ અને હિંમત મળ્યા છે. આ કારણને લીધે મેં હિંમત રાખી બધી મુશ્કેલીઓનો સામનો કર્યો છે. મારા મિત્રો, શિવાના સલૂનમાં કામ કરતા કર્મચારીઓ અને મોટા ભાગના મારા કુટુંબના લોકો મને ટેકો આપતા મજબૂત થાંભલા જેવા છે. ભારતમાં પાછા રહેવાના બીજા ફાયદાઓ પણ છે. હું મારી સંસ્કૃતિ સાથે વધારે સંકળાયેલો રહું છું અને તેથી જ મારી જન્મભૂમિની નિયમિત રીતે મુલાકાતો લઉં છું. તેનાથી મને સલામતીની લાગણી પેદા થાય છે. તેનાથી હું મારા સગાઓને મારી યોગ્યતા પણ પુરવાર કરી બતાવું છું કે લોકો મારા બાળપણના વર્ષોમાં મારા માટે ખોટું વિચારતા હતા. હવે તેઓ મને માનથી આવકારે છે અને નાતનું નામ ગર્વથી ઊંચું કરવા બદલ તેઓ મારી સાથે આદરપૂર્વક વર્તે છે. જ્યારે જુવાન પેઢી તો મને ખૂબ માન આપે છે.

થાણામાં સલૂન શરૂ કરવું એ મારી પ્રગતિનું એક પ્રથમ પગથિયું હતું પણ આ મારી કારકિર્દી માટે બહુ મોટો વળાંક હતો. તેનાથી મારી જિંદગી બદલાઈ ગઈ અને બધી રીતે મારી જિંદગીને નવો આકાર આપ્યો. હવે તો હું એમ કહી શકું છું કે હું એક સુખીસમૃદ્ધ માણસ છું. આખરે અમે અમારું ગામનું ઘર, 'સૌમ્ય' વેચી દીધું. પણ હજુ પણ જ્યારે હું ગામની મુલાકાત લઉં છું ત્યારે મને તેની મુલાકાત લેવી ગમે છે. તેનાથી મને શાંતિની લાગણી અનુભવાય છે. મારી નાની બહેનને અહીંની વૃક્ષોથી, નાના છોડોથી અને જંગલી ફૂલોથી ઘેરાયેલી જમીનમાં દફન કરવામાં આવી હતી.

★ ★ ★